சந்தியா
பதிப்பகம்

வெ.நீலகண்டன்

பத்திரிகையாளர். கலை, பண்பாடு, மானுடவியல் சார்ந்து உணர்வுப்பூர்வமாக எழுதி வரும் வெ.நீலகண்டன், தென்னிந்திய வட்டார சமையல் வரலாறு குறித்தும், நாட்டுப்புற இசைக்கருவிகள் குறித்தும் கள ஆய்வுகள் செய்து நூல்கள் எழுதியுள்ளார். இவர் எழுதிய 'ஊர்க்கதைகள்', 'உறங்கா நகரம்', 'அந்தர மனிதர்கள்' ஆகிய மூன்று நூல்கள் ஏற்கனவே சந்தியா பதிப்பகத்தில் வெளிவந்துள்ளன. தமிழ் இலக்கிய ஆளுமைகளின் வாழ்க்கைப்பாடுகள் குறித்து இவர் எழுதிய, 'எமக்குத் தொழில் எழுத்து' நூல் மிக முக்கிய ஆவணம்.

தமிழர் வாழ்வு

தொன்று தொட்டு வருவதும்... தொடர்பறுந்து போனதும்..!

வெ. நீலகண்டன்

சந்தியா பதிப்பகம்
சென்னை - 83

தமிழர் வாழ்வு

© வெ. நீலகண்டன்

முதற்பதிப்பு: 2017

அளவு: டெமி ● தாள்: 60gsm ● பக்கம்: 352
அச்சு அளவு: 11 புள்ளி ● விலை: 330/-
அச்சாக்கம்: அருணா எண்டர்பிரைஸஸ்
சென்னை - 40.

சந்தியா பதிப்பகம்
புதிய எண்: 77, 53வது தெரு, 9வது அவென்யூ,
அசோக் நகர், சென்னை - 600 083.
தொலைபேசி: 24896979.

ISBN: 978-93-87499-21-8

Tamizhar Vaazhvu

© V. Neelakandan

First Edition: 2017 ● Pages: 352

Printed at Aruna Enterprises.,
Chennai - 40.

Published by
Sandhya Publications
New No. 77, 53rd Street, 9th Avenue, Ashok Nagar,
Chennai - 600 083. Tamilnadu.
Ph : 044 - 24896979

Price Rs. 330/-

sandhyapathippagam@gmail.com
sandhyapublications@yahoo.com
www.sandhyapublications.com

SAN-771

சமர்ப்பணம்!

என் பொழுதுகளை நிறைவாக்கும்
புகழுக்கும்
கவினுக்கும்!

தனித்துவமான பண்பாடு!

வரலாற்றுப் படிநிலை என்பது கீழிருந்து மேலாகச் செல்வது. தனிமனித வரலாற்றின் தொடர்ச்சி தான் வட்டார வரலாறு. வட்டார வரலாறுகளின் தொகுப்பே நாட்டின் வரலாறு. ஆனால், நாம் வரலாற்றை மேலிருந்து கீழாக வாசித்துக் கொண்டிருக்கிறோம்.

தொன்மையான மொழிகள் பலவற்றில் தனிமனித வரலாற்று ஆவணங்களும், வட்டார வரலாறுகளும் ஏராளம் உருவாகின்றன. அவர்களின் மரபுக்கும், பண்பாட்டுக்கும் வாழ்க்கை முறைகளுக்கும் அவையே சான்றாக இருக்கின்றன.

பண்பாடு, தனித்துவமானது. அதில் எவ்விதமானப் பொதுத் தன்மையும் இருப்பதில்லை. பகுதிக்குப் பகுதி அது வெவ்வேறு வடிவத்தில் இருக்கிறது. தொழில் நிமித்தமான, ஒடுக்குமுறை காரணமான இடப்பெயர்வுகள், உலக மயமாக்கலுக்குப் பின் வாழ்க்கைமுறையில் ஏற்பட்டுள்ள தாக்கங்கள் எல்லாம் மரபு சார்ந்த பல பண்பாட்டுக் கூறுகளைச் சிதைத்துவிட்டன.

பண்பாட்டின் ஏந்தலாக இருந்த கிராமங்களை வாழப் பயனற்றவையாக்கி விட்டது தொழிற்புரட்சி. அதிவேகத்தில் நகர்மயமாகும் தேசத்தில் இந்தியா ஐந்தில் ஒன்றாக இருக்கிறது. கிராமத்து இளைஞர்கள், தங்கள் வேரறுத்துக்கொண்டு நகர்ப் புறத்து சந்துகளிலோ, அடுக்குமாடிகளிலோ தங்களைப் பொறுத்திக் கொள்ளப் போராடுகிறார்கள். தங்கள் கிராமத்தில் நடக்கும் நல்லவை, கெட்டவைகளைக்கூட செவிவழிச் செய்தியாக கடந்து போகும் அளவுக்கு இயல்பு மாறிவிட்டது.

காலம் காலமாக கடைபிடிக்கப்பட்டு வந்த கொண்டாட்டங்கள், சடங்குகள், கலைகள், வழிபாடுகள், விருந்தோம்பல் தன்மைகள், விளையாட்டுகள் எல்லாம் களையிழந்து விட்டன. பல, வழக் கொழிந்துவிட்டன.

தஞ்சை வட்டாரத்தில் குதிரையெடுப்பு என்பது, கிராமங்களை வண்ணமயமாக்கும் திருவிழா. முன்பெல்லாம் கோலாகலமாக நடக்கும். ஊருக்கு வெளியே நான்கைந்து கிலோமீட்டருக்கு அப்பால் குடியிருக்கும் மண்பாண்டத் தொழிலாளர்களின் வீடுகளில் இருந்து, பறையிசை முழங்க, புதிய சாமிசிலைகளையும், குதிரைகளையும், மதலைகளையும் இளைஞர்கள் தோல்சுமையாகவும், தலைச்சுமையாகவும் சுமந்து வருவார்கள். சாமியாடி, அரிவாள் தாங்கியபடி நடுவில் ஆடிவர, இளைஞர்கள் உக்கிரம் ததும்ப, சிலையைச் சுமந்தபடியே இணைந்து ஆடுவார்கள். குறிப்பிட்ட எல்லையில், பெண்கள் மதுக்குடங்களோடு அந்த ஊர் வலத்தில் சங்கமிப்பார்கள்.

பெண்கள் தலையில் சூடியிருக்கும் மல்லிகைப்பூ மணமும், புதிய மண்சிலைகளின் நெடியும் ஊருக்கே புதிய வாசத்தைத் தரும். கடைக்கண் பார்வைகள், புன்சிரிப்புகள், முகம் கோண பழித்தல்கள், உரசல்கள் என அந்தக் கொண்டாட்டத்தில் இள வட்டங்கள் மனங்களைப் பரிமாறிக் கொள்வார்கள். நீண்டு வரும் ஊர்வலம், கோயிலுக்கு அருகில் இருக்கும் திடலில் சூழ்ந்து நிற்க, ஆண்களும் பெண்களும் சாமி வந்து ஆடுவார்கள். சிறுவர்கள் கண்கள் நிலைகுத்த அதைப் பார்ப்பார்கள். இரவு, கோயிலுக்கு எதிரில் 16 எம் எம் திரைகட்டி வீரபாண்டிய கட்டபொம்மனோ, மதுரையை மீட்ட சுந்தரபாண்டியனோ ஓட்டுவார்கள். அடுத்த ஓராண்டுக்கு அந்த வாசனை அப்படியே மனதில் தங்கி சிலிர்க்க வைக்கும்.

கடந்த ஆண்டு ஒரு குதிரையெடுப்புக்குச் சென்றிருந்தேன். கருப்பரும், முனியும், பட்டவரும் மண்பாண்டத் தொழிலாளர் வீட்டில் இருந்து மாட்டு வண்டியில் ஏறி மதமதத்து வருகிறார்கள். சாமியாடி டூவிலரில் வருகிறார். ஊர்வலம் அரைமணி நேரத்தில் முடிந்துவிட்டது. மல்லிகைப்பூ வாசனையே இல்லை. மது நெடி! சிலைகளைச் சுமந்து வர இளைஞர்கள் இல்லை. எல்லோரும் வெளியூருக்குப் பிழைக்கப் போய்விட்டார்கள். இருக்கும் இளைஞர்களை மது குடித்துவிட்டது.

தலைமுறையாக நம்மோடு இணைந்திருக்கும் இது மாதிரி சடங்குகள், பண்டிகைகள், கொண்டாட்டங்களை இழப்பதென்பது நம் அடையாளத்தை இழப்பது. இப்படி ஏராளமாக நாம் இழந்திருக்கிறோம். பல, அழிவின் விளிம்பில் இருக்கின்றன.

அவற்றை ஆவணப்படுத்த வேண்டும் என்ற உந்துதலில் தான் இந்தப் புத்தகம் பிறக்கிறது. கடந்த 10 ஆண்டுகளுக்கும் மேலாக, நான் கண்ட, கேட்ட, எழுதியவற்றின் தொகுப்பு தான் இவை. பல கட்டுரைகள் ஏற்கனவே தினகரன் தீபாவளி மலர், பொங்கல் மலரில் வெளிவந்தவை.

தமிழர் பண்டிகையான பொங்கல், ஒவ்வொரு வட்டாரத்தில் ஒவ்வொரு விதமாகக் கொண்டாடப்படுகிறது. பொங்கல் நிமித்தம் நடத்தப்படும் ஜல்லிக்கட்டு, சேவல் சண்டைகள் தவிர்த்து, போர்க்காய் மோதல், கைப்புறா போன்ற பல விளையாட்டுகள் தமிழகத்தின் பல்வேறு பகுதிகளில் நடந்து வருகின்றன.

ஒவ்வொரு வட்டாரத்துக்கும் ஒரு விருந்தோம்பல், உணவுப் பண்பாடு உண்டு. மண்ணின் தன்மைக்கேற்ப, தட்பவெப்பத்தின் நிலைக்கேற்ப அப்பகுதியில் விளையும் பொருட்களைக் கொண்டு செய்யப்படும் உணவுகளை அங்கு மட்டுமே ருசிக்க முடியும். தஞ்சைக்குரிய தாட்டலைச் சாப்பாடும், நாஞ்சில் நாட்டுத் தும்பு இலைச் சாப்பாடும் வாய்த்தவர்களுக்குத் தெரியும், அருமை. இன்று, செயின் ஹோட்டல்களும், பன்னாட்டு உணவகங்களும் மண்ணுக்கேயான உணவுகளைத் தின்று விட்டன.

குஜராத்தில் இருந்தும் ராஜஸ்தானில் இருந்தும் நம்மூரில் ஆடைகள் குவிய, தமிழக கிராமங்களில் உற்பத்தியாகும்

ஆடைகள் இந்தியா கடந்து வெளிநாடுகளுக்கெல்லாம் பயணிக்கும் செய்தி புதிதாக இருக்கும்.

நவீனத் தொழிற்புரட்சியாளர்கள் கிராமியத் தொழில்களைத் தொழிலாகவே மதிப்பதில்லை. விவசாயம் தொடங்கி, நெசவு வரைக்கும் பெரும்பாலான தொழில்கள் வழக்கொழியும் நிலைக்கு வர அதுதான் காரணம். பல தொழில்கள் மூச்சை இழுத்துப் பிடித்துக்கொண்டு கொஞ் சமாக ஜீவிக்கின்றன. தமிழர்களுக்கு அடையாளமாக விளக்கும் அப்படியான தொழில்களையும் இந்நூல் ஆவணப் படுத்துகிறது.

இந்த நூல் வெளிவருவதில் பலரின் பங்களிப்பு உண்டு. புகைப்படக்காரர்கள், குறிப்பாக நண்பர் சி.எஸ்.ஆறுமுகம்... எனது வழிகாட்டியும் ஆசானுமான தி.முருகன், நண்பனும் ஆலோசகனுமான கிருஷ்ணா... இந்நூலை வெளியிடும் சந்தியா பதிப்பகம்... அனைவருக்கும் நன்றிகள்.

அடுத்தடுத்தென்று உற்சாகமூட்டி இயங்கச் செய்யும் உங்களுக்கும் நன்றி!

வெ.நீலகண்டன்
ilamurasu@gmail.com

உள்ளடக்கம்

அ. தமிழர் பண்டிகை

1. கைப்புறா... மாடுகளோடு ஒரு ஆக்ரோஷ ஓட்டம்	15
2. வாத்துப் பிடித்தலும், மட்டை பிடுங்குதலும்	19
3. யுத்தம் போல் நடக்கும் போர்க்காய் மோதல்	23
4. கன்னிப் பொங்கல்	26
5. மெய்வழிப் பொங்கல்	30
6. ஆயங்கலைப் பொங்கல்	32
7. கொப்பிப் பொங்கல்	35
8. வெள்ளக்கடைப் பொங்கல்	38
9. தத்தங்கிப் பொங்கல்	40
10. ஆற்றுத் திருவிழா	42
11. பென்னிகுக் பொங்கல்	44
12. ஜல்லிக்கட்டும் மணியும்	46
13. களத்தை உக்கிரமாக்கும் சண்டைச் சேவல்கள்...	52

ஆ. தமிழர் கலைகள்

14. ஆட்டக்கலைகளின் விதைநிலம் தஞ்சை	60
15. கருவிகளின் கர்த்தாக்கள்	72
16. ஒரு பொம்மலாட்டம் நடக்குது...	84
17. கிராமங்களை உக்கிரமாக்கும் பரதக்கூத்து	90
18. ஐம்பூதங்களும் அடங்கிய மானாமதுரை கடம்	97

19. பாகவத மேளா	104
20. ரதியும் மன்மதனும்	110
21. கள்ளக்குறிச்சி மரச் சிற்பங்கள்	114

இ. தமிழர் உணவும், விருந்தோம்பலும்

22. கொங்குநாட்டு கல்யாணபந்தி விருந்து	124
23. நாஞ்சில்நாட்டு தும்பு இலை சாப்பாடு...	135
24. தஞ்சாவூர் தாட்டெலைச் சாப்பாடு...	141
25. மதுரை முணியாண்டி விலாஸ்	147
26. ஆண்டார்பந்தி சமையல்	150
27. தஞ்சாவூர் தாம்பூலம்	156
28. உடன்குடி கருப்பட்டி	163
29. கவுந்தம்பாடி நாட்டுச்சர்க்கரை	172

ஈ. தமிழர் ஆடை

30. வியக்க வைக்கும் விளந்தைப் பருத்தி	179
31. கும்பகோணம் கலவைப்பட்டு	183
32. சிக்கல்நாயக்கன்பேட்டை கலம்காரி	187
33. வடமணப்பாக்கம் காஞ்சிக் காட்டன்	191
34. ஆரணி பருத்திப்பட்டு	195
35. கோவிலூர் கட்டாரிக்கண்ணி	199
36. கோடாலிக்கருப்பூர் அடர்நிற பருத்திசேலை	203
37. பட்டீஸ்வரம் கோர்வைப்பட்டு	206
38. செங்குந்தபுரம் வேங்கடகிரிப் பருத்தி	209
39. புத்தாநத்தம் ஆயத்த ஆடைகள்	212
40. காரைக்குடி கண்டாங்கி சேலை	218
41. பவானி ஜமுக்காளம்	223

உ. தமிழர் புழங்குப் பொருட்கள்

42. அஞ்சறைப்பெட்டியும், வெங்கலக் கூஜாவும்	230

ஊ. தமிழர் அடையாளம்

43. வைத்துர் வளையல்	241

44. தியாகராஜபுரம் தொன்னை	*247*
45. திருப்பனந்தாள் விசிறி	*250*
46. தஞ்சாவூர் தலையாட்டிப் பொம்மை	*254*
47. தஞ்சாவூர் தட்டு	*259*
48. நாகர்கோவில் கோவில் நகைகள்	*265*
49. காஞ்சிபுரம் கோவில்குடை	*272*
50. செட்டிநாட்டு வீடுகள்	*278*
51. உலகின் முதல் அணை	*285*
52. உம்பளச்சேரி மாடுகள்	*289*
53. ஆவணம் நாட்டியக் குதிரைகள்	*297*
54. பரவுக்காவல் படை	*303*

எ. தமிழர் வழிபாடு

55. ஏழுபிள்ளைத் திருவிழா	*311*
56. கணபதி நாட்டாமை	*317*
57. பல்லக்குத் திருவிழா	*324*
58. மிளகாய் அபிஷேகம்...	*330*
59. பாப்பாத்தி கன்னியம்மா...	*333*
60. பாதாள அம்மனும் பாண்டி கோயில் கருப்பரும்	*338*
61. வருவாய்த்துறையும், பொதுப்பணித்துறையும் சம்மந்தி உறவு	*342*
62. சின்னசாமி பெரியசாமி	*347*

அ. தமிழர் பண்டிகை

1

கைப்புறா - மாடுகளோடு ஒரு ஆக்ரோஷ ஓட்டம்

எவ்வளவோ இழப்புகளுக்குப் பிறகும் கிராமத்து வாழ்க்கையை சுவாரஸ்யமாக்கிக் கொண்டிருப்பது, பின்னிப் பிணைந்து கிடக்கும் உறவுச்சங்கிலி தான். சந்தோஷம், துக்கம் எதுவாயினும் அது தனி மனிதனுக்கு மட்டும் உரித்தானதல்ல... ஒட்டுமொத்த கிராமத்துக்குமானது. ஏதோ ஒரு தெருவில் நிகழும் இறப்புக்கு ஊரே துக்கம் அனுஷ்டிக்கும். ஏதோ ஒரு வீட்டில் நடக்கும் நல்ல காரியத்துக்கு ஊரே மங்களம் தரித்துக்கொள்ளும். ஜன்னலைக் கூட திறந்து வைத்துக்கொள்ள அஞ்சி, தனித்து வாழ்கிற நகரத்து மனிதர்கள், கிராமங்களுக்குச் சென்று படிக்க வேண்டிய பாடம் அது.

மனிதர்களுக்குள்ளான உறவுப் பிணைவை மேலும், மேலும் இருகச்செய்வதே பண்டிகைகளின் பண்பு. வேறெந்த பண்டிகையும் பொங்கல் அளவுக்கு கிராமங்களை கொண்டாட்டக் களம் ஆக்குவதில்லை. ஏற்றத்தாழ்வுகள் மறந்து, பகை துறந்து

எல்லோரையும் ஒரே குடையின் கீழ் திரட்டி விடுகிறது பொங்கல். பொங்கல் பண்டிகையின் உச்சபட்ச கொண்டாட்டமே, கன்னிப் பொங்கலன்று கிராமங்கள் தோறும் நடக்கும் பொங்கல் விளை யாட்டு விழா தான்.

தமிழகமெங்குமே பொங்கல் விளையாட்டு விழாக்கள் நடைபெறுவதுண்டு. ஆனால், தஞ்சாவூர் மாவட்டத்தின் கடைக் கோடியில் உள்ள பேராவூரணி வட்டாரத்தில் நடக்கும் பொங்கல் விளையாட்டு விழாக்களில் வேறெங்கும் இல்லாத ஒரு தனித்துவம் இருக்கிறது. அதுதான் கைப்புறா... பெயரைப் பார்த்ததும் புறாவை கையில் வைத்து விளையாடும் சாந்தமான விளையாட்டு என்று நினைத்தால் ஏமாந்து போவீர்கள். இது உக்கிரமான வீர விளையாட்டு. இந்த கைப்புறாவில் பங்கேற்க மாவட்டங்கள் கடந்தும் வீரர்கள் குவிவதுண்டு.

எருதாட்டம், மாட்டு வண்டிப்பந்தயம், ஜல்லிக்கட்டு வரிசையில், மெய்சிலிர்க்க வைக்கும் வீர விளையாட்டு இது. மாடுகளின் திறனையும், மனிதர்களின் திறனையும் ஒருசேர சோதிக்கும் இந்தப் விளையாட்டில் பங்கேற்று வெற்றி பெறுவதற்காக ஒரு மாதம் முன்பாகவே இளவட்டங்கள் தயாராகி விடுவார்கள்.

அதென்ன கைப்புறா...?

“வண்டிப் பந்தயம் போல மேல உக்காந்துக்கிட்டு ஓட்டுற விவகாரம் இல்லை... மாட்டுக்கு சரிக்குச்சமமா நாமளும் ஓடனும். திடகாத்திரமான ஒரு மாட்டை ஓடவிட்டு, கயிறைப் புடிச்சுக்கிட்டு நாமளும் அது வேகத்துக்கு ஈடுகொடுத்து பின்னாடி ஓடனும். குறிப்பிட்ட இலக்குக்கு போய், கொடி வாங்கிக்கிட்டு திரும்பவும் போட்டி தொடங்குன இடத்துக்கு திரும்பனும்... யார் முதல்ல வர்றாங்களோ அவங்களுக்குத் தான் பரிசு. இதுக்குன்னு நிறைய விதிமுறைகள் இருக்கு... கைப்புறாவுல கலந்துக்கிறதும், பரிசு வாங்குறதும் கௌரவமான விஷயம்...” என்கிறார் முடச்சிக்காடு கிராமத்தைச் சேர்ந்த காண்டீபன்.

காண்டீபன், 15 வருடங்களாக கைப்புறாவில் கலக்குபவர். முடச்சிக்காட்டில் மட்டும் 20க்கும் மேற்பட்ட கைப்புறா மாடுகள் உண்டு. வெளியூர்களுக்குச் சென்றும் முடச்சிக்காட்டு கைப்புறா மாடுகள் பரிசுகளை குவிக்கின்றன.

“எங்க ஊர்ல அம்பது வருஷமா கைப்புறா போட்டிகள் நடக்குது. ஜாதி, மத வேறுபாடு இல்லாம எல்லோரும் கலந்துக்குவோம். பெரும்பாலும் நல்ல கூர்மூக்கா, பிட்டான உடம்போட இருக்கிற கன்னுக்குட்டிகளை வாங்கிட்டு வந்து பயிற்சி கொடுத்து பழக்கி வச்சுக்கிறதும் உண்டு. எங்க ஊர்ல கைப்புறாவுக்குன்னு பேர் போன மாடுகள் நிறைய இருக்கு. ஜெயிக்கிற மாடுன்னா லட்சக்கணக்குல அதுக்கு விலை கொடுக்கவும் ஆட்கள் தயாரா இருப்பாங்க. பொங்கலுக்கு ஒரு மாதத்துக்கு முன்னாடி இறுதிக்கட்ட பயிற்சியை தொடங்கிருவோம். மாட்டுக்கு இணையா நாங்களும் பயிற்சி எடுத்துக்குவோம். மாட்டோட வேகத்துக்கு ஓடுறது சாதாரண மில்லை. சீறிக் கிளம்புற மாட்டை கண்ட்ரோல் பண்ணத் தெரிய லைன்னா கீழே விழுந்து கைகால் முறிஞ்சு போயிடும். போன வேகத்துக்கு மாட்டைக் கட்டுப்படுத்தி கொடியை வாங்கிக்கிட்டு திரும்பவும் ஓடி வரனும்...” என்று உற்சாகமாகப் பேசுகிறார் ஷேக் இப்ராம்ஷா. பேர் போன கைப்புறா வீரர்.

மாடுகளைப் பழக்குவதே ஒரு கலைதான். கைப்புறா மாட்டுக்கான உணவும் தனி...

“போட்டிக்கு ஒருமாதம் முன்னாடியே மாட்டை உழவுக்கு ஓட்டுறதை நிறுத்திருவோம்... தினமும் காலையில குளத்துள மாட்டை அவுத்து விட்டுவோம். ஒரு மணி நேரத்துக்கு நீந்தித்திரியும். நீச்சல் பயிற்சி முடிஞ்சதும் நாலைஞ்சு கிலோ மீட்டர் நடக்க விட்டுப் பழக்குவோம். சாயங்காலம், சைக்கிள்ல மாட்டைப் புடிச்சுக்கிட்டு ஓடவிடுவோம். தினமும் காலையில 1 கிலோ பருத்திக்கொட்டை, கால்கிலோ பேரிச்சம்பழம் வைப்போம். மதியத்துல வெங்காயம், இஞ்சி, மிளகாயை இடிச்சு கொடுப்போம். போட்டி நேரத்துல வயித்து நோய்கள் வந்து மாடு படுத்திடக்கூடாதுல்ல... அதுக்காக... ராத்திரியில வென்னீர்ல துணியை நனைச்சு உடம்பு பூரா ஒத்தடம் கொடுப்போம். போட்டி தொடங்குறதுக்கு 1 மணி நேரம் முன்னாடி எலுமிச்சை ஜூஸ், குளுக்கோஸ் வாட்டர் கொடுப்போம்...” என்று மெனுவை பட்டியலிடுகிறார் கைப்புறா வீரர் கண்ணன்.

மாடுகளுக்கு இணையாக அதன் சாரதியும் பயிற்சி மேற்கொள்கிறார். மாட்டோடு போட்டியிட்டு ஓடவேண்டும். சில மாடுகள் திமிறி சாரதி கையிலிருக்கும் கயிறை உருவிக்கொண்டு பார்வையாளர்கள் மீது பாயக்கூடும். அப்படி ஓடும் மாடுகளைப் பிடிப்பது சாதாரணமல்ல... அனைத்தையும் எதிர்கொள்ளும்

மனநிலையோடு தயாராக வேண்டும். ஓடும்போது முன்னங்கால் வைத்து ஓடக்கூடாது. பின்னங்காலை திடமாக முன்வைத்து ஓடவேண்டும்.

பெரியமாடு, சின்னமாடு, நடுமாடு என்று மூன்று பிரிவுகளில் கைப்புறா போட்டிகள் நடத்தப்படுகின்றன. மாடுகளின் தரத்துக் கேற்ப போட்டிகளில் பங்கேற்கலாம்.

"பெரியமாட்டுக்கு 4 கிலோ மீட்டர். நடுமாட்டுக்கு 3 கிலோ மீட்டர். சின்ன மாட்டுக்கு 2 கிலோமீட்டர் இலக்கு. பெரியமாட்டுல ஓடுற சாரதிக்கு 18 வயசுக்கு மேல இருக்கனும்.. பசுமாட்டுக்கு அனுமதியில்லை. காளைகள் மட்டும் தான் ஓடலாம். சைக்கிள், பாத்திரங்கள் தவிர பெரிய அளவுல ரொக்கப்பரிசும் உண்டு. ஜெயிக்கிறவங்களுக்கு ஊருக்குள்ள பெரிய மரியாதை கிடைக்கும். சாரதி மாறக்கூடாது. முதல்ல யார் மாட்டைப் பிடுச்சிக்கிட்டு ஓடுறாங்களோ, அவங்களே கடைசி வரைக்கும் ஓடனும். போட்டி நடத்துறவங்க, கார்ல போய் ஒவ்வொரு போட்டியாளரையும் கண்காணிப்பாங்க. இலக்குக்குப் போய் கொடியை வாங்கிட்டு திரும்பவும் போட்டி தொடங்குன இடத்துக்கு வரனும். இடையில, ஆங்காங்கே ஆட்கள் நின்னு, சாரதி முகத்துல தண்ணி அடிச்சு களைப்பைப் போக்குவாங்க. கீழே விழுந்து காயமடைறவங்களுக்க்கு முதலுதவி செய்யிறதுக்கும் ஒரு வாகனம் பின்னாடியே போகும்..." என்கிறார் ராஜதுரை.

பொங்கல் முடிந்து ஒருமாத காலம் வரை பேராவூரணி வட்டாரத்தில் பொங்கல் விளையாட்டுப் போட்டிகள் நடை பெறுவதுண்டு. இருபுறமும் வலுவான ஆட்கள் நின்று வடம் வலித்தல், ஆழ ஊன்றப்பட்ட மட்டையைப் பிடுங்குதல் என இளைஞர்களின் வீரத்தையும், விவேகத்தையும் சீண்டிப்பார்க்கும் பல்வேறு விளையாட்டுக்கள் நடைபெறும். அனைத்திற்கும் உச்சமாக இந்த கைப்புறா. போட்டிக்கு அஞ்சாத நெஞ்சுறுதியும், போராடத் தயங்காத தன்னம்பிக்கையும் கிராமத்து இளைஞர்களின் ரத்தத்தில் கலந்தவை. அதை ஒவ்வோர் ஆண்டும் நிரூபித்துக் கொண்டிருக்கிறது இந்தக் கைப்புறா.

2

வாத்துப் பிடித்தலும், மட்டை பிடுங்குதலும்

கிராமங்களில் வேறெந்த பண்டிகையும் ஏற்படுத்தாத புத்துணர்ச்சியை பொங்கல் ஏற்படுத்தி விடுகிறது. இருக்கிறதோ, இல்லையோ, பொங்கல் கொண்டாட்டத்தில் மட்டும் மக்கள் குறை வைப்பதேயில்லை. மார்கழி மாதத்திலேயே, நள்ளிரவில் நாய்களின் ஆவேசக் குரைப்புகளினூடே சேமங்கலத்தையும் சங்கையும் இசைத்தபடி பாடல் பாடுகிற கலைஞர்கள் பொங்கலை முன்னறிவிப்பார்கள்.

போகியன்றே சுவருக்கு வெள்ளையடித்து, காவிக்கோடிழுத்து சுத்தப்படுத்தி தை மகளை வரவேற்க ஏதுவாக வீட்டை அலங்கரித்து விடுவார்கள் பெண்கள். வீட்டுப் பொங்கல், மாட்டுப் பொங்கலோடு பண்டிகை நிறைவடைந்து விடுவதில்லை. கிராமத்து விஷேசமே காணும் பொங்கல் தான். ஊரின் மையத்தில் உள்ள திடல் மைக்செட், தோரணங்களால் அலங்கரிக்கப்படும். ஆண்களும், பெண்களும் புத்தாடை தரித்து அந்தத் திடலுக்கு வந்துவிடுவார்கள். பொங்கலுக் கென்றே பிரத்யேகமாக நடத்தப்படும் விளையாட்டுப்

போட்டிகள் தொடங்கிவிடும். தஞ்சாவூர், புதுக்கோட்டை மாவட்டங்களில் நடக்கும் விளையாட்டுகள் அத்தனையும் சுவாரசியம். போரிக்காய் அடித்தல், சுரைக்காய் பறித்தல், தேங்காய் எரிதல், வாத்துப் பிடித்தல், கைப்புறா, மட்டை பிடுங்குதல், கயிறு இழுத்தல் என வீரமும், நகைச்சுவையும் நிறைந்த அந்த விளையாட்டுகள் அடுத்தாண்டு பொங்கல் வரைக்கும் இதயத்தில் இருந்து இனித்துக் கொண்டேயிருக்கும்.

மட்டை பிடுங்குதல்

மாப்பிள்ளைக் கல் தூக்குவதற்கு இணையான விளையாட்டு. மாமன்மார்கள் தங்கள் மாப்பிள்ளைகளை, 'மட்டையைப் பிடுங்கிக்காட்டு மாப்பிள்ளை, பொண்ணு தர்றேன்' என்று கேலி செய்வார்கள். மாப்பிள்ளைக் கல்லுக்கு இணையான கடினம் மட்டை பிடுங்குதலிலும் உண்டு. பனை மட்டையில் ஓலையையும், கருக்குப்பகுதியையும் கழித்துவிட்டு நான்கு அடி நீளத்துக்கு மட்டையை மட்டும் எடுத்துக் கொள்வார்கள். அதன் ஒரு முனையில் ஒரு அடி அளவுக்கு நன்றாக அடித்து நசுக்குவார்கள். அந்த அடிப்பகுதி சணல் போல நார்நாராக நைந்துவிடும். இரண்டு அடி ஆழத்துக்கு குழி தோண்டி நைந்துபோன பகுதியை அந்தக் குழிக்குள் வைத்து கல், களிமண், மணல் போட்டு நன்றாக கிடித்து மூடிவிடுவார்கள். ஒரு அடி நீளத்துக்கு அந்த மட்டை வெளியில் தெரியும். இந்த மட்டையை ஒரே தம்மில் பிடுங்க வேண்டும். பிடுங்குவது லேசுப்பட்ட காரியமல்ல. அடிப்பகுதி நன்றாக நைக்கப்பட்டிருப்பதாலும், கல், களிமண் போட்டு கிடிக்கப்படுவதாலும் மட்டையை அசைக்கக்கூட முடியாது. ஆண்களும், பெண்களும் சூழ்ந்திருக்க வீரத்தைக் காட்டுகிற வேட்கையில் உற்சாகமாக வரும் இளைஞர்கள் ஒட்டுமொத்த சக்தியையும் கரத்துக்குக் கொண்டுவந்து முயற்சித்து தோற்பார்கள். கேலியும், கிண்டலும் மைதானத்தை குதூகலப்படுத்தும். மட்டையை பிடுங்கும் வீரர்களுக்கு புத்தாடை, பாத்திரங்கள் பரிசு.

வாத்துப் பிடித்தல்

பொங்கலை சுவாரசியமாக்கும் இன்னுமொரு விளையாட்டு இது. பரந்து விரிந்த ஊர்க்குளத்தில் ஒரு வாத்து விடப்படும். அதன் வேகத்தையும், விவேகத்தையும் கணித்து நீந்திச்சென்று அந்த வாத்தைப் பிடிக்க வேண்டும். இது அவ்வளவு எளிதில் வாய்க்காது. வாத்து ஓரிடத்தில் மூழ்கினால் எந்த பக்கம் எழும் என்று எவராலும் கணிக்க முடியாது. கற்பனைக்கு அப்பாற்பட்ட

வேகத்தில் நீந்தும். இப்போட்டியில் ஒரே நேரத்தில் பலர் பங்கேற்பார்கள். நீரில் மூழ்கி தம் கட்டத் தெரிந்தோரும், நன்கு நீச்சல் தெரிந்தோருமே இதில் பங்கேற்க முடியும். குறிப்பிட்ட நேரம் ஒதுக்கப்படும். அதற்குள் பிடித்து விட வேண்டும். 'வாத்தை அதன் குளத்திலேயே' போய் பிடிக்கும் வீரருக்கு அண்டா அல்லது குத்துவிளக்கு பரிசளிக்கப்படும்.

சுரைக்காய் பறித்தல்

இது இன்னுமொரு சுவாரசியம். 5 அடி அகலம், 5 அடி உயரத்துக்கு இரண்டு கம்புகள் ஊன்றி, அதன் மேல் உலக்கையை குறுக்காகப் போட்டு இறுக்கமாகக் கட்டி விடுவார்கள். நடுவில் ஒரு சுரைக்காயைக் கட்டி தொங்க விடுவார்கள். கனத்தக் கயிறு ஒன்றை உலக்கையின் மேலே போட்டிருப்பார்கள். கயிறின் ஒருமுனையை கட்டை விரலால் பிடித்துக்கொண்டு தலைகீழாக தொங்கியபடி சென்று தொடையின் இடுக்குகள் மூலம் தொங்கிக் கொண்டிருக்கும் சுரைக்காயைப் பறிக்க வேண்டும். கீழே விழுந்தால் அடிபடாமல் இருக்க, வைக்கோல் போட்டு வைத்திருப்பார்கள். எவ்வளவு திடகாத்திரமான இளைஞனும் தலைகீழாகச் சென்று அந்த சுரைக்காயைப் பறிக்க முடியாது. உலக்கை வளவளப்பாக இருப்பதால் கயிறு வழுக்கி கீழே சரித்துவிடும். அதையும் மீறி சுரைக்காயை 'கால்'பற்றுபவர்கள் இருக்கிறார்கள். அவர்களுக்கு அண்டாவோ, குண்டாவோ பரிசு.

தேங்காய் எரிதல்

இது குறி பார்த்தல் திறனை நிரூபிக்கும் விளையாட்டு. நடுத்தரமான தேங்காய் ஒன்றை மஞ்சுகளை உரிக்காமல் மேல் மட்டையை மட்டும் நீக்குவார்கள். பெரிய கயிற்றின் நடுவில் அந்த தேங்காயைக் கட்டி இரண்டு மரங்களுக்கு நடுவே உயரத்தில் கட்டி விடுவார்கள். அந்த தேங்காயில் இருந்து இருபதடி தூரத்தில் ஒரு இலக்கு நிர்ணயிப்பார்கள். அந்த இடத்தில் இருந்து தேங்காயை குறிபார்த்து எரிந்து உடைக்க வேண்டும். ஒரு நபருக்கு மூன்று கற்கள் மட்டுமே வழங்கப்படும். அவ்வளவு உயரத்தில் குறி பார்த்து சரியாக எரிவதே சிரமம். அதிலும் தேங்காய், மஞ்சோடு சேர்ந்திருப்பதால் அவ்வளவு எளிதில் உடையாது. ஆனால் அதையும் சாதிக்கும் வீரர்கள் கிராமங்களில் இருக்கிறார்கள்.

கயிறு இழுத்தல்

இது பரவலாக எங்கும் நடக்கும் விளையாட்டு தான். ஆனால் பொங்கல் கயிறு இழுத்தலில் ஸ்பெஷல் என்னவென்றால், ஒரு பக்கம் ஆண்களும், ஒரு பக்கம் பெண்களும் நின்று கயிறு இழுப்பது தான். இந்த விளையாட்டால் ஊரே அதகளமாகும். மாலை நேரத்தில் இந்த விளையாட்டு நடக்கும். ஊரில் உள்ள ஆண்கள் ஒரு அணியாகவும், பெண்கள் ஒரு அணியாகவும் திரளுவார்கள். கேலி, கிண்டல் என சீண்டல்களோடு விளையாட்டு தொடங்கும். ஆண்கள் வலுவாக இழுத்துக் கொண்டிருக்கும் நேரத்தில் பெண்கள் ஒட்டுமொத்தமாக பேசிவைத்து கயிறை விட்டுவிடுவார்கள். ஆண்கள் எல்லோரும் 'பொத்'தென்று விழ விளையாட்டு மைதானம் சிரிப்புக் களமாகும். அதையே ஆண்களும் செய்து பெண்களை விழுத்தாட்டுவார்கள். இந்த விளையாடு பெரும்பாலும் வெற்றி தோல்வி இன்றி நிறைவுறும்.

3
யுத்தம் போல் நடக்கும் போர்க்காய் மோதல்

"மேற்பனைக்காடு காய் நின்னு மோதும்... அது 300 ரூபா. வாத்தலைக்காடு காய் இரும்புக்குண்டு மாதிரி... 500 ரூபா. களத்தூர் காய் ஒண்ணு இருக்கு... விரல்தண்டி ஓடு... எந்தக்காயும் எதிர்ல நிக்க முடியாது... விலை கொஞ்சம் அதிகம்... 800 ரூபா..."

இப்படித்தான் நடக்கிறது போர்க்காய் விற்பனை. கீழத்தஞ்சை வட்டாரத்தில் பொங்கலுக்கு முன்னோட்டமே போர்க்காய் விளையாட்டுதான். மார்கழி மாதமே களைகட்டி விடுகிறது. மாட்டுப்பொங்கல் முடிந்து மறுநாள் ஊர்தோறும் நடக்கும் விளையாட்டுப் போட்டிகளில், உச்சக்கட்டம் அடையும்!

முடச்சிக்காடு சாமிக்கண்ணு, ஐ.ஏ.டி.கணேசன், கல்யாணசுந்தரம், செல்வராசு, 'புளிச்சை' என்கிற அன்புச்செல்வம், தென்னங்குடி எல்.வி, கழனிக்கோட்டை சக்கரபாணி, இளங்கோ, ராமமூர்த்தி, கைவனவயல் கிருஷ்ணமூர்த்தி... இவர்கள் எல்லாம் போர்க்காய் விளையாட்டில் 'மெத்த' சாம்பியன்கள்.

விளையாட்டாகத் தொடங்கி கௌரவத்தை தீர்மானிக்கும் அம்சமாக மாறியிருக்கும் இந்த போர்க்காய் விளையாட்டு தஞ்சை மாவட்ட கிராமங்களை உக்கிரமாக்குகிறது.

தஞ்சையில் தேங்காயை 'காய்' என்று சொல்வார்கள். இரண்டு தேங்காய்களுக்கு இடையே நடக்கும் போர்தான் போர்க்காய். இரண்டுபேர் ஆளுக்கொரு தேங்காயை கையில் வைத்துக் கொண்டு எதிரெதிர் திசையில் நின்று வீசுவார்கள். அதில் எந்தத் தேங்காய் உடைகிறது என்பதுதான் விளையாட்டு. இதற்கென்று விதிமுறைகள் உண்டு. எதிர்க்காயை உடைத்து நொறுக்கும் தேங்காய்க்கு மிகப்பெரும் மரியாதை.

"பொங்கல் வந்துட்டாலே எல்லாரும் ஆளுக்கொரு தேங்கா யோடதான் சுத்துவாங்க. எல்லா தேங்காயையும் போர்க்காயா பயன்படுத்த முடியாது. போர்க்காய்கள் காய்க்கிற தென்னை மரங்கள் தனியாவே இருக்கு. மேற்பனைக்காடு, வாத்தலைக்காடு, களத்தூர், வலப்பிரமன்காடு, முடச்சிக்காடு... இங்கெல்லாம் போர்க்காய் தென்னை மரங்களைப் பாக்கலாம். பொங்கல் நேரத்தில அந்த மரங்களுக்கு காவல் போட்டுடுவாங்க. அந்த தேங்காய்களுக்கு பயங்கர கிராக்கி இருக்கும். சாதாரணமா 3 ரூவாய்க்கி கிடைக்கிற தேங்காய் அந்த சமயத்துல 300, 400ன்னு விக்கும்.

போர்க்காய்களுக்கு சில தகுதிகள் இருக்கு. மூணு கண்களும் ஒருசேர இருக்கணும். அப்போதான் அடிதாங்கும். கைக்குள்ள அடங்குற மாதிரி இருந்தாத்தான் குறிபாத்து அடிக்க முடியும். ஓடு கனமா இருந்தா சீக்கிரம் உடையாது. கனத்த ஓடுள்ள தேங்காய் மேற்புறத்துல ஏற்ற இறக்கமா இருக்கும்..." என்று போர்க்காய் நுட்பங்களை விவரிக்கிறார் முடச்சிக்காட்டைச் சேர்ந்த கணநாதன்.

"ஒரு தேங்காயை பார்க்கும்போதே அது போர்க்காயா இல்லையான்னு கண்டுபிடிக்கலாம். வெயிட் அதிகமாவும், உள்ளே தேங்காயோட சைஸ் சின்னதாவும் இருக்கும். போர்க்காய் தேங்காயை அப்படியே உறிச்சு களத்தில இறக்க முடியாது. குறிப்பிட்ட நாளைக்கு குப்பை மணல்ல புதைச்சு வைக்கணும். அப்போதான் ஓடு இறுகும். அப்புறம் அருவா படாம மென்மையாக உரிக்கணும். சிலபேர் பல்லாலயே உரிப்பாங்க. போர்க்காயை அடுத்தவங்க கையில கொடுக்கக்கூடாது. ராசி கைமாறிடும். மோதும்போது எதிர்க்காய் தகுதியான காயான்னு பாத்துத்தான் மோதணும்..." என்கிறார் ஐ.ஏ.டி.கணேசன்.

ஒரே அளவுள்ள தேங்காய்கள்தான் மோதவேண்டும். கண் பகுதியால் மட்டுமே மோதவேண்டும். ஒரே மரத்தில் பறித்த போர்க்காய்கள் ஒன்றோடு ஒன்று மோதக்கூடாது. தேங்காயில் லேசாக விரிசல் விழுந்தாலே விளையாட்டு முடிந்தது. தேங்காயை கையைவிட்டு வீசி அடிக்கவேண்டும். எதிராளியும் விரும்பினால் கையில் வைத்துக்கொண்டே மோதலாம். போர்க்காய் அடிக்கும் போது விரல்கள் பெயர்ந்து ரத்தம் கொட்டும். ஆனால், அதை யெல்லாம் கவனிக்கமாட்டார்கள். வெற்றி யாருக்கு என்ற எண்ணம்தான் மேலோங்கி நிற்கும். உடைந்த தேங்காயை உடைத்தவர் எடுத்துக்கொள்வார்.

இந்த விளையாட்டு சிலவேளை அடிதடியாகவும் மாறும்.

“விலா சுத்தி அடிக்கிறதுன்னு ஒரு டெக்னிக் இருக்கு. தேங்காயோட கண் பகுதியிலயும், தூர் பகுதியிலயும்தான் ஓடு கனமா இருக்கும். அடிச்சா எளிதில் உடையாது. விலாப்பகுதி மென்மையா இருக்கும். அதுல அடிச்சா எவ்வளவு தரமான போர்க்காயும் ரெண்டு துண்டா விழுந்துரும். போர்க்காய் அடிக்கிறவர் தேங்காயை நேரா விடாம கொஞ்சம் சுத்தி விட்டார்னா எதிர்க்காயோட விலாவுல பட்டு அது உடைஞ்சிரும். இது இந்த விளையாட்டு விதிமுறைக்கு எதிரான செயல். விலா சுத்தி அடிச்சு போர்க்காய் உடைஞ்சு போனா பெரிய பிரச்னை வந்திடும்” என்கிறார் செல்வராசு.

போர்க்காய் தரமானதாக இருந்தாலும் அதை அடிப்பதில் சில யுக்திகள் இருக்கின்றன. ஒரு போர்க்காயை வைத்து 50 காய்களை உடைத்தவர்கள் எல்லாம் இருக்கிறார்கள். உடைத்த தேங்காய்களை அள்ளுவதற்கு என்று உதவியாளர் ஒருவர் சாக்கை சுமந்து செல்வார். ஒரு ஊரில் இருந்து இன்னொரு ஊருக்குப் போய் போர்க்காய் அடிக்கும்போது, அது இரு ஊர்களின் கௌரவப் பிரச்னையாக மாறிவிடுவதும் உண்டு.

“நாங்கள்லாம் இளவட்டமா இருந்த நேரத்தில போர்க்காய் அடியல் திருவிழா மாதிரி நடக்கும். ஆட்கள் கூடி எந்த தேங்காய் உடையும்னு பந்தயம் கட்டுவாங்க. இன்னைக்கு நிலைமை மாறிப்போச்சு. பசங்கள்லாம் வெளியூர்கள்ல வேலை செய்றாங்க. ஒருநாளோ, ரெண்டு நாளோ வந்து போறதோட சரி. அதனால இதுமாதிரி விளையாட்டெல்லாம் களை இழந்துக்கிட்டு வருது” என்று வருந்துகிறார் கல்யாணசுந்தரம்.

4
கன்னிப் பொங்கல்

மார்கழி மாதமே பொங்கலுக்கான ஆயத்தங்கள் கிராமங்களில் தொடங்கிவிடும். மாட்டு வண்டிகளில் பெரிய கூண்டுகளைக் கட்டி, சூடாறாத மண்பானைகளை தொங்கத்தொங்க கட்டிக்கொண்டு விற்பனைக்காக வீதியுலா வருவார்கள். பானைகளை தட்டிப்பார்த்து வாங்குவதே ஒரு கலை. கண்ணுக்குத் தெரியாத ஓட்டைகளைக் கூட ஒரு சுண்டு, சுண்டி கண்டுபிடித்து ஒதுக்கி விடுகிற லாவகத்தில் கிராமத்துப் பெண்கள் கைதேர்ந்தவர்கள்.

ஆசாரி வீட்டில் இருந்து அகப்பை வரும்... உறவுகள் வீட்டில் இருந்து கரும்பு வரும்... சம்மந்தி வீடுகளில் இருந்து சீர்கள் வரும்... பனி போர்த்திய நள்ளிரவுகளில் தைமகளின் வருகையைத் தெரிவித்து பாட்டுப்பாடி சேமங்கலமும், சங்கும் இசைத்துக் கொண்டே செல்வார்கள். வீடுகளை ஒதுக்கி, காவியடித்து, புதிய தொரு வாழ்க்கைக்கு மக்கள் தயாராவார்கள். மாக்கோலம், பூக்கோலமாக வாசல்கள் பூத்துக்குலுங்கும். நினைக்கவே நெஞ் சில் பூப்பூக்கிறது.

இன்று காலத்தின் வேகத்தில் பண்டிகைகளின் பண்புகளே மாறிப்போய் விட்டன. கல்லடுப்பு வைத்து, மண்பானையில் புத்தரிசி போட்டு பொங்கல் வைப்பதெல்லாம் பழமையாகி விட்டது. நகரங்களில் ஸ்டவ் அடுப்புகளில் தான் பானைகள் பொங்குகின்றன. கன்னிப்பொங்கல், மற்றுமொரு விடுமுறை நாளாகி காணும் பொங்கலாகி விட்டது. ஆனாலும், சில கிராமங்கள் மட்டும் தங்கள் கொண்டாட்டங்களை எதற்காகவும் விட்டுக்கொடுக்காமல் விடாப்பிடியாக கடைபிடித்து வருகின்றன. அப்படியான ஒரு கிராமம் தான் ஆவூர்.

ஆவூர் கிராமத்தின் கன்னிப்பொங்கலைப் பார்க்க அண்டை கிராமங்கள் அனைத்தும், மார்கழி மாதமே தயாராகி விடுகின்றன. தை முதல்நாள் வீட்டுப்பொங்கலும், இரண்டாம் நாள் மாட்டுப்பொங்கலும் கோலாகலமாக கழிய, மூன்றாம் நாள் ஊர் வண்ணமயமாகி விடுகிறது.

"அந்தக் காலத்துல கன்னிப் பொண்ணுங்க யாரும் வீட்டை விட்டு வெளியவே வரமாட்டாங்க. கன்னிப்பொங்கல் அன்னிக்கு மட்டும் தான் அவங்களை வெளியில பாக்கமுடியும். பட்டு உடை போட்டுக்கிட்டு, கூந்தல்ல பூத்தச்சுக்கிட்டு வெளியே வந்தா, ஊரே கூடிநின்னு வேடிக்கை பாக்கும்... மாமன் புள்ளை, அத்தை புள்ளைன்னு திரண்டு நின்னு கேலி, கிண்டல்ன்னு குதூகலமா இருக்கும்.

இன்னைக்கு எல்லாம் மாறிடுச்சு. பொண்ணுங்க ஆம்புளைகளுக்கு நிகரா, காலேசு, ஸ்கூலு, வேலை, வெட்டின்னு போகத் தொடங்கிட்டாங்க. ஆனாலும் கன்னிப்பொங்கல் மரபு மட்டும் மாறலே.." என்கிறார் ஜெயலட்சுமி.

"வழக்கமா இது அறுவடைநேரம்.. விவசாயிக வீட்டில காசுபணம் பொழங்குற சமயம். ஆனா இந்த வருடம் தண்ணியில்லாம பயிர்கள் எல்லாம் கருகிப்போச்சு. பானை, சட்டி வாங்கவே பலபேருக்கு வழியில்லை. ஆனாலும் வழக்கமான கொண்டாட்டத்துல யாரும் குறை வைக்கிறதில்லை. அப்பப்ப வந்துபோற பண்டிகைகள் தான் மனசுக்கு நிறைவா இருக்கு. அதையும் தொலைச்சுட்டு என்ன செய்யமுடியும்..? கடன் வாங்கியாவது கொண்டாடிருவோம். வீட்டுப் பொங்கல், மாட்டுப் பொங்கலை விட கன்னிப்பொங்கல் எங்களுக்கு விஷேசம். முதல்நாள் ராத்திரியே கல்யாணமாகாத பொம்பளைப் புள்ளைங்க

வெ. நீலகண்டன்

மருதாணி வச்சு கன்னிப் பொங்கலுக்கு தயாராகிடுவாங்க. அதிகாலையில, தலைக்குப் பூத்தச்சு, பட்டு உடை உடுத்திக்கிட்டு கையில, பனை ஓலைக் கொட்டானை எடுத்துக்கிட்டு ஊரோட முகப்புல இருக்கிற பிள்ளையார் கோவில் முன்னாடி கூடிடுவாங்க. சூரியன் உதிக்கத் தொடங்கின உடனே கும்மி ஆரம்பமாயிரும். ஓலைக் கொட்டான்களை நடுவுல வச்சு கன்னிப் பொண்ணுங்க சுத்திநின்னு கும்மி அடிப்பாங்க...'' என்று பூரிக்கிறார் திலகவதி.

கன்னிப்பொங்கல் அன்று கும்மி அடிப்பதற்காக 'கன்னிக்கும்மி' என்றே பாடல்கள் உண்டாம். எழுத்து வடிவற்ற அந்த கும்மி போன தலைமுறையோடு வழக்கொழிந்து விட்டது. ஆனால், அதே எள்ளல் தொனிக்கும் சினிமாத்தனமான நவீன பாடல்கள் வந்துவிட்டன.

"குத்தடி குத்தடி சைலக்கா
குனிஞ்சு குத்தடி சைலக்கா
பந்தலில பாவக்கா
காச்சிருக்கு ஏலக்கா
மாமன் வருவான் பாத்துக்கோ
பணம் தருவான் வாங்கிக்கோ
சுருக்குப் பையில போட்டுக்கோ
நாகப்பட்டினம் போவலாம்
நல்ல இட்லி வாங்கலாம்.."

இப்படியாக கும்மி நீள்கிறது.

"கோவில்ல கும்மி கொட்டி முடிஞ்சதும் பொண்ணுங்கல்லாம் சேந்து வீடு, வீடாப் போவோம்.. ஒவ்வொரு வீட்டு வாசல்லயும் நின்னு கும்மியடிப்போம். அந்த வீட்டுக்காரங்க, எங்க ஓலைக் கொட்டான்ல அரிசி, வெல்லம், கரும்பு, காசெல்லாம் போடுவாங்க. அப்படியே வீடு, வீடா கும்மி கொட்டி ஊரைச்சுத்தி வருவோம். எல்லா வீட்டுலயும் வாங்கி முடிச்சதும், நேரா பொய்கை ஆத்துக்கரைக்குப் போயிருவோம். அங்கே தான் விஷேசமே..." என்று ஆச்சரியக்குறி இடுகிறார் பிரியதர்ஷினி.

பொய்கையாற்றுக் கரையில் பெரிய பானையை வைத்து, வாங்கிய அரிசி, வெல்லத்தைப் போட்டு கூட்டாஞ்சோறு சமைக்கிறார்கள். சோறு தயாரானதும், விளையாட்டுக்கள் களைகட்டுகின்றன. ஆடிப்பாடி முடித்ததும், எல்லோரும்

அமர்ந்து கூட்டாஞ்சோறு சாப்பிடுகிறார்கள். அதிகாலை முதல் வண்ண, வண்ணமாக பூத்துக்குலுங்கிய இளம் பெண்களை கண்கொட்டாமல் ரசித்த சூரியன் மேல்வானில் முகம்மூடி வெட்கத்தில் சிவக்க, கொண்டாட்டம் முடிவுக்கு வருகிறது. கிடைத்த பணத்தை ஆளாளுக்குப் பிரித்துக் கொள்கிறார்கள். மீண்டும் ஊர்நோக்கி நகர்கிற இளம் பெண்களின் முகத்தில் கடந்துபோன கன்னிப்பொங்கலைப் பற்றிய ஏக்கமும், அடுத்த கன்னிப்பொங்கலைப் பற்றிய எதிர்பார்ப்பும் பூத்திருக்கிறது.

திருமணத்துக்குக் காத்திருக்கிற பெண்கள் இந்த வருடம் கன்னிப்பொங்கலில் கலந்துகொண்டால் அடுத்த ஆண்டு வரும் பொங்கல் தலைப்பொங்கலாக இருக்கும் என்பது ஆவூர் மக்களின் தீர்க்கமான நம்பிக்கை.

5

மெய்வழிப் பொங்கல்

69 ஜாதிகளைச் சேர்ந்தவர்கள் ஒருங்கிணைந்து கொண்டாடும் பொங்கல் தான் மெய்வழிப் பொங்கல். புதுக்கோட்டை மாவட்டம், அன்னவாசலுக்கு அருகில் உள்ள மெய்வழிச்சாலையில் தான் இந்த அதிசயம். சுமார் 60 ஏக்கர் பரப்பளவு கொண்ட இந்த சின்ன கிராமம் ஆன்மீக விரும்பிகளுக்கு சொர்க்கத்தின் இன்னொரு பதிப்பாக இருக்கிறது. காதர்பாட்சா என்பவரால் தோற்றுவிக்கப்பட்ட மறலி கைதீண்டா மெய்வழி மதத்தின் தலைமையகம் தான் இந்த மெய்வழிச்சாலை. இந்த மதத்தில் இணைபவர்கள் 'சாலை' என்ற வார்த்தையை பெயருக்கு முன்பாக சேர்த்துக் கொள்வார்கள். இம்மதத்தின் ஆண்டவரான காதர்பாட்சாவின் நேரடி சீடர்கள் 'அனந்தர்கள்' என்று அழைக்கப்படுவர். இந்து, முஸ்லீம், கிறிஸ்தவர் உள்ளிட்ட பல்வேறு மதங்களைச் சேர்ந்தவர்களும் மெய்வழி மதத்தின் அங்கங்களாக இருக்கிறார்கள். பொங்கல் விழாவே மெய்வழிச் சாலையின் பிரதான விழா. உலகில் எந்த மூலையில் வாழ்ந்தாலும் பொங்கலன்று அத்தனை சாலைகளும், அனந்தர்களும் மெய்வழிச்சாலையில் கூடி விடுகிறார்கள். ஆயிரக்கணக்கானோர்

இணைந்து பொங்கல் வைக்கும் அழகைப் பார்க்கவே கண்கோடி வேண்டும். மெய்வழிச்சாலையின் மையத்தில் இருக்கிறது பொன்னரங்கத் தேவாலயம். அந்த ஆலயத்தின் முன்பாக அனைவரும் கூடுவர். ஆண்டவராகிய காதர்பாட்சாவின் மகனும், தற்போதைய சபைக்கரசருமான வர்க்கவான் வந்ததும் பொங்கல் பண்டிகை தொடங்கும். முதலில் நலன் விசாரிப்பு. சபைக்கரசர் ஒவ்வொருவராக பெயர்சொல்லி அழைத்து நலன் விசாரிப்பார். நலன் விசாரிப்பு முடிந்ததும் அனைவருக்கும் ஒரே அளவிலான பொங்கல் பானை தரப்படும். ஆலயத்துக்கு எதிரில் கீறப்பட்டுள்ள நீளமான அடுப்பில் பானைகளை வைக்க, எல்லாப் பானையிலும் சபைக்கரசர் தீர்த்தமளிக்கிறார். அடுத்து வணக்கமுறைகள் தொடங்குகின்றன. வணக்கம் முடிந்ததும் சபைக்கரசரே வந்து அடுப்புக்கு தீ மூட்டுகிறார். பொங்கல் வைத்து முடிந்ததும் வரிசையாக பானைகள் ஆலயத்துக்குள் அடுக்கப்படுகின்றன. ஒவ்வொரு பானையில் இருந்தும் ஒருகரண்டி பொங்கலை எடுக்கும் சபைக்கரசர் அனைத்தையும் இரண்டறக் கலந்து அனைவருக்கும் பிரசாதமாக வழங்குகிறார். 'கலந்த இந்த பொங்கலைப் போல நாமெல்லோரும் ஒன்றாக இருக்கிறோம்' என்பதை உணர்த்தவே இந்த பிரசாதம். பிரசாதம் வழங்கப்பட்டதும் கலை நிகழ்ச்சிகள் தொடங்கும். பக்திப்பாடல்கள் பாடுவார்கள். வாத்தியங்கள் இசைக்கப்படும். பெண்கள் நடனமாடுவார்கள்.

மறுநாள், ஒவ்வொருவரும் தங்கள் தனித்திறனை வெளிப்படுத்தும் நாள். கோவில் முன்பாக அனைவரும் திரண்டு நிற்க, கராத்தே, குங்பூ, சிலம்பம் என மெய்வழி இளைஞர்கள் தங்கள் திறமையைக் காட்டி சிலிர்க்க வைக்கிறார்கள். அன்றும் பல்வேறு கலை நிகழ்ச்சிகள். மூன்று நாள் கொண்டாட்டத்துக்குப் பிறகு, வெளியூரில் இருந்து வந்த அனந்தர்கள் ஊருக்குத் திரும்புகிறார்கள்.

மெய்வழிச்சாலையில் மின்சாரத்துக்கு அனுமதி இல்லை. அசைவத்துக்குத் தடை. சிறுநீர் கழிக்க வேண்டும் என்றாலும் கூட ஊருக்கு வெளியே உள்ள கழிவறைக்குத் தான் செல்ல வேண்டும். ஊர்முழுதும் மணல் கொட்டி நிரப்பி வைத்திருக்கிறார்கள். மயிலின் அகவலும், குயிலின் கூவலும் தவிர இறைவனின் திருவடி தொழும் ஒலி மட்டுமே காதுகளில் ஒலிக்கிறது. மெய்வழிப் பொங்கலில் முதல்நாள் நிகழ்ச்சியில் மட்டும் வெளியாட்களை அனுமதிக்கிறார்கள். தனித்திறன் நிகழ்ச்சிகள் நடக்கும் நாட்களில் அனுமதியில்லை.

6

ஆயங்கலைப் பொங்கல்

"எண்ணே... எண்ணே... அரப்பேய்" குழந்தைகள் போடுகிற கூப்பாடு ஊரைக் கூட்டுகிறது.

"இந்த வருஷம் யாரு வூட்டுல மஞ்சட்டியை திருடுனாங்கன்னு தெரியலேயே" என்று பெண்கள் சிரிக்கிறார்கள்.

"அடுப்ப பத்த வச்சு பொங்குற வேலையைப் பாருங்கப்பா" என்று ஒரு பெரியவர் ஏவ, அடுத்த கணம் ஊரெங்கிலும் அக்னிக் கோலம்.

குழந்தைக்குரிய சினேகத்தோடு குளிப்பாட்டி, அலங்கரிக்கப்பட்ட மாடுகளின் நெற்றியில் எண்ணெயும் அரப்பும் தொட்டு வைக்கிறார்கள் மாட்டுக்குச் சொந்தக்காரர்கள். மந்தையின் நடுவில் முட்டுக் கட்டி குவிக்கப்படுகிறது ஆயங்கலைச் சோறு.

"சீக்கிரம் சோத்தைப் பிணைஞ்சு கொடுங்கப்பா" என்று குரல் கொடுக்கிறார் குளிர் தாங்காத முதியவர்.

தஞ்சை மாவட்ட மாட்டுப் பொங்கல் கொண்டாட்டங்களில் ஒவ்வொரு ஆண்டும் நிகழும் கண் மறவாக் காட்சிகள் இவை!

மார்கழி மாதத்திலேயே கிராமங்களில் பொங்கல் களை கட்டி விடுகிறது. புதர் வெட்டி, கோயில்களை சீரமைப்பதில் தொடங்கி, மாட்டுக்கிடைகளை சமப்படுத்துவது வரை பரபரவென வேலைகள் தொடங்கிவிடும். மார்கழி கடைசி நாள் வீடுகள் புதுப்பிக்கப்படும். சுவர்களில் வெள்ளையடித்து காவி பூசுவார்கள். தை மகளை வரவேற்பதில் வயலும் வாழ்வுமாக ஜீவிக்கும் தஞ்சைப்பகுதி மக்களை யாரும் மிஞ்ச முடியாது!

மற்ற ஊர்களில் பொங்கல் என்றால் கரும்பும் பொங்கல் சோறும்தான். தஞ்சைப் பகுதியில் இன்னொரு ஸ்பெஷலும் உண்டு. அதுதான் ஆயங்கலைச் சோறு. பேராவூரணி, ரெட்டவயல், கீரமங்கலம், பட்டுக்கோட்டை பகுதிகளில் மட்டுமே இந்தச் சோறை ருசிக்க முடியும்.

அதென்ன ஆயங்கலைச் சோறு?

"மாட்டுப் பொங்கல் அன்னிக்கு ராத்திரி மாட்டுக் கிடையில பொங்குறதுதான் ஆயங்கலைச் சோறு. இதைச் சாப்பிட்டவங்க அடுத்த பொங்கல் எப்ப வரும்னு காத்திருக்கத் தொடங்கிருவாங்க" என்று சப்புக்கொட்டுகிறார் அகிலன். பேராவூரணியைச் சேர்ந்த இவர், செம்மொழி தமிழாய்வு நிறுவனத்தில் நிரலாளராக பணிபுரிகிறார்.

"ஊருக்கு ஊர் மாட்டுக் கிடைக்குன்னு ஒரு மைதானம் இருக்கும். மார்கழி கடைசியில அந்த மந்தையை உழுது, நடுவில சதுரமா மண்மேடை கட்டி, அச்சுக்கம்பு அடிச்சு வச்சிருவாங்க. மாட்டுப்பொங்கல் அன்னிக்கு ஆடு, மாடுகளை குளிப்பாட்டி, கொம்புக்கு வண்ணம் பூசி, வேப்பிலை, கன்னிப்பூ மாலைகட்டி, நல்லா தீனி போட்டு மாட்டுக் கிடையில கொண்டுவந்து கட்டிரு வாங்க.

மைக்செட், தோரணம்னு மாட்டுக் கிடை களைகட்டி இருக்கும். மேடைக்கு நடுவில ஒரு மண் பிள்ளையார் பிடிச்சு வச்சு, தென்னம் பாலையால அலங்காரம் செய்வாங்க. அந்த சாமிக்குன்னு ஒரு பூசாரி இருப்பாரு. வாயைக் கட்டிக்கிட்டுத்தான் பூசை செய்யணும். சாமிக்கு எதிரே நீளமா பள்ளம் வெட்டி ஆடு, மாடு வச்சிருக்கவங்க வெண்பொங்கல் இடுவாங்க. இது ஒருபக்கம் நடக்க, இளவட்டங்கள் எண்ணெய், அரப்பு வாங்கக் கிளம்பிருவாங்க...

பொங்கல் பானைகள் எல்லாத்தையும் பிள்ளையார் முன் இறக்கி வைப்பாங்க. பெரிய இலைகளைப் போட்டு ஒவ்வொரு

பானையில் இருந்தும் வெண்பொங்கலை அள்ளி வைப்பார் பூசாரி. அதுக்குமேல வாழைப்பழங்களை உரிச்சு அடுக்குவாங்க. அதன்மேல் மீண்டும் சாதம் வைப்பாங்க. அதன்மேல் பலாப்பழம். இப்படி பேரீச்சை, முந்திரி, திராட்சை, தேங்காய் துருவல்னு எல்லாத்தையும் அடுக்கி மேலே சர்க்கரை கொட்டுவாங்க.

அதை அப்படியே ஊற வச்சுட்டு, சாமிக்கு கற்பூர ஆரத்தி காட்டுவாங்க. இளவட்டப் பசங்க பெரிய ஓலைகளால பந்தங்களைக் கட்டி, மந்தையைச் சுத்தி ஓடிவந்து ஆடு, மாடுகளுக்கு திருஷ்டி கழிப்பாங்க. இதெல்லாம் முடிஞ்சவுடனே சோறு இருக்கிற இலையைச் சுத்தி நாலு பேரு உக்காருவாங்க. இந்த நாலு பேரும் ஊருக்கு பொதுவான ஆட்களா இருக்கணும். அவங்கதான் ஆயங்கலைச் சோத்தைப் பிசைஞ்சு தரணும்...'' என்கிறார் கழனிக் கோட்டை கிராமத்தைச் சேர்ந்த ராமமூர்த்தி.

பழங்களும், சர்க்கரையும் சிதைந்து ஊறிய அந்த சாதத்தை பார்க்கும்போதே நாக்கு சுரக்கிறது. முதல் மரியாதை மாடுகளுக்குத்தான். பிசைந்த ஆயங்கலைச் சோற்றை எல்லோரும் கூடி மாடுகளுக்கு ஊட்டுகிறார்கள். அப்போது மந்தையில் கிளம்பும் 'பொங்கலோ பொங்கல்' சத்தம் விண்ணை முட்டும். பின்னர் குழந்தைகளுக்கு இந்தச் சோற்றை ஊட்டி பால்குடி மறக்கடிப்பார்கள். தாய்ப்பால் குடித்துவரும் குழந்தைகள் வேறு திட உணவுக்கு மாறுவதற்கு முன் ஆயங்கலைச் சோற்றைச் சாப்பிட்டால் பேச்சு நன்றாக வரும், நோய் நொடிகள் அண்டாது என்பது நம்பிக்கை. இறுதியாக, மக்களுக்கு ஆயங்கலைச் சோறு வழங்கப்படும்.

“இன்னைக்கு கிராமங்கள்ல ஆடு, மாடுகள் குறைஞ்சு போச்சு. ஆனா, கொண்டாட்டம் குறையலே. மாடு இல்லாதவங்க கூட மந்தைக்கு வந்து பொங்கல் வைக்கிறாங்க. பொங்கல் சோற்றை மறுநாள் கூட வச்சிருந்து சாப்பிடலாம். ஆனா ஆயங்கலைச் சோறு சீக்கிரமே கெட்டுப்போகும். அதனாலே அன்னைக்கே ஆசை தீரச் சாப்பிட்டுடணும். ராத்திரி 12 மணிக்குத்தான் பூசைகள் முடிஞ்சு சோறு தயாராகும். அதுக்காகவே விழிச்சிருந்து வாங்கிச் சாப்பிடுவோம்'' என்று சிரிக்கிறார் அகிலன்.

கிராமங்களை தித்திக்க வைப்பதுதான் பொங்கல் பண்டிகை. ஆயங்கலைச் சோறு, அதை இன்னும் இன்னும் இனிக்கச் செய்கிறது!

7

கொப்பிப் பொங்கல்

தஞ்சையை ஒட்டியுள்ள சில கிராமங்களில், வீட்டுப்பொங்கல், மாட்டுப்பொங்கல், கன்னிப்பொங்கல் வரிசையில் கொப்பி பொங்கலும் வண்ணமயமாக கொண்டாடப்படுகிறது. பட்டுக் கோட்டையை ஒட்டியிருக்கும் பொன்னாங்கண்ணிக்காடு, கீரமங்கலம் அருகேயுள்ள செரியாளூர் உள்ளிட்ட கிராமங்களில் 200 வருடங்களாக கொப்பி பொங்கல் பாரம்பரியம் உண்டு.

கொப்பி என்றால் கும்மி. கும்மிப்பாட்டு என்பது தஞ்சை மாவட்டத்தின் வாழ்க்கைக் கலை. பிறப்பு முதல் இறப்பு வரை எல்லாச் சடங்கிலும் இடம்பெறும். அதன் வழிபாட்டு முகம்தான் கொப்பி பொங்கல். சாதி, சமூக வேறுபாடெல்லாம் கிடையாது. ஊரே கூடிநின்று கொப்பிப் பொங்கலைக் கொண்டாடுகிறது. குழந்தைகளுக்கு நோய் நொடி வராமல் இருக்கவும், கால்நடைகள் நல்லவிதமாக ஜீவிக்கவும், விவசாயம் விடுபடாமல் தொடரவுமே கொப்பி பொங்கல் கொண்டாடுவதாகச் சொல்கிறார்கள் பொன்னாங்கண்ணிக்காடு கிராம மக்கள்.

மார்கழி மாதத்தில் இருந்து வீடுகளில் அசைவம் புழங்காது. பெண்கள் நோன்பு இருப்பார்கள். தினமும் சூரியன் உதிப்பதற்கு முன்பு எழுந்து வாசல் பெருக்கி, துவளத் துவள பசுஞ்சாணம் தெளிப்பார்கள். புது விளக்குமாறால் கூட்டித்தள்ளிவிட்டு, பெரிதாக கோலம் போடுவார்கள். கோலத்தின் நடுவில், சாணத்தால் ஒரு பிள்ளையார் பிடித்து அதன் தலையில ஒரு பூசணிப்பூ அல்லது பறங்கிப்பூவை சொருகி வைப்பார்கள். இதற்காகவே வீட்டுக்கு வீடு பூசணிச்செடி, பறங்கிச்செடி படர்ந்து கிடக்கும்.

சூரியன் சாய்ந்ததும் கோலத்துக்கு நடுவில் வைத்த பிள்ளையாரை வட்டமாகத் தட்டி ஒரு மண்சட்டியில் போட்டு வைத்துவிடுவார்கள். இதற்கு 'பிள்ளையார் அடை' என்று பெயர். மார்கழி ஒன்றுமுதல் தை 2ம்தேதி வரை தினமும் பிள்ளையார் பிடித்து வைத்து அடையைச் சேமிப்பார்கள். மாட்டுப்பொங்கலுக்கு மறுநாள் கொப்பி. சுத்தபத்தமாக வீட்டை மெழுகி, நாலைந்து கூட்டுப்பொறியலோடு சாதம் வடிச்சு, பெருமாளுக்கு படையலிட்டு வணங்குவார்கள். பிறகு, ஒரு பாத்திரத்தில சாதத்தையும், இன்னொரு பாத்திரத்தில சேகரித்த 'அடை'யையும் எடுத்துக்கொண்டு ஊர்வலமாக கிளம்புவார்கள்.

தாரை தப்பட்டை முழங்க, பெண்கள் கொப்பி கொட்ட, பாடல் களைகட்டும்.

"தன்னானே தானனன்னே... தானானே னானனன்னே...
தானானே னானன்னன்னே... தானானே னானனன்னே...
சித்திரை மாத்தையில சீரங்கம் தேரோட்டம்
சீரங்கம் தேரோட்டம் தேவி உந்தன் கண்ணோட்டம்
பங்குனி மாத்தையில பழநிமலை தேரோட்டம்
பழநிமலை தேரோட்டம் பார்வதி உன் கண்ணோட்டம்
தன்னானே தானனன்னே... தானானே னானனன்னே...
தானானே னானன்னன்னே... தானானே னானனன்னே...
ஊர்கூட்டி மணம் பரப்பி வண்ணப்பாயை விரிச்சொலத்தி
வந்து பாரடி மாரியம்மா... உன் வாசத்தை நீ தாடியம்மா...
தெருக்கூட்டி மணம் பரப்பி தென்னம்பாயை விரிச்சொலத்தி
தேர் கடக்குற சிங்காரத்தை திரும்பிப் பாரடி மாரியம்மா..."

பெருவட்டமிட்டு பெண்கள் கொப்பி கொட்ட, மற்றவர்கள் பாடலுக்கு பின்பாடுகிறார்கள். வழிநெடுகிலும் நின்று நின்று

கொப்பி கொட்டியபடி நகரும் ஊர்வலம் சுமார் 2கிலோ மீட்டர் தொலைவில் உள்ள பெரியகுளத்தில் நிறைவுறுகிறது. அங்கே கம்பீரமாக அமர்ந்திருக்கிறார் பெரியகுளத்து அய்யனார். மக்கள் கொண்டு வரும் சாதத்தை ஒன்றாக்கி அய்யனாருக்கு பல்லயம் போடுகிறார்கள். கோவிலுக்கு முன்பு 'அடை'ப் பாத்திரங்களை வைத்து அதைச்சுற்றி பெண்கள் கொப்பி கொட்டுகிறார்கள். இறுதியாக அய்யனாரை வழிபட்டு, எல்லாப் பெண்களும் அடையை குளத்தில் கரைத்து விடுகிறார்கள். அத்துடன் நோன்பு நிறைவுபெறுகிறது. அதன்பிறகு விளையாட்டுப் போட்டிகள், கலை நிகழ்ச்சிகள்...

வெளியூருக்கு வாக்கப்பட்டுப் போன பெண்கள் அனைவரும் கொப்பியில் பங்கேற்க கட்டாயம் வரவேண்டும் என்பது கட்டுப்பாடு.

8
வெள்ளக்கடைப் பொங்கல்

ஏற்காட்டை ஒட்டியுள்ள வெள்ளக்கடை கிராமத்தில் வசிக்கும் பழங்குடி மக்கள் கொண்டாடும் பொங்கல் விழாவில் ஆண்களுக்கு அனுமதியில்லை. பொங்கலுக்கு சில வாரங்களுக்கு முன்பே வெள்ளக்கடை, புலியூர், மேலூர், மோட்டூர், அணைக்காடு, நல்லூர் உள்ளிட்ட மலைக்கிராம பெண்கள் விரதம் தொடங்குகிறார்கள். காணும் பொங்கலுக்கு மறுநாள் அம்மன் பூஜை. அன்றைய தினம் அதிகாலை, 5 வயதுக்கு மேற்பட்ட ஆண்கள் அனைவரும் ஊரைவிட்டு வெளியேறி விடுவார்கள். வெளியார்கள் யாரும் ஊருக்குள் வரக்கூடாது என்பதற்காக ஊர் எல்லையில் கம்பு அடித்து காவல் மேற்கொள்வார்கள்.

பெண்கள் நீராடி புத்தாடை உடுத்தி, ஊரெங்கும் கோலமிட்டு அலங்கரிப்பார்கள். அம்மனுக்கு உகந்த கேழ்வரகு ரொட்டி அனைத்து வீடுகளிலும் தயாராகும். சிறுமிகள் ஒன்றுகூடி வீடு, வீடாகச் சென்று கேழ்வரகு ரொட்டிகளை சேகரிப்பார்கள். நற்பகல், ஊரின் உள்மந்தையில் அனைத்துப் பெண்களும் ஒன்றுகுழுமி ரொட்டிகளை வைத்து வணங்குவர். பின் பொங்கல்

வைக்கப்படும். அங்கிருந்து வெளிமந்தையில் உள்ள காளியம்மன் கோவிலுக்கு ஊர்வலமாக வருவார்கள். கேழ்வரகு ரொட்டிகள், பழம், பூ, பொங்கல் அனைத்தையும் அம்மனுக்கு படைத்து வழிபாடு செய்வார்கள். பின்னர் ரொட்டி, தேங்காய், பொங்கலை அனைவரும் பகிர்ந்து கொள்வர். பின்னர் பெண்கள் கும்மி அடித்து பாடுவர். இந்த நிகழ்வுகள் நிறைவுற்றதும் ஒரு சிறுமி மூலம் ஊருக்கு வெளியில் இருக்கும் ஆண்களுக்கு தகவல் அனுப்பப்படும். பின் அவர்கள் வந்து அம்மனை வணங்குவார்கள். அம்மன் பூஜை முடிந்தவுடன் கண்டிப்பாக மழை பெய்யும் என்பது நம்பிக்கை. குழந்தைகள் நோய்நொடியில்லாமல் வளர வேண்டும் என்பதற்காகவும், விவசாயம் தளைக்க வேண்டும் என்பதற்காகவும் பலநூறு ஆண்டுகளாக நடத்தப்பட்டு வரும் இந்த பூஜை இப்போது களையிழந்து விட்டது.

ஆண்களை வெளியேற்றி பெண்கள் நிர்வாண பூஜை நடத்துவதாக எழுந்த வதந்தி இந்த கிராமத்தின் இயல்பை சிதைத்து விட்டது. பொஙகல் பண்டிகை வந்தாலே உளவுப்பிரிவு கண்காணிப்பு, போலீஸ் காவல், ஊடகத்தினர் முற்றுகை என கிராமமே பரபரப்புக்குள்ளாகி விடுகிறது.

9
தத்தங்கிப் பொங்கல்

கும்பகோணம் அருகேயுள்ள மருத்துவகுடி, ஆதனூர், நாகுடி பகுதிகளில், பெண்மையை போற்றும் விதத்தில் கொண்டாடப் படுகிறது தத்தங்கி பொங்கல். படையாச்சி சமூகத்தைச் சேர்ந்த மக்கள் இத்திருவிழாவை முன்னெடுக்கிறார்கள். தை முதல் தேதியன்றே தத்தங்கி திருவிழா களைகட்டி விடுகிறது. மைக்செட், தென்னை ஓலை, மாவிலை தோரணங்களால் ஊர் வண்ணம் போர்த்திக் கொள்கிறது. பகலில் வழக்கம் போல வீடுகளில் பொங்கல் வைக்கிறார்கள். இரவு 8 மணிக்கு ஊரின் மையத்தில் உள்ள வீரமாகாளியம்மன் கோவிலுக்கு எதிரில் ஊர் கூடிவிடுகிறது. சுமங்கலிப் பெண்களும், கன்னிப்பெண்களும் பட்டுடை உடுத்தி திருமண அலங்காரத்தோடு தத்தங்கி நாச்சியாரை அழைத்து வரக் கிளம்புகிறார்கள்.

யார் அந்த தத்தங்கி நாச்சியார்...?

பூப்படையாத ஒரு சிறுமி. ஒரு தத்தங்கி நாச்சியார் மூன்று வருடங்களுக்கு அந்த பொறுப்பில் இருப்பார். மூன்றாம்

வருட நிறைவில், அருள் வந்து ஆடும்போது யாரின் கையைப் பிடிக்கிறாரோ அந்த சிறுமி தான் அடுத்த தத்தங்கி நாச்சியார். தத்தங்கி நாச்சியார் வீரமாகாளிக்கு இணையானவள். மஞ்சள் நீர் அபிஷேகம், தீபாராதனை எல்லாம் தத்தங்கிக்கு முடித்தபிறகே வீரமாகாளிக்கு.

தத்தங்கியின் வீட்டுக்குச் செல்லும் பெண்கள், மஞ்சலாடை உடுத்தி, மாலையிட்டு மேள தாளம், வானவேடிக்கையோடு அவரை கோவில் நோக்கி அழைத்து வருகிறார்கள். அம்மனுக்கு எதிரே சம்மணமிட்டு அமரும் தத்தங்கி நாச்சியாரைச் சுற்றி நின்று பெண்கள் கும்மி கொட்டி பாடத் தொடங்குகிறார்கள். கும்மி உச்சமடைய தத்தங்கி நாச்சியாருக்கு அருள்வந்து சம்மண மிட்டபடியே ஊர்ந்து, ஊர்ந்து சுற்றி வருகிறார். 2 மணி நேரத்துக்கும் மேலாக கும்மியும், சுற்றலும் தொடர்கிறது. பின் திடீரென்று தத்தங்கி எழுந்து நின்று ஆவேசமாக ஆட, தீப ஆராதனை காட்டி பூசாரி சாந்தப்படுத்துகிறார். பின் மீண்டும் பெண்கள் ஊர்வலமாக சென்று தத்தங்கியை வீட்டில் விடுகிறார்கள். மறுநாளும் இதேபோல..

மூன்றாம் நாளான கன்னிப்பொங்கலன்று காலை முதல் விளையாட்டு, உற்சாகம். மாலை ஆறுமணிக்கு தத்தங்கி கரகத்தை தலையில் சுமந்தபடி ஊர் எல்லைக்குச் செல்ல, ஊரே திரண்டு தத்தங்கியின் பின்னால் செல்கிறது. அங்கிருந்து வீடு வீடாக வரும் தத்தங்கிக்கு அனைத்து வீட்டுக்காரர்களும் தீப ஆராதனை காட்டி பாதபூஜை செய்ய, அருள்வாக்கு சொல்கிறார் தத்தங்கி. இது முடிந்ததும் அனைவரும் ஒன்றுதிரண்டு தத்தங்கியை அவரது வீட்டில் கொண்டுபோய் விட, அங்கே அனைவருக்கும் அசைவ விருந்து. இதோடு தத்தங்கி பொங்கல் நிறைவுறுகிறது. அடுத்த முப்பது நாட்களுக்கு தத்தங்கி அமர்ந்திருந்த இடத்தில் தீபமேற்றி வழிபடுகிறார்கள் பெண்கள்.

10

ஆற்றுத் திருவிழா

மழை தந்து, வெயில் தந்து விவசாயம் செழிக்கச் செய்யும் சூரியனுக்கு நன்றி தெரிவிக்க ஒரு பொங்கல். காலம் முழுவதும் வயற்காட்டுச் சகதியில் உழன்று உழைத்துக் கொட்டும் கால்நடைகளுக்கு நன்றி தெரிவிக்க ஒரு பொங்கல். எங்கோ பெய்யும் மழையை அடித்துப்பிடித்து இழுத்துக்கொண்டு ஓடிவரும் நதிக்கு.? அதற்கும் நன்றி தெரிவித்து ஒரு விழா எடுக்கிறார்கள் நடுநாட்டு மக்கள். இவர்கள் பொங்கல் பண்டிகையை வகைப்படுத்துவதே வித்தியாசம் தான். பொங்கல், மாட்டுப்பொங்கல், கரிநாள், வெறுநாள், பெருநாள்... ஆற்றுத்திருவிழா நடக்கும் நாள் தான் பெருநாள். மணலூர்பேட்டை, திருக்கோவிலூர், கண்டியங்கோட்டை பகுதிகளில் உருண்டோடும் தென்பெண்ணை ஆற்றில் ஆற்றுத் திருவிழா விமரிசையாக நடத்தப்படுகிறது. பெறுநாளன்று மதியம் மக்கள் கூட்டுவண்டி கட்டிக்கொண்டு ஆற்றுக்குள் குழுமி விடுகிறார்கள். மாலையில் மணலூர்பேட்டை ரங்கநாதப் பெருமாள், திருவண்ணாமலை அண்ணாமலையார் அபிதகுஜலாம்பாள், திருக்கோவிலூர் இரட்டை வினாயகர், வீரபாண்டி அதுல்யநா

தேஸ்வரர், அர்த்தநாரீஸ்வரர், மாரியம்மன் உள்பட அருகாமை தெய்வங்கள் அத்தனையும் சகல அலங்காரங்களோடு பெண்ணை நதிக்கு வந்திறங்குகின்றன. தெய்வங்களோடு சேர்ந்து மக்களும் நதி நீராடுகிறார்கள். நீரின் முகம் தெரியாத அளவுக்கு பூக்கள் நதியை நிறைக்கின்றன. நதிக்கரையெங்கும் கடைகள், ராட்டினங்கள் முளைக்க, உற்சாகம் பற்றிக் கொள்கிறது. பெண் பார்த்தல், மாப்பிள்ளை பார்த்தல் வைபவங்களும் இங்கு இனிதே நடந்தேறுகின்றன. இனிக்க, இனிக்க கழிகிற அன்றைய பொழுது அடுத்த ஆற்றுத்திருவிழா வரை மனதில் தங்கி விடுகிறது.

11

பென்னிகுக் பொங்கல்

தேனி மாவட்டத்தில் பெரும்பாலான வீட்டு பூஜையறைகளில் அவர்களின் மூதாதையர் படங்கள் இருக்கிறதோ இல்லையோ, பென்னிக்குக் புகைப்படம் கட்டாயம் இருக்கும். தமிழர்களின் பூஜையறையில் ஒரு வெள்ளைக்காரரின் படம் எப்படி வந்தது?

தென் தமிழக மக்களின் வாழ்வாதாரமான முல்லைப் பெரியாறு அணையைக் கட்டியவர் தான் அந்த பென்னிக்குக். பென்னிக்குக்கை கடவுளாக கருதி வழிபடுவதோடு, பிறக்கும் தலைச்சன் பிள்ளைகளுக்கு பென்னிக்குக் பெயரை வைப்பதை கட்டாயமாக வைத்திருக்கும் கிராமங்களும் தேனி மாவட்டத்தில் உண்டு. அப்படியான ஒரு கிராமம் தான் பாலார்பட்டி. இந்த கிராமத்தில் நின்று 'பென்னிகுக்' என்று கூப்பிட்டால் குறைந்தது 20 பேராவது திரும்பி பார்க்கிறார்கள். பென்னிக்குக் பிறந்தநாளும் (ஜனவரி15), பொங்கலும் பெரும்பாலும் ஒரேநாளில் வருவதால் பாலார்பட்டி கிராம மக்கள் கடந்த 30 ஆண்டுகளாக பொங்கலை பென்னிக்குக் பொங்கலாகவே கொண்டாடுகிறார்கள். யாரும் வீடுகளில் பொங்கல் வைப்பதில்லை. ஊருக்கு மத்தியில்

இருக்கிற பென்னிகுக் கலையரங்கம் முன்பாக நிலத்தை அகழ்ந்து நீண்ட அடுப்பு வெட்டி ஊரே சேர்ந்து பொங்கல் வைக்கிறது. கலையரங்கின் முகப்பில் பிரமாண்டமான பென்னிகுக் புகைப்படம் அலங்கரித்து வைக்கப்படுகிறது. பொங்கலிட்டு முடிந்ததும் பானைக்கு ஒரு அகப்பை பொங்கல் எடுத்து, பென்னிகுக்கு படையல் போடப்படும். பின் தீபாராதனை வழிபாடு முடிந்ததும் பென்னிகுக்கின் படத்தை சுமந்தவாறு ஊர்வலம் தொடங்கும். வாண வேடிக்கை, மேளதாளம் முழங்க, ஊரைச்சுற்றி வந்ததும், கலையரங்கில் விளையாட்டுப் போட்டிகள் ஆரம்பமாகும். மாட்டுவண்டி பந்தயம், சேவல் சண்டை, சிலம்பம் உள்பட பல்வேறு வீர விளையாட்டுகள் நடக்கும்.

பாலார்பட்டியில் தொடங்கிய பென்னிகுக் பொங்கல் இன்று தேனி மாவட்டம் முழுவதும் வியாப்பித்திருக்கிறது. "பென்னிகுக் பிறந்தது வெளிநாடா இருந்தாலும் எங்க மண்ணோட மைந்தன் அவர். அவர் இல்லைன்னா இன்னைக்கு தேனி மாவட்டமே வரைபடத்தில இருந்திருக்காது. பாதி அணை கட்டி முடிச்சப்போ, 'இனிமே பணம் செலவு செய்யமுடியாது'ன்னு வெள்ளைக்காரன் சொன்னபோது கூட அசராம தன்னோட சொந்தப்பணத்தை செலவு பண்ணி கட்டி முடிச்சவரு. அவர் போட்ட விதை தான் இன்னைக்கு எங்களுக்கு ஆகாரம். அவருக்கு தலைமுறை, தலைமுறையா நாங்க நன்றிக்கடன் பட்டிருக்கோம். தை 1 அறுவடை திருநாள். அவருக்குப் பிறந்தநாளும் அன்னைக்குத் தான். அதனால நாங்க வீடுகள்ல பொங்கல் வைக்காம அவருக்கே இந்த நாளை அர்ப்பணம் பண்றோம்.." என்கிறார் பாலார்பட்டியைச் சேர்ந்த ஜெயராமன்.

12

ஜல்லிக்கட்டும் மணியும்

அவனியாபுரம், சக்குடி, அலங்காநல்லூர், பாலமேடு, சூரியூர், சத்திரப்பட்டி, குலமங்கலம், அச்சம்பட்டி, பொதும்பு, கீழப்பட்டி, அய்யம்பட்டி, பழவராயன்பட்டி, பாரப்பட்டி, சோழங்குருணி, கலணை, கொசவப்பட்டி, அய்யாப்பட்டி... எந்த ஊரில் ஜல்லிக்கட்டு நடந்தாலும் முடக்கத்தான் மணிக்கென்று நான்கைந்து பீரோக்கள், ஆறேழு சைக்கிள்கள், இரண்டு மூன்று தங்கக்காசுகளை எடுத்து ஒதுக்கி வைத்து விடுவார்கள். மனிதர் களத்தில் இறங்கிவிட்டால் மாடு தானாக முடங்கி நின்றுவிடும். மதுரையில் இறங்கி 'ஜல்லிக்கட்டு ராஜா' யாரென்றால் மணியைத்தான் கை காட்டுகிறார்கள்.

போர்க்கள வீரன் போல மணியின் உடலெங்கும் தழும்புகள். மனிதர் எதற்கும் அஞ்சியதில்லை. கமுதி ஜல்லிக்கட்டில், சீறிவந்த மாடு தொடையில் குத்திக் கிழித்திருக்கிறது. பாலமேட்டில் ஒரு காளை துள்ளிக் குதித்து முதுகுப்பக்க எலும்பை முறித்திருக்கிறது. அவனியாபுரம் ஜல்லிக்கட்டின்போது உயிர்நிலையில் குத்தி

வீசியிருக்கிறது ஒரு மாடு. உடம்பு முழுக்க இருக்கும் வடுக்களை வீரப்பதக்கங்களாக ஏந்திக்கொண்டு, புன்னகையும் திமிருமாக வாடிவாசலைச் சூழ்ந்து நின்று மாடுகளை மிரளச் செய்கிறார்.

இதற்காக மட்டுமே மணி புகழ் அடையவில்லை. ஏகப்பட்ட கெடுபிடிகளால் ஜல்லிக்கட்டு மீதான நாட்டம் குறைந்து வரும் நிலையில், இளைஞர்களை உற்சாகப்படுத்தி மாடு பிடிக்க பயிற்சியும் அளிக்கிறார். இவரிடம் பயிற்சி பெற்ற நூற்றுக்கும் மேற்பட்ட வீரர்கள், ஜல்லிக்கட்டுக் களங்களை கலங்கடித்துக் கொண்டிருக்கிறார்கள். அதோடு ஜல்லிக்கட்டில் பங்கேற்கும் மாடுகளுக்கான பயிற்சியகத்தையும் நடத்துகிறார்.

மதுரை கோரிப்பாளையத்தைப் பூர்வீகமாகக் கொண்ட மணிக்கு ஜல்லிக்கட்டை பயிற்றுவித்தது முடக்கத்தான் கிராமம். அதற்கு நன்றிக்கடனாக முடக்கத்தானையே தன் முன்பெயராக மாற்றிக் கொண்டார். மணியின் அப்பா ஜி.கே.பாலு, அரசியல் பிரமுகர். தம்பிகள் செல்வமும், கோபியும் கூட ஜல்லிக்கட்டு வீரர்கள்தான்.

“ஜல்லிக்கட்டும் மதுரைக்காரங்க வாழ்க்கையும் வேறில்லை. எல்லாம் ஒண்ணுமண்ணாதான் இருக்கும். வீட்டுல ஒரு ஆள் மாதிரி இங்க மாடுங்க வளரும். இளந்தாரி பசங்களுக்கு பொழுதுபோக்கே மாடுகளோட மல்லுக்கட்டுறதுதான். வேலை வெட்டின்னு எங்கே சுத்துனாலும், மாடு விளையாடுதுன்னா எல்லாத்தையும் விட்டுட்டு வந்து நிப்பாங்கே. நல்லா மாடு பிடிக்கிறவனை ஊருல ஹீரோ கணக்கா கொண்டாடுவாங்க. அவனைச் சுத்தி எப்பவும் பத்து, இருபது இளந்தாரிங்க நிப்பாங்க. நமக்கும் அப்படிப் பிடிச்ச பித்துதான்.

அவனியாபுரம், ஆனையூர், குலமங்கலம்னு பத்து வயசுலேயே வாடிவாசல் தேடி அலைஞ்ச ஆளு நானு. எட்டாவதோட படிப்புக்கு முழுக்குப் போட்டுட்டேன். முன்னெல்லாம், கோயில் திருவிழா, இளைஞர் மன்ற விழா, குடியரசு தினவிழான்னு வருஷந்தோறும் ஏதாவது ஒரு பக்கம் ஜல்லிக்கட்டு நடந்துக்கிட்டே இருக்கும். நான் பாட்டுக்கு கிளம்பிருவேன். சோறு, தண்ணி பக்கம் சிந்தனை ஓடாது. மாடுகளையும், மாடு புடிக்கிற ஆளுகளையும் பாத்துக்கிட்டே உக்காந்திருவேன். சிலுத்துக்கிட்டு வர்ற மாடுகளை தவ்வி பிடிக்கிறதைப் பாக்கும்போது நாமளும் உள்ள இறங்கிற மாட்டோமான்னு தோணும்.

வெ. நீலகண்டன் ௸ 47

அலங்காநல்லூர் ஸ்ரீதர், அய்யாங்கோட்டை பாண்டிதுரை, மேட்டுப்பட்டி பால்பாண்டி, கன்னனந்தல் சங்கு, இலந்தைக்குளம் லெட்சுமணன், உண்டியல் செந்தில்னு பல முன்னோடிகள் இருக்காங்க. அவங்கள்லாம் களத்துல நின்னா மாடுக காலை பின்னுக்குத் தள்ளிக்கும். களத்துல தீ தெறிக்கும்.

மத்தவங்க நினைக்கிற மாதிரி ஜல்லிக்கட்டு உயிரை எடுக்கிற விளையாட்டு இல்லை. முறையா விளையாட கத்துக்கிட்டவன் மாட்டுகிட்ட குத்துப்பட மாட்டான்; மாட்டையும் வதைக்க மாட்டான். அப்படியே மாட்டுகிட்ட குத்துப்பட்டாலும், அவனோ, அவங் குடும்பமோ அதை இழப்பா கருதுறதில்லை. மதுரைக்காரன் பாதிப்பேருக்கு உடம்புல மாடு குத்துன வடு கிடக்கும். அதேபோல, ‘மாட்டை கத்தியால குத்துவாக, சாராயத்தைக் குடுப்பாக’ன்னு எல்லாம் வெளியில ஏகப்பட்ட கட்டுக்கதைங்க இருக்கு. மாடு எங்களுக்கு புள்ள போல... அதுக மேல சின்னதா கீறல் விழுந்தாக் கூட எங்க மனசுல கீறல் விழுந்திடும். அந்த உணர்ச்சியை எல்லாம் சொல்லிப் புரிய வைக்க முடியாது...” வருத்தமாகப் பேசுகிறார் மணி.

மாட்டுக்கும் மனிதனுக்குமான இந்த உக்கிரப் போராட்டத்தில் பரிசுகள் வெகு சாதாரணமானவை. 1 கிராம் தங்கக்காசு, 5 கிராம் வெள்ளிக்காசு, கட்டில், பீரோ, சைக்கிள்... ஆனால் வெற்றி ஈட்டித் தரும் பெயர் மிகப் பெரிது. தொடர்ந்து நான்கைந்து ஜல்லிக் கட்டில் ஜெயித்து பெயர் வாங்கியவர், பிறகு எந்த ஜல்லிக்கட்டுக்கு போனாலும் ராஜமரியாதைதான்.

மணி கடந்த 15 வருடங்களாக ஜல்லிக்கட்டுகிறார். 96 தங்கக் காசு, 128 வெள்ளிக்காசு, 280 குத்துவிளக்குகள், 15 சைக்கிள்கள், 12 பீரோக்கள், 40 மிக்ஸி, 8 ஆடுகள், 3 கன்றுக்குட்டி, 20க்கும் மேற்பட்ட அண்டாக்கள் வீட்டை நிறைக்கின்றன. “மாட்டு விளையாட்டுல மூணு வகை இருக்கு. ஒண்ணு, மஞ்சு விரட்டு. மாட்டு கழுத்துல பணத்தையோ, துண்டையோ கட்டி கூட்டத்துக்குள்ளாற பத்தி விடுறது. ரெண்டாவது, வடமாடு. நீளமான ஒரு நடுவல் கயிறுல மாட்டைக் கட்டி விட்டுட்டு ஒம்போது பேரு சுத்தி நின்னு பிடிப்பாங்க. அரை மணி நேரத்துக்குள்ளாற மாட்டைப் பிடிக்கணும். மூணாவது, ஜல்லிக்கட்டு. இது வித்தியாசமான விளாட்டு. மாடா... மனுஷனா...ன்னு பாக்கிற விளாட்டு.

முதமுதல்ல நான் களத்துல இறங்கினது அலங்காநல்லூர்ல. அப்போ வயசு 15. இப்பல்லாம் 22 வயசு ஆகியிருந்தாத்தான்

களத்துக்குள்ளயே இறங்க முடியும். அதுக்கும் ஆயிரத்தெட்டு சட்டம் இருக்கு. அப்போ மனசுல திடம் இருக்கிற யாரும் மாடு பிடிக்கலாம். எறங்குன முத விளையாட்டுலயே கை எலும்பு முறிஞ்சு போச்சு. கொம்பைப் பாத்து மிரண்டுட்டேன். கூட வந்த ஆளுங்க தூக்கி வண்டியில போட்டுக்கிட்டு வீட்டுக்கு வந்தாங்க. பொதுவா ஒரு விளையாட்டுல காயம்பட்டா மறுபடி அந்தப் பக்கம் போகமாட்டாங்க. ஆனா ஜல்லிக்கட்டு அப்படியில்லை. குத்து வாங்கிட்டு ஒதுங்கிட்டா, 'மாட்டு குத்து வாங்கின பயடா'ன்னு ஊருல கேலி பேசுவாங்க.

அந்த வைராக்கியத்துலயே, கையில போட்டிருந்த மாவுக்கட்டை அவுத்தெறிஞ்சுட்டு சத்திரப்பட்டி குடியரசு தினவிழாவில நடந்த ஜல்லிக்கட்டுக்குப் போயிட்டேன். அங்கே, நின்னு விளாண்டேன். கொம்பை பாக்காம திமிலை கோர்த்து அணைச்சேன். ஒரு அண்டா பரிசா கிடைச்சுச்சு. அதுக்கப்புறம் கிறுக்கு முத்திப் போச்சு. பேரு, பெருமைன்னு கிடைச்ச பிறகு வீட்டிலயும் சுதந்திரமா விட்டுட்டாங்க. பேருக்கு ஆட்டோமொபைல் பைனான்ஸ்னு ஒரு தொழிலை கையில வச்சுக்கிட்டேன். மத்தபடி முழுநேரமும் ஜல்லிக்கட்டுதான்.

ஜல்லிக்கட்டுன்னு தகவல் வந்தா, நம்ம குரூப்போட போய் களத்துல நின்னுருவோம். அதிகமா உலுக்கி போக்குக் காட்டுற மாடுதான் நமக்கு பிடிக்கும். இந்நாளு வரைக்கும் களத்துக்குப் போயி பரிசில்லாம திரும்பினதே இல்லை. குறைந்தபட்சம் குத்தையாவது பரிசா வாங்கிட்டு வருவேன்.

நாமளே எவ்வளவு காலத்துக்கு வாடிவாசலைத் தேடி ஓடுறது? அது மட்டுமில்லாம, இன்னைக்கு உள்ள இளவட்டங்க மாட்டைக் கண்டா எட்டி ஓடுதுக. போதாக்குறைக்கு ஆயிரத்தெட்டு சட்ட திட்டங்கள் வேற. எல்லா ஜல்லிக்கட்டும் களையிழந்து கிடக்கு. பல கிராமங்கள்ல ஜல்லிக்கட்டையே நிறுத்திப்புட்டாங்க. மனசுக்கு கஷ்டமாப் போச்சு. பல்லாயிரம் வருஷமா நம்ப வாழ்க்கையோட ஒட்டியிருந்த ஒரு கலை அழியிறதைப் பாத்துக்கிட்டு எப்படி சும்மா இருக்கமுடியும்? அந்த உந்துதல்லதான் பயிற்சியை ஆரம்பிச்சேன். ஊரைச் சுத்திக் கிடக்குற வயக்காடுகளை சமன்படுத்தி நாலு இடத்துல வாடிவாசல் கட்டுனேன். 'நல்ல விஷயம் பண்றே... நீ எந்த உதவி கேட்டாலும் செய்யத் தயார்'னு மாடு வச்சிருக்க பெரியவங்க முன்னால வந்தாங்க. ஆரம்பிச்சாச்சு. இதுவரைக்கும் நூத்துக்கணக்கான இளந்தாரிங்க பயிற்சி முடிச்சிருக்காங்க. 60 பேரு

களத்துல நிக்கிறாங்கே. இளவட்டப் பசங்கள விட இன்னைக்கு இருக்கிற சுள்ளாங்கே (சின்ன பசங்க), வீட்டுல அடம்புடிச்சு கண்டுகள (கன்றுக்குட்டிகளை) வாங்கிக்கிட்டு ஆர்வத்தோட கத்துக்க வர்றாங்க.

ஜல்லிக்கட்டுல அடிப்படையான சில விஷயங்கள் இருக்கு. விளையாடுற மனுஷனுக்கும் சரி, மாட்டுக்கும் சரி... அடிபடக் கூடாது. அதுக்கு 60 வகையான பயிற்சிகள் இருக்கு. முதல்ல பயம் இருக்கக்கூடாது. சீறி வர்ற மாட்டைக் கண்டு ஓடக்கூடாது. நெத்தியில கைவச்சு விலகணும். கொம்பைப் புடிக்கக்கூடாது. கொம்பைப் புடிச்சா பயந்துட்டோம்னு அர்த்தம். திமிலைத்தான் கைசேர்த்து அணைக்கணும். அதுதான் வீரம். மாடு 'அவுட்டோர்' சுத்துப் போட்டா காலு பின்னணும். 'இன்னர்' சுத்து போட்டா காலை பின்னக் கூடாது. மாட்டோட சேந்து ஓடணும். தொங்கக் கூடாது. வாலைப் புடிக்கக்கூடாது. மாட்டுக்குத் தகுந்தாப்புல வளையணும். மாடு பலவாறா போட்டி போடும். ரெண்டு பக்கமும் தாக்கும். மொத்தக் கவனமும் மாட்டு மேல இருக்கணும்.

முதல்ல நீச்சல் பயிற்சி... அப்புறம் ஓட்டப்பயிற்சி... அப்புறம் தான் வாடிவாசலுக்குள்ள விடுவோம். கண்டுகள்ல ஆரம்பிச்சு பெருமாட்டுக்குக் கொண்டு போவோம். இன்னைக்கு எந்தூர்ல ஜல்லிக்கட்டு நடந்தாலும் நம்ப இளந்தாரிங்கதான் முன்வரிசையில நிக்கிறாங்க. தாந்தேரி ராஜா, முடக்கத்தான் ஜனா, ரமேசு, காசி, ஆனந்தன், ஆவியூர் பாண்டி, முருகன்னு இன்னைக்கு நம்ப பேரு சொல்றதுக்கு ஆளுங்க தலையெடுத்துட்டாங்க.

முதல்ல மாடுபிடி வீரர்களுக்கு மட்டும்தான் பயிற்சி கொடுத்துக் கிட்டிருந்தேன். அப்புறமா ஆளுகள்லாம் வந்து மாடுகளுக்கும் பயிற்சி கொடுத்தா நல்லதுன்னு சொன்னாக. அந்தக் காலத்துல ஜல்லிக்கட்டு காளை வச்சிருக்கதே கௌரவமான விஷயமா இருந்துச்சு. இன்னைக்கு கொஞ்சம் குறைஞ்சு போயிருக்கு. அப்படியே காளை வாங்குனாலும் வளர்த்தெடுத்து பயிற்சி கொடுக் கிறதுக்கு ஆளுங்க கம்மி. குருவித்துறை வாத்தியார் மாடு, அடூரு செவளை, சீனிவேலு எம்எல்ஏ எலியார்பத்தி காளை, கன்னனந்தல் வெற்றிக்கலை, சி.பி.ஆர் மாடு, பாசங்கரை கோயில் மாடுன்னு மதுரைக்குப் பேர் சொல்ல சில மாடுகள் இருக்கு. இதெல்லாம் வந்து நின்னா இளந்தாரிங்க கைவைக்க யோசிப்பாங்க. இதுகளப் போல உருவாக்கணும்ங்கிற ஆவல்லதான் ஆரம்பிச்சேன்.

எல்லா காளையையும் ஜல்லிக்கட்டுக்குப் பழக்கமுடியாது. அதுக்குன்னு சில தகுதிகள் இருக்கு. ஜல்லிக்கட்டுக் காளை 'பிரீடு' பண்றதுக்குன்னே சில ஆட்கள் இருக்காங்க. கண்டோட தாயும், தந்தையும் வடிவா இருக்கணும். களத்துல நல்லா நின்னு விளாடுற காளையை, மலையில நல்லா மேஞ்சு திரிஞ்சு கட்டுமஸ்தா இருக்கிற பசுவோட சேப்பாங்க. மைக்குடி, மணப்பட்டி, ஊமச்சிக்குளம், தொட்டியப்பட்டி, குரண்டி, வாடிப்பட்டி பகுதிகள்ல கிடைமாட்டுக் காரங்ககிட்ட நல்ல கண்டுக கிடைக்கும். அம்பதாயிரம், ஒரு லட்சமெல்லாம் விலை போகும். கண்டுக்கு ஏறுவாலு இருக்கணும். திடமான உருப்படியா இருக்கணும். நெடுவடையா இருக்கணும். குத்து கொம்பு இருக்கணூம். பொதுவா தகப்பனைப் பாத்துத்தான் கண்டுக்கு ரேட்டு.

வாங்குற கண்டுகளை நல்லா ஓடவிட்டுப் பழக்கணும். ரொம்ப தூரம் நடக்க விடுவோம். பாய்ச்சல் காட்டுவோம். வாரத்துல ரெண்டு நாள் நீச்சல் பயிற்சி... நம்ப பழக்குற விதத்திலேயே மாடு பக்குவமாயிரும். தரையில கொம்பைக் கூத்தி கூராக்கிக்கும். பச்சரிசி, பருத்தி விதை, பாசி தூசி, உளுந்தந்தூசி, கோதுமைத்தவிடு, இரும்புச்சோளம்னு சாப்பாடு கெத்தா இருக்கும். விளாட்டுக்கு ரெண்டு மாசம் முன்னாடி பேரீச்சை, முட்டை கொடுப்போம். சரியான போக்குல வளத்தா களத்துல மாடு முறுக்கிட்டு நிக்கும்..." சுவாரஸ்யமாக மதுரைத்தமிழ் பேசுகிறார் மணி.

13

களத்தை உக்கிரமாக்கும் சண்டைச் சேவல்கள்...

"புவனேஸ்வரி... ஜாவாவுக்கு பாதாம் மாவை அள்ளிப் போடு. நவீனா, சீத்தாவுக்கு தண்ணியும் கொள்ளும் வையி... பிரவீனா, வளவி குளிரடிச்சுக் கிடக்கு பாரு... சுடு தண்ணி வச்சு எடுத்துட்டு வா... ஒத்தடம் கொடுக்கனும்..."

தட்சணாமூர்த்தியிடம் இருந்து உத்தரவுகள் பறக்கின்றன. அவரின் குரலைக் கேட்டதும், தாயைக் கண்ட குழந்தைகளைப் போல ஜாவாவும், சீத்தாவும், வளவியும் கதவிடுக்கில் மூக்கை நுழைத்து கொக்கரிக்கின்றன.

"உண்மை தான் தலைவா... எனக்கு மொத்தம் 8 பிள்ளைங்க. பெத்தது ரெண்டு. இதெல்லாம் என் வளர்ப்புப் பிள்ளைங்க.." ஒட்டி உறவாடி நிற்கும் சேவல்களை மார்போடு அணைத்துக் கொள்கிறார், சென்னை ஜாபர்கான்பேட்டையைச் சேர்ந்த தட்சிணாமூர்த்தி.

எல்லாம் சண்டைச் சேவல்கள். கனத்த கால்களில் ஈட்டிகளாய் முளைத்து நிற்கின்றன விரல்கள். முள் எனப்படும் கத்தி போன்ற ஒற்றை விரலுக்கு நெயில் பாலிஸ் போட்டு துணி சுற்றி வைத்திருக்கிறார். அதுதான் சேவலின் பிரதான ஆயுதம். பிடறி முடி சிலிர்க்க கழுத்தை உயர்த்திப் பார்க்கும் விதமே அச்ச மூட்டுகிறது. ஒரு மல்யுத்த வீரனின் வேகத்தோடு உடல் அசைத்து நடக்கிற சேவல்கள் தட்சிணாமூர்த்தியின் விரல் அசைவுக்கு தலை கவிழ்த்து முடங்குகின்றன.

தட்சிணாமூர்த்தியை சேவல்சண்டை ஆர்வலர்கள் "வாத்தியார்" என்றே அழைக்கிறார்கள். சென்னையில் மட்டும், இவரைப் ஐநூறுக்கும் மேற்பட்ட வாத்தியார்கள் இருக்கிறார்கள். இவர்களின் வழிகாட்டுதலில் 20 ஆயிரத்துக்கும் மேற்பட்டோர் சண்டைச்சேவல் வளர்ப்பதாகச் சொல்கிறார் தட்சிணாமூர்த்தி. ஒரு காலத்தில் தமிழகத்தில் எந்த ஊரில் சேவல் சண்டை நடந்தாலும் சென்னை சேவல்களே சாம்பியன் பட்டம் வென்று வருவது வழக்கமாக இருந்தது. அந்த அளவுக்கு நிபுணத்துவம் பொருந்திய "பேட்டைக்காரர்கள்" சென்னையில் நிறைந்திருக்கிறார்கள். 2004ஆம் ஆண்டோடு எல்லாம் முடிவுக்கு வந்து விட்டது. 'உயிர் வதை' என்று கூறி சேவல் சண்டைக்கு உயர்நீதிமன்றம் தடை விதித்துவிட்டது. அதன்பிறகு சேவல்கள் கூண்டோடு முடங்கிவிட்டன. ஆனாலும், சேவல் வளர்ப்பவர்கள் ஆசையும் அன்பும் குறையாமல் பிள்ளைகளைப் போல பாராட்டி சீராட்டி வளர்க்கிறார்கள்.

பொங்கல் காலம் தான் சேவல்சண்டையின் காலம். ஜல்லிக்கட்டு போல கோழிச்சண்டைக்கும் பெயர் போன கிராமங்கள் உண்டு. குறிப்பாக பூலான்வலசு. இங்கே ஆயிரக்கணக்கான சேவல்கள் சண்டையில் விடப்படுவதுண்டு. ஜல்லிக்கட்டை காண வருவதைப் போல இந்த சேவல் சண்டையைப் பார்க்க வெளிநாட்டில் இருந்தெல்லாம் பயணிகள் வருவதுண்டு. பட்டுக்கோட்டை, தஞ்சாவூர், புதுக்கோட்டை, மன்னார்குடி, சேலம், மதுரை, ஆர்.கே.பேட்டை போன்ற பகுதிகளில் பொங்கல் பண்டிகையை ஒட்டி சேவல் சண்டை நடக்கும். அத்தனை பேட்டைக்காரர்களும் குட்டி யானை வண்டிகளில் சேவல்களை அள்ளிக்கொண்டு கிளம்பி விடுவார்கள். ஏற்கனவே உயிர்களை வதைக்கிறார்கள் என்று விலங்குகள் நல ஆர்வலர்கள் குரல் எழுப்ப, சில இடங்களில் சேவல்களில் கால்களில் கத்தி கட்டி விட்டு, அது சில மனிதர்களின் உயிரைப் பறித்து விட நீதிமன்றம் மொத்தமாக சேவல் சண்டைக்கு தடை விதித்து விட்டது.

“இதோ இந்த ரெண்டு சேவலையும் ஒன்னாத் திறந்து விட்டேன்னு வச்சுக்கோங்க... ஒன்னை ஒன்னு கொத்திக்கும். இது சேவல்களோட இயற்கையான குணம். கிராமத்து தெருக்கள்ல நடந்திக்கன்னா, சர்வசாதாரணமா சேவல்கள் சண்டை போட்டுக் கிட்டிருக்கும். இங்கே நாங்க, நிதானமா பயிற்சி கொடுத்து ஒரு போர் வீரனைப் போல உருவாக்குறோம்.

சங்க காலத்துல இருந்து பொழுதுபோக்குக் கலையாவும், வீரக்கலையாவும் இருக்கிற சேவல் சண்டை நம்ம வாழ்க்கையோட ஒரு அங்கம். வரலாறு நெடுக இதுக்கான பதிவுகள் இருக்கு. நம்மோட அடையாளங்களை எல்லாம் அழிச்சு, மலட்டு மனுஷங் களாக்குற நோக்கத்துல தான் இந்தக் கலையை எதிர்க்கிறாங்க. இந்தோனேஷியா, பர்மா, பிலிப்பைன்ஸ், ஜாவா, சுமத்ரா, பிரேசில், மெக்ஸிகோ, பெருன்னு எங்கெல்லாம் தமிழன் பாதம் பதிச்சானோ அங்கெல்லாம் சேவல் சண்டை நடக்குது. இந்த கலை தோன்றின தமிழ்நாட்டுல தடை....

சண்டைச்சேவல் வளர்க்கிறவங்களை எல்லாம் வன்முறை நிறைஞ்சவங்களா பாக்குறாங்க. ஆனா, சேவலுக்கும் எங்களுக்குமான உறவு தகப்பனுக்கும் பிள்ளைக்குமான உறவு. கிராமத்துல அப்பனை அவமானப்படுத்தி பேசினவனை புள்ளை அடிக்கிற மாதிரி தான் இந்த சேவல் சண்டையும். ரெண்டு வருஷமா சேவல் சண்டை நடக்கிறதில்லை. ஆனா, பல்லாவரம் சந்தை, பிராட்வே சந்தைக்குப் போயிப் பாருங்க... சின்னதுல இருந்து பெரிசு வரைக்கும் எல்லா வயசுக்காரர்களும் சண்டைச்சேவல் வாங்குறதும், விக்கிறதுமா திரிவாங்க... இதெல்லாம் உணர்ந்து அனுபவிக்கனும் தலைவா...” உணர்வுப்பூர்வமாகப் பேசுகிறார் தட்சிணாமூர்த்தி.

சண்டைச்சேவல் வளர்ப்பவர்கள் மத்தியிலான உறவே சுவராஸ்யமாக இருக்கிறது. குருகுல முறை தான். வாத்தியார் நின்றால் சிஷ்யர்கள் அமர மாட்டார்கள். அவர் பேசும்போது இவர்கள் வாய்திறந்து பேசமாட்டார்கள். அப்படியொரு மரியாதை. கோடம்பாக்கம் துரை, வானகரம் மாணிக்கம், வண்ணாரப்பேட்டை துளசி, மிண்ட் முத்து, சிஐடி நகர் அலிபாய்.. இவர்கள் எல்லாம் பெரிய வஸ்தாதுகள். தரமணி கிருஷ்ணன், பெரம்பூர் பிரபா, குரோம்பேட்டை ரெட்டியார், காரப்பாக்கம் ஆறுமுகம், கொத்தவால்சாவடி தாமு, சைதாப்பேட்டை சுகுமார், எம்.எம்.டி.ஏ. ராஜ்... இவர்கள் இளம் தலைமுறை வாத்தியார்கள்.

வளர்ப்பில் இருந்து வைத்தியம் வரைக்கும் ஒவ்வொருவருக்கும் ஒவ்வொரு யுத்தி. இவர்களைப் பின்பற்றி ஏராளமான இளைஞர்கள் இருக்கிறார்கள்.

“சிறகோட வண்ணம், காலோட உறுதி, வாலோட தன்மை, கண்ணோட கூர்மை, கொண்டையோ வடிவம்ன்னு தரமான சண்டை சேவலுக்கு பல தகுதிகள் இருக்கு. சாம்ப வளவி, பொட்டமாரி, பட்டிடா, மத்துக்கொண்டை, கிளிக்கொண்டை, பெரிய கட்டா, ஜாவா, கதர், தூமர், கால்பஸ்ரான்னு நிறைய பெயர்களும் உண்டு. அதுமட்டுமில்லாம, நாங்களும் பிள்ளைக்குப் பேர் வைக்கிற மாதிரி டைசன், கில்லர், டெர்மினேட்டர், புல்லட், ராக்கெட், மின்னல்ன்னு எல்லாம் வைச்சுக் கூப்பிடுவோம்.

தினமும் காலையில ஒரு மணி நேரம், சாயங்காலம் ஒரு மணி நேரம் இதுங்களோட இருந்தாகனும். இல்லேன்னா கொக்கரிச்சு ஊரைக் கூட்டிடும்...”

தன் அப்ரூஸ் சேவலின் பிடரியை வருடியபடி பேசுகிறார் போரூரைச் சேர்ந்த முரளி. இவரிடம் 10 சேவல்கள் இருக்கின்றன.

சண்டைச்சேவல் வளர்க்கும் பேட்டைக்காரரர்களுக்கு பெரும்பாலும் எந்த கெட்ட பழக்கமும் இருக்காது என்பது ஆச்சரியம். மது அருந்தியவர்களிடமும், புகை பிடிப்பவர்களிடமும் சேவல் அண்டாதாம். சேவலுக்காக மதுப்பழக்கத்தை விட்டவர்களும் இருக்கிறார்கள். அதனால் பல குடும்பங்களில் சண்டைச்சேவல் வளர்ப்பதை ஊக்குவிக்கிறார்கள். தவிர வீட்டில் இருக்கும் நேரமெல்லாம் சேவல்களுடனே கழிவதால் தேவையில்லாமல் வெளியில் சுற்றுவதும் குறைகிறது என்கிறார்கள். அதனால் தேவையற்ற வம்பு வழக்குகள் இல்லை. சேவல் வளர்ப்பதற்கு முன்பு வரை மது, குட்கா பயன்படுத்தும் பழக்கம் இருந்ததாகவும், கடந்த நான்கு ஆண்டுகளாக அவற்றை முழுமையாக விட்டுவிட்டதாகச் சொல்கிறார் முரளி.

“சண்டைச்சேவல் வளர்க்கிறது கமிட்மெண்டான வாழ்க்கை. காலையில எழுந்தவுடனே, சேவல் கூண்டைத் திறந்து சுத்தம் பண்ணணும். பிறகு, சுடுதண்ணி போட்டு சேவலுக்கு ஒத்தடம் கொடுத்து சூடு போக்கனும். காலு, இறகெல்லாம் நீவி விடனும். கால்ல இருக்கிற முள்ளை (கூர்மையான விரல்) சீவனும். ஒரு இறகை பறிச்சு வாய்க்குள்ள விட்டு கோழை எடுக்கனும். அதுக்கப்புறம் காலாற கொஞ்ச நேரம் நடக்கவிட்டுட்டு தீனி

போட்டு கூண்டுல அடைக்கனும். அதேமாதிரி சாயங்கலாமும் செய்வோம்...” என்கிறார் அம்பத்தூரைச் சேர்ந்த ரமேஷ். ரமேஷ் 25 சேவல்கள் வளர்க்கிறார்.

பெரும்பாலும் அனுபவம் உள்ள வாத்தியார்கள் யாரும் சேவலை விலை கொடுத்து வாங்குவதில்லை. தாங்களே தகுந்த இனம் பார்த்து உருவாக்குகிறார்கள்.

“சண்டைச்சேவலோட மதிப்பே அது எந்த பரம்பரையில வந்ததுங்கிறதைப் பொறுத்து தான். மூணு தலைமுறைக்கு கணக்கு வச்சிருப்போம். அதேமாதிரி பெட்டைக்கோழிக்கும் தலைமுறை கணக்கு இருக்கு. திடகாத்திரமா இருக்கனும். தாய் தகப்பன், தாத்தாவெல்லாம் உக்கிரமா இருந்திருக்கனும். இப்படி ஒரு பெட்டைக்கோழியை தேர்வு பண்ணி உறுதியான சண்டைச் சேவலோட இணை சேர்த்து, முட்டை இட வைப்போம். இந்த மாதிரி கோழிகள் பொறுமையா உக்காந்து முட்டையை அடை காக்காது. ஏறி மிதிச்சு உடைச்சிடும். அதனால, அந்த முட்டைகளை எடுத்து சாதுவான நாட்டுக்கோழியில வச்சு பொறிக்க வைப்போம். வளர, வளர சேவல்களோட செயல்பாட்டை கவனிச்சுக்கிட்டே இருப்போம். சரியா 8வது மாதம், கூவத் தொடங்கின உடனே, திடகாத்திரமான சேவலை தனியாப் பிரிச்சு பயிற்சி கொடுக்கத் தொடங்கிடுவோம்...” என்று நுட்பம் விவரிக்கிறார் போரூர் கார்த்திக்.

கார்த்திக் எம்பிஏ படிக்கிறார். 8 சேவல் வளர்க்கிறார். நண்பர்கள் மூலம் ஒட்டிக்கொண்ட சேவல் வளர்ப்பு இப்போது வாழ்க்கையில் முக்கிய அங்கமாகி விட்டது. முதலில் சேவலே உலகமெனக் கிடந்த பையனைப் பார்த்து மிரண்டு போன பெற்றோர், பிறகு அந்த அன்பை புரிந்து கொண்டு ஆதரவளிக்கிறார்கள்.

சண்டைச் சேவலை பழக்குவது, ஒரு குத்துச்சண்டை வீரனை உருவாக்குவதற்கு சமமான வேலை என்கிறார்கள். குருகுலக் கல்வியின் முக்கிய அங்கம் இந்த பயிற்சி தான். முதலில் நீச்சல் பயிற்சி. நீர்நிலைகளில் தூக்கிப் போட்டு நீந்த வைக்கிறார்கள். பிறகு பேடா... போடா என்றால் வாங்கிங். இடைவிடாது நடக்க வைப்பது. பிறகு பறக்க விடுவது. தினமும் காலை மாலை இளஞ்சூட்டு நீரில் ஒத்தடம்.

“சண்டைச் சேவல்களுக்கு நாம சாப்பிடுற சாப்பாட்டை எல்லாம் வைக்க முடியாது. அதுக்குன்னு ஸ்பெஷல் தீனி

இருக்கு. பாதாம்பருப்பு, சாரைப்பருப்பு, அக்ரூட், வெள்ளரி விதை, பேரிச்சை எல்லாத்தையும் நல்லா இடிச்சு மாவாக்கி வச்சுக்கு வோம். தினமும் காலையில சின்னதா ரெண்டு உருண்டை உருட்டி கொடுப்போம். மதியம் ஆட்டோட மண்ணீரல், கல்லீரல். சாயங்காலம் தயார்மாவு. கம்பு, கேழ்வரகு, பச்சைப்பருப்பு, முழு உளுந்து எல்லாத்தையும் அரைச்சு, ரொட்டி மாதிரி சுட்டு உருட்டிக் கொடுப்போம். வாரத்துக்கு ஒரு தடவை, கஸ்தூரி மஞ் சள், சித்தரத்தை, நிலவேம்பு எல்லாத்தையும் சேர்த்து உருட்டி கொடுத்திடுவோம். இது நோய் தடுப்பு மருந்து. ஒரு சேவலுக்கு மாதம் குறைஞ்சது ஆயிரம் ரூபாயாவாது செலவாகும்,

சில நேரங்கள்ல மண்டைச்சளி, அம்மை, ராணிக்கட்டு, பெராலிசிஸ், கழிசல்ன்னு சில நோய்களும் வரும். மனுஷனுக்கு கொடுக்கிற மருந்துகளையே வாங்கிக் கொடுப்போம். வீட்டுல சேவல் சுணங்கி நின்னா எல்லாருமே தவிச்சுப் போயிடுவாங்க..," என்கிறார் தெட்சிணாமூர்த்தி.

தமிழகத்தில் எந்தப் பகுதியிலும் இப்போது சேவல் சண்டை நடப்பதில்லை. ஆனால், அதற்காக பராமரிப்பிலோ, உபசரிப்பிலோ எந்த குறையும் வைப்பதில்லை இவர்கள். சென்னை பல்லாவரம், பிராட்வே சந்தைகளில் சண்டைச் சேவல்களுக்கு என்றே பிரத்யேகமான பகுதிகள் உண்டு. சென்னையின் சண்டைச் சேவல் வளர்ப்பாளர்கள் அனைவரும் அங்கே கூடுகிறார்கள். கூர்ந்த விழிகளும், கம்பீரமும் கொண்ட சேவல்கள் ஐந்தாயிரம் வரைக்கும் விலை போகின்றன. வளர்ப்பாளர்களின் கூண்டுகள் எப்போதும் நிரம்பியே இருக்கின்றன.

“ஜல்லிக்கட்டு, சேவல்சண்டையெல்லாம் தடை விதிக்கப் பட்டதுக்கு பின்னாடி பெரிய அரசியல் இருக்குங்க. இண்டு இடுக்கு இல்லாம எல்லா ஊருக்கும் பிராய்லர் கோழி பிசினஸ் நுழைஞ்சிடுச்சு. அதனால நோய்கள் உருவாகுது. நாட்டுக்கோழி இனங்கள் இன்னமும் மிஞ்சியிருக்கக் காரணம் இந்த மாதிரி வீரியமுள்ள சேவலுங்க தான். சேவல் சண்டையை நிறுத்திட்டா யாரும் சேவல் வளர்க்க மாட்டாங்க. மொத்த நாட்டுக்கோழி இனமும் அழிஞ்சிடும். அப்புறம் மொத்த தமிழ்நாடும் பிராய்லர் கோழியைத் தான் தின்னாகனும். இந்த சூழ்ச்சி தெரியாம, மிருகங்களை வதைக்கிறோம்ன்னு சில பேர் கொடி பிடிக்கிறது தான் வேதனையா இருக்கு. வெளிநாட்டில் இருந்து வந்த பீட்டாவுக்கு வேணுன்னா நம்ம மரபும் பாரம்பரியமும் தெரியாம

வெ. நீலகண்டன் ௸ 57

இருக்கலாம். இங்கே இருப்பவர்களுக்கு கூடவா தெரியாது. அரசாங்கம் மனசு வச்சு இந்த பொங்கலுக்காவது சேவல் சண்டையை அனுமதிக்கனும்..." என்று கோரிக்கை எழுப்புகிறார் தட்சிணாமூர்த்தி.

ஜாவாவும் சீத்தாவும் இப்போது இன்னும் உக்கிரமாக கொக்கரிக்கிறார்கள்.

ஆ. தமிழர் கலைகள்

14

ஆட்டக்கலைகளின் விதைநிலம் தஞ்சை

தஞ்சாவூரை தமிழகத்தின் நெற்களஞ்சியம் என்பார்கள். அது உண்மையோ, பொய்யோ... தமிழகத்தின் கலைநகரம் என்றால் அது தஞ்சாவூர் தான். தமிழர்கள் வாழ்வியலோடும், வழிபாடுகளோடும், சடங்குகளோடும் இணைந்த பல கலைகளை இன்றளவும் உயிர்ப்போடு நிகழ்த்தும் கலைஞர்கள் தஞ்சாவூரில் நிறைந்து இருக்கிறார்கள்.

கரகாட்டத்துக்கு கீழவாசல். காளியாட்டம், காவடியாட்டத்துக்கு யாகூப்பியா தெரு. நையாண்டி மேளம், நாட்டுப்புற இசை, தப்பாட்டக் குழு தேவையென்றால் ரெட்டிப்பாளையம். பேண்டு வாத்தியக் குழு வேண்டுமா? அதற்கு வடக்குச் வாசல். ஒயிலாட்டம், கும்மி, கோலாட்டத்துக்கு மானோஜிப்பட்டி. பொய்க்கால் குதிரைக்கு குந்தளக்காரத் தெரு.

ஒவ்வொரு கலைக்கும் ஒரு பகுதி. எல்லோரும் கூடுமையமாக விளங்குவது, கீழவாசல். இப்பகுதியில் சாலையோரங்களில் கலைஞர்களின் அலுவலகங்கள் வரிசையாக உள்ளன. மாலை

நேரத்தில் இங்கு சென்றால், தஞ்சையின் ஒட்டுமொத்த கிராமிய கலைஞர்களையும் ஒரு சேர சந்திக்கலாம்.

தஞ்சாவூரின் அடையாளமாக இருப்பது கரகாட்டம் தான். தஞ்சையில் மட்டும் 1000 கரகாட்டக் கலைஞர்கள் இருக்கிறார்கள். காயத்ரி, நீலா, மதுபாலா, தேவி, சித்ரா, சத்யா, நிஷாந்தி, மகா என ரசிகர்களின் ஏகோபித்த வரவேற்பைப் பெற்ற நடன மங்களையும் இதில் அடக்கம்.

கரகாட்டம், ஒரு தெய்வீகக் கலை. குடக்கூத்து என்ற பெயரில் சங்க இலக்கியங்கள் இந்தக் கலையைக் குறிப்பிடுகின்றன. அம்மன் கோவில் திருவிழாக்களில், அம்மனின் வடிவமாகக் கருதப்படும் நதிகளில் இருந்து நீரெடுத்து வந்து அபிஷேகம் செய்வது ஒரு சடங்கு. அவ்விதம் குடங்களில் நீரெடுத்து ஊர்வலமாக வரும் போது, பக்தர்கள் அருள் வந்து ஆடுவதுண்டு. அதுதான் கரகாட்டக் கலையின் ஆதி வடிவம். பிறகு, அதுவே ஒரு தனி ஆட்டக் கலையாக உருவெடுத்தது. தலையில் கரகம் வைத்து, இசைக்குத் தகுந்தவாறு அடவுகள் செய்தவர்கள், காலப்போக்கில் ரசிகர்களை ஈர்க்க, தலையில் கரகம் வைத்தபடி ஏணிகளில் ஏறுவது, கரகம் விழாமல், கண் இமைகளால் கீழிருக்கும் ஊசியை எடுப்பது என சில சாகசங்கள் இணைக்கப்பட்டன.

திரைப்படத்தின் தாக்கம் தொடங்கிய பிறகு, கரகாட்டத்திற்கான வரவேற்பு குறைந்து போனது. கலையை மட்டுமே நம்பியிருந்த பலநூறு கலைஞர்களின் வாழ்க்கை வதங்கத் தொடங்கியது. ஒரு சில முற்போக்குக் கலைஞர்கள், கலர்புல்லான "குறவன் குறத்தி ஆட்ட"த்தை கரகாட்டத்தின் துணை ஆட்டமாகக் கொண்டு வந்தார்கள்.

குறவன் குறத்தி ஆட்டம் என்பது, கிராமங்களில், இளைஞர் களுக்கு பாலியல் கல்வியைப் போதிப்பதற்காக உருவாக்கப்பட்ட கலை. இன்றைக்கு ஸ்மார்ட் போனே, சர்வதேச பாலியல் கல்வியை இளைஞர்களுக்கு வழங்கி விடுகிறது. அந்தக்காலத்தில், சங்கடமில்லாமல் கணவன் மனைவி முகம் பார்த்துப் பேசவே வருடங்கள் ஆகிவிடும். நம் முன்னோர்கள் இதற்கென உருவாக்கிய கலைதான் குறவன் குறத்தி ஆட்டம். ஊருக்கு எல்லையில் இருக்கும் காவல் தெய்வங்களின் திருவிழாக்களில் இந்தக்கலை நிகழ்த்தப்படும். ஆண் பெண் பாலியல் உறவுகள் குறித்து பாடல்களும், வசனங்களும் இதில் இடம்பெறும்.

இதை கரகாட்டத்தில் இணைத்தவுடன், களம் களைகட்டி விட்டது. முதலில் கரகாட்டம் நடக்கும். இடையில், ரசிகர்களை ரிலாக்ஸ் செய்ய குறவன் குறத்தி ஆட்டம். ஒரு கட்டத்தில், "கர காட்டத்தை நிறுத்திட்டு குறவன் குறத்தி ஆட்டத்தை போடுங்கடா" என்று ரசிகர்கள் கலவரத்தில் இறங்கிவிட்டார்கள். கரகம் சுமந்து ஆடும் கலைஞர்களையும் குறவன் குறத்தி ஆட்டத்திற்கு இறங்கி ஆட வலியுறுத்த, இந்த அவலத்தை சகிக்காமல் மூத்த கரகாட்டக் கலைஞர்கள் கலையை விட்டே விலகிவிட்டார்கள். காலப்போக்கில் குறவன் குறத்தி ஆட்டமே கரகாட்டமாக உரு மாறிப் போனது.

இப்போது மரபுக்காக, கரகாட்டத்தின் தொடக்கத்தில் நடனமாடும் பெண்கள் ஒரு கரகத்தை தலையில் வைத்து இரண்டு அடவுகள் செய்வார்கள். மற்றபடி கரகத்துக்கும் இந்த ஆட்டத்துக்கும் சம்பந்தமேயில்லை.

"இங்கிருக்கிற கரகாட்டக் கலைஞர்கள் எல்லாருமே ராமநாதபுரம், சிவகங்கை மாவட்டங்களைச் சேர்ந்தவங்க. 1940கள்ல, அந்த மாவட்டங்கள்ல ஏற்பட்ட பஞ்சத்தை தாக்குப்பிடிக்க முடியாம, தஞ்சாவூருக்கு வந்தவங்க. தஞ்சாவூர் எங்களை அரவணைச்சு வாழ்க்கை கொடுத்துச்சு. இப்போ ரெண்டாவது தலைமுறையும் இந்தக் கலைக்குள்ள வந்திடுச்சு. மூத்த கலைஞர்கள் காண்ட்ராக்டர்களா மாறிட்டாங்க.

ஒரு கரகாட்டக் குழுவுல நையாண்டி மேளக்காரங்க 6 பேரு, கரகம் 1 செட்டு, குறவன் குறத்தி 1 செட்டுன்னு 10 பேரு இருப்பாங்க. நைட்டு 10 மணிக்குத் தொடங்கினா காலை 4 மணி வரைக்கும் ஆடுவோம். எல்லாத்துக்கும் சேத்து 30 ஆயிரம் வாங்குவோம்..." என்கிறார் செல்வராசு. தமிழ்நாடு கிராமியக் கலைஞர்கள் சங்கத்தின் துணைத்தலைவர். நாதஸ்வரமும் வாசிப்பார். பொய்க்கால் குதிரையும் ஆடுவார். குடும்பமே கலைக் குடும்பம்.

செல்வராசுவின் மகள் மதுபாலாவுக்கு தென் மாவட்டங்களில் ஏகமாக ரசிகர்கள் உண்டு. உறங்க நேரமில்லாமல் மதுரை, திருநெல்வேலி என்று பயணித்துக் கொண்டே இருக்கிறார்.

"தை ஆரம்பிச்சு ஆடி மாதம் முடிய தினமும் கரகாட்டம் இருக்கும். பயணத்திலேயே பாதி நாள் போயிடும். ஒரு நிகழ்ச்சிக்கு ரெண்டாயிரம் தருவாங்க. ஊருக்குத் தகுந்தமாதிரி ஆடனும். சில ஊர்கள்ல கொஞ்சம் நிதானமா ஆடுங்கன்னு சொல்வாங்க. சில

பகுதிகள்ல இளைஞர்களை ஈர்க்கிற மாதிரி ஆடச் சொல்வாங்க. ரசிகர்களோட விருப்பம் எதுவோ அந்தமாதிரி ஆடுவோம்..." என்கிறார் மதுபாலா.

பாரம்பரியமாக பழைய கரகாட்டத்தை நிகழ்த்தும் கலைஞர்கள் சிலரும் தஞ்சாவூரில் இருக்கவே செய்கிறார்கள். தேன்மொழி, எஸ்தர்ராணி, செல்வராணி, அஞ்சலை தேவி, குணவதி, தமிழ்செல்வி, போன்றோர் குறிப்பிட்டுச் சொல்லத் தக்கவர்கள். தேன்மொழி, தமிழ்ச்செல்வி, குணவதி மூவரும் கலைமாமணி விருது பெற்றவர்கள். இவர்கள் எல்லாம் இப்போது நிகழ்ச்சிகளுக்குச் செல்வதில்லை.

"நான் பத்து வயசுல கரகாட்டம் ஆட வந்தேன். அப்பல்லாம் யாரும் ஆடுறவங்களைப் பாக்க மாட்டாங்க. ஆட்டத்தைத் தான் பாப்பாங்க. தெய்வீக அம்சமா நினைச்சு மரியாதை தருவாங்க. ஆட்டத்துக்கு நடுவில நிறைய சாகசங்கள் செய்வோம். இடையில உடை மாத்துற இடைவெளியில குறவன் குறத்தி ஆட்டத்தை விடுவோம். தொடக்கத்துல, அதுலயும் கிளாமர் இருக்காது. வண்டிக்காரன் பாட்டு, சட்டிமுட்டிக் கதை, மணிக் குறவன் பாட்டு, ரயில் விபத்துப் பாட்டு, பள்ளிக்கூட விபத்து, தனுஷ்கோடி அழிவு, ஆழவந்தான் கொலை வழக்குன்னு அப்பப்போ நடக்கிற சம்பவங்களை வச்சு பாட்டுக்கட்டி பாடிக்கிட்டே ஆடுவாங்க. மக்களெல்லாம் அதைக் கேட்டு அழுவாங்க. காலப்போக்குல எல்லாம் மாறிப்போச்சு. மக்கள் கிளாமரை ரசிக்கத் தொடங்கிட்டாங்க. எங்ககிட்டயும் அதையே எதிர்பார்க்க ஆரம்பிச்சிட்டாங்க. படிப்படியா நாங்க ஆடுறதைக் குறைச்சுக்கிட்டோம்..." என்கிறார் தேன்மொழி.

முன்பெல்லாம் கரகாட்டத்திற்கு டம்மானம், தம்முறு போன்ற இசைக்கருவிகளைத் தான் இசைப்பார்கள். அம்மனுக்கான ஆட்டம் என்பதால் இக்கருவிகள் உக்கிரத்தை அதிகமாக்கும். இன்று கலை மருவியதைப் போல கருவிகளும் மாறிவிட்டன. இப்போது, கரகாட்டம் என்றால் நையாண்டி மேளம் தான்.

அதுவும் தஞ்சாவூர் நையாண்டி மேளத்திற்கு ஈடு இணையே இல்லை என்கிறார்கள். ரெட்டிபாளையத்தில் ஏராளமான நையாண்டி மேளக் கலைஞர்கள் இருக்கிறார்கள். நையாண்டி மேளம் என்ற வகையை உருவாக்கியதே ராமநாதபுரம், சிவகங்கை மாவட்டங்களில் தஞ்சைக்கு இடம்பெயர்ந்த கலைஞர்கள் தான் என்கிறார்கள்.

ராஜேந்திரன், தங்கராசு, பாண்டி என தஞ்சையில் நையாண்டி மேளத்திற்கு பெயர் போன கலைஞர்கள் பலர் இருக்கிறார்கள். ராஜேந்திரன் தேன்மொழியின் கணவர். நையாண்டி மேளத்தோடு கரகாட்ட காண்ட்ராக்டராகவும் இருக்கிறார்.

"நையாண்டி மேளம் எளிய கலைஞர்களோட கலை. யாரும் முறைப்படி கத்துக்கிட்டவங்க இல்லை. எல்லாம் செவிவழியா பழகிக்கிட்டது தான். தலைமுறையா வருது. கச்சேரி மேளத்துல கையில ஓடு மாட்டிக்கிட்டு வாசிப்பாங்க. நையாண்டி மேளத்துல சிம்பு வச்சு அடிப்பாங்க. இன்னைக்கு நையாண்டி மேளம் இல்லேன்னா எந்தக் கலையும் களைகட்டாது. கரகாட்டம், காவடியாட்டம், மயிலாட்டாம், பொய்க்கால் குதிரை, காளியாட்டம் எல்லாத்துக்கும் நையாண்டி மேளம் தான். ஆட்டத்துக்கும் மேளத்துக்கும் பெரிய போட்டியே நடக்கும். நையாண்டி மேளத்துக்கு ஒரு நாட்டுப்புற இலக்கணம் இருக்கு. 2தவில், 2 நாதஸ்வரம், 1 பம்பை, 1 கிடுகிட்டி அடங்கினது தான் ஒரு நையாண்டி மேளக்குழு. நையாண்டி மேளத்துல தெற்கத்தி நையாண்டி, துரித நையாண்டி, விளம்ப நையாண்டின்னு மூணு வகை இருக்கு. தெம்மாங்கு, ராஜபார்ட், கட்டபொம்மன், ஆரவல்லி, சோழமலை, கிளிக்கிண்ணின்னு பல அடவு அடிகளும் இருக்கு..." என்கிறார் ராஜேந்திரன்.

நையாண்டி மேளத்துக்கு 20 ஆயிரம் முதல் 25 ஆயிரம் வரை வாங்குகிறார்கள்.

கலையும், மொழியுமே ஒரு சமூகத்தின் ஆழமான அடையாளச்சான்றுகள். தமிழ் மக்களிடையே, பல்வேறு உணர்வுகளை முன்னிறுத்தி நூற்றுக்கணக்கான கலையாடல்கள் வழக்கில் இருந்தன. அண்மைக்கால நவீனங்களுக்குத் தாக்குப்பிடிக்க முடியாமல் பல கலைகள் வழக்கொழிந்து அல்லது மருவிப்போனது ஒரு வரலாற்றுச் சோகம். அதேநேரம் இன்னுமொரு ஆரோக்கியமான மாற்றத்தையும் தமிழ்ச்சமூகம் சந்தித்திருக்கிறது. அடிமைச் சின்னத்தின் அடையாளமாகவும், அவமானமாகவும் கருதப்பட்ட கலைகளை தங்கள் கையில் எடுத்து, அதையே விடுதலைக்கான ஆயுதமாகவும் மாற்றிக் கொண்டிருக்கிறார்கள் தமிழ்ப்பெண்கள். இந்தவரிசையில் மிகவும் குறிப்பிடத்தகுந்தது தப்பாட்டம். கிராமங்களில் ஜாதிய அடையாளமாக குறுக்கப்பட்டுக் கிடந்த பறையை இன்று மேடைக்குக் கொண்டுவந்து உக்கிரம் ததும்ப முழங்குகிறார்கள் பெண்கள்.

தஞ்சாவூரை ஒட்டியுள்ள ரெட்டிப்பாளையத்தைச் சேர்ந்த 'சலங்கை ஒலி' பெண்கள் தப்பாட்டக் கலைக்குழு அப்படியான தொரு உதாரணம்.

இக்கலைக்குழுவின் தலைவி கலா. திருமணமாகி 2 குழந்தைகள். கணவரும் தப்பாட்டக்கலைஞர் தான். 15பேர் கொண்ட சலங்கை ஒலி கலைக்குழுவுக்கு பயிற்சி அளிப்பது, மேடையில் வழி நடத்துவது எல்லாம் கலாதான்.

"தப்பாட்டங்கிறது வறும் கலை மட்டுமில்லை. எங்க வாழ்க்கை. எங்க பாட்டன், தாத்தா, பெரியப்பா, சித்தப்பான்னு வழிவழியா காப்பாத்திக்கொண்டு வந்த கலை. இதே கலையை மக்களை அடிமைப்படுத்துறதுக்கான சின்னமா சிலபேர் நினைச்சாங்க. அதனால தப்பாட்டமே அவமானகரமான ஆட்டமா மாறிப் போச்சு. ஆண்கள் இதை கைவிட்டுட்டாங்க. பெண்கள் கையில எடுக்கத் தொடங்கினபிறகு தான் இதுக்கு பெரிய மரியாதை வந்திருக்கு. எங்க அடிமனசுல புகைஞ்சுக்கிட்டிருக்கிற கோபம், விரக்தி, வேதனை, சந்தோஷம் எல்லாம் பறையிசையா வெளியில வருது.. இப்போ தமிழ்நாட்டுல பத்துக்கும் மேற்பட்ட பெண்கள் தப்பாட்டக்குழுக்கள் இருக்கு. கல்யாணம், கோவில் திருவிழாக்கள், கட்சி மாநாடுகள், அமைச்சர்களோட வரவேற்பு நிகழ்ச்சிகளுக்கு எல்லாம் போய் ஆடுவோம். எங்க வாழ்க்கையை சுயமாவும், அர்த்தமுள்ளதாவும் தப்பாட்டம் மாத்தியிருக்கு.." என்று உற்சாக மாகப் பேசுகிறார் கலா.

ஆதி மனித சமூகம் தங்கள் கூடுதலுக்காகவும், தங்கள் குழுவுக்கு ஆபத்துக்களை உணர்த்தவும், விலங்குகளிடம் இருந்து தங்களை தற்காத்துக் கொள்ளவும் எழுப்பிக் கொண்ட சத்தம் தான் பறையாட்டத்தின் மூலம். பறை என்றால் சொல், அல்லது "உணர்". ஆவேசம், மகிழ்ச்சி, உற்சாகம் என உணர்ச்சிகளை எழுப்பி, கேட்போரையும் ஒரே நேர்க்கோட்டில் இணைக்கும் இந்த அரியக் கலைக்கு இடைக்காலத்தில் விழுந்த ஜாதிய அடையாளமே சத்ருவாக மாறிவிட்டது.

விலங்குகளை கொன்று, தின்று மிஞ்சிப்போகும் தோலை எதிலேனும் கட்டிவைத்து, காய வைத்து மனம் போன போக்கில் அடித்து ஆடிய முதல் ஆதி மனிதன் தான் முதல் தப்பாட்டக் கலைஞனும் ஆவான். காலப்போக்கில் இது கலைவடிவமாகவும், வாழ்வியல் உணர்ச்சிகளை உணர்த்தும் சத்தமாகவும் மாற, திருமணம், இறப்பு, சிறு தெய்வ திருவிழா நிகழ்வுகள் என

மக்களின் அன்றாட வாழ்க்கையின் அத்தனை சுக துக்கங்களிலும இடம்பெறும் இசையாகியது.

ஜாதிய அடையாளமாக மாறத்தொடங்கிய பிறகு, இளைஞர்கள் பறை இசைப்பதை கைவிட்டு ஒதுங்கிவிட்டனர். அழியும் நிலையில் இருந்த இக்கலையை இப்போது பெண்கள் கையில் எடுத்திருக்கிறார்கள்.

"சாதாரணமா வெறும் தப்பை மட்டும் இசைக்கிறதில்லை. மேடைக்குத் தகுந்தமாதிரி வேகமான அடவுகள், கலர்பாட்டில் எடுக்கிறது, பல்பு உடைக்கிறதுன்னு சில சர்க்கஸ் வேலைகளும் செய்வோம். 5 மணி நேரம் எங்க நிகழ்ச்சி நடக்கும். தப்பாட்டத்துல பல அடவுகள் இருக்கு. பெர்லே, அரைப்பெர்லே, முழுப்பெர்லே, இழுப்பாட்டம், தெம்மாங்கு, சோலமலை, தெற்கத்தி தெம்மாங்கு, வடக்கத்தி தெம்மாங்குன்னு இடத்துக்கும், சூழ்நிலைக்கும் தகுந்தமாதிரி அடவை மாத்தி ஆடுவோம். ஆடும்போதே அடவை மாத்துறதுக்கு ஒரு குறியீட்டுச் சத்தம் இருக்கு. ஆட்டத்தை வழிநடத்துறவங்க மூச்சை நல்லா இழுத்து 'ஹே'ன்னு ஒரு சத்தம் போடுவாங்க. சத்தம் போடுறவங்க எந்த அடவைப் போடுறாங்களோ அதை அடவை மத்தவங்க போடுவாங்க..." என்கிறார் சுகன்யா.

அடவுகள் மட்டுமின்றி, ஒவ்வொரு நிகழ்ச்சிக்கும், ஒவ்வொரு உணர்ச்சிக்கும் தனித்தனியான அடிவகைகள் உள்ளது. சப்பரத்து அடி, டப்பா அடி, பாடம் அடி, சினிமா அடி, ஜாயிண்ட் அடி, மருள் அடி, சாமிச்சாட்டு அடி, ஒத்தையடி, மாரடிப்பு அடி, வாழ்த்தடி என பல வகை அடிகள் உண்டு. இக்கலைக்கென பலர் இலக்கணங்களையும் வகுத்துள்ளனர். நேர்நின்று, எதிர்நின்று, வளைந்து நின்று ஆடுதல், அடிவகைகளை மாற்றுதல் என பார்வையாளனை ஈர்க்கத்தக்க ரசனைமிகுந்த கலையாடல்கள் இதில் உண்டு. அதிலும் ஒரே நிறத்திலான உடையில், அங்குமிங்குமாக அடவுகள் நகரும்போது மனம் மயங்குகிறது.

வாசுகி 9ஆம் வகுப்பு வரை படித்திருக்கிறார். அப்பா தப்பிசை கலைஞர். அந்த இசையின் மீதுள்ள ஈர்ப்பால் படிப்பை நிறுத்திவிட்டு தப்பிசைக்க கற்றுக்கொண்டிருக்கிறார்.

"சின்ன வயசுல இருந்தே தப்பாட்டம் பிடிக்கும். அப்பா நிகழ்ச்சிக்குப் போகும்போது என்னையும் கூட்டிக்கிட்டுப் போவார். பறையை அடிக்கும்போது கிளம்புற இசையால கை,

கால் எல்லாம் ஆட்டமெடுத்திரும். அப்பாவுக்கு நான் பறையிசை கத்துக்கிறதுல விருப்பமில்லை. அவர் இல்லாத நேரத்துல அடிச்சுப்பாப்பேன். சிலநாட்கள்ல, அடிக்கத் தெரியாம அடிச்சு பறையே கிழிஞ்சுடும். வந்து திட்டுவார். இருந்தாலும் ஆர்வத்தைப் பாத்துட்டு விட்டுட்டார்... ஜான்பீட்டர் சித்தப்பாக்கிட்ட தான் கத்துக்கிட்டேன். ரெண்டே மாசத்துல மேடையில ஆடுற அளவுக்கு தயாராயிட்டேன். பள்ளிக்கூடம் போயிக்கிட்டே தான் நிகழ்ச்சிக்கு போய்க்கிட்டிருந்தேன். முழு ஆண்டுத்தேர்வு நடந்த நேரத்துல ஒரு நிகழ்ச்சி. படிப்பா, தப்பான்னு கேள்வி வந்துச்சு. தப்புதான் முக்கியம்ன்னு நிகழ்ச்சிக்குப் போயிட்டேன்...” என்று சிரிக்கிறார் வாசுகி.

“தப்பாட்டத்தை மட்டுமே அஞ்சு மணி நேரத்துக்கு ஆடுனா மக்களுக்கு போரடிச்சிரும். அதனால ஒயிலாட்டம், கும்பி, கோலாட்டமும் சேத்து ஆடுவோம். நான் சிலம்பாட்டமும் கத்து வச்சிருக்கேன். தப்படிச்சுக்கிட்டே டியூப்லைட்டை ஒடைப்பேன். உடம்பை வளைச்சு கூல்டிரிங்க்ஸ் பாட்டிலை ஒடைச்சு வளைஞ்ச மேனிக்கே குடிப்பேன்..” என்று வியப்பூட்டுகிறார் சுகுணா.

தப்பிசைக் கருவியை அடிக்க, அடிக்க தொய்ந்து போகும். அதனால் சீரான இடைவெளியில் சூடுபடுத்த வேண்டியிருக்கும். அந்த இடைவெளியில் ஒயிலாட்டம், கும்பி, கோலாட்டத்தைக் கலந்து வண்ணம் கூட்டுகிறார்கள்.

பறையாட்டத்தின் போது பார்வையாளர்களைக் கவர உடை இலக்கணங்களும் வகுக்கப்பட்டுள்ளன. ஆண்கள் வேட்டியை தார்பாய்ச்சிக் கோர்த்து கட்டிக்கொண்டும், தலையில் பட்டையாக துணியைக் கட்டிக் கொண்டும் வண்ணமயமாக பறையை இசைப்பார்கள். ‘சலங்கை ஒலி’ பெண்களின் சீருடை ஊதா நிறமும், பட்டு ஜரிகையும் கொண்ட சேலை... தார்பாய்ச்சிக் கட்டிக்கொண்டு களமிறங்கினால் காற்றில் பறந்து, பறந்து இசைத்தாடுகிறார்கள். காலிலாடும் சலங்கை உக்கிரத்தைக் கூட்டுகிறது. முகத்தில் அடர்த்தி யாக வண்ணம் தீட்டிக்கொள்கிறார்கள். இமைக்கும், உதட்டுக்கும் இடுகிற சாயம் சக்தியின் வெளிப்பாடாக இருக்கிறது. வியர்வை, வழிய வழிய அடவும், அடியும் தகிக்கிறது. பார்வையாளர்களின் கால்களும் அவர்களை அறியாமல் ஆடி ஓய்கிறது.

பத்தாம் வகுப்பு படிக்கிற மீனா, வறுமையான குடும்பச்சூழலால் தப்பாட்ட நிகழ்ச்சிக்குச் செல்வதாகச் சொல்கிறார்.

“அப்பா கூலி வேலை செய்யிறார். அம்மாவுக்கு உடம்புக்கு முடியாது. எனக்கு நல்லாப் படிக்கனுன்னு ஆசை. ஆனா குடும்பத்தையும் பாக்கனும். பகல்ல வேலைக்குப் போனா பள்ளிக்கூடம் போவமுடியாது. தப்பாட்ட நிகழ்ச்சின்னா மாலை நேரங்கள்ல தான் இருக்கும். அதனால அதை கத்துக்கிட்டேன். ஒயிலாட்டம், கோலாட்டமும் ஆடுவேன். கும்மியும் தெரியும். மாசத்துல நாலைஞ்சு நாளைக்கு நிகழ்ச்சி வரும். ஒரு நிகழ்ச்சிக்கு ஐநூறு ரூபாய் கொடுப்பாங்க..” என்கிறார் மீனா.

அழகு, அலங்காரம், சாயல், ஒய்யாரம் என பல பொருள் தாங்கி நிற்கும் வார்த்தை ஒயில். ஒயிலாட்டம் என்பது அழகான ஆட்டம். ஆண்மையின் கம்பீரத்தை உணர்த்தும் இந்த கலையாடலில் ஒரு காலத்தில் பெண்களுக்கு இடமில்லை. இன்று இக்கலையையும் பெண்கள் ஆட்சி செய்கிறார்கள். ஒரே நிற துணியை தலையில் கட்டிக்கொண்டு, கையில் ஒரே நிறத்தில் ஆன துண்டு ஒன்றை வைத்து இசைக்கேற்ப வீசி ஆடும் குழு ஆட்டமே ஒயிலாட்டம்.

பொதுவாக இந்த ஆட்ட அடவுகள் ஆண்மைத் தன்மையை வெளிப்படுத்தும் தன்மை கொண்டவை. 10 முதல் 12 பேர் கொண்ட இந்த ஆட்டத்தில், எதிரெதிர் திசையிலோ, அல்லது நேர்த்திசையிலோ நின்று கொண்டு ஆடுவார்கள். ‘சலங்கை ஒலி’ பெண்கள் அதே ஆண்மை தொனிக்க கம்பீரமாக ஆடுகிறார்கள்.

பாடலும், ஆடலும் நிறைந்த இக்கலையில், பாடத்தெரிந்தவருக்கு ஆடத்தெரிந்திருக்கத் தேவையில்லை. பாடலுக்கு தகுந்தவாறு அடவு வைத்து ஆடுவார்கள். பெரும்பாலும் இராமாயணக்கதைகளே பாடல்களாக பாடப்படுகிறது. இது தவிர பவளக்கொடி கதை, மதுரைவீரன் கதை, முருகன் கதை, சிறுத்தொண்டர் கதை, வள்ளி திருமணக் கதைகளையும் பாடி ஆடுவதுண்டு. ஆனால் ‘சலங்கை ஒலி’ பெண்கள் இந்த மரபை மீறுகிறார்கள். தப்பாட்டத்துக்கு தகுந்தவாறு ஒயிலாட்டத்தின் தன்மை நகர்கிறது.

“தப்படிக்கிறது அவ்வளவு சுலபமில்லை. தொடர்ந்து அஞ்சு நிமிஷம் அடிச்சா நெஞ்சை அடைச்சுக்கும். கை சோர்ந்து போகும். மனதையும், உடம்பையும் கடினமாக்கிக்கனும். பறையை அடிக்கப் பழகிட்டா வேறெந்த கலையையும் சுலபமா கத்துக்கலாம். வாழ்க்கையில எந்தப் பிரச்னையையும் சமாளிக்கலாம். அந்த

அளவுக்கு மனஉறுதி வந்திடும். தப்பாட்டம், ஒயிலாட்டம், கோலாட்டத்துக்கெல்லாம் பெரும்பாலும் ஒரே அடவைத் தான் பயன்படுத்துவோம். சில அடவுகள் நளினமா இருக்கும். சில அடவுகள் ஆண்களை விட ஆவேசமா அடிச்சு ஆடுவோம்...” என்கிறார் திலகவதி. பணிரெண்டாம் வகுப்பு படிக்கிறார். அப்பா, அம்மா இருவருமே தப்பாட்டக் கலைஞர்கள். தப்பாட்ட நிகழ்ச்சிகளுக்குச் செல்வது தடைபடாமல் இருக்கவே காமர்ஸ் குரூப் எடுத்ததாகச் சொல்கிறார்.

பல்வேறு நிறங்கள் தீட்டப்பட்ட கழிகளை கொண்டு தாளத்துக்கும், இசைக்கும் ஏற்ப தட்டிக்கொண்டே ஆடுவது கோலாட்டம். கையில் கழிகளை வைத்தாடும் நாட்டார் கலை வடிவங்கள் நிறைய உண்டு. அவற்றில் கோலாட்டம் தனிச் சிறப்பு பெறுகிறது. பல்வேறு பகுதிகளில் கண்ணன் பிறந்த நாளன்று சமயச்சடங்காகவும் இக்கலை நிகழ்த்தப்படுகிறது. இது காணிக்காரர்களின் கலை.

சலங்கை ஒலி, மரபு சாராத தப்பாட்ட பின்னணியுடன் கோலாட்டம் நிகழ்த்துகிறது. தப்பாட்டத்தின் ஆண்மைத்தனமும், வேகமும் இவர்களின் கோலாட்டத்தை தனித்துவமாக்குகின்றன.

சலங்கை ஒலிப் பெண்களுக்கு தப்பாட்டம் வெறும் பிழைப் பாக இல்லாமல் வாழ்க்கையாக இருக்கிறது. இதை அடுத்த தலைமுறைக்குக் கடத்துவதற்காக பல்வேறு முயற்சிகளை முன்னெடுக்கிறார்கள். பள்ளி, கல்லூரி மாணவிகளுக்கு பயிற்சி யளிக்கிறார்கள். ஆண்களே கைவிட்ட ஒரு கலையை மீட்டெடுத்து அதை விடுதலைக்கான ஆயுதமாக்கி அடுத்த தலைமுறைக்கும் கொண்டு செல்ல நினைக்கிற இவர்களின் பணி நிச்சயம் நிலைத் திருக்கும்.

நிறைய கிராமியப் பாடகர்கள் ரெட்டிப்பாளையத்தில் இருக்கின்றார்கள். சின்னப்பொண்ணு, ஆண்டனி தாஸ் என சினிமாவுக்கும் பல கலைஞர்களைத் தந்திருக்கிறது இந்தப்பகுதி.

சின்னப்பொண்ணுவின் கணவர் குமார், தப்பாட்டக் கலைஞர். சின்னப்பொண்ணு 13 வயதில் நாட்டுப்புற பாடல் பாட வந்தவர். கே.ஏ.குணசேகரன், கோட்டைச்சாமி போன்ற கலைஞர்களோடு இணைந்து கலை இலக்கிய மேடைகளில் பாடியிருக்கிறார். திருவாடானையில் நடந்த சிபிஐ மாநாட்டில் சின்னப்பொண்ணுவின் பாட்டைக் கேட்ட கவிஞர் அறிவுமதி, சந்திரமுகியில் திரைப்பட வாய்ப்பை பெற்றுத் தந்திருக்கிறார்.

“கலை, இந்த ஊர்ல பலபேரோட வாழ்க்கையை மாத்தியிருக்கு. இப்போ ஆரம்பிச்ச மாதிரி இருக்கு. சினிமாவுல 300 பாட்டுக்கு மேல பாடிட்டேன். இப்போ தம்பி அந்தோணி பாடிக்கிட்டிருக்கு. இன்னும் பலபேரு சினிமாவுல நடிச்சிருக்காங்க. பாடுற வாய்ப்பும் கிடைச்சிருக்கு...” என்று மகிழ்ச்சி பொங்கச் சொல்கிறார் சின்னப்பொண்ணு.

ரெட்டிபாளையத்தை ஒட்டியிருக்கும் மானோஜிப்பட்டியில் கலைஞர்களுக்கு அரசே வீடு கட்டித் தந்திருக்கிறது. இந்தப் பகுதியில் 500க்கும் மேற்பட்ட கலைஞர்கள் இருக்கிறார்கள். இங்கு கலைஞர்களுக்கென்று ஒரு சங்கம் இயங்குகிறது.

“கலையைத் தவிர வேறெதுவும் எங்க மக்களுக்குத் தெரியாது. ஆனா, வயசாயிட்டாலோ, நிகழ்ச்சிகள் அமையாவிட்டாலோ பட்டினி தான். கலைக்காக வாழ்க்கையையே அர்ப்பணிச்சுக்கிட்ட கலைஞர்கள் பட்டினி கிடக்காம அரசு உதவித்தொகை கொடுக்கனும். அதுக்காகத் தான் இந்த சங்கத்தையே தொடங்கியிருக்கோம்...” என்கிறார் மானோஜிப்பட்டியைச் சேர்ந்த கரகாட்ட கலைஞர் செல்லப்பாண்டியன்.

தஞ்சாவூர் குந்தளத்தார் தெரு, பொய்க்கால் குதிரைக்குப் பெயர் போன தெரு.

பொய்க்கால் குதிரை மராட்டியக் கலை. தஞ்சாவூரை மராட்டியர்கள் ஆட்சி செய்த காலத்தில் அங்கிருந்து அழைத்து வரப்பட்ட கலைஞர்கள் இந்தத் தெருவில் தான் குடியிருந்தார்கள். இப்போது பெரும்பாலானோர் இடம்பெயர்ந்து விட்டார். 20 கலைஞர்களே மிஞ்சியிருக்கிறார்கள்.

“எங்க அப்பா எங்கோஜிராவ் தான் இந்தக் கலையை எனக்குக் கத்துக்கொடுத்தார். பொய்க்கால் குதிரைக்கு ஏத்த இசை குந்தள இசை தான். இன்னைக்கு பேண்ட் வாத்தியம், டிரம் செட்டெல்லாம் வச்சு வாசிக்கிறாங்க. இப்போ குந்தளம் வாசிக்கத் தெரிஞ்ச கலைஞர்கள் மூணு பேர் இங்கே இருக்காங்க...” என்கிறார் ராஜிராவ்.

தஞ்சாவூர் யாகூப்பியா தெரு, காவடியாட்டத்துக்கு ஆனது. காளியாட்டக் கலைஞர்களும் இப்பகுதியில் நிறைந்திருக்கிறார்கள். காவடியாட்டத்துக்குக்காக கலைமாமணி விருது வாங்கியவர் வினாயகம்.

"தலைமுறையா நமக்கு கலை தான். தாத்தா சக்தி கரகம் ஆடினவர். அப்பா காவடி ஆட்டக் கலைஞர். நான் காவடியாட்டம் மட்டுமில்லாம பச்சைக்காளி, பவளக்காளி, கருப்புச்சாமி ஆட்டமும் ஆடுவேன். என்கிட்ட கத்துக்கிட்ட பிள்ளைங்க இப்போ ஆடத் தொடங்கிட்டாங்க..." என்கிறார் வினாயகம்.

தஞ்சாவூரில் பாரம்பரிய கலைஞர்கள் மட்டுமின்றி, இடைக்காலத்தில் வந்து புகுந்த கலைகளும் தழைத்திருக்கின்றன. வடக்குவாசல் பகுதியில் 20க்கும் மேற்பட்ட பேண்ட் வாத்தியக் குழுக்கள் உள்ளன.

"பிரிட்டிஷ் காலத்துல வந்தது இந்த பேண்டு வாத்தியம். கிளாரிநெட், சாக்ஸபோன், டிரம்பெட், எம்போனியம், சைடு டிரம், பேஸ் டிரம், பெரிய பேஸ் அடங்கினது தான் பேண்டு வாத்தியம். இதையெல்லாம் இங்குள்ள புள்ளைங்கள்லாம் கத்துக்கிடுச்சுங்க. ஒரு காலத்துல கிறிஸ்தவர்களோட நிகழ்ச்சிகளுக்கு மட்டும் தான் கூப்பிடுவாங்க. இப்போ, எல்லா நிகழ்ச்சிகளுக்கும் அழைப்பு வருது. இந்தக் கலையை நம்பி 500க்கும் மேற்பட்ட கலைஞர்கள் இருக்காங்க..." என்கிறார் மூத்த பேண்டு வாத்தியக் கலைஞர் வியாகுலசாமி.

தஞ்சையின் எல்லாத் திசைகளும் கலைகளால் நிறைந்திருக்கிறது. தஞ்சை வட்டார மக்களின் பண்டிகைகள், சுபகாரியங்கள், திருவிழாக்கள், சடங்குகளில் எல்லாம் கலை நிறைந்திருக்கிறது.

15

கருவிகளின் கர்த்தாக்கள்

இசையும் கலையும் கலந்து விளையாடிய பெருமை மிக்கது தஞ்சை. இயல், இசை, நாடகம் என முத்தமிழும் போற்றி வளர்க்கப்பட்ட இந்நகரத்தில் இசைக்கருவிகள் செய்யும் கைவினைஞர்களும் மிகுந்திருந்தார்கள். ராஜராஜ சோழனின் காலத்தில் தெற்கலங்கத்தில் இந்த கர்த்தாக்களுக்கு வீடுகள் தந்து ஆயுள்கால உதவித்தொகையும் வழங்கப்பட்டன. பிற்காலத்தில் தஞ்சையை ஆட்கொண்ட நாயக்கர்களும் கலை வளர்ப்பதில் பின்தங்கி விடவில்லை. இசை விற்பன்னர்களையும் இசைக்கருவிகள் உற்பத்தியையும் ஊக்குவித்தனர்.

ராஜராஜன் காலம் ஆயகலைகளுக்கு பொற்காலம் என்றால், 1638ல் தஞ்சையை ஆண்ட ரகுநாத நாயக்கர் காலம் வைரக்காலம்! கலைஞர்களையும் கர்த்தாக்களையும் ஊக்கப்படுத்துவதோடு மட்டுமின்றி, புதுப்புது இசைக்கருவிகளை செய்வதிலும் ஆர்வம் கொண்டிருந்தார் ரகுநாத நாயக்கர். வீணையில் சில புதுமைகளைப் புகுத்தி இவர் தயாரித்த 'ரகுநாத வீணை' இன்றளவும் புகழ்

மங்காமல் வாழ்கிறது. ரகுநாதனின் காலத்தில்தான் அமைச்சர் கோவிந்த தீட்சிதரின் மகன் வேங்கடமகி, 'மேளகர்த்தா' எனப்படும் 72 தாய் ராகங்களை கண்டறிந்தார்.

இவ்விதம் சரித்திரப் புகழ்பெற்ற தஞ்சையின் இசை மரபு காலம் கடந்து இன்று வரை தொடர்கிறது. தஞ்சையைச் சுற்றியுள்ள பகுதிகளில் செய்யப்படும் புல்லாங்குழல், தாளம், நாதஸ்வரம், தவில், மிருதங்கம், வீணை உள்ளிட்ட இசைக்கருவிகளுக்கு உலக அளவில் வரவேற்பு உள்ளது. தரம், நுணுக்கமான வேலைப்பாடு, இயந்திரங்கள் படாத கைநுட்பம் என புதுமைக்குச் சவால் விடும் பல்வேறு சிறப்புகள் கொண்ட இந்த இசைக்கருவிகளின் உற்பத்தித்தலங்கள் பற்றிப் பார்க்கலாம்!

தஞ்சாவூர் வீணை

தஞ்சாவூரைச் சுற்றிலும் பாரம்பரியமான 50 விஸ்வகர்மா குடும்பங்கள் வீணை செய்கின்றன. 80 முதல் 100 வயது கொண்ட பலா மரங்களே வீணை செய்ய ஏற்றவை. பண்ருட்டி பகுதியில் தேர்வு செய்து மரங்களை வாங்குகிறார்கள். இந்த மரங்களை வீணைக்குத் தகுந்தவாறு வெட்டித் தரவென்று சிவகங்கை பூங்கா அருகே 10க்கும் மேற்பட்ட தொழிலாளர்கள் இருக்கிறார்கள். ஒரு பீஸ் வெட்ட இவர்களுக்கு 100 ரூபாய் கூலி. ஒரே மரத்தில் செய்வது 'ஏகாந்த வீணை'. குடம், தண்டி, வளைவு என 3 பாகமாக செய்து கோர்த்தால் அது ஜாயிண்ட் வீணை.

மரத்தை குடமாக திரட்டுவது முதல் வேலை. பிருடை என்ற பாகம் தவிர மற்ற அனைத்தும் கை வேலைதான். உளி வைத்து மரத்தை குட வடிவில் திரட்டுகிறார்கள். பின் குடம் தோண்டும் வேலை. நீளமான உளி மூலம் குடத்தை தோண்டுவது. அடுத்து தெரணை போடுதல். 'தெரணை இளைப்புளி' மூலம் டிசைன் செய்து நுணுக்கமாக அழகுபடுத்தும் வேலை. இதன் பின் பலகை வைத்து குடத்தை மூடி விடுவார்கள்.

அடுத்தது, தண்டியில் பூ போட்டு பார்டர் தைத்தல். தண்டி என்பது நீளமாகச் சென்று வளையும் பகுதி. முன்னர், மான்கொம்பை அறுத்து ஊறவைத்து நாறாக உறித்து, மூங்கிலில் செய்யப்பட்ட ஆணியை அடித்து டிசைன் செய்வார்கள். இப்போது பிளாஸ்டிக் பூக்கள்தான். ஒட்டி, வண்ண அரக்குகளை

வைத்து தேய்த்தால் டிசைன்கள் தயார். அடுத்து துளையிடுதல். தண்டியின் மையப்பகுதியில் இருந்து மறுமுனையில் 3 பாகம் அளவெடுத்து 3 துளை இடுவார்கள். வளைவில் 4 துளைகள். துளையிடப் பயன்படுத்துவது தம்முருக்கூடு என்ற கருவி. இந்த ஏழு துளைகளிலும் ரோஸ்வுட் கட்டைகளால் செய்யப்பட்ட பிருடைகளை சொருகுகிறார்கள். தந்திகளைத் தேவையான அளவுக்கு ஏற்றவும் இறக்கவும் உதவுவது இந்த பிருடைகள்தான்.

இனி நாத சமாசாரங்கள். நாகப்பாம்பின் படம் போன்ற நாகபாஷத்தை குட முனையில் இருக்கி, லங்கர் கம்பி எனப்படும் ஸ்பிரிங்குடன் கூடிய 7 கம்பிகளை இணைக்கிறார்கள். ஸ்ருதியை தேவையான அளவுக்கு ஏற்றி இறக்குவது லங்கரின் வேலை. அதையடுத்து, மரத்தால் செய்து பித்தளை பிளேட்டில் செருகப்பட்ட பிரிஜ் என்ற பகுதி இணைக்கப்படும். சட்ஷமம், பஞ்சமம், மந்திரம், அனுமந்திரம் ஆகிய 4 நாதக்கம்பிகள் பிரிஜில் இருந்து தொடங்கி பிருடையில் கட்டப்படும். மற்ற 3 தாளக்கம்பிகள் ஸ்தாளப்பட்டை என்ற கம்பியில் தொடங்கி, வளைவில் உள்ள பிருடையில் கட்டப்படும்.

இனி தாளக்கட்டு. தேன்மெழுகு, வெள்ளை மெழுகு, கருப்பு வண்ணம் மூன்றையும் காய்ச்சி, உருட்டி நீர்க்கம்பியாக வார்ப்பார்கள். அதன் மேல் 24 வெண்கலக் கட்டிகளை அடுக்கி, சுரஸ்தானம் பார்க்கவேண்டும். அடுத்து, கீழே பிரிமனை வைத்து நிறுத்த, குடுவை. முன்பு சுரைக்காய் குடுவைகளைப் பயன்படுத்துவார்கள். இப்போது ஃபைபரில் செய்யப்படுகிறது. இறுதியாக, தண்டியின் முனையில் மரபுப்படி யாழி உருவம் வார்த்து விட்டால் வீணை தயார்.

ஏகாந்த வீணை 9 ஆயிரம் ரூபாய். இணைப்பு வீணை 7000 ரூ. ஒரு வீணை செய்ய 20 நாட்கள் பிடிக்கும்.

வீணை வெங்கடேசன், ஆனந்த் சகோதரர்கள் வீணை செய்வதில் பிரசித்தம். ஃபைபர் வீணை, வெள்ளி வீணை, தோல் வீணை, ஸ்பீக்கர் வீணை, எஃப்.எம்.வீணை என புதிது புதிதாக முயற்சிப்பவர்கள். கோட்டு வாத்தியம், தம்புராவும் செய்வதுண்டு. ஆனால், இரண்டுமே வழக்கொழிந்து விட்டது.

நரசிங்கம்பேட்டை நாதஸ்வரம்

இருக்கும் கருவிகளில் இசைக்கச் சிரமமானது நாதஸ்வரம். வாசிப்பதைக் காட்டிலும் நுட்பமானது அதை உருவாக்குவது. கும்பகோணத்தில் இருந்து 17 வது கிலோமீட்டரில் உள்ள நரசிங்கம்பேட்டைதான் நாதஸ்வரப் பிறப்பிடம். இங்கு 4 குடும்பத்தினர் பாரம்பரியமாக நாதஸ்வரம் செய்கின்றனர். நாதஸ்வரத்தில் அனசு, உலவு, சீவாளி என 3 பகுதிகள். அனசு என்பது வட்ட வடிவ பீடம். குழல் பகுதி அனசு. காற்றை இசையாக்குவது சீவாளி.

ரோஸ்வுட் அல்லது வாகை மரத்தால் செய்யப்படுகிறது அனசு. நன்கு பருத்த வைரக்கட்டையில்தான் செய்ய முடியும். உலவு செய்வது ஆச்சா மரத்தில். இமயமலைக் காடுகளில் கிடைக்கும் ஒருவகை அரிய மரம் ஆச்சா. வளையும் தன்மையுடைய இந்த மரத்தை வெட்டி 50 ஆண்டுகளுக்குப் பிறகே பயன்படுத்த முடியும். லேசாக வெயில் பட்டாலே வெடித்து விடும் இந்த மரம் ஈரத்தில் ஊறாது. விழுப்புரம், திண்டிவனம் பகுதிகளில் பெரும் தனவந்தர்கள் வீடுகளுக்கு உத்திரமாக பயன்படுத்தியிருக்கும் ஆச்சா மரங்களை தேடிப்பிடித்து வாங்கி வருகிறார்கள். 1 கிலோ 50 ரூபாய். 1 கட்டை முதல் 6 கட்டை வரை சுதி அடிப்படையில் நாதஸ்வரங்கள் செய்யப்படுகின்றன.

நாதஸ்வரத்தில், திமிரி, பாரி என 2 வகை. திமிரி திமிராக இருக்கும் (அதிக சத்தம் வரும்). பாரிதான் நாதமாக இருக்கும். பாரி சுத்த மத்திமம் பேசும்.

நாதஸ்வர தயாரிப்பில் புகழ்பெற்றவர் ரங்கநாதன் ஆசாரி. இவர்தான் பாரி நாதஸ்வரத்தின் தந்தை. இவருக்குப் பிறகு இவரது மகன் செல்வராசு, தம்பி சக்திவேல், கண்ணன், சுந்தரராசு ஆகியோர் இப்போது நாதஸ்வரம் செய்கின்றனர். திமிரி 2000 ரூபாயும், பாரி 3000 ரூபாயும் விற்கப்படுகிறது.

இதே ஊரைச் சேர்ந்த குணசேகரன் முகவீணை, குருங்குழல் ஆகிய இசைக்கருவிகளை செய்கிறார். முகவீணை என்பது பெருமாள் கோவில்களில் அர்த்த ஜாம பூஜைகளில் வாசிப்பது. குருங்குழல் கேரளத்தின் பாரம்பரிய இசைக்கருவி. வடிவத்தில் சிறியனவாயினும் நாதஸ்வரத்துக்கு இணையானவேலை உண்டு. இவையும் ஆச்சா மரத்தில்தான் செய்யப்படுகின்றன.

வெ. நீலகண்டன்

காவிரி கரையில் விளையும் கொருக்குத்தட்டை என்ற புல்லால் செய்யப்படுகிறது சீவாளி. கோடை காலத்தில் இந்த புல்லை அறுவடை செய்து 1 மாதம் காய வைத்து பரணில் அடுக்கி விடுவார்கள். 1 வருடம் கழித்து மேல்தோலை உரித்து, சிறு துண்டுகளாக வெட்டி, குளவிக்கல்லை வைத்து உருட்டி நெல்லோடு போட்டு அவிக்கிறார்கள். பின் நீராகாரத்தில் ஒரு இரவு ஊறவைத்து இடுப்புக்கும் சுவருக்குமாக ஒரு கயிறைக் கட்டி அதில் வைத்து உருட்டுகிறார்கள். பின், தந்தக்குச்சியில் தேய்த்து, கிட்டிப் பலகையில் இறுக்கினால் சீவாளி தயார். நீளத்தைப் பொறுத்து 'கட்டை' அளவு மாறும்.

திருவாவடுதுறையில் முத்துராமன், நாகராஜன் ஆகியோர் சீவாளி செய்கிறார்கள். பிரபல வித்வான்கள் பலரும் இவர்களிடம்தான் சீவாளி வாங்குகிறார்கள். 1 டஜன் சீவாளி 600 ரூபாய்.

தஞ்சாவூர் புல்லாங்குழல்

தஞ்சாவூர் ஒத்தைத்தெரு கே.கே.சாமி செய்தால் புல்லாங்குழலில் சப்த ஸ்வரங்களும் நின்று பேசும் என்பார்கள். 40 வருட அனுபவம் அவருக்கு. சாமி இறந்தபிறகு மனைவி ஜோதி அந்த பெயரைக் காத்துக் கொண்டார். கேரளா, பாண்டிச்சேரி பகுதிகளில் விளையும் ஒரு வகை நாணல் மூங்கில்தான் புல்லாங்குழல் செய்யத் தகுந்தது. 10 அடி நீளத்தில் டியூப்லைட் கனத்தில் வளரும் இந்த மூங்கில் ஒன்று 25 ரூபாய். 3 வாரங்கள் வெயிலில் காய வைத்து பச்சையைப் போக்க வேண்டும். பின் கணுவோடு வெட்டி தீயில் வாட்ட வேண்டும். மஞ்சள் நிறத்துக்கு வந்ததும் 'ஆஸ்' எனப்படும் மாதிரி அளவை வைத்து டிரில் மெஷின் மூலம் ஓட்டையிட வேண்டும். நீளத்தைப் பொறுத்து சுதியின் அளவு மாறுபடும். ஓட்டைகளின் எண்ணிக்கை வித்வான்களின் விருப்பப்படி (6 முதல் 8 வரை) இடப்படும். சிறிய விரிசல் விழுந்தால் கூட நாதம் பிசகி விடும். இரண்டுக்கு ஒன்று வீணாகிப் போகும். ஒரு நாளைக்கு 40 முதல் 50 புல்லாங்குழல் வரை செய்கிறார் ஜோதி. 50 ரூபாயில் இருந்து 500 ரூபாய் வரை விற்கிறார்.

ஆவூர் தப்பு

தஞ்சையை சுற்றிலும் 100க்கும் மேற்பட்ட தப்பாட்டக் குழுக்கள் உண்டு. தொழில் முறை தப்பிசைக் கலைஞர்களும்

இருக்கிறார்கள். அந்தக் காலத்தில் வாசிக்கும் கலைஞரே இந்த கருவியையும் செய்துகொள்ளும் வழக்கம் இருந்தது. இப்போது தப்பென்றால் ஆவூர்தான் என்றாகி விட்டது. இந்த கிராமத்தில் பாரம்பரியமாக 'தப்பு' செய்யும் 2 குடும்பங்கள் வசிக்கின்றன. அதில் ஒன்று ராமலிங்கத்தின் குடும்பம்.

பூவரசு, கொடுக்காபுளி, தேக்கு மரங்களில் நான்கு வளைவுப் பகுதிகளைச் செய்து வட்ட வடிவத்தில் சேர்த்து வலை செய்கிறார்கள். வலையை ஒரு வாரம் நீரில் ஊறவைத்து வெயிலில் காய வைக்கிறார்கள். கேரளாவில் இருந்து வருகிறது எருமைக் கன்றுக்குட்டியின் தோல். தோல்தான் அடியின் தன்மையை தீர்மானிக்கிறது. ரோஸ் நிறத்தில் உள்ள தோலுக்கு கிராக்கி அதிகம். காய்த்து போய் வரும் தோலை நன்றாக கசக்கி, அரை மணி நேரம் ஊற வைத்து அளவுக்கான வட்டத் தட்டை வைத்து கண் குறிக்கிறார்கள். குறித்த இடங்களை கத்தியில் கீறி, 8 பிரி பிள்ளைக்கயிறால் சுற்றிலும் சேர்த்து, வலையோடு மூட்டிக் கட்டுகிறார்கள். தோலை மேலும் உறுதியாக்க, புளியங்கொட்டை பிசின் கொண்டு ஒட்டுகிறார்கள் (புளியங்கொட்டையை ஊறவைத்து பொடியாக்கி, கொதிக்க காய்ச்சினால் பிசின் ரெடி). அவ்வளவுதான்... லேசாக நெருப்பில் வாட்டி அடித்தால் ஏழு ஊரும் எழுந்து ஆடும்!

தப்பை அடிக்க பயன்படுத்தும் குச்சி மம்மரை என்ற மரத்தில் இருந்து எடுக்கப்படுகிறது. இந்தப்பகுதியில் உள்ள செங்கற்சுளைகளுக்கு வரும் விறகுகளில் இருந்து இக்குச்சிகளைச் சேகரிக்கிறார்கள். குச்சியோடு ஒரு தப்பின் விலை 750 ரூபாய்.

திருவையாறு தவில்

மலைக்கோட்டை பஞ்சாபகேசப்பிள்ளை, நீடாமங்கலம் மீனாட்சி சுந்தரம்பிள்ளை, நாச்சியார்கோவில் ராகவப்பிள்ளை, நீடாமங்கலம் சண்முகவடிவேல், யாழ்ப்பாணம் தட்சிணாமூர்த்தி, வலங்கைமான் சண்முகசுந்தரம், பெரும்பள்ளம் வெங்கடேசன், வலையபட்டி ஏ.ஆர்.சுப்பிரமணியம், ஹரித்துவாரமங்கலம் பழனிவேல், திருவாழப்புத்தூர் கலியமூர்த்தி, திருப்புங்கூர் முத்துக்குமாரசாமி.. தவில் என்றாலே இப்படியான இசை மேதைகளின் பெயர்களே நினைவுக்கு வருகிறது. நாதத்தைத்

பிழிந்து தரும் தவிலுக்கு தோள் ஒட்டி, வார்பிடித்து உருவாக்கித் தரும் கர்த்தாக்களின் பெயர்கள் யாருக்கும் தெரிவதில்லை.

மிகவும் நுணுக்கமான, சிரமமான இசை இலக்கணங்களைக் கொண்ட தவிலுக்கு தோல்வார்த்து உருவாக்குவது பெண்கள் என்றால் நம்ப சற்று சிரமமாக இருக்கலாம். தியாராயரின் ஜீவன் குடியிருக்கும் திருவையாற்றுக் கரையில் 50க்கும் மேற்பட்ட பெண்கள் தவில் உருவாக்கும் வேலையில் ஈடுபட்டிருக்கிறார்கள்.

கட்டை, வலை, தட்டு என மூன்று விதமான வேலைகளுக்கு உட்பட்டே ஒரு தவில் உருவாகிறது. தஞ்சையைச் சுற்றியுள்ள கிராமங்களில் மூன்று தொழில்களுமே தனித்தனியாக நடந்து வருகிறது. தவிலுக்கு கட்டை செய்யும் பணி ஆண்களுக்கானது. ஐம்பது ஆண்டுகள் பழமையான, அடிபருத்த பலா மரங்களே தவில் கட்டை செய்யத் தகுந்தவை. ஜெயங்கொண்டம், அரியலூர் பண்ருட்டி பகுதிகளில் இதுபோன்ற பலா மரங்கள் கிடைக்கின்றன. இம்மரங்களை வாங்கிவந்து நெடுங்காலம் பயன்படுத்தாமல் போட்டு விடுகிறார்கள். நீர்த்தன்மை வற்றி கடினம் கூடியதும், வடிவமாக அறுத்து 18 இஞ்ச் சுற்றளவுக்கு கடைகிறார்கள். அந்தக்காலத்தில் உளியை வைத்தே குடைவார்களாம். அவ்விதம் குடையும் தவிலே சுத்தநாதம் பேசும். இப்போது கார்விங் மெஷின் வந்துவிட்டது. அரைமணி நேரத்தில் தவில்கட்டை தயாராகிவிடுகிறது.

கார்விங் மெஷினில் கடையப்படும் கட்டையை மீண்டும் காயவைத்து பினிஷிங் செய்து தேன்மெழுகு பூசி பாலிஷ் செய்து திருவையாற்றுக்கு அனுப்பி விடுகிறார்கள்.

பொதுவாக, தவில் வாங்க விரும்பும் வித்வான்கள் கட்டையைத் தேர்வு செய்து, தாங்களே திருவையாற்றுக்குக் கொண்டு சென்று, தகுந்த வகையில் தோல் சுற்றிக்கொள்வதுண்டு.

திருவையாற்றில் கீழமட வளாகம், சுவாமி சந்நிதி தெரு, தியாகராஜர் காலனி, திருமஞ்சன வீதிகளில் தவில் கட்டைக்கு வலைத்தட்டு போர்த்துகிற வேலை செய்யப்படுகிறது. திருமஞ்சனவீதியைச் சேர்ந்த விசாலாட்சி இத்தொழிலை நான்காவது தலைமுறையாக செய்து வருகிறார்.

"காலங்காலமா, தவிலுக்கு வலைத்தட்டு போர்த்துற வேலையை பெண்கள் தான் செஞ்சுக்கிட்டு வர்றாங்க. இசைக்க கடுமையான

இசைக்கருவியா இருந்தாலும் அதை இழுத்து வார்த்து பக்குவமா செய்யிற பொருமை பெண்களுக்குத் தான் இருக்கு. லேசா ஒரு கண் நழுவினாலும் தவிலு சரியாப் பேசாது. இதுல நிறைய சிரமங்கள் இருக்கு. இருந்தாலும் நாம உருவாக்குற தவிலை உலகப்புகழ்பெற்ற வித்வான்கள் வாசிக்கிறாங்கங்கிற பெருமையே தொழில்ல ஒரு மரியாதையையும், பொறுப்பையும் உருவாக்கிடும்" என்கிற விசாலாட்சி தொழில்நுட்பத்தையும் எளிய தமிழில் விளக்குகிறார்.

"தவிலோட ரெண்டு பக்கத்தையும் பாக்க ஒரேமாதிரி இருந்தாலும் நிறைய வித்தியாசம் இருக்கு. வலதுகைப் பக்கம் இருக்கிற பகுதி தொப்பி. இது குச்சியால அடிக்கிறது. இடதுகைப் பக்கம் இருக்கிறது வளந்தலை. இதை கையால அடிப்பாங்க. ரெண்டு பக்கத்துக்கும் வெவ்வேற தோலு.

தவில் கட்டைக்குத் தகுந்த சைஸ்ல முதல்ல வளை செய்யனும். எங்க அம்மா காலத்துல மூங்கில்ல தான் வளை செய்வாங்க. அதுல வேலை அதிகம். பச்சை மூங்கிலை வெட்டிவந்து, களி, நெடி செதுக்கி உரிச்சு தென்னை மரத்தைச் சுத்தி கட்டி விட்டுருவோம். நல்லா வளையுற தன்மை வந்தவுடனே ஆடாதொடை, நொச்சி, வேப்பந்தழை மூணையும் ஒன்னாச் சேத்து ஊறவச்ச தண்ணியில போட்டு மூழ்கவச்சு குச்சி இளகுற வரைக்கும் வேகவைப்போம். இந்தக் குச்சியை காலாகாலத்துக்கும் பூச்சி, பொட்டு அரிக்காது. நல்லா வெந்ததும், வெளியில எடுத்து கொஞ்சநேரம் வெயில்ல காயவச்சு வளைச்சா, நாரா வளையும் மூங்கில்குச்சி. இந்தமாதிரி தவில்கள்ல கனம் கம்மியா இருக்கும். கழுத்து வலி, தோலு வலி இருக்காது.

இன்னைக்கு இந்த அளவுக்கு நிதானமா வேலை செய்ய எங்களுக்கும் பொறுமையில்லை. வித்வான்களுக்கும் விருப்ப மில்லை. அதனால இப்போ இரும்பு பைப்பு வந்திருச்சு. வேலை சுலுவாயிடுச்சு. 1 இஞ்ச் பைப்ப டையில கொடுத்து அளவுக்கேத்த மாதிரி வளைச்சு வாங்கி வச்சுக்குவோம். இது காலாகாலத்துக்கும் வளையாது.. ரிப்பேர் வேலையும் வைக்காது.." என்கிறார் விசாலாட்சி.

தவில் வேலைக்கு பிரதானமே பசை தான். மத்த பொருட்கள் மாதிரி மைதாபசை, பெவிக்கால் வைத்தெல்லாம் தோலை ஒட்டமுடியாது. பாரம்பரியமான புளியங்கொட்டை பசையை பயன்படுத்துகிறார்கள்...

“புளியங்கொட்டையை மொத்தமா ஊறவச்சுருவோம்.. அதோட கடுக்காய், காவி சேத்து கிரைண்டர்ல போட்டு அரைச்சுக்குவோம். அதுல கொஞ்சம் மரத்தூளைக் கொட்டி கெட்டியா பிசைஞ்சுட்டா பசை ரெடியாயிரும்... இந்தப்பசைக்கு ஒட்டாதப் பொருளெல்லாம் ஒட்டும்.

15 நாளைக்கு, பைப்ல மே இந்தப் பசையைத் தடவித்தடவி வெயில்ல காயவைக்கனும். ஒன்னரை இஞ்ச் பைப்பை பசையைத் தடவி, தடவி ஆறரை இஞ்ச் அளவுக்கு பெரிசாக்கனும். தவில் கட்டைக்குத் தகுந்தமாதிரி வளைக்கு அளவிருக்கு. அந்த அளவு மாறுனா நாதம் மாறிடும். அதனால வாய்விட்டத்துக்குத் தகுந்த மாதிரி வளையோட தன்மையையும், அளவையும் செய்யனும்...” என்கிறார் இப்பகுதியைச் சேர்ந்த மீராதேவி.

வளந்தலைக்கு எருமைக் கன்றுக்குட்டியின் தோலே தகுந்தது. திருச்சியில் இருந்து தோலை வருவிக்கிறார்கள். தோலைப் பக்குவப்படுத்தி வெட்டித்தருவதற்கு ஆண் பணியாளர்களை பயன்படுத்துகிறார்கள்.

“திருச்சியில இருந்து தோல் வாங்குறோம். வர்றபோது, முழுத்தோலா முடியோடவும், ஈரப்பதத்தோடவும் வரும். வெயில் படுற இடத்துல தோலை நல்லா விரிச்சு வச்சு நாலுபக்கமும் ஆணி அடிச்சிருவோம். *1* நாள் முழுதும் காயனும். அப்புறமா ஒரு கத்தியை வச்சு சுரண்டி முடியெல்லாம் எடுத்துட்டு தண்ணியில ஊறவச்சிருவோம். *6* மணி நேரம் ஊறனும். நல்லா ஊறுன தோல்தான் இழுத்த இழுப்புக்கு வரும். முதல்ல தோல்ல சுரைவார் வெட்டிக்கனும். கயிறு மாதிரி நீளமா வெட்டுறதுக்குப் பேருதான் சுவைவார். ஒரு வளைக்கு ஒன்னரை இஞ்ச் கனத்துல கையளவுக்கு ஆறுபாகம் சுரைவார் வேணும். இந்த சுரைவாரை பைப்பு வளை மேல வச்சு சீரா சுத்தனும். சுத்தி முடிச்சதும் அதுமேல புளியங்கொட்டை பசையைத் தடவனும். அதுமேல தோலைப் போர்த்தனும்...” நுணுக்கத்தை விளக்குகிறார் வசந்தி.

“தோலை சரியாப் போத்தனும். ஒரு கண்ணு பிசகினாலும் தவில் கெட்டுப்போகும். அப்புறம் வித்வான்கள் நம்ம வீட்டுப்பக்கம் திரும்பிக்கூட பாக்க மாட்டாங்க. எருமைத்தோலை முதல் நாள் இரவே ஊறவச்சிறனும். காலால மிதிச்சு மிதிச்சு கசக்கி விடனும்...அப்பத்தான் மிருதுவாகும். ஒரு முழுத்தோலை நாலு வளந்தலைக்குப் போத்தலாம். பைப்புல பசையைத் தடவி

தோலை சரியாப் போத்தி 16 கிளிப் போட்டு டைட்டா இழுத்து ஒட்டிருவோம். நல்லா காஞ்சதும் கிளிப்பைக் கழட்டிறலாம். வளந்தலை வேலை முடிஞ்சிடுச்சு...” என்கிறார் செல்வி.

“வளந்தலைப் பக்கத்தை கையால அடிப்பாங்க. குச்சியால அடிக்கிற பக்கத்துக்கு தொப்பின்னு பேரு. தொப்பிக்கு ஆட்டுத் தோலை ஊறவச்சு நல்லா கசச்கிவிட்டு இழுத்து ஒட்டிறனும். நல்லாக் காஞ்சதும், ரெண்டு பக்கமும் வளையைச் சுத்தி பதினோரு கண் திறக்கனும். இதுதான் முக்கியமான வேலை. லாவகமா பண்ணலைன்னா தோல் கிழிஞ்சு ரெட்டை வேலையாயிடும்...” என்கிறார் நாகலெட்சுமி.

11 கண்களிலும் பம்பரக்கயிறைக் கோர்த்து இழுத்துக் கட்ட வேண்டும். மறுநாள் தோல் திடமானதும், கயிறை எடுத்துவிட்டு ஸ்டூல் வளையைப் போட்டு தவிலை முறுக்க வேண்டும். இது சற்று கடினமான வேலை. பெண்களுக்கு சரிப்படாது. வீட்டில் உள்ள ஆண்களே செய்கிறார்கள். முறுக்குதல் முடிந்தால் தவில் ரெடி.

“ஒவ்வொரு வித்வானுக்கும் ஒவ்வொரு விதமான நாதம்... அவங்கவங்க விருப்பத்துக்கு வாரை முறுக்கிக் கொடுப்போம். வலங்கைமான் சண்முகசுந்தரம், திருச்சேறை முத்துக்குமாரசாமி, அரித்துவாரமங்கலம் ஏ.கே.பழனிவேல், திருவாளப்புத்தூர் டி.ஏ.கலியமூர்த்தி, தஞ்சாவூர் டி.ஆர்.கோவிந்தராஜன், வேதாரண்யம் வி.ஜி.பாலசுப்பிரமணியன், திருநாகேஸ்வரம் டி.ஆர்.சுப்பிரமணியன் மாதிரி பெரிய வித்வான்கள் எல்லாம் எங்ககிட்ட தவில் வேலை செஞ்சுக்கிட்டுப் போவாங்க. இந்த தொழிலை ரொம்ப பெருமையா நினைக்கிறோம்...” என்கிறார் விசாலாட்சி.

தவில் அடிப்பதற்கு பயன்படும் குச்சியையும் இவர்களே தயாரித்துக் கொடுக்கிறார்கள். கோவில்களில் வளர்ந்திருக்கும் திருவாச்சி மரத்தின் குச்சியை தேவையான அளவுக்கு வெட்டி உடைந்த கண்ணாடித் துண்டை வைத்து நுணுக்கமாக இழைத்து உருவாக்குகிறார்கள். அதேபோல், வளந்தலைப் பகுதியை இசைக்க பயன்படுத்தும் கூடுகளையும் செய்கிறார்கள். ஜவ்வரிசியை வேகவைத்து அம்மியில் வைத்து அரைத்து அதில் சிமெண்ட் சேர்த்து காடாத்துணியில் அப்பி வித்வான்களின் விரல் அளவுக்கு அரளிக்குச்சியை வெட்டி அதில் சுத்தி வைக்கிறார்கள். காய்ந்தால் கூடு தயார்.

“ஆந்திரா, கர்நாடகான்னு பல ஊர்கள்ல இருந்து ரிப்பேருக்கு தவிலை கொண்டு வருவாங்க. கொஞ்சம் கஷ்டமான வேலையா இருந்தாலும் இங்குள்ள பெண்களுக்கு பழகிப்போச்சு. தோலை சீராக்குற வேலை தவிர மிச்ச எல்லா வேலையும் பொம்பளைங்க தான் செய்யிறோம். 5பேர் சேந்து 20நாள் உழைச்சா ஒரு தவிலைச் செய்யலாம். ஓரளவுக்கு நல்ல கூலி கிடைக்குது. விவசாய வேலை குறைஞ்சு போனதால நிறைய பெண்கள் இந்தத் தொழிலுக்கு வாராங்க. தவில் மட்டுமில்லாம வீணை, புல்லாங்குழல், நாதஸ்வரம்ன்னு பல இசைக்கருவிகளை இந்தப்பகுதிகள்ல செய்யிறாங்க. அரசாங்கம் இங்கேயிருக்கிற பெண்களுக்கு இதெல்லாம் செய்யிறதுக்கு பயிற்சி கொடுத்தா, வேலைக்கு வேலையுமாச்சு... இந்தக் கலைகள் அழிஞ்சு போகாம பாதுகாக்கவும் செய்யலாம்..” என்கிறார் சரஸ்வதி.

நாச்சியார்கோவில் தாளம்

எந்த கச்சேரி என்றாலும் தாளம் இல்லாவிட்டால் சுதி பிசகியே நிற்கும். பார்க்க கடுகு சைசில் இருந்தாலும் தாள, லய, சுதியை ஒருங்கிணைத்து காதுகளை பூரிக்க வைப்பது தாளமே. தமிழகத்தில் நாச்சியார்கோவில் முத்துவை விட்டால் வேறெங்கும் தரமான தாளம் கிடைக்காது.

தாளம் தயாரிப்பது கொதிக்கும் நெருப்போடு விளையாடும் வேலை. பித்தளை நீராக ஓடும் அளவுக்கு உருக்கி வார்க்க வேண்டும். தாளத்தில் பலவகை. இரண்டும் குழியாக இருந்தால் அது குழித்தாளம். இரும்பும் பித்தளையும் இணைந்தால் அது நாட்டியத்தாளம். பித்தளையாக இருந்தால் மேளதாளம்.

தாளத்துக்கான அச்சு வார்க்க வண்டல் மண் அவசியம். நாச்சியார்கோவிலை ஒட்டிய வயற்காட்டில் மட்டுமே கிடைக்கிறது இந்த வண்டல். வண்டலும் சாம்பலுமான மண்ணைச் சலித்து சாக்கில் கட்டி விற்பனை செய்கிறார்கள். மூட்டை 50 ரூபாய். மட்டப்பலகையில் ‘ஆஸ்’ என்ற மாதிரி வடிவத்தை வைத்து மண்ணால் நிரப்பி கரு வடிப்பது முதல் வேலை. இதை, ‘பெட்டி போட்டு அச்செடுப்பது’ என்கிறார்கள். பின் ‘மூட்டைத்துவளை’ அடுப்பில் கொதிக்கும் பித்தளையை கரண்டியில் கருவில் அள்ளி ஊற்றி காய வைக்கிறார்கள். பத்து நிமிடம் கழித்து மண்ணைக் கொட்டினால் கொத்தாக வந்து விழுகிறது தாளம். பின் தாள்

அறுத்து, ஓரத்தை சாணை பிடித்து, கடைசல் பட்டறையில் கடைந்து பாலீஷ் செய்தால் தாளம் தயார். சிரமத்துக்குத் தகுந்த விலை இல்லை. ஜோடி தாளம் 40 ரூபாய் முதல் 190 ரூபாய் வரைதான் விலை போகிறது.

உரிய லாபம் இன்மை, விற்பனை வாய்ப்பின்மை, அங்கீகார மின்மை காரணமாக தஞ்சையில் இசைக்கருவிகள் செய்து வந்த பலர் வேறு தொழில் நாடி சென்று விட்டார்கள். இப்போது தொழில் செய்யும் பலரும் அடுத்த தலைமுறைக்கு பயிற்றுவிக்க விரும்பவில்லை. தமிழின் பெருமை சார்ந்த இத்தொழில்களை அழியவிடாமல் காக்க வேண்டிய கடமை அரசுக்கு இருக்கிறது.

16

ஒரு பொம்மலாட்டம் நடக்குது...

திரைகளால் அலங்கரிக்கப்பட்ட அந்த சிறிய மேடையே கவனத்தை ஈர்க்கிறது. முன்னால் கட்டப்பட்டிருந்த செந்திரை விலக, கருப்புத்திரை முன்னால் வருகிறது. பின்னாலிருந்து இசையும் குரலும் ஒலிக்க, கதாபாத்திரங்களாக நுழைகின்றன பொம்மைகள். அர்ஜுனனும், பீமனும், அரிச்சந்திரனும், அனுமானும், ராமனும், முருகனும், வள்ளியும், நாரதரும் இன்னபிற கதை மாந்தர்களும் பொம்மைகளின் ஊடே உயிர்பெற்று உலவுகிறார்கள். நவீனமும், புராதனமும் கலந்து ஒரு அற்புதமான கதையாடலை தன்னை மறந்து தரிசிக்கிறார்கள் பார்வையாளர்கள்.

தமிழர்களின் மிகப்பழமையான மரபு வழிக்கலைகளில் ஒன்று பொம்மலாட்டம். கலை தழுவிய கூத்து வகையைச் சேர்ந்த இக்கலை தமிழர் வாழும் இடமெல்லாம் வாழ்ந்து கொண்டிருக்கிறது. மரக்கூத்து, மரப்பாவைக் கூத்து, கட்டைப்பொம்மைக் கூத்து, கட்டபொம்ம நாடகம் என ஊருக்கொரு பெயரில் அழைக்கப்படும் இக்கலையில் கும்பகோணம் பாணி, சேலம் பாணி என இருவகை

உண்டு. சேலம் பாணி கலையானது நாட்டுப்புற வழியிலானது. கும்பகோணம் பாணி கர்நாடக சங்கீத மரபு சார்ந்தது.

இதிசாகங்களிலும், புராணங்களிலும் இடம்பெற்ற கதைகள்.. மரங்களால் செய்யப்பட்ட பொம்மைகள்... அவற்றை அழகுற அலங்கரித்து, நூல்களால் கோர்த்து குரலுக்கும், இசைக்கும் ஏற்ப இயக்குவதே இக்கலையின் நுட்பம்.

"எல்லாக் கலைக்கும் ஆதிக்கலைன்னு பொம்மலாட்டத்தைச் சொல்றாங்க. குரங்கா இருந்த மனுஷன் காய்ந்து விழுந்த மரக்கட்டைகளை எடுத்து அசைச்சு விளையாடினபோது இந்தக் கலை பிறந்துச்சு. அந்தக் காலத்துல இதை பிரமாணர்கள் தான் அதிகம் செஞ்சிருக்காங்க. கோவில் கும்பாபிஷேகங்கள், திருவிழாக்கள், சுபகாரியங்கள்ல மட்டும் தான் நடந்திருக்கு. இக்கலையை நடத்துனா மாதம் மும்மாரி பொழியும், நாடு சுபிட்ஷமா இருக்குங்கிறது நம்பிக்கை. தமிழ்நாட்டுல இருந்து இந்தக்கலை உலகம் முழுவதும் பரவியிருக்கு.." என்கிறார் கும்பகோணத்தைச் சேர்ந்த சங்கரநாதன். கும்பகோணம் மரபில் மிஞ்சியிருக்கும் ஒரே கலைக்குடும்பம். சௌராஷ்டிர சமூகத்தைச் சேர்ந்த இவரும், இவரது பிள்ளைகளும் சேர்ந்து ஸ்ரீ முருகன் சங்கீத பொம்மலாட்ட சபா என்ற குழுவை நடத்துகிறார்கள். இக்குழு மாணவர்களுக்குப் பயிற்சியும் அளிக்கிறது.

பொம்மலாட்டத்தின் பழமைக்கு ஏராளமான சான்றுகள் உண்டு. புராணங்களிலும், இலக்கியங்களிலும் இதுபற்றிய குறிப்புகள் உள்ளன. பராசக்தி, பொம்மலாட்டம் நிகழ்த்தி அசுரர்களை அழித்ததாக தேவி புராணம் பாடுகிறது. திருக்குறளிலும், சிலப்பதிகாரத்திலும் பொம்மலாட்டம் நிகழ்த்தப்படுகிறது. இக்கலையை ஆந்திராவில் 'கொய்யா' என்றும், கர்நாடகத்தில் 'சூத்ரதா' என்றும், ஒடிசாவில் 'கோபலீலா' என்றும் மேற்கு வங்கத்தில் 'சுத்தோர்' என்றும் அசாமில் 'புதலா' என்றும் ராஜஸ்தானில் 'காத்புட்லி' என்றும் அழைக்கிறார்கள். சிறுசிறு வேறுபாடுகளோடும், பல்வேறு பொதுத் தன்மைகளோடும் அம்மாநிலங்களில் பொம்மலாட்டக் கலை நிகழ்த்தப்படுகிறது. பொம்மலாட்டத்தின் அடிப்படையில் வேறு பல நவீன வடிவங்களும் உருவாகியுள்ளன.

"கும்பகோணம் மரபுங்கிறது கர்நாடக இசை மரபோட தொடர்புடையது. இந்தப் பகுதியில நிறைய முன்னோடி

பொம்மலாட்ட கலைஞர்கள் உண்டு. புதுக்குடி சாமிநாதய்யர், உடையார்பாளையம் மழவராயர், ராதாகிருஷ்ணன், சங்கரய்யர், சீனிவாசன் இவங்கள்ளாம் பொம்மையாட்டினா பாக்குறவங்க உறைஞ்சு போய் உக்கார்ந்திருப்பாங்க. மங்கள கானசபா மணி அய்யர் சந்திரமதி பாட்டுப்பாடி பொம்மையாட்டுனா பொம்பளைங்க கதறி அழுவாங்களாம். அந்த அளவுக்கு புலமையோட இருந்திருக்காங்க. மணி அய்யர் தான் கும்பகோணம் பாணியை ஸ்தாபிதம் செஞ்சவர். அவரும், அவரோட சகோதரர் கிருஷ்ணமூர்த்தியும் சேந்து ஸ்ரீமங்கள கானசபா பொம்மலாட்டக்குழுவை நடத்தினாங்க. காஞ்சி மகாபெரியவர் போற இடத்துக்கெல்லாம் இந்தக்குழுவைக் கூட்டிக்கிட்டுப் போவார். என் தந்தைக்கு மணி அய்யர் தான் குரு. பொம்மலாட்ட மேடையில ஏறனுன்னா முதல் தகுதி கர்நாடக சங்கீதம் தெரிஞ்சிருக்கனும். சந்தோஷமான சூழல்ல கதனகுதூகலம், சுப பந்துவராளி, சோக சீனுன்னா முகாரின்னு ஒவ்வொரு உணர்வுக்கும் ஒவ்வொரு ராகம் இருக்கு. மேடை நாடகங்கள்ல என்னென்ன வசனங்கள், பாடல்கள் வருமோ எல்லாமே பொம்மலாட்டத்திலயும் வரும்...” என்கிறார் டி.எஸ். முருகன். சங்கரநாதனின் மகன். முழுநேர பொம்மலாட்டக் கலைஞர். இவரது குழுவில் பத்துக்கும் மேற்பட்ட கலைஞர்கள் இருக்கிறார்கள். பாரம்பரிய கூத்துக்கலை சார்ந்தும், நவீன நாடக பாணி சார்ந்தும் மிகுந்த புலமைமிக்க முருகன், ஒலியை காட்சிகளோடு அழுத்தமாக பொருந்தச் செய்கிறார்.

“அந்தக் காலத்துல அஞ்சு, ஆறு மணி நேரமெல்லாம் பொம்மலாட்டம் நடத்தியிருக்காங்க. காட்சியில வர்ற பொம்மைகளை இறைவனோட அவதாரமே கருதி மக்கள் வணங்குறதுண்டு. இப்போ அதிகப்பட்சம் ரெண்டரை மணி நேரம். அரிச்சந்திர புராணம், சிரவணன் கதை, பக்த பிரகலாதா, பவளக்கொடி, ஹிரண்ய ஹசிபு, கம்சவதம், வள்ளி திருமணம், அருணகிரிநாதர் வரலாறு, சிறுதொண்ட நாயனார் கதை, நந்தனார் வரலாறு, கண்ணகி கதைகள்ல பொம்மலாட்டம் நடத்துறோம். அப்போ பொம்மைகள் செய்யிறதுக்குன்னு சில ஆசாரிங்க இருந்தாங்க. இப்போ அதுக்கு யாருமில்லை. நாங்களே செய்யிறோம். கல்யாண முருங்கை மரத்துல தான் பொம்மை செய்யனும். அதுதான் எடை குறைவா இருக்கும். மரங்களை வாங்கியாந்து தண்ணியில நல்லா ஊற வச்சிருவோம். அப்பதான் பதம் வரும். அப்புறம் தேவையான உருவங்களை செதுக்கி எடுக்கனும். தலை, கை, கால்ன்னு ஒவ்வொரு பாகத்தையும் தனித்தனியா செஞ்சு நடுவுல

ஒரு ஓட்டை போட்டு கயிறால எல்லா பாகத்தையும் கோர்த்துக் கட்டிருவோம். அப்பத்தான் ஒவ்வொரு உறுப்பும் தனியா அசையும். அந்தக் காலத்துல பொம்மைகளுக்கு கால் வச்சு செய்யிற மரபு இருந்துச்சு. நிகழ்ச்சி நடத்துற இடத்துக்கு கொண்டு போய் சேக்கிறதுல சிரமம் இருந்ததால இப்போ கால் வைக்கிறதில்லை. எல்லா பொம்மைகளுமே இடுப்பு வரைக்கும் தான் இருக்கும். கீழே உடையால மறைச்சிருவோம். மெயின் கதாபாத்திரத்துக்குன்னு சில பொம்மைகள் செய்யிறதுண்டு. சோக முகபாவத்தோடு ஒன்னும், சந்தோஷ முகபாவத்தோட ஒன்னும் செய்வோம். பொதுவா எல்லா ஆட்டத்துக்குமே கதாநாயகன், கதாநாயகியா அந்த பொம்மைகளைத்தான் பயன்படுத்துவோம். மற்றபடி கடவுள் பொம்மைகள், வேலைக்காரர்கள், நாரதர்ன்னு தனித்தனியா செஞ்சு வச்சுக்குவோம். ஒரு ஆட்டத்துக்கு 10ல இருந்து 15 பொம்மைகள் தேவைப்படும். அலங்காரமும், உடைகளும் தான் காட்சி அமைப்புகளோட பொம்மையை பொருந்தச்செய்யும். அதனால அதுக்கு அதிக கவனம் செலுத்துவோம். கதாபாத்திரத்தோட தன்மைக்குத் தகுந்தமாதிரி வண்ணம் பூசுவோம். முன்னாடி பொம்மைகளுக்கு உடை தைக்கிறதுக்குன்னு தஞ்சாவூர்ல நிறைய தையற்கலைஞர்கள் இருந்தாங்க. இப்போ எல்லாம் இடம்பெயர்ந்து போயிட்டாங்க. நீடாமங்கலத்துல பத்மநாபன்னு ஒரே ஒருத்தர் தான் இருக்கார். பளீர்ன்னு தெரியிற கலர்ல ஜிகினா செட் பண்ணி உடை தச்சுக்குவோம். எல்லாம் தாயாரன பின்னாடி கை, கால், தலைன்னு எல்லாப் பகுதிகள்லயும் தனித்தனியா நீளமான கயிறைக் கட்டி ஒரு ஸ்டிரிங்க்ல கோர்த்துருவோம். பொம்மையோட எந்த பாகம் அசையனுமோ அந்த பாகத்துக்கான நூலை மட்டும் ஸ்ட்ரிங் மூலமா அசைக்கலாம். பெரிய பொம்மைகளா இருந்தா எல்லாத்தையும் சிறுமாட்டுல கட்டி தலையில மாட்டுக்குவோம். ஒரே நேரத்துல தலை, இரு கைகளை அசைத்து பொம்மைகளை இயக்குவோம்...” என்கிறார் முருகன்.

முருகனின் சகோதரர்களான ரவியும் கோபியும் பொம்மை செய்வதில் தேர்ந்த கலைஞர்கள்.

“ஒரு பொம்மை செய்ய 1 மாசம் ஆகும். வடிவம் வர்ற வரைக்கும் தண்ணியில ஊறவச்சு, காயவச்சு பதம் பார்த்துச் செய்யனும். வெளியில வாங்குனா 30 ஆயிரத்துல இருந்து 50 ஆயிரம் வரைக்கும் ஆகும். ஒரு பொம்மையை அஞ்சுவருஷம் பயன்படுத்தலாம். அந்தக் காலத்துல எட்டு கிலோ, பத்து கிலோ வெயிட்டெல்லாம் வச்சுப் பண்ணியிருக்காங்க. இப்போ

அதிகப்பட்சம் 3 கிலோ. நிகழ்ச்சி இருந்தாலும் இல்லாட்டியும் பொம்மைகளை முறைப்படி பூஜை போட்டு பயம் பத்திரமா பராமரிப்போம்...” என்கிறார் ரவி.

பொம்மலாட்டத்தில் 9 கலைஞர்கள் இடம் பெறுவர். இதில் 4 பேர் இசைக்கருவிகளை இசைப்பார்கள். ஆர்மோனியம், மிருதங்கம், தபேலா, டோலக்... இவை தான் பாரம்பரிய இசைக்கருவிகள். சேலம் பாணி கலைஞர்கள் கூடுதலாக முகவீணை சேர்த்துக் கொள்வார்கள். ஆனால் இப்போது இசைமரபு குலைந்துவிட்டது. கீபோர்டு, பேடு கூட பயன்படுத்துகிறார்கள். இசைக்கலைஞர்களில் 2 பேர் கதைக்குரிய வசனம், பாடல்கள் பாடுவர். ஆணே பெண் குரலிலும் பாடுவார்.

பிரதானமான கதாபாத்திரப் பொம்மைகளை இயக்குபவரின் பெயர் ‘கபட நாடக சூத்ரதாரி’. எல்லோரையும் ஆட்டிப்படைக்கும் இறைவனின் பெயர். இவரது ‘கெட்டப்’பே இவரது மேன்மையைக் காட்டும். காவியுடை, தலையில் முண்டாசு... இன்னும் இருவர் பிற துணை பொம்மைகளை இயக்குவார்கள். காட்சிக்குத் தக்கவாறு பொம்மைகளை எடுத்துதவ மற்ற இருவர். நிகழ்த்தப்போகும் கதைக்குத் தகுந்தவாறு பொம்மைகளை வரிசைப்படுத்தி கட்டி விடுகிறார்கள். கருப்பு திரைக்கு முன் காட்சி நிகழ்வதால் கயிறு தெரியாது. பொம்மைகளே உயிர்த்து ஆடுவதைப் போல இருக்கும்.

கூத்தைப் போலவே பொம்மலாட்டத்தின் இடையாடலாக வேறு சில கலையாடல்கள் உண்டு. கரகாட்டம், காவடியாட்டம், பேயாட்டம், பாம்பாட்டி நடனம் ஆகியவற்றில் ஒன்று கட்டாயம் இடம் பெறும். பபூன் காமெடியும் உண்டு. அதற்கேற்றார் போல பொம்மைகளை தயாரித்து, அதனதன் உபகரணங்களை உடலோடு தைத்து இசைக்கேற்ப அதிவேகத்தில் இயக்குவார்கள். இசையும் காட்சியும் சூழலை உக்கிரமாக்கும். கபடநாடக சூத்ரதாரிக்கு பொம்மலாட்டம் தெரிந்தால் மட்டும் போதாது. கரகாட்டம் உள்ளிட்ட பிற கலைகளிலும் தேர்ச்சி வேண்டும். பொம்மையை இயக்கும்போது, இசைக்குத் தகுந்தவாறு அவர்களது கால்கள் தானாகவே அடவு கட்டி ஆடுகிறது. அப்படி ஆடினால் மட்டுமே பொம்மை பங்கமின்றி ஆடும்.

“பொம்மலாட்டத்துல சில நம்பிக்கைகள் இருக்கு. பொம்மையை யாரும் தொடக்கூடாது. மேடைக்குள்ளாற யாரையும்

விடமாட்டோம். 10 அடி தாண்டித்தான் பார்வையாளர்கள் உக்காரனும். ராத்திரி நேரத்தில மட்டுமே இதை நடத்தனும். எந்த கதையானாலும் முதல்ல வினாயகருக்கு பூஜை போட்டுத்தான் தொடங்கனும். கடைசியா நிகழ்ச்சி முடியிறப்போ, நிகழ்ச்சியை ஏற்பாடு செஞ்சவங்களுக்கு கதாநாயகி பொம்மை மாலை போட்டு கௌரவிக்கும். அந்தக் காலத்துல கதைக்குத் தகுந்த பாடல்களைத் தவிர வேறெதையும் பாடுறதில்லை. இப்போ உள்ள பிள்ளைகளுக்கு அதையெல்லாம் கேட்க பொறுமையில்லை. அதனால இடைச்செருகலா காட்சிக்குப் பொருந்துற மாதிரி சில சினிமாப் பாடல்களையும் பாடுறோம். பிறந்தநாள், கல்யாணம், கிரகப்பிரவேசம் மாதிரி வீட்டு நிகழ்ச்சிகளுக்குக் கூட இப்போ கூப்பிடுறாங்க. அரசாங்கத்துக்காக விழிப்புணர்வு நிகழ்ச்சிகளையும் நடத்துறோம். குழந்தைகளை மகிழ்விக்கிறதுக்காக சில காமெடி சீன்களையும் சேத்துக்கிறதுண்டு...” என்கிறார் சங்கரநாதன்.

டாக்டர் ராதாகிருஷ்ணன் ஜனாதிபதியாக இருந்த தருணத்தில் சீனப் பிரதமர் சூயன்லாய் இந்தியாவுக்கு சுற்றுப்பயணம் வந்திருந்தார். அவருக்காக சங்கரநாதன் அரிச்சந்திர புராணம் பொம்மலாட்டத்தை நிகழ்த்திக் காட்டினார். அதைக்கண்டு பிரமித்த சூயன்லாய், 50 ஆயிரம் ரூபாய் பரிசளித்து சங்கரநாதனைப் பாராட்டியுள்ளார்.

தமிழர்களின் பிற அடையாளங்களைப் போலவே பொம்மலாட்டமும் உலகெங்கும் பரவியிருக்கிறது. இத்தாலி, ஜாவா, இலங்கை, சீனா உள்பட பல நாடுகளிலும் இக்கலை நிகழ்த்தப்படுகிறது. காலத்திற்குத் தக்கவாறு மருவிப்போகாமல் தன் சுய உருவோடு ஜீவித்துக் கொண்டிருக்கும் தொன்மைக் கலைகளில் ஒன்றாக மானுடவியல் அறிஞர்களால் இக்கலை அடையாளப்படுத்தப்படுகிறது.

17

கிராமங்களை உக்கிரமாக்கும் பரதக்கூத்து

வெக்கை வதைக்கும் வைகாசி மாதத்தின் இறுதி நாட்கள் அது. திரௌபதை அம்மன் கோவிலை ஒட்டிய திடல் தலைகளால் நிறைந்திருக்கிறது. அத்தனை முகங்களிலும் பக்தியும், பதைபதைப்பும், கண்ணீரும், கலக்கமும் நிறைந்திருக்கிறது. நடுவில் திரௌபதை...! மடங்காப் பட்டுடுத்தி, விதவிதமாக அணிகலனிட்டு, அகலப் பொட்டு வைத்து, விரிந்த கூந்தலோடு தன் அண்ணனான கண்ணனிடம் நீதி கேட்டு மறுகிக் கொண்டிருக்கிறாள். கௌரவர்களின் கதைமுடித்து அந்த ரத்தத்தை தலையில் கோதி கூந்தல் முடிக்கும் காட்சி... மகாபாரதத்தின் இறுதி அத்தியாயத்தை கண் முன்னே விரிக்கிறாள். பார்வையாளர்கள், கண்ணனாக, பாண்டவர்களாக மாறி நின்று திரௌபதையின் துயரத்தில் கரைந்து கண்ணீர் விட்டு கதறுகிறார்கள். இறுதியில் கூந்தலை அள்ளி முடித்து மயங்கித் துவளும் திரௌபதையை அப்படியே அள்ளி எடுத்து அம்மன் முன் போட்டு ஆரத்தியும், கற்பூரமும் காட்டி வணங்குகிறார்கள் மக்கள்.

திரௌபதை அம்மன் கோவில்கள் இருக்கும் இடமெல்லாம் மகாபாரதக் கதை சொல்லலும், இதுமாதிரி காட்சிகளும் நிகழ்வதுண்டு. 18 நாள், 20 நாளென்று தினமும் ஒரு கதை சொல்லி பாரதக் கதையையே நாடகமாக்குவதும் உண்டு. ஒருங்கிணைந்த தஞ்சை மாவட்டத்தில் அக்கலையின் உச்சத்தை தரிசிக்கலாம். தஞ்சை வட்டாரத்தில் அக்கலைக்குப் பெயர் பாரதக்கூத்து. கணீர் தமிழ், அடுக்கு வார்த்தைகள், உருக்கம், நெகிழ்ச்சி, மெல்லிய நகைச்சுவை, உக்கிரம், ஆவேசம்... என உணர்ச்சிகளின் கலவைக்குரல் எங்கு ஒலித்தாலும் அங்கே மதிவாணன் இருப்பார். குறவஞ்சி, அர்ச்சுனன் தபசு, வில் விளைப்பு, அரவான் களபலி, திரௌபதை பூவெடுத்தல், கூந்தல் முடிப்பு என கதையின் ஊடாக நாடகங்களையும் களமேற்றி கலங்க வைப்பார். அந்தந்த கிராமத்தில் வசிப்பவர்களையே கலைஞர்களாக்கி களமிறக்குவார். மதிவாணன், திரௌபதை வேடமிட்டு கூந்தல் முடிக்க இறங்கினால் எந்த மண்ணும் குருஷேத்திரமாகிப் போகும். அழுது, கலங்கி, தேம்பி, கதறி அத்தனை பெண்களும் திரௌபதையின் தெய்வீக வடிவமாகிப் போவார்கள்.

ஒருங்கிணைந்த தஞ்சை, அரியலூர், பெரம்பலூர் மாவட்டங்களில் இருநூறுக்கும் மேற்பட்ட திரௌபதை அம்மன் கோவில்கள் உண்டு. மாசி தொடங்கி ஆவணி வரை அக்கோவில்களில் பரதக்கூத்து நிகழ்த்தப்படும். கிராமங்கள் வண்ணமயமாகி விடும். மக்கள், அசைவம் தவிர்த்து விரதம் மேற்கொள்வார்கள். தினமும் காலை, மாலை கோவிலில் கூடி விடுவார்கள் மக்கள். ஆண்கள் காப்புக்கட்டி காவியுடுத்துவார்கள். மண் மேடு குவித்து, பரதக்கூத்தின் களமேடை தயாராகும். இன்னொரு பக்கம் தீ மிதிக்க விறகு சேகரிப்பு தொடங்கும்.

“பாரதக்கூத்து கதை, பாட்டு, நடனம், இசை, சாகசம்ன்னு எல்லாம் உள்ளடங்கின ஒருங்கிணைந்த கலை இது. பலநூறு வருஷமா நீடிச்சு நிலைச்சிருக்கு. தமிழ்நாட்டுல மிகச்சில கலைஞர்கள் தான் இந்தக் கலையில இருக்காங்க. வில்லிபுத்தூராார் எழுதின மகாபாரதத்தை சுலோகம், சுலோகமா ஆராஞ்சு, எல்லாருக்கும் புரியிற வகையில, நாட்டுப்புற பாடல்கள் வடிவத்தில எழுதி வச்சிருக்காங்க, மூத்த கலைஞர்கள். அதைத்தான் வழி வழியா வர்ற எங்களை மாதிரி கவிராயருங்க பயன்படுத்துறோம். அரியலூர் வட்டம் கீழ விளாங்குடி சிவகாமி முருகன், திருவளஞ் சுழி சக்கரவர்த்திப் பட்டர், மன்னார்குடி டி.எஸ்.மதிவாணன், பொறையார் வைத்தியநாத பாகவதர்ன்னு இந்தக் கலையில

ஆழங்கால் பட்ட பலபேர் இந்தப் பகுதியில வாழ்ந்திருக்காங்க. என்னோட ஆசான், கீழ விளாங்குடி சிவகாமி முருகன். இயல்பாவே சாக்த உபாசகனா இருக்கதால நான் திரௌபதை வேடங்கட்டி ஆடுறப்போ என்னை அந்த அம்பாளாவே மக்கள் நினைச்சு வணங்குவாங்க. அந்த அம்பாளோட கருணை அது..." நெகிழ்ந்து போய் பேசுகிறார் மதிவாணன். மகாபாரத கவிராயர், நடிப்பு இசைத்தென்றல், பாரத வாத்தியார், பரதக்கூத்தாடி என பட்டங்களில் நிறைந்திருக்கும் மதிவாணன், நாச்சியார்கோவிலுக்கு அருகில் உள்ள தண்டந்தோட்டம் என்ற கிராமத்தில் வசிக்கிறார்.

"அந்த பாஞ்சாலை பேர் சொல்லிக்கிட்டே திரியிறதாலயோ என்னவோ, திருப்தியான வாழ்க்கை அமைஞ்சிருக்கு. காசு பணம் இல்லாட்டியும், பேரும் புகழும் நிறைஞ்சிருக்கு. எங்க அப்பா பேரு முருகையன். அம்மா பேரு பாக்கியம். அப்பா, ஒரு சிறு விவசாயி. ஒரு அண்ணன், மூணு அக்கான்னு பெரிய குடும்பம். எட்டாவது வரைக்கும் பள்ளிக்கூடம் போனேன். அதுக்குமேல நமக்கு படிப்பு ஏறலே. ஒரு சுவீட் கடையில ஹெல்பரா சேந்துட்டேன். அந்த வயசுல இருந்தே எனக்கு சக்தி மேல பக்தி அதிகம். நல்லாப் பாடுவேன். தியாகராஜ பாகவதர் பாட்டு, கே.பி.சுந்தரம்பாள் பாட்டுன்னு நிறைய கத்து வச்சிருந்தேன். மைக்ல பாடுனா கே.பி.சுந்தரம்பாள் குரல் மாதிரியே இருக்கும். எங்கே கூத்து நடந்தாலும் முத ஆளாப் போயி உக்காந்திருவேன்.

அப்போ எனக்கு 15 வயசு இருக்கும். நாச்சியார்கோவில் திரௌபதை அம்மன் கோவில்ல பரதக்கூத்து. சிவகாமி முருகன் அய்யா கூத்து நடத்திக்கிட்டிருக்கார். ராத்திரி 11 மணி. அய்யா ரொம்பவே உருக்கமா தர்மர் பிறப்பைப் பத்தி பாடிக்கிட்டிருக்கார். எதிர்ல உக்காந்திருந்த எல்லாப் பேரும் தூங்குறாங்க. மேடைக்கு எதிர்ல இருந்த பந்தக்காலைப் புடிச்சுக்கிட்டு நாம் மட்டும் நின்னு கேட்டுக்கிட்டிருந்தேன். என்னைப் பாத்த சிவகாமி அய்யா, "இவ்வளவு பேரு தூங்கிக்கிட்டிருக்கும் போது, இத்தனை ஆர்வமா கேட்டுக்கிட்டிருக்கிற இந்த தம்பியைப் பாராட்டுறேன்"னு சொல்லி, மேடைக்குக் கூப்புட்டாரு. நான் நேரா மேடைக்குப் போயி, 'அய்யா, நான் ஒரு பாட்டுப் பாடிக்கட்டுமா'ன்னு கேட்டேன். "பாட்டெல்லாம் பாடுவியா தம்பி"ன்னு கேட்ட அய்யா, 'பாடு'ன்னு சொல்லி மைக்கைக் கையில கொடுத்தாரு. கே.பி.சுந்தரம்பா பாட்டை எடுத்து வுட்டேன்.

பாடி முடிச்சதும், "இத்தனை சுதிச்சுத்தமா பாடுறியே... தாளம் போடுவியா"ன்னு கேட்டாரு. அதுக்கு முன்னாடி தாளக்கட்டையை புடிச்சது கூட இல்லே. "தெரியாதுங்கய்யா"ன்னு சொன்னேன். தாளத்துல 32 வகையிருக்கு. எல்லாத்தையும் கத்துக்கனுங்கிற அவசியம் இல்லே. சக்கு... சக்குன்னு ஒரே மாதிரி அடிக்காம பாடுறவங்களோட ஆத்மாவை கேட்டு அடி, சரியா வரும்"ன்னு சொல்லிட்டு அவர்பாட்டுக்கு கதை சொல்ல ஆரம்பிச்சுட்டாரு. தொடக்கத்துல தப்பும் தவறுமா அடிச்சாலும், போகப்போக கை வந்திடுச்சு தாளம். நிகழ்ச்சி முடிஞ்சதும், "எனக்கு பின்பாட்டுக்கு சரியா ஆளு அமையலே... நீ வந்திடு"ன்னு சொல்லிட்டுப் போயிட்டார். எனக்கு தலைகால் புரியலே. பாரதத்துல ஒரு சுலோகம் முழுசாத் தெரியாது. மகாபாரத புத்தகங்களை வாங்கி படிக்க முயற்சி செஞ்சேன். ஒரு வரிகூட புரியலே.

திடீர்ன்னு ஒருநாள், சிவகாமி அய்யா போன் பண்ணி, 'திருச்சியில ஒரு கூத்திருக்கு... நீதான் பின்பாட்டு... வந்திடு'ன்னு சொன்னார். கிளம்பிப் போனேன். "அய்யா, பாரதத்தை பத்தி எதுவுமே தெரியாது. எப்படி பின்பாட்டு பாடுறது"ன்னு கேட்டேன். "நான் பாடுறதுல கடைசி 2 வரியை மட்டும் திருப்பிப்பாடு. இடையில ஏதாவது சந்தேகம் இருந்தா கேளு. ஏதாவது நகைச்சுவையா பேசு"ன்னு சொன்னார். மேடையில ஏறிட்டேன். அய்யா பாடப்பாட முழுசா கேட்டு பாடுனேன். நினைச்ச கேள்விகளை எல்லாம் இடையில எடுத்துவிட்டேன். எல்லாக் கேள்விக்கும் அய்யா அவரோட பாணியில பதில் சொல்லி சிரிக்க வச்சாரு. அந்த நிகழ்ச்சிக்குப் பிறகு ஆறு வருஷம் அய்யாவுக்கு பின்பாட்டு நான்தான். வார்த்தை, வார்த்தையா அய்யாக்கிட்ட இருந்து கத்துக்கிட்டேன்.

பரதக்கூத்து மட்டுமில்லாம சாமி அலங்காரம், பச்சைக்காளி பவளக்காளி, உடுக்கையாட்டம், பகல் வேஷம், மதுரைவீரன் பாட்டுன்னு எங்க பக்கத்துல இருக்கிற எல்லாக் கலைகளையும் கத்துக்கிட்டேன். ஒரு சுவீட் கடை மாஸ்டரா போயிருக்க வேண்டிய என்னை பரதக்கூத்து கலைஞனா மாத்தினவர் சிவகாமி அய்யா தான். நான் செய்யிற ஒவ்வொரு பரதக்கூத்தும் அவருக்குத்தான் சமர்ப்பணம்..." என்கிறார் மதிவாணன்.

அந்தக்காலத்தில் பரதக்கூத்து 6 மாத காலம் நடக்குமாம். தினமும், கவிராயர் மேடையேறி ஒவ்வொரு அத்தியாயமாக சொல்லி வருவாராம். மக்களும் 6 மாத காலமும் அசராமல் வந்து

கேட்பார்களாம். இப்போது அதிகப்பட்சம் 20 நாள்... குறைந்த பட்சம் 18 நாள்...

"திருநாளுக்கு நாள் குறிச்ச உடனே என்னையத் தேடி வருவாங்க. எத்தனை நாள் கூத்துன்னு கேட்பேன். பெரும்பாலும் 18 நாளாயிருக்கும். ஒரு நாளைக்கு 6000... கிடைக்கிற அன்பளிப்புல நிர்வாகத்துக்குப் பாதி, கலைக்குழுவுக்குப் பாதி. கூந்தல் முடியிற அன்னிக்கு கிடைக்குற முழுசும் கலைக்குழுவுக்கு. பேசி முடிச்சு மொத்தத் தொகையில பாதி காசை அட்வான்ஸா வாங்கிருவோம். கலைக்குழுவுல மொத்தம் 6 பேரு. பம்பை, மிருதங்கம், ஆர் மோனியம், தபேலா, பின்பாட்டு... பக்கத்து ஊருகளா இருந்தா பகல்ல வீட்டுக்கு வந்துட்டு சாயங்காலம் போயிருவோம். வெளியூருகளா இருந்தா எல்லாருக்கும் தங்குற வசதி, திங்குற வசதி செஞ்சு தந்திடனும். பொதுவா, மேடையில ரொம்ப நேரம் பாடுறதால தொண்டை கமறாம இருக்க, மீன்குழம்பு சாப்பிடுறது வழக்கம். அதையும் கோவில் கமிட்டிக்கிட்ட சொல்லிடுவோம். கொடியேத்தத்தில இருந்து நிகழ்ச்சி தொடங்கும். அண்டையில இருக்கிற நீர்நிலையில போயி சக்தி கரகம் எடுத்திக்கிட்டு வருவோம். அன்னைக்கு ராத்திரி நிகழ்ச்சி தொடங்கும். எங்க குரு பரதக்கூத்து நடத்தின காலத்துல, 6 மாத நிகழ்ச்சி. சந்திரன் பிறப்புல இருந்து தொடங்குவாங்க. அப்படியே பரம்பரை, பரம்பரையா நீண்டு முடிய பெருங்கதையாப் போவும். இப்போ 18 நாள் நிகழ்ச்சிகள்ல, சந்தன மகராஜன் பிறப்புல இருந்து தொடங்குவோம். திருதிராட்டினன் பிறப்பு, கர்ணன் பிறப்பு, தர்மர் பிறப்பு, கிருஷ்ணன் பிறப்பு, அம்மன் பிறப்பு, அரக்கு மாளிகை, கமலக்கண்ணி கல்யாணம்ன்னு தினமும் ஒரு கதை சொல்வேன். கதையும், பாட்டுமா கலந்து வரும். பாட்டுங்க எல்லாருக்கும் புரியிற மொழியில இருக்கும். இடையில, சின்னச்சின்னதா நகைச்சுவைகள் இருக்கும். ஆனாலும் தெய்வீகத்தன்மை குறையாது. தினமும் ராத்திரி 8 டூ 12 கதை ஓடும்.

கிராமங்கள்ல பாரதம் தெரியாத ஆட்களே இல்லை. சுலோகமாவோ, பாட்டாவோ தெரியாட்டாலும் கதையா எல்லாரும் கத்து வச்சிருப்பாங்க. நாமளே கதை சொல்லும் போது இடையில ஒரு சுலோகத்தை விட்டுட்டு நகர்ந்துட்டோம்ன்னா, 'அதை விட்டுட்டீங்களே சாமி' துண்டுச்சீட்டுல எழுதிக் கொடுத்தனுப்புவாங்க. அந்த அளவுக்கு மக்களுக்கு புரிதல் உண்டு.

18 நாள் நிகழ்ச்சியில 12 நாள் மேடையில கதை சொல்லுவேன். 6 நாளு நாடகம். குறவஞ்சி, அர்சுனன் தபசு. வில் வளைப்பு,

அரவான் களபலி, பூவெடுத்தல், கூந்தல் முடிப்பு... மத்த 5 நாடகங்களும் ராத்திரி நடக்கும். கூந்தல் முடிப்பு மட்டும் பகல் நாடகம். அன்னைக்கு ஊரே உக்கிரமா இருக்கும். நாடகம் முடியுற வரைக்கும் பெரும்பாலும் யாரும் சாப்பிட மாட்டாங்க. காலையிலேயே கோவில்ல வந்து கூடிடுவாங்க. அண்டைச்சனம் எல்லாம் கூட வந்திடும். ஆயிரக்கணக்கான மக்களுக்கு மத்தியில நாடகம் தொடங்கும். புடவையை கட்டிட்டேன்னா, நானும் பாஞ்சாலியா மாறிருவேன். காலையில 9 மணியில இருந்து மத்தியானம் 2 மணி வரைக்கும் ஆடுற ஆட்டமும், பாடுற பாட்டும் எங்கேயிருந்து எனக்குள்ள வரும்ன்னு தெரியாது. மத்த நாள்கள்ல கவிராயரா என்னைப் பாக்குற மக்கள் பூ முடிக்கிற அன்னைக்கு திரௌபதையா பாப்பாங்க. அது என்னாலான செயல் இல்லை. அந்த பாஞ்சால தாயே செய்யிற செயல்...” உக்கிரமாகிறார் மதிவாணன்.

கூந்தல்முடி நாடகத்தின் போது மட்டும், மக்களிடம் இருந்து அன்பளிப்புகளே பத்தாயிரத்துக்கும் மேல் சேருமாம். அதைக் கலைக்குழுவில் உள்ளவர்கள் சமமாக பங்கிட்டுக் கொள்வார்கள். கூந்தல் முடி முடிந்த பிறகு மறுநாள் பகலில் தீமிதி, இரவு பட்டாபிஷேகம்... பரதக்கூத்து முடிந்தது.

பரதக்கூத்து மக்களுக்கு எட்டாத தனிப்பட்ட கலையல்ல. ஒரு கிராமத்திற்குப் போய், ‘நீ பரதக் கூத்தாடு’ என்று ஒருவரை மேடையேற்றி விட்டால் அத்தனை கதாபாத்திரங்களையும் ஒருவரே செய்து முடிப்பார். கூந்தல் முடி உள்ளிட்ட நாள் நாடகங்களிலும் முப்பதுக்கும் மேற்பட்ட கதாபாத்திரங்கள் உண்டு. அத்தனை பாத்திரங்களையும் அந்தந்த கிராமங்களிலேயே உருவாக்குகிறார் மதிவாணன்.

“பெரிசா எந்தப் பயிற்சியும் தேவையில்லை. ‘நீ அர்ஜுனன் பா’ன்னு சொன்னா, அவரே அவரோட பாத்திரம் என்ன செய்யும்ன்னு சொல்லிடுவார். மேக்கப் சாமான் மட்டும் நான் கொண்டு போவேன். பலபேர், ‘நான் அர்ஜுனனா வேஷம் போடுறேன்’, ‘தர்மனா வேஷம் போடுறேன்’னு வேண்டுதல் வக்கிறதும் உண்டு. கூந்தல்முடி நாடகத்தின்னிக்கு இறந்து கிடக்கிற கௌரவர்களா நடிக்கிறதுக்கு பெரிய போட்டியே இருக்கும். நாலைஞ்சு மணி நேரம் தலை வரைக்கும் போத்திக்கிட்டு அடையாமப் படுத்திக் கிடக்கனும். குழந்தை இல்லாதவங்க, குடும்பத்தில பிரச்னை உள்ளவங்கள்லாம் பிரச்னை தீரனும்ன்னு

வேண்டுதல் வச்சுக்குவாங்க. இது தெய்வீகக் கலை மட்டுமில்லை. மக்கள் கலை. ஜாதி, மதம், இனம்ன்னு இதுக்கு எந்த எல்லையும் இல்லை. இதுல நடிக்கிறவங்க மட்டுமில்லே. பாக்குறவங்க, கேக்குற வங்க எல்லாரும் பாரத பாத்திரங்களா மாறிடுவாங்க. பலநூறு வருஷமா தலைமுறை தலைமுறையா அழியாம இந்தக்கலை நீடிச்சு வர்றதுக்கு அந்த உணர்ச்சி தான் காரணம்..."

மதிவாணனின் கண்களில் திரௌபதையின் அக்னி துளிர்க்கிறது!

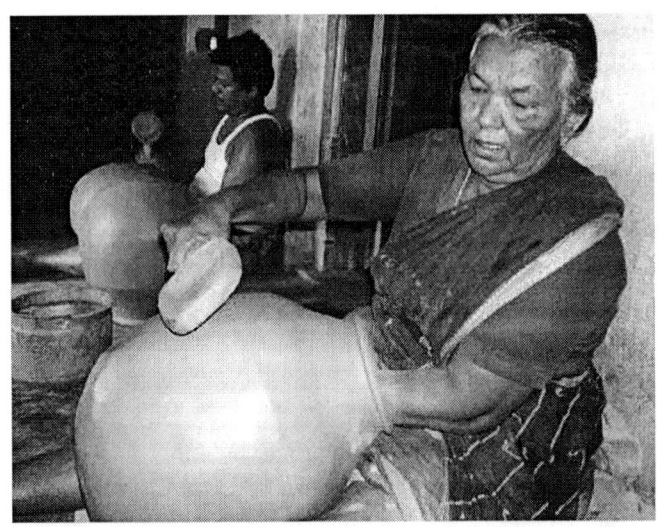

18
ஐம்பூதங்களும் அடங்கிய மானாமதுரை கடம்

> உலகின் ஆதி இசைக்கருவிகளில் ஒன்று கடம். சங்க இலக்கியங்கள் இதை 'குடமுழவு' என்று பாடுகின்றன. நரம்புக் கருவிகள், துளைக் கருவிகள், தோற்கருவிகள் என இசைக்கருவிகளை வகைப்படுத்தினாலும், அனைத்துக்கும் முன் தோன்றியவை மண்ணிசைக் கருவிகள். ஆதி மனிதன் மண்ணைக் குழைத்து, வடிவமாக்கி சுட்டு இசைத்தான். பிறகு, அதன் பக்கவாட்டுகளில் விலங்குகளின் தோலை வார்த்து இசைத்துக் களித்தான். அதன் நீட்சி தான், கடம். தென்னிந்திய இசையின் ஆதி அடையாளம் இது. உலகம் முழுவதும் கட வாத்தியக் கலைஞர்கள் இருக்கிறார்கள். அவர்கள் எந்த தேசத்தில் வசித்தாலும் கடம் வாங்க மானாமதுரை தான் வந்தாக வேண்டும்.

சிவகங்கை மாவட்டத்தில், வைகையாற்றின் கரையோரத்தில் அமைந்திருக்கும் சரித்திரச் சிறப்புமிக்க ஊர் மானாமதுரை. மண்பாண்டங்களுக்கு பெயர் பெற்ற ஊர். ஊரைச் சுற்றிலும் கண்மாய்கள். கண்மாய்களில் படிந்து கிடக்கும் வளமான களிமண் தான் இந்த ஊருக்கு புகழை ஈட்டித் தந்திருக்கின்றன. ஊரின்

மையத்தில் இருக்கிறது ரமேஷின் வீடு. தலைமுறை, தலைமுறையாக கடம் செய்யும் ஒரே குடும்பம் அதுதான். வகையற்று, வடிவமற்று வெற்று வாத்தியமாக இருந்த கடத்தை தனித்தாள வாத்தியமாக மாற்றியதில் பெரும் பங்கு இந்த குடும்பத்துக்குத் தான்.

மானாமதுரையில் 400க்கும் மேற்பட்ட குடும்பங்கள் மண்பாண்டத் தொழிலில் ஈடுபட்டு வருகின்றன. மிகவும் ஒருங்கிணைப்போடு தொழில் செய்கிறார்கள். அனைவருக்கும் பொதுவாக ஒரு சூளை இருக்கிறது. தனித்தும் சிலர் வைத்திருக்கிறார்கள். ஊரில் எந்தத் தெருவில் நடந்தாலும் காலில் களிமண் ஒட்டுகிறது.

"இந்தியாவிலேயே இந்தப்பகுதி கண்மாய்கள்ல கிடைக்கிற களிமண்ணு ரொம்பவே பொலிவானது. ஆதிகாலத்துல இங்கே ஓடு பேக்டரியே இருந்திருக்கு. அதுபோக செங்கல் தொழிலும் சிறப்பா நடந்திருக்கு. எல்லாத்தையும் விட இந்தப்பகுதி மண்பாண்டத்துக்கு பெரிய பேரு இருக்கு. உடையார்குளம், இலந்தப்பட்டி, சுந்தரநடப்பு, செய்களத்தூர், நத்தவரக்கி, குருந்தங்கம், மஞ்சிக்குளம்னு மானாமதுரையைச் சுத்தி நாற்பதுக்கும் மேற்பட்ட கம்மாய்கள் இருக்கு. அந்த கம்மாய்கள் தான் இந்த தொழிலுக்கே ஆதாரம். கம்மாய் கரைகள்லயும், பூமிக்குக் கீழேயும் படிஞ்சுக் கிடக்கிற வண்டல், வேற எங்கேயும் கிடைக்காது. எனக்குத் தெரிஞ்சு 9 தலைமுறையா இங்கே மண்பாண்டத் தொழில் நடக்குது..." என்கிறார் ரமேஷ்.

மண்பாண்டத் தொழில்நுட்பத்தில் பெரும் கை, உலக வேளாருடையது. மண்பாண்டம் என்றால், சட்டி, பானை, அடுப்பு, தொட்டி என்றிருந்த நிலையை மாற்றி தொழிலை அடுத்த கட்டத்துக்கு எடுத்துச் சென்றது இவர்தான் என்கிறார்கள். இன்று, மானாமதுரையில் சட்டி, பானை தவிர்த்து ஆர்யப்பட்டா அடுப்பு, சித்த வைத்தியத்தில் மருந்து காய்ச்சப் பயன்படும் வாழை வடியேந்திரம், காய்கறி பாத்திரம், இட்லி பாத்திரம், குளிர்விப்பான் என எல்லா வீட்டு உபகரணங்களையும் செய்து அசத்துகிறார்கள். அதற்கு முன்னோடி உலக வேளார் தான்.

"இரும்பு, எவர்சில்வர், பிளாஸ்டிக்ல செய்யப்படுற பொருட்களை எல்லாம் மண்ணுல செஞ்சு அசர வைச்சிருக்கார் உலக வேளார். ரயில்வே, காதியோடல்லாம் ஒப்பந்தம் போட்டு, தண்ணி வச்சுகிற மண் பீப்பாய், வாட்டர் பில்டரெல்லாம் செஞ்சு கொடுத்திருக்கார். அந்தக்காலத்துல பொழுதுபோக்கெல்லாம் பெரிசா இல்லே.

காலையில இருந்து மண்ணு மிதிச்சு, சக்கரம் சுத்தி உழைச்சுக் களைச்சுப்போற மக்கள் சாயங்காலமா பொதுவிடத்துல உக்காந்து ஜாலியா பாட்டுப்பாடி, கதைசொல்லி பொழுது கழிச்சிருக்காங்க. அப்போ, ஓட்டைப் பானைகள்ல நாலணா காசை வச்சு தாளம் போடுறது வழக்கமாம். அதைப் பாத்துத்தான், உலக வேளாருக்கு இதையே ஒரு தாளக்கருவியா செஞ்சா என்னன்னு தோணிருக்கு. நல்ல கனமா மண்ணெடுத்து சில நுட்பங்களை புகுத்தி, சில பானைகளை செஞ்சு வில்லடிக்காரங்களுக்கு கொடுத்திருக்கார். அவங்க, கோவில்ல கதை சொல்லும்போது அடிச்சு வாசிச்சிருக்காங்க. ரொம்பவே ரசனையான இசை கிடைச்சிருக்கு.

அவரோட புள்ள வெள்ளைச்சாமி வேளார்... எங்க தாத்தா... அவரு தான் கடத்துக்கு முழு வடிவம் கொடுத்தவர். அவர் நாடகக் கலைஞரும் கூட. சின்னச்சின்ன வேஷங்கள் கட்டுவாரு. இசையிலயும் கொஞ்சம் ஞானம் உண்டு. கர்நாடக இசைக் கலைஞர்கள் மதுரை மணி அய்யர், பழநி கிருஷ்ணய்யர், உமையாள்புரம் கோதண்டராமன் கூடவெல்லாம் அவருக்கு சினேகம் உண்டு. வில்லடிப்பானையவே கொஞ்சம் தாளத்துக்கு உள்ளே கொண்டு வந்து கழுத்தை நீளமாக்கி வித்தியாசமா உருவாக்கி, வித்வான்களிட்ட காமிச்சிருக்கார். அதைத் தட்டிப்பார்த்த வித்வான்கள் வியந்து போயிட்டாங்களாம். நாதம் குலையாக உயிர்ப்பா நிக்க, தாத்தாவை பாராட்டியிருக்காங்க.

மிருதங்க வித்வான் ஹரிஹர சர்மா, அப்பாவுக்கு தெரிஞ்சவர். அவர் அதை இசைக் கச்சேரிகளுக்கு கொண்டுபோய் வாசிக்க, கடம் பிரபலமாயிருச்சு. மிருதங்கத்தைக் காட்டிலும் நாதம் துடுக்கா பேசுறதால நிறைய இசைக்கலைஞர்கள் கடத்தை விரும்ப ஆரம்பிச்சுட்டாங்க. நடிகர் மீசை முருகேசன் தாத்தாவோட நண்பர். கடத்தை பிரபலப்படுத்தினதுல அவருக்கும் பங்கிருக்கு. தேர்ந்த கட வாத்தியக் கலைஞர் அவர்.

கடம் மட்டுமில்லாம, மண்ணுலயே புல்லாங்குழல், தபேலாக் கட்டை, மிருதங்கக்கட்டையெல்லாம் தாத்தா செஞ்சிருக்கார். கைத்திறனுக்காக நிறைய விருதுகளும் வாங்கியிருக்கார்..." என்கிறார் ரமேஷ்.

ரமேஷின் அப்பா கேசவன், தம் மூதாதைகளைப் போலவே இசையார்வமும், தனித்துவமான தொழில் திறனும் உடையவர்.

தன் தந்தை காலத்தில் பக்கவாத்தியமாக இருந்த கடத்தை தனி வாத்தியமாக்கியதில் இவரின் பங்கு முக்கியமானது. குன்னக்குடி வைத்தியநாதனிடம் ஹார்மோனியம் கற்றவராம். இசைக்கலைஞர் என்பதால் இவருக்கு தாளம், லயமெல்லாம் அத்துப்படி.

"மிருதங்க வித்வான் ஹரிஹரசர்மாவோட பையன் தான் விக்கு விநாயகராம். அவர் கைக்கு கடம் போனபிறகு பெரிசாயிடுச்சு. பக்கவாத்தியமா இருந்த கடத்தை தனி வாத்தியாமா மாத்தினது அவர் தான். ஐ.நா.சபையிலயே இந்தக் கருவியை வாசிச்சார். அதுபோக, ஏகப்பட்ட கலைஞர்களையும் உருவாக்கிட்டார். எங்க வீட்டுக்காரரும் அவரும், நண்பர்கள். வருஷத்துக்கு நாலுமுறையாவது வீட்டுக்கு வந்திடுவார். அவரோட ஆலோசனையில புதுசு, புதுசா முயற்சிகள் செஞ்சார் எங்க வீட்டுக்காரர். இன்னைக்கு, 'கடம்' கார்த்திக், சுரேஷ், சுபாஷ் சந்திரன், உ.வே.சாவோட கொள்ளுப் பேத்தி சுகன்யா ராம்கோபால்ன்னு நிறைய இளம் தலைமுறைக் கலைஞர்கள் கடத்தை தனி வாத்தியமா இசைக்கிறாங்க. சுகன்யா, ஜலதரங்கம் மாதிரி கடதரங்கம்ன்னு நிகழ்ச்சி நடத்துறாங்க. அமெரிக்கா, பெல்ஜியம், கனடா, பிரான்ஸ், சிங்கப்பூர், மலேசியான்னு உலகமெங்கும் இருந்து கலைஞர்கள் கடம் வாங்க வர்றாங்க..." என்கிறார் மீனாட்சி. கேசவனின் மனைவி.

பொதுவாக இசைக்கருவிகளை இசைக்கும் கலைஞர்களுக்குக் கிடைக்கும் மரியாதையும் அங்கீகாரமும் அக்கருவிகளை தயாரிப்பவர்களுக்குக் கிடைப்பதில்லை. அதனால் தான் பாரம்பரியமாக இசைக்கருவிகள் உற்பத்தி செய்துவந்த பலர் அத்தொழிலை விட்டு விலகிவிட்டார்கள். இக்குறையைப் போக்கும் வகையில், தேசிய சங்கீத நாடக அகாடமி கடந்த ஆண்டு முதல், இசைக்கலைஞர்களுக்கு அளிக்கும் மரியாதையை இசைக்கருவிகளை உற்பத்தி செய்யும் கலைஞர்களுக்கும் வழங்கும் நடைமுறையைத் தொடங்கியிருக்கிறது. முதன்முறையாக அந்தப் பெருமை மீனாட்சிக்குக் கிடைத்திருக்கிறது. 1 லட்சம் ரொக்கத்துடன் கூடிய அப்பரிசை வென்ற முதல் கர்த்தா இவர் தான்.

பார்வைக்கு பானையும், கடமும் ஒன்றுபோல இருந்தாலும், செய்முறை வித்தியாசமானது. பானையைப் போல பலமடங்கு உழைப்பு கடத்துக்கு தேவை. மண்ணில் இருந்து, சூளையில் வேகவைக்கும் நேரம் வரை எல்லாமும் வெவ்வேறு.

"கடம் செய்ய, வெறும் மண்பாண்ட ஞானம் மட்டும் போதாது. இசை ஞானமும் வேணும். பானைக்கு வெறும்

களிமண் போதும். கடத்துக்கு அப்படியில்லை. நிறைய சேர்மானம் இருக்கு. 6 வகை மண்ணு வேணும். உடையார்குளம், சுந்தரநடப்பு, நந்தம்புரக்கி, மஞ்சிக்குளம், கொன்னக்குளம் கண்மாய்கள்ல வர்ற களிதான் சரியா இருக்கும். கூடவே, வைகையாத்துக் களியும் சேத்துக்குவோம். எல்லாத்தையும் நல்லா விரவி காயவச்சுக்குவோம். பொளுபொளுன்னு காஞ்சதும், குவிச்சு தண்ணி ஊத்தி ஊறவச்சிருவோம். தண்ணியில உப்புச்சேர்மானம் இருக்கக்கூடாது. மழைக்காலங்கள்ல தண்ணியப் புடிச்சு அண்டாவுல நிரப்பி வச்சிக்குவோம். கடத்துக்கு மட்டும் அந்தத்தண்ணி தான் சேப்போம்.

மறுநாள், சலித்த ஆத்துமணலைச் சேத்து, இடிச்சு கொஞ்சூட்டு கிராபைட் பவுடர், ஈயச்செந்தூரம் சேர்த்து நல்லா மிதிப்போம். எந்த அளவுக்கு மிதிக்கிறமோ அந்த அளவுக்கு மண்ணு வசப்படும். நாலஞ்சு மணி நேரம் மிதிக்கனும். மாவு, சப்பாத்தி மாவு பதத்துக்கு ஜவ்வுமாதிரி வரும். அப்படியே எடுத்து முட்டுக்கட்டி வச்சுடுவோம். மேல ஈரச்சாக்கைப் போத்தி வச்சுட்டா ஆறேழு மாதம் மண்ணு அப்படியே ஈரம்பூத்துக் கிடக்கும். தேவைப்படும்போது எடுத்துக்குவோம்.

1 கடம் செய்ய 12 கிலோ மண் தேவைப்படும். முன்னல்லாம் சக்கரத்துல வச்சுச் செய்வோம். இப்போ திருவை மெஷின் வந்திடுச்சு. திருவையில வச்சுச் செய்யும்போது தான் தாளங்களை சரிசெய்ய முடியும். மண்ணோட அளவு எல்லாப் பக்கமும் சரியா இருக்கனும். எந்தப் பக்கம் வாசிச்சாலும் ஒரே சுருதி வரனும். கிழக்கே ஒரு சுருதி, மேற்கே ஒரு சுருதி வந்தா கலைஞர்கள் சிரிச்சுடுவாங்க. வாய்ப்பகுதியும், பக்கவாட்டுப் பகுதியும் ரொம்பவே பதமா செய்யனும். அதுதான் அடிக்கிற பகுதி. திருவையில வச்சு வடிவத்தை எடுத்துட்டு, நிழல்ல வச்சிடனும்.

அதுக்குப் பிறகுதான் பெருவேலை இருக்கு. உள்ளே கல்லை வச்சு வெளியில கட்டை வச்சுத் தட்டி பதமாக்கனும். வாய், புடை, கீழ்... இதுமூணும் சேதாரம் இல்லாம, கோணல் இல்லாம வந்தாத்தான் தரமான கடம் கிடைக்கும். ஒண்ணு கோணினாலும் நாதம் பிசகிடும். 3 நாள்... விட்டுவிட்டு அடிக்கனும். தினமும் 3 ஆயிரம் அடிக்கு மேல விழனும். சுட்டெடுக்கிறதுக்கு முன்னாடி, பத்து கிலோவுக்கு மேல எடை இருக்கும். அதை தொடையில தூக்கி வச்சுக்கிட்டு தட்டி எடுக்கிறதுள்ள முதுகெலும்பு வளைஞ்சு போவும். அடி, வேகமாவும் விழக்கூடாது. மெதுவாவும் விழக்

கூடாது. தட்டி முடிச்சு வடிவெடுத்துட்டு 20 நாள் நிழல்ல உலர்த்தனும். சுட்டு முடியிற வரைக்கும் வெயில் படவே கூடாது. பட்டா, வெடிப்பு விட்டுடும்.

20ம் நாள், நல்லா காஞ்சவுடனே பாலீஸ் போடனும். பாலீஸூம் மண்ணுல தான். மஞ்சள், சிவப்பு நிற மண்கள். மஞ்சள் மண்ணு, இங்கேயே பனிக்கனந்தல் ஏரிக்குப் பக்கத்துல கிடைக்குது. 6 அடி ஆழத்துக்கு பள்ளம் தோண்டினா, ஒரே ஒரு லேயர் இந்த மண்ணு இருக்கும். அதை மட்டும் பெயர்த்து எடுத்துக்கிட்டு வந்து, உதித்து காயவச்சு சுத்தமான மழைநீர்ல கரைச்சா பெயிண்ட் மாதிரி ஆயிடும். பட்டா விடாது. சிவப்பு மண்ணு, குற்றாலம் பக்கம் புஞ்சைவாய்க்கால்ன்னு ஒரு ஊர்ல கிடைக்குது. ஏழடி ஆழத்துல இருக்கு. 1 சாக்கு 400 ரூபாய்ன்னு வாங்குறோம்.

முதல்ல மஞ்சள் நிறம்... 2 கோடிங் பூசிட்டு சிவப்பை 2 கோடிங் பூசி 1 நாள் உலர்த்தனும். அடுத்து சூளையேத்துறது தான்...” தயாரிப்பு நுட்பத்தை விவரிக்கிறார் ரமேஷ்.

“பத்து கடத்தை சூளையில ஏத்துனா ரெண்டோ, மூணோ பழுதில்லாமக் கிடைக்கும். 1 சூளையில 80 கடம் ஏத்தலாம். பக்குவமா கடத்தை அடுக்கி, மேல வெறகு வைக்கனும். பானைக்கு 4 மணி நேரம் தான். கடத்தை மிதமான சூட்டுல 16 மணி நேரம் வேகவைக்கனும். வெந்து எடுத்தப்புறம் தான் எந்தக் கடத்துக்கு உயிர் இருக்குன்னு தெரியும். ஒன்னோட ஒன்னு மோதி நெளிஞ்சு போறது, உடையுறது போக, சுத்த சுருதி இல்லாததும் வேஸ்ட் தான். எங்க வீட்டுக்காரரெல்லாம் பானையைத் தட்டியே இது இத்தனை கட்டைன்னு சொல்லிடுவார். இப்போ எலெக்ட்ரானிக் மிஷினே வந்திடுச்சு. மிஷினோட கிளிப்பை மாட்டிட்டு பானையைத் தட்டினா, எத்தனை கட்டைன்னு துல்லியமா காட்டிடும். அதை மட்டும் வச்சுக்கிட்டு மற்றதை தூக்கிப் போட்டுடுவோம்...” என்கிறார் முத்துலெட்சுமி. ரமேஷின் அண்ணி.

கடம் இசைக்கும் அத்தனை கலைஞர்களின் பாதமும் இந்த வீட்டில் பட்டிருக்கிறது. குருமார்கள், தங்கள் சீடர்களை அழைத்துவருவார்கள். பார்வதியம்மாள் அவர்களை ஆசீர்வதித்து கடம் தருவார். அனைத்து கட்டைகளிலும் கடங்கள் செய்து அடுக்கி வைத்திருக்கிறார்கள். ஒரு கடம் 500 முதல் 700 ரூபாய் வரை விற்கிறார்கள். மாணவர்கள், புதிய கலைஞர்களுக்கு விலையை கருதாமல் தருகிறார்கள்.

உலக வேளார் தொடங்கி, கேசவன் வரை கட்டிக்காந்து வந்த பாரம்பரியத்தை ரமேஷ் அடுத்த கட்டத்துக்கு எடுத்துச் சென்றிருக்கிறார். 'டிரம்ஸ்' சிவமணி, பல பழங்குடி வாத்தியங்களைக் கொண்டு வந்து கொடுத்து, அதைப்போலவே செய்துகேட்க, அட்சரப்பிழையின்றி செய்து தந்து அசத்தியிருக்கிறார். கடத்தோடு சேர்த்து இப்போது அக்கருவிகளுக்கும் ரமேஷ் வீடு உற்பத்தித் தலமாக மாறியிருக்கிறது.

உடு, ஜெர்மானிய பழங்குடியின இசைக்கருவி. வடிவம், கடம் போலவே இருந்தாலும், பக்கவாட்டில் ஒரு ஓட்டை இருக்கிறது. பானையின் உட்புற வெற்றிடத்தை தட்டியெழுப்பி இசைக்கும் பேஸ் கருவி இது. உது உத்தாங்கோ, ஆப்பிரிக்க பழங்குடியின மக்களின் இசைக்கருவி. பைபரில் இருந்த கருவியை மண்ணால் செய்திருக்கிறார் ரமேஷ். கிடைமட்டமாக வைத்து வாசிக்க வேண்டும். சிவமணியின் கச்சேரிகளில் இடம்பெறுகின்றன இந்தக் கருவிகள்.

கடம் 8 கிலோ இருக்கிறது. கீழே விழுந்தால் உடையாது. உயிர் கொடுத்து இசைக்க வேண்டும். கடத்தில் ஐம்பூதங்களும் அடக்கம். நிலத்தில் இருந்து மண்ணெடுத்து, மழையில் இருந்து நீரெடுத்து, காற்றாட உலரவிட்டு, அக்னியில் சுட்டு உருவாக்கப்படும் கடத்தில் வெற்றிடமாக இருக்கிறது ஆகாயம். அதற்காகவே இதை, 'தேவ வாத்தியம்' என்கிறார்கள். மடிமீது தாங்கி குழந்தையைத் தாலாட்டுவது போல வாசிக்கிறார்கள்...!

19
பாகவத மேளா

மகிழ்ச்சி, சோகம், கோபம், தவிப்பு, காதல் என உள்மன உணர்வுகளை அடிநாதமாகக் கொண்ட ஏராளமான நிகழ்த்துக்கலைகள் தமிழகத்தில் உண்டு. வெறும் பொழுதுபோக்கு மட்டுமின்றி, பண்பாட்டு அடையாளங்களும் பொதிந்த அக்கலைகளில் பல, அண்மைக்கால அவசர வாழ்க்கைக்குத் தாக்குப்பிடிக்காமல் அழிந்துவிட்டன. சில, விளிம்பில் தவிக்கின்றன. வள்ளி திருமணமும் அரிச்சந்திர மயானக்காண்டமும் நடந்த கிராமத்து மேடைகளில் 'நீக்ரோ பாய்ஸ்' டான்ஸும் ஆர்கெஸ்ட்ராவும் நடக்கின்றன. இந்தப் போட்டியைத் தாக்குப்பிடிக்க முடியாமல் வள்ளியை மணம் முடிக்க வருகிற முருகன் 'நேத்து ராத்திரி அம்மா' என்று பாடுகிற நிலை. கதையெடுத்து ஆடிய, வாளெடுத்து வீழ்த்திய கிராமிய கலைஞர்கள், நகரத்து வெம்மையில், டீக்கடைகளிலும் ஓட்டல்களிலும் உழன்று தவிக்கிறார்கள்.

இந்தக் காலச்சூழலிலும், உலகக்கலை ஆர்வலர்களின் கவனத்தை ஈர்க்கும் வகையில் ஆண்டு தவறாமல் ஆதிவடிவத்திலேயே ஒரு கூத்துக்கலை நிகழ்ந்து வருகிறது. நம்பமுடிகிறதா?

கும்பகோணத்தில் இருந்து 25வது கிலோமீட்டரில் உள்ள மெலட்டூரில்தான் இந்த அதிசயம் நிகழ்கிறது. திருவையாறில் தியாகராஜர் உற்சவம் போல, ஆண்டுதோறும் மெலட்டூரில் நடக்கும் பாகவத மேளாவுக்கு பலநாடுகளில் இருந்து ரசிகர்கள் குவிகிறார்கள்.

மிலட்டூர், உன்னதபுரம், அச்சுதநாயக்கபுரம் எனப் பல பெயர்களில் சரித்திரத்தில் இடம்பெற்றுள்ள மெலட்டூர், முதலாம் ராஜராஜ சோழன் காலத்தில் நிர்மாணிக்கப்பட்ட கிராமம். தஞ்சை பெரியகோவில் கட்டப்பட்ட காலத்தில், ராஜராஜனின் அக்கா குந்தவைப்பிராட்டி கட்டிய உன்னதபுரீஸ்வரர் கோவில் இக்கிராமத்தின் அடையாளம்.

நேருக்கு நேரான நான்கு தெருக்கள். இரு தெருக்களை இணைத்து அச்சுப்பிசகாமல் உருவாக்கப்பட்ட 501 வீடுகள். தூண்கள் தொடங்கி, உத்திரம், முற்றம், கதவுகள் வரை அனைத்தும் ஒன்றுபோலவே இருக்கின்றன. சுண்ணாம்புக்காரையால் கட்டப்பட்ட சுவர்களில் சிறுகீறல்கள்கூட இல்லை. 501 வீடுகளுக்கும், கோடு போட்டு வெட்டியது போல 501 கிணறுகள். வீடுகளுக்குப் பின்னால் வடிகால் கால்வாய். ஊரைச் சீண்டாமல் பிணம் தூக்கிச்செல்ல அகலமான பிணம்போக்குச்சந்து. தஞ்சையை ஆண்ட அச்சுதப்ப நாயக்கர் பிராமணர்களுக்காக கட்டிக்கொடுத்தவை இவ்வீடுகள்.

"ஒவ்வொரு வீடும் 2500 சதுர அடி. வீடு மட்டும் 35 மீட்டர் நீளம். குழந்தைகள் விளையாட ஆளோடித் திண்ணை, அடுத்துப் பெரிய திண்ணை, வழிப்போக்கர் ஓய்வெடுக்க சாய்மானத்திண்ணை, உள்ளே வேழி நடைபாதை, தாழ்வாரம், முற்றம், நடுவில கூடம், கூடத்துக்கு மேல பரண், அதைத்தாண்டி ஊஞ்சல், வலப்புறம் சமையக்கட்டு, இடப்புறம் பூஜையறை, பின்பக்கத்துல வீட்டுக்குத் தூரமான பெண்கள் தங்குற ரெண்டாம் கட்டு, அடுத்து ராட்டி, வைக்கோல் வச்சுப் பதம் காக்குற மூன்றாம் கட்டு, அடுத்து கூரைக்கட்டு... அதுதான் மாட்டுத்தொழுவம். அடுத்து கேணி, தோட்டம். 501 வீட்டிலயும் இந்த வசதிகள் உண்டு. தூண்ல தொடங்கி, மாடத்துல வரைஞ்சிருக்கிற சிற்பங்கள் வரை எல்லாம் அச்சுப்போட்ட மாதிரி ஒண்ணாவே இருக்கும்" என்கிறார் இவ்வூரைச் சேர்ந்த மோகன்.

"அச்சுதப்ப நாயக்கர் ஒருநாள் வெற்றிலையை வலது கையில போட்டு மென்னுட்டார். அதில தோஷம் பிடிச்சுப் போச்சு.

பெரியவா எல்லாம், பிராமணர்களுக்கு வீடும் பசுவும் கொடுத்தா தோஷம் கழியும்னு சொல்லிட்டா. உடனடியா இடம் பார்க்கக் கிளம்பிட்டார் அச்சுதர். உன்னதபுரீஸ்வரர் கோவிலை ஒட்டியிருந்த இந்தப்பகுதி பிடிச்சுப்போச்சு. வீடுகட்டி, நல்லா சாஸ்திரம் தெரிஞ்ச பிராமணர்களை அழைச்சு நிலதானம், பசுதானத்தோட வீட்டையும் கொடுத்தார். அவர் தெலுங்கர் ஆச்சே... அதனால தெலுங்கு பிராமணர்களையும் அழைச்சுட்டு வந்தார். அப்படி உருவானதுதான் இந்த ஊர்'' என்கிறார் உன்னதபுரீஸ்வரர். உன்னதபுரீஸ்வரர் கோவிலின் குருக்கள்.

கோவிலில் சாஸ்திரிகளாக பணியாற்றியவர்களுக்கு பக்கத்துக்கு நான்கு ஸ்பெஷல் வீடுகள். மேலே ஒரு தளத்தோடு மொட்டைமாடியும் உண்டு. இப்போது பலர் வீடுகளை விற்று விட்டு வெளியூர்களில் செட்டில் ஆகிவிட்டனர். ஆனாலும், பாகவதமேளாவின் போது அத்தனை பேரும் மெலட்டூரில் குவிந்து விடுகிறார்கள்.

அதென்ன பாகவதமேளா...?

மிகப்பழமையான கலை பாகவதமேளா. இது கி.பி.4ஆம் நூற்றாண்டு முதல் நிகழ்த்தப்பட்டு வருகிறது. நடனமும், பாடலும் கலந்த இக்கூத்துக்கலை பல்லவர் காலத்தில் உருவானது. பிற்கால சோழர் காலத்தில் தஞ்சை பகுதியில் பரவியது. தெலுங்கு கீர்த்தனைகள், பாடல்கள் மூலம் பக்தியைப் பரப்புவது தான் இக்கலையின் நோக்கம்.

தெலுங்கை தாய்மொழியாகக் கொண்ட அச்சுதப்ப நாயக்கர், மிகுந்த கலையார்வலர். அவர் காலத்தில் பாகவதமேளா தஞ்சை பகுதியில் பெரும் வளர்ச்சி கண்டது. ஊத்துக்காடு, தேப்பெருமாள் நல்லூர், சூலமங்கலம், சாலியமங்கலம், மெலட்டூர், மன்னார்குடி ஆகிய பகுதிகளில் பாகவதமேளா நடத்த நிலதானங்கள் வழங்கினார். இதனால் ஏராளமான பாகவதர்கள் உருவாகினர். நாயக்கர்களுக்குப் பிறகு ஆட்சிக்கு வந்த மராட்டியர்களும் மொழிப்பாகுபாடு கடந்து இக்கலைக்கு ஆதரவளித்தனர்.

இரண்டாம் சரபோஜி மன்னரின் மகன் சிவாஜி காலத்தில் அரசவைப் புலவராக இருந்தவர் வெங்கட்ராம சாஸ்திரிகள். மெலட்டூரைச் சேர்ந்த இவர் தெலுங்குக் கீர்த்தனைகள் இயற்று வதில் வல்லவர். மெலட்டூரை பாகவதமேளாவின் தாயகமாக

மாற்றியவர் இவர்தான். இப்போது, தமிழ்நாட்டில் மெலட்டூரிலும் சாலியமங்கலத்திலும் மட்டுமே பாகவதமேளா நடக்கிறது. ஆந்திராவில் கூச்சுப்புடி என்ற கிராமத்தில் நடத்தப்படுகிறது.

பிரகலாத சரித்திரம், ருக்மணி கல்யாணம், மார்க்கண்டேய சரித்திரம், உஷாபரிணயம், ஹரிச்சந்திர உபாசம், சீதா கல்யாணம், பார்வதி பரிணயம், கம்சவதம், ஹரிகர லீலாவிலாசம், துருவ சரித்திரம், ருக்மாங்கதம், சிவராத்திரி விரதச்சரித்திரம் ஆகிய 12 இசை நாடகங்களை இயற்றினார் வெங்கட்ராம சாஸ்திரிகள். அந்நாடகங்களே இக்கால பாகவதமேளாவில் அறங்கேறுகின்றன.

மெலட்டூரில் வெங்கட்ராமர் காலத்தில் இருந்து இன்றுவரை ஓராண்டும் தடையின்றி இந்நாடகங்கள் அறங்கேறுகின்றன. இதன் பின்னே ஏகப்பட்ட இழப்புகள் உண்டு.

"பக்தியைப் பரப்புறதுதான் இந்தக் கலையோட நோக்கம். வெங்கட்ராமர் வகுத்து வச்ச இலக்கணங்கள் மாறாம இன்னைவரைக்கும் அதே பக்தியுணர்வோட இக்கலையை நடத்துக் கிட்டிருக்கோம். திருவிழாவுக்கு நாள் குறிச்சிட்டா அத்தனை பேரும் விரதம் தொடங்கிருவோம். நடிகர்கள் அனைவருமே வெவ்வேறு துறைகள்ல பிசியா இயங்கிக்கிட்டிருக்கிற ஆட்கள். துபாய், மலேசியான்னு வெவ்வேறு நாடுகள்ல இருக்காங்க. திருவிழாவுக்கு 10 நாள் முன்னாடி இங்கே வந்திருவாங்க" என்கிறார் பிரகலாத சரித்திரம் நாடகத்தில் இரண்ய கசிபுவாக நடிக்கும் 'கலைமாமணி' எஸ்.குமார். இவரது சகோதரர் நடராஜனும் 'கலைமாமணி'யே. அப்பா ஜி.சுவாமிநாதன், தாத்தா கணேசய்யர் ஆகியோரும் பாகவதமேளாவை வளர்த்தெடுத்த முன்னோடிகள். கணேசய்யர் இக்கலைக்காக தனது 42 ஏக்கர் நிலத்தை விற்றுள்ளார். சுவாமி நாதன் இறக்கும் தருவாயில் தனது பிள்ளைகளை அழைத்து, 'எத்தனை இழப்புகள் வந்தாலும் பாகவதமேளாவை விடாமல் நடத்த வேண்டும்' என்று சத்தியம் வாங்கிக்கொண்டாராம்.

மொத்தம் 10 நாள் மேளா. நரசிம்ம ஜெயந்தி அன்று பிரகலாத சரித்திரம். இதில் நரசிம்ம அவதாரமே வெகு சிறப்பு. இவ்வூரில் உள்ள வரதராஜப்பெருமாள் சந்நிதியில் கண்ணாடிப் பெட்டியில் நரசிம்மர் முகமூடி ஒன்று வைக்கப்பட்டுள்ளது. தினமும் சுவாமிக்கு பூஜை நடக்கும்போது இந்த முகமூடிக்கும் நடக்கும். நரசிம்ம அவதாரமாக வேடம் கட்டுபவர் இந்த முகமூடியை அணிந்துதான் நடிப்பார்.

ஹிரண்யாட்சனை வதம் செய்யும் காட்சியில் நரசிம்ம வேடம் கட்டுபவரை கட்டுப்படுத்த முடியாதாம். இருபுறமும் பத்துப்பத்துப் பேர் நின்று பிடித்து இழுத்து அடக்குவார்களாம். அந்த அளவுக்கு உக்கிரம் தகிக்குமாம்.

பின்னணியில் இசைதெறிக்க, முழங்கும் பாடல்களும் தகிக்கும் நடனமுமாக மேடையில் அனல் பறக்கிறது. தெலுங்கில் நடந்தாலும் மொழி மறந்து கலையில் மூழ்கிப்போகிறார்கள் மக்கள். 10 நாள் விாவில் ஒருநாள் மட்டும் வள்ளி திருமணம், காவேரிக் கல்யாணம் போன்ற தமிழ் நாடகங்கள்.

பாகவதமேளாவில் ஏகப்பட்ட கட்டுப்பாடுகளும் உண்டு. பெண்களுக்கு இடமில்லை. ஆண்களே பெண் வேடம் கட்டி நடிக்கிறார்கள். பல நூறாண்டுகளாக இதுவே நடைமுறை. பிரகலாத சரித்திரம் நாடகத்தை மெலட்டூர் தவிர வேறெங்கும் நடத்தக்கூடாது என்று ஒரு கட்டுப்பாடு உண்டாம்.

“எங்கள் தந்தை ஜி.சுவாமிநாதன் ஒருமுறை சென்னையில் இந்த நாடகத்தைப் போட்டார். சில நாட்களில் அவருக்கு குரல் போய்விட்டது. ஹைதராபாத்தில் என்னை ஒரே ஒரு சீன் மட்டும் நடிக்கச் சொன்னார்கள். அன்றே கீழே விழுந்து எனக்குக் கால் முறிந்துவிட்டது. அதனால் வெளியூரில் இந்த நாடகத்தை நடத்தக்கூடாது என்று முடிவெடுத்துள்ளோம்'' என்கிறார் குமார்.

இப்போது, ஸ்ரீலஷ்மி நரசிம்ம ஜெயந்தி பாகவதமேளா நாட்டிய நாடக சங்கம், மெலட்டூர் பாகவதமேளா நாட்டிய வித்யா சங்கம் என இரண்டு குழுக்கள் உள்ளன. இரண்டு குழுக்களுமே தனித்தனியாக மேளா நடத்துகிறார்கள்.

ஒரு குழுவுக்கு நடராஜனும், இன்னொரு குழுவுக்கு மாலியும் இப்போது தலைமை வகிக்கிறார்கள். நடராஜன் துபாயில் பணிபுரிகிறார். மேளாவுக்கு 1 மாதம் முன்பாகவே மெலட்டூர் வந்துவிடுவார். இவர் தான் லீலாராணி வேடம் கட்டுபவர். வரதராஜப்பெருமாள் கோவில் எதிரில் இவர்களது மேளா நடக்கிறது. இவர்களது மேளாவில் சுதாராணி ரகுபதி, வைஜெயந்தி மாலா, பத்மா சுப்பிரமணியன், சித்ரா விஸ்வேஷ்வரன் உள்ளிட்ட பெரும் நாட்டியக் கலைஞர்கள் எல்லாம் பார்வையாளர்களாக பங்கேற்றுள்ளார்கள்.

மாலி, பாலு பாகவதரின் மாணவர். ஊரின் முகப்பில் நல்லி குப்புச்சாமி செட்டியாரின் ஆதரவில் கட்டப்பட்ட கலையரங்கில் இவர்களது மேளா நடக்கிறது.

"மெலட்டூர் பாணி என்றே நடனத்தில் ஒரு பாணி உருவாகி விட்டது. மிகவும் மரியாதைக்குரிய, பயபக்தி மிகுந்த கலை இது. உள்ளூர் மட்டுமின்றி வெளிநாடுகளில் இருந்தெல்லாம் மேளா பார்க்க வருகிறார்கள். பெரும் நடனக்கலைஞர்கள் பார்வையாளர்களாக அமர்ந்திருக்க, அவர்கள் முன்னிலையில் நடிப்பதே தனி அனுபவம். மேளா தொடங்கிவிட்டால் கலைஞர்கள் அந்தப் பாத்திரங்களாகவே மாறிவிடுவார்கள். உடல்மொழி, இயல்பான குணங்கள் அனைத்தும் மாறிவிடும். இப்போது நிறைய இளைஞர்கள் வருகிறார்கள். அவர்களுக்கு பயிற்சியளித்து தயார்படுத்தி வருகிறோம்" என்கிறார் மாலி.

நரசிம்ம ஜெயந்தியன்று பிரகலாதன் கதையை கீர்த்தனைகளாக பாடி ஆடி வழிபடுவது ஒரு மரபு. அதுவே பாகவத மேளா என்று ஒரு கலைவடிவமாக வளர்ந்து நிற்கிறது. அர்ப்பணிப்பும் ஆர்வமும் கொண்ட கலைஞர்களால் இந்த தெய்வீகக்கலை பெரும் வளர்ச்சியை எட்டியிருக்கிறது. உலகத்தை ஈர்க்கும் கலைகிராமமாக மெலட்டூர் மாறிவருகிறது.

20
ரதியும் மன்மதனும்

"சிவன் எங்கப்பா... அவனைப் போயி சுண்டல் சட்டியை தூக்கிட்டு வரச்சொல்லு... இங்கதானே நின்னாப்புல பிரம்மா... போய் மேடையை சுத்தம் பண்ணச் சொல்லுங்க... நாரதா... நீபோயி வெடிப்போடுறவனைக் கூப்பிடு... விஷ்ணுவைப் போயி மணியடிக்கச் சொல்லுங்கப்பா, மேடைக்குப் போகனும்... நாழியா யிருச்சு..." மீசை துடிக்க உத்தரவிடுகிறார் மன்மதன்.

வியர்க்க விறுவிறுக்க சைக்கிளில் வந்திறங்கிய ரதி, விஷ்ணுவோடு சேர்ந்து தொன்னையில் சுண்டல் வினியோகிக்கிறார். "யோவ் நந்தி.. ரேடியோவில மேளக்கச்சேரியப் போடச் சொல்லப்பா...' என்று உத்தரவிடுகிறார் பார்வதி.

பங்குனி மாதம் பிறந்து விட்டால், கும்பகோணத்தை ஒட்டியுள்ள இனாம்கிளியூர் கிராமத்தில், சொந்தப்பெயர் மறந்துபோகும் அளவுக்கு ஒவ்வொருவருக்கும் தெய்வப்பெயர்கள் வந்து ஒட்டிக் கொள்கின்றன. வீட்டுக்கு ஒரு நாடகக் கலைஞரைக் கொண்ட இவ்வூரில் 'மன்மத காவியம்' நாடகத்தில் அவரவர் ஏற்கும்

பாத்திரமே பெயராக மாறிவிடுகிறது. எவ்வூரிலும் இல்லாத இந்த அதிசயத்துக்குப் பின்னணி மன்மத பக்தி.

எல்லாம் எங்க மன்மதசாமி அருளுதாங்க. குலதெய்வம், காவல்தெய்வம் எல்லாமே இவருதான். இவரு புண்ணியத்தில எல்லாரும் சுபிட்சமா இருக்கோம். பங்குனியில மன்மதருக்கு காமன்விழா. அப்போ மூணுநாள் தொடர்ந்து 'மன்மத காவியம்' நாடகம் போடுவோம். நடிப்பு, பாட்டு, சீனு எல்லாமே எங்கூரு ஆளுங்கதான். காப்புக்கட்டிட்டா, நாடகத்தில என்னென்ன பாத்திரத்தில நடிக்கிறாங்களோ அந்தபேரையே வச்சு அழைக்கிறது முறை..' என்று நம் வியப்புக்கு விளக்கம் கொடுக்கிறார் நாடக வாத்தியாரும், மூத்த மன்மதனுமான ராஜரத்தினம்.

இனாம்கிளியூருக்கு இன்னொரு பெயர் கூத்துக்கார ஊர். எந்த கலைஞருக்கும் முறையான பயிற்சி இல்லை. இசைஞானம் இல்லை. ஆனால் ஒரு வரிராகம் பிசகினாலும் அடுத்தவர் எடுத்துக் கொடுக்கிற அளவுக்கு அனுபவஞானம். வசனமும், பாடலும் அனைவருக்கும் அத்துப்படி. குட்டிப்பையன் முதல் பல் விழுந்த கிழவர் வரைக்கும் பாத்திரம் ஏற்கிறார்கள். நெடுங்காலம் மன்மதன் மேடையில் பெண்களுக்கு இடம் இல்லாமல் இருந்தது. அண்மைக்காலமாக பெண்களும் மேடையேறுகிறார்கள். ஆண்களும் பெண்வேடமிட்டு களமிறங்குகிறார்கள். முறைப்படி கூத்துப் பயின்றவர்களே வாய்பிளந்து நிற்கும் வகையில் மேடையை தெய்வீக களமாக்குகிறார்கள்.

எப்படி வந்தது இந்த கலாரசனை..?

"விவசாயத்தை நம்புன மனுஷங்களுக்கு பாட்டும், கூத்தும் தானேய்யா பொழுதுபோக்கு. இதெல்லாம் மண்ணில ஊறுனது. சினிமாவெல்லாம் இப்ப வந்தது... அந்தக் காலத்தில கோவில் திருவிழான்னா நாடகம் தான். நைட்டு 8 மணிக்கு ஆரம்பிச்சா மறுநாள் காலைவரைக்கும் நடக்கும். எங்கூர்ல ரெண்டு, மூணு தலைமுறைக்கு முன்னாடி மணிவாத்தியார்ன்னு ஒருத்தர் இருந்தாரு. அவரு, கும்பகோணம் பாலகானா சபாவில வாத்தியாரா இருந்தவரு. சாயந்திரமான கட்டைக்குரல்ல பாட்டுக்கட்ட ஆரம்பிச்சிருவார். விவசாயவேலை ஓஞ்சு தலைசாய்க்கிற ஆம்பிளைங்க எழுந்துபோய் அவரு முன்னாடி உக்காந்திருவாங்க. பாட்டையும், கூத்தையும் எங்க ரத்தத்தில ஏத்துனவரு அவருதான். மாறன் நாடக மன்றம்ன்னு ஒன்னை ஆரம்பிச்சு மன்மதகாவியம்

நாடகத்தை வடிவமைச்சதும் அவருதான்...” கலா சரித்திரத்தை விவரிக்கிறார் ‘ரதி’ மோகன்.

மணிவாத்தியார் உருவாக்கிய மன்மத காவியம் கர்நாடக சங்கீதத்தை அடிப்படையாகக் கொண்டது. மக்கள் ஆர்வமாகக் கேட்டார்களே ஒழிய, யாருக்கும் புரியவில்லை. அதனால் மணிவாத்தியாரிடம் கூத்துக்கற்ற சாமிநாத உடையார் அந்த நாடகத்தை தமிழ்படுத்தினார். ராகம் குலையாமல் பாடல்களை எளிமைப்படுத்தினார். அன்றுமுதல் இன்று வரை மக்கள் மன்மத காவியத்தில் மயங்கிக் கிடக்கிறார்கள்.

“நானறிஞ்சு நூத்தம்பது வருஷமா மன்மதகாவியம் இங்கே நடக்குது. ஒவ்வொரு வருஷமும் புதுசாப் பாக்குறது மாதிரி மக்கள் ஆர்வத்தோடு வந்து பாக்குறாங்க. நடிக்கிறவங்க ஒன்னு ரெண்டு வசனத்தைத் தப்பா பேசிட்டாக்கூட மக்கள் கண்டு பிடிச்சு சொல்லுவாங்க. அந்த அளவுக்கு எல்லாருக்கும் வசனம், பாட்டெல்லாம் அத்துப்படி..’ என்கிறார் கோவில் கமிட்டி நிர்வாகி கருணாகரன்.

ஊருக்கு நடுவில் சாலையோரத்தில் இருக்கிறது மன்மதன் கோவில். பங்குனி, வளர்பிறையில் காப்புக் கட்டுகிறார்கள். ஆமணக்குக் குச்சியில் பேய்க்கரும்பு, இனிப்புக்கரும்பு, துவரங்குச்சி ஆகியவற்றை வைத்து காவிரியில் விளையும் நாணல் புல்லால் கட்டி, அதன் மேல் ஒரு வரட்டியை வைத்து மூன்றடி ஆழத்தில் ஊன்றி விடுவார்கள். மன்மதனின் அரூவ உருவம் அது. அன்றுமுதல் 13 நாட்கள் அந்த அரூவத்திற்கு அபிஷேகங்கள் நடக்கும். 13ம் நாள் கோவிலுக்கு எதிரில் உள்ள மேடையில் ‘தட்சயக்ஞம்’ நாடகம் தொடங்குகிறது. மன்மதன் சரித்திரத்தின் முதல்பாகம். தட்சனை சிவன் அழிப்பதோடு அந்த நாடகம் நிறைவடையும்.

“மறுநாளு மன்மதகாவியம் நாடகம். நிறைய கலைஞர்கள் இருக்கதால மன்மதனும், ரதியும் மாறிக்கிட்டே இருப்பாங்க. மன்மதன் எரியிறதோட நாடகம் முடியும். அந்த காட்சி வர்றப்போ உண்மையிலயே இங்கே மன்மத அரூவத்தை எரிப்போம். வேடம் போட்டுட்டா எல்லாரும் சாமிதான். நாடகம் முடிஞ்சு இறங்குனதும். சிவன், பிரம்மா, விஷ்ணுக்கிட்ட வேண்டுதல் உள்ளவங்க கால்ல விழுந்து விபூதி, மடிப்பிச்சையெல்லாம் வாங்குவாங்க. அந்த இடத்தில ஜாதி பேதமெல்லாம் குறுக்கே நிக்காது.

காலையில 8மணி வரைக்கும் நடக்கும். அதுக்குப்பிறகு, எங்க வாத்தியார் ராஜரத்தினம் மன்மதன் வேடம்போட்டு தென்றல் தேர்ல வந்து மன்மதனைக் கொளுத்துவார். மன்மதன் செத்துட்டதால அன்னையில இருந்து ரெண்டு நாளைக்கு ஊர்ல துக்கம்... நல்லது கெட்டது நடக்காது. மைக்செட் பாடாது. டிவி ஓடாது. சிவனோட தவத்தை மன்மதன் கலைச்சதாவும், கோபம் கொண்ட சிவன் மன்மதனை எரிச்சதாவும், ரதியும், தேவர்களும் வந்து சிவன்கிட்ட மன்றாடினதும், சிவன் மன்மதனை உயிர்பிச்சதாவும் ஐதீகம். நாடகத்தோட உள்ளடக்கமும் இதுதான். மன்மதன் எரிஞ்ச ரெண்டாம் நாளு, பட்டாபிஷேகம்.

பட்டாபிஷேகம் நாடகமும் காலை வரைக்கும் நடக்கும். இடையில கல்யாணத்துக்கு மொய் வாங்குவோம். ஆயிரம், ஐநூறுன்னு நேத்திக்கடன் வச்சிருக்கவங்க மொய் போடுவாங்க. இந்த வருஷம் 60ஆயிரம் மொய் வந்துச்சு. அதை கோவில் செலவுக்கு வச்சுக்குவோம்.' என்கிறார் மலர்மாறன். சாமிநாத உடையாரின் வாரிசு. மன்மதன் வேடம் கட்டுகிறார்.

இப்போது அடுத்த தலைமுறை தயாராகி வருகிறது. கோவிலுக்கு முன்பாக பெரிய அளவில் மண்டபம் கட்டி வருகிறார்கள். நாடகத்தை எழுத்து வடிவமாக்கி சிறுவர்களுக்கு கற்றுக் கொடுக்கிறார்கள். விதியைத் தளர்த்தி பெண்களுக்கும் இடம் கொடுக்கிறார்கள்.

சினிமாவும், தொலைக்காட்சியும் எல்லா விரித்து மக்களை ஆட்கொண்டிருக்கும் இக்காலத்தில், மன்மதனின் பெயரில் ஒரு கிராமமே கலைக்கிராமமாக இருப்பது 21ம் நூற்றாண்டின் மிகப்பெரும் அதிசயம்.

21

கள்ளக்குறிச்சி மரச் சிற்பங்கள்

பொருளை ஊடுருவிப் பார்க்கிற சக்தி கொண்டவை கலைஞனின் விழிகள். பிற கண்களுக்கு கல்லாக தெரியும் பொருளில் கலைஞன் உயிர்ப்புள்ள சிலையைத் தேடுவான். மற்றவர்கள் ஒரு மரத்தின் கனத்தை எடைபோடும் நொடியில், கலைஞன் அதன் தேவையற்ற பாகங்களை விழிகளால் செதுக்கி மனதுக்கள் சிற்பத்தை வடித்து விடுவான். அந்த வல்லமை தான் கலையின் உச்சம்.

கள்ளக்குறிச்சி அண்ணாநகரில் வசிக்கும் அத்தனை மனிதர்களும் அப்படியான உச்சத்தைப் பெற்ற கலைஞர்களாக இருக்கிறார்கள். ஒரு மரத்தைப் பார்த்த மாத்திரத்தில் அதற்குள் அடங்கியிருப்பது, வினாயகரா, சரஸ்வதியா, வெங்கடாஜலபதியா, கண்ணன்ராதையா, ஆஞ்சநேயரா, தெட்சிணாமூர்த்தியா என்பதை கணக்குப் போட்டு சொல்லி விடுகிறார்கள். அவர்களின் கரங்கள் செய்யும் சாகசத்தால் அடுத்த சில மணி நேரங்களில் மரம் சிற்பமாக உயிர்பெற்று நிற்கிறது.

இந்தியாவின் கலைப்பெருமை என்று சொல்லலாம் கள்ளக்குறிச்சி சிற்பங்களை. இங்கிருந்து உலகம் முழுதும்

பயணித்து மக்களை வசீகரிக்கின்றன இந்த மரச்சிற்பங்கள். இதை இம்மண்ணுக்கே உரிய கலையாக அங்கீகரித்து புவிசார் குறியீடும் வழங்கப்பட்டுள்ளது.

“பலநூறு வருஷ பாரம்பரியம் இருக்கு இந்தக் கலைக்கு. ஆதிகாலத்துல எல்லோரையும் போல எங்க மக்களும் ஏர்க்கலப்பை, மண்வெட்டின்னு தச்சுவேலை தான் செஞ்சுக்கிட்டிருந்தாங்க. ஒரு கட்டத்துல தேர்வேலை, கோவில் வாகன வேலைன்னு வாழ்க்கை மாறிடுச்சு. தேர் வேலைங்கிறது ஒரு ஆள் செஞ்சு முடிக்கிற ஒத்தை வேலையில்லை. பலவிதமான கலைகளோட கலவை. நேர்த்தியும், ரசனையும் வேணும். முகப்புல குதிரை வைக்கனும்... கோபுரத்துல கோவிலோட தலபுராணத்தை விளக்குற மாதிரி சிற்பங்கள் வைக்கனும். அந்த வேலைப்பாட்டைப் பாத்துட்டு, அழகுக்காகவும், வழிபாட்டுக்காகவும் அதே மாதிரி சிற்பங்களை தனியா செஞ்சு கொடுங்கன்னு சிலபேர் கேட்கப்போக, இன்னைக்கு அதுவே பிரதான தொழிலா ஆயிப்போச்சு. இந்தப்பகுதியில மட்டும் 15க்கும் மேற்பட்ட பட்டறை இருக்கு. சிலபேர் வீட்டுக்குள்ளயே சிறிய அளவுல பட்டறை போட்டு தொழில் செய்யிறாங்க. ஆண், பெண் வித்தியாசமில்லாம ஆயிரக்கணக்கான மக்கள் இந்த தொழிலை சார்ந்து வாழுறாங்க...” என்கிறார் ராஜலிங்கம்.

பொதுவாக மரவேலைகளை விஸ்வகர்மா சமூகத்தைச் சேர்ந்தவர்களே செய்வார்கள். பெரும் வியப்பாக, கள்ளக்குறிச்சியில் உடையார், ஒட்டர் சமூகத்தைச் சேர்ந்தவர்களும் ஆதி திராவிடர்களும் சிற்பத்தொழில் செய்கிறார்கள்.

“பலநூறு வருஷத்துக்கு முன்னாடி எங்க மூதாதைங்க ஒடிசாவில இருந்து இடம் பெயர்ந்து ஆந்திராவுக்கு வந்து, அங்கிருந்து தமிழ்நாட்டுக்கு வந்தாங்க. நாடோடியா இருந்த காலத்துல எங்கெல்லாம் கொஞ்சநாளைக்கு நிலைச்சு தங்கியிருந்தாங்களோ அங்கெல்லாம் இந்த சிற்பத்தொழில் நடந்துக்கிட்டிருக்கு. கேணி வெட்டுறவங்க, கல் செதுக்கிறவங்கன்னு எங்க சமூகத்தில பல பிரிவுகள் இருக்கு. எங்க பிரிவை ‘மரச்செட்டியார்’ன்னு சொல்றாங்க. இங்க மட்டுமில்லாம சின்னசேலம், கீரனூர், பெரம்பூர் பக்கத்தில இருக்கிற அரும்பாவூர் பகுதியிலயும் பலநூறு பேர் இந்த சிற்பத்தொழிலை செய்யிறாங்க. கோவில் வேலை, வாகன வேலை செய்யிறவங்களும் உண்டு. எங்காளுங்க யாரும் பள்ளிக்கூடம் போனதில்லை. படிப்பெல்லாம் இந்த பட்டறையில தான். நானெல்லாம் பத்து வயசுலயே பட்டறைக்கு வந்தவன்.

தேர்வேலை, சிற்பவேலை மட்டுமில்லாம கார்விங் வேலையும் செய்வேன்...” என்கிறார் முருகன். தமிழகத்தில் ஓடும் 100க்கும் மேற்பட்ட தேர்கள் முருகனின் கரம் தொட்டு உருவானவை. வினாயகர் சிலை செய்வதில் பெயர்போனவர்.

தட்சிணாமூர்த்தி, கிருஷ்ணர், மீனாட்சி திருக்கல்யாணம், நடராஜர், சரஸ்வதி, லெட்சுமி, மாரியம்மன், தன்வந்திரி, பெருமாள், சிவன், ஆஞ்சநேயர், வினாயகர், புத்தர் சிற்பங்கள் கள்ளக் குறிச்சியின் அடையாளங்களாக இருக்கின்றன. அண்மைக்காலமாக தலைசாய்த்து படுத்தபடி இருக்கும் வாஸ்து விநாயகர் சிற்பத்துக்கு நிறைய டிமாண்ட். ஒவ்வொரு சிற்பத்துக்கும் அங்க இலக்கணங்கள் அதிநுட்பமாக செதுக்கப்படுகின்றன. 10 இஞ்ச் முதல் 20 அடிகள் வரை செய்கிறார்கள். பெரும்பாலும் ஆர்டரின் பேரில் தான் செய்யப்படுகிறது. சிலர் செய்து இருப்பு வைத்து விற்கிறார்கள். வாஸ்து வினாயகர், ஷீரடி பாபா, ஆஞ்சநேயர் சிலைகள் நிறைய விற்பனை ஆகிறது. வாகனத்தில் செல்லும்போது குரங்கின் மீது மோதியவர்கள் அந்த பாவத்தைப் போக்க ஆஞ்சநேயர் மரச்சிற்பத்தை வாங்கி கோவிலில் வைக்க வேண்டுமாம். வீட்டை உடைக்காமல் வாஸ்து கோளாறை சரிசெய்ய வாஸ்து விநாயகர் சிற்பத்தை வைத்தால் போதுமாம். ஒரு காலத்தில் கோவிலின் உற்சவர் சிலைகள் இங்கே செய்யப்பட்டது. இப்போது பெரும்பாலான கோவில்களில் உற்சவத்துக்கு ஐம்பொன் சிலைகள் பயன்படுத்துகிறார்கள். அதனால் அந்த வாய்ப்பு பறிபோய் விட்டது. ஐந்து நட்சத்திர ஹோட்டல்கள், திருமண மண்டபங்கள், தனவந்தர்களின் வீடுகளில் அலங்காரப் பொருளாக இச்சிற்பங்கள் பயன்படுகின்றன. பரிசுப் பொருளாகவும் வாங்கிச் செல்கிறார்கள். கலைப்பொருளாக கருதி வாங்கி பாதுகாக்கவும் செய்கிறார்கள். மாதத்துக்கு 500 சிற்பங்களுக்கு மேல் இங்கிருந்து வெளிநாடுகளுக்குச் செல்கின்றன. டெல்லி உள்பட இந்தியாவின் பல்வேறு பகுதிகளில் இருந்து வியாபாரிகள் கள்ளக்குறிச்சியை மொய்க்கிறார்கள். குறிப்பாக குஜராத், ஆந்திராவில் இருந்து நிறைய கலைப்பொருள் வியாபாரிகள் வருகிறார்கள்.

“மாவலிங்க மரம் அல்லது வாகை மாதிரி பால் வர்ற மரத்துக்குத்தான் ஆயுள் கெட்டி. அந்த மரங்கள் தான் செதுக்க, செதுக்க பாலீஸ் கொடுக்கும். வளையாம அடிதாங்கும். இங்குள்ள காடுகள்ல ஏகப்பட்ட மரங்கள் நிக்குது. போதாக்குறைக்கு திருவண்ணாமலை கலெக்டர், வனப்பகுதிகள்ல இந்த மரங்களை நட்டு வளக்க உத்தரவிட்டிருக்கார். விரும்பிக் கேட்டா தேக்கு,

சந்தன மரங்கள்லயும் செஞ்சு கொடுப்போம். நிதானமும் பொறுமையும் இருக்கனும். டிராயிங் தெரியனும். பெயிண்டிங்கும் தெரியனும். நல்ல கற்பனை வளம் வேணும். நல்ல மனநிலை வேணும். கவனமெல்லாம் ஒருமுகப்பட்டு வேலையில இருந்தாதான் காரியம் நல்லாயிருக்கும்.

சிற்பம் கேட்டு வர்ற ஆட்கள்கிட்ட எத்தனை அடி, என்ன சிற்பம்ன்னு விசாரிப்போம். பெரும்பாலும் மரத்தை அவங்களையே வாங்கித்தர சொல்லிடுவோம். தரமான வைரக்கட்டையா இருக்கனும். ஒரே மரத்துல செய்யிற சிற்பம் தான் காலத்துக்கும் நின்னு பேசும். வாகையில எல்லாக் கட்டைகளையும் பயன்படுத்த முடியாது. ஆண் மரம், பெண் மரம், அலிமரம்ன்னு மூணு ரகங்கள் இருக்கு. பாத்த உடனே தன்மை தெரிஞ்சுபோகும். ஒவ்வொரு வகை சிற்பத்துக்கு ஒவ்வொரு வகை மரம் போடுவோம்.

மரத்தை தோதுபாத்து கட்டையா அறுத்துக்குவோம்.. அந்தக் கட்டை மேல செதுக்க வேண்டிய சிற்பத்தை சாக்பீஸ் வச்சு முழுசா டிராயிங் பண்ணிருவோம். இந்த டிராயிங் வேலையை எல்லாரும் பண்ண முடியாது. அதுக்குன்னு நல்லா அனுபவம் வாய்ந்த மாஸ்டர்கள் இருக்காங்க. பேஸ், அகலம், ஸ்டரக்சர் எல்லாம் வரைஞ்சிடுவோம். கட்டையை ரெண்டாப் பிரிச்சு உடம்புக்கு அளவெடுக்கனும். மனித உடம்புக்கான இலக்கணமும், சிற்ப இலக்கணமும் ஒன்னு தான். எந்த சிற்பமா இருந்தாலும் முகம் மட்டும் 1 பாகம். அதுல நெற்றி, கண், புருவம், மூக்கு, வாய், தாவங்கொட்டை வரனும். முகத்துல இருந்து நெஞ்சுப்புள் ஒரு பாகம். அங்கேயிருந்து தொப்புள் ஒரு பாகம். அங்கேயிருந்து குறி ஒரு பாகம். அங்கேயிருந்து முட்டி இரண்டரை பாகம்.. பாதம் ரெண்டு பாகம். மொத்தம் எட்டரை பாகத்துக்குள்ள சிற்பம் அடங்கிரும். முகங்கள்லயும் மூணுவகை இருக்கு. ஆண்முகம், பெண்முகம், அலிமுகம். ஆண்முகம் சதுரமா இருக்கும். பெண்முகம் முட்டை வடிவத்துல இருக்கும். அலிமுகம் ரெண்டும் சேந்தமாதிரி இருக்கும். கண்ணுல மூணு வகை இருக்கு... திருஷ்டிக்கண், தியானக்கண், கத்திக்கண். சுவாமிகளுக்கு தியானக்கண். ஆழ்ந்த மயக்கத்துல இருக்கிற மாதிரி இருக்கும். பெண் சிற்பங்களுக்கு கத்திக்கண். பார்வையே நெஞ்சுல குத்துற மாதிரி இருக்கனும். பூதகணங்கள், கோபத்துல இருக்கிற சிற்பங்களுக்கு திருஷ்டிக்கண். பார்த்தவுடனே குறுகுறுன்னு இருக்கும். நடராஜர் சிலையும், நட்சத்திரமும் ஒரேமாதிரியான உருவம். மனிதனோட கழுத்துல இருந்து இடுப்பு வரைக்குமான மனித உடம்பு மாட்டு முகத்தை ஒத்திருக்கும்...

உடுக்கையின் வடிவத்துல தான் பெண்களின் இடுப்பு இருக்கும்... இப்படி பல வரைமுறைகள் இருக்கு. சிற்பத்துல மூக்கு, மார்பு ரெண்டும் முக்கியம். மூக்கு, சரியா அமையலன்னா முகத்துல லட்சணம் இருக்காது. அதேபோல மார்பு சரியா இல்லைன்னா உடம்புல உயிர் இருக்காது. சிற்பத்தை வாங்க வர்ற வியாபாரிங்க மூக்கையும், மார்பையும் பாத்துத்தான் விலை பேசுவாங்க..." என்கிறார் ராஜலிங்கம். விஸ்வகர்மா சமூகத்தைச் சேர்ந்த இவர் மிகச்சிறந்த டிசைனர். ஆஸ்திரேலிய அருங்காட்சியத்துக்காக பாலியல் தத்துவங்களையும், உயிரினங்களின் இனப்பெருக்கத் தன்மைகளையும் விளக்கும் 'எரோடிக்' சிற்பத்தொகுப்பு ஒன்றை செய்து வருகிறார். இறுதிக் கட்டத்தில் இருக்கிறது. உன்னதமான படைப்பு.

பொதுவாக மரவேலைக்கு கடினமான தொழில் கருவிகளைப் பயன்படுத்துவர். ஆனால் சிற்பத் தொழிலுக்கான ஆயுதங்கள் மிகவும் நுண்ணியதாக இருக்கிறது. தலைமுடி கனத்தில் கூட உளி வைத்திருக்கிறார்கள். மரத்தில் இருந்து ஒரு இழை கூடுதலாக உதிர்ந்தாலும் சிலையின் தன்மை சிதைந்து விடும் என்கிறார்கள்.

இவ்வளவு சிரத்தையோடு உருவாக்கும் சிற்பத்துக்கு விலை தான் கிடைக்கவில்லை. மரத்தின் விலைக்கும், தச்சுக்கூலிக்கும் மட்டுமே விலை. கலைக்கும், கைத்திறனுக்கும் விலையில்லை. 2 அடி சிற்பம் 1000 ரூபாய்க்கு விற்கிறார்கள். வியாபாரிகள் கொழிக்கிறார்கள்.

"பொதுவா, மர வேலைங்கிறது ஒட்டு மொத்த உடலோடவும் தொடர்புடையது. கலைஞனோட எல்லாப் புள்ளியும் வேலையில ஒருங்கிணையனும். சில சமயம் சாப்பாடு, தூக்கம் மறந்து கூட வேலை செய்வோம். உளியைத் தொட்டுட்டா மனசுக்குள்ள வேறெந்த நினைப்பும் வராது. உள்ளே வரைஞ்சு வச்சிருக்கிற சிற்பத்தை மரத்துல கொண்டு வந்தபிறகு தான் சுய நினைவே வரும். ஆனா கஷ்டத்துக்கும், உழைப்புக்கும் தகுந்த கூலி இப்போ கிடைக்கலே. இன்னும் எங்காளுங்க, தச்சுக்கூலியை கணக்குப் பண்ணித்தான் சிற்பத்துக்கு விலை சொல்றாங்க. எங்ககிட்ட ரெண்டாயிரத்துக்கும், மூவாயிரத்துக்கும் வாங்கிட்டுப்போற யாவாரிங்க முப்பதாயிரம், நாப்பதாயிரம்ன்னு விக்கிறாங்க. இங்கே யிருந்தே வெளிநாட்டுக்காரங்கிட்ட போன்ல பேரம் பேசுவாங்க. எங்களுக்கு மார்க்கெட் பண்ற அளவுக்கு ஞானமில்லை.

இந்த பட்டறை தாண்டி வெளியுலகமும் தெரியாது. மத்த கைவினைப் பொருட்களுக்கு இருக்கிற விற்பனை வாய்ப்பு இந்த மரச்சிற்பத்துக்கு இல்லை. முன்னாடி பூம்புகார் விற்பனை நிலையத்தில இருந்து சிற்பங்களை வாங்கிட்டுப் போவாங்க. இப்போ அவங்களும் வாங்கிறதில்லை. சிற்பம் செய்யிறவங்களை வெறும் தொழிலாளிகளாத்தான் பாக்குறாங்களே ஒழிய கலைஞர்களா நினைச்சு கௌரவப்படுத்தவும் எந்த நடவடிக்கையும் இல்லை. வெளியூர் வியாபாரிகளை நம்பித்தான் இப்போ தொழில் நடக்குது. எங்களுக்குப் பிறகு இந்த கலை வாழுமான்னு சந்தேகமா இருக்கு..” என்கிறார் முருகன்.

சிற்பத் தொழிலுக்கு இணையாக கதவு, ஜன்னலை அழகுபடுத்தும் கார்விங் தொழிலும் இங்கே தழைத்திருக்கிறது. உடனடி வருமானம் கிடைப்பதால் பெரும்பாலான சிற்பக் கலைஞர்கள் இப்போது கார்விங் வேலைக்குச் சென்று விட்டார்கள். இளம் தலைமுறையும் அதில்தான் ஆர்வம் காட்டுகிறது.

கள்ளக்குறிச்சி பிரதான சாலையில் வசிக்கும் திருமலைவாசன் சகோதரர்கள், தேர் வேலைக்குப் பேர் போனவர்கள். குமரக்கோட்டம் முருகன் கோவில், பட்டீஸ்வரம், பேரூர் கோவில்களின் பிரமாண்ட தேர்களை உருவாக்கியவர்கள். இவர்களின் பட்டறை பெரு உருவச் சிலைகளால் நிரம்பிக்கிடக்கிறது.

“ஆஸ்திரேலியா, அமெரிக்கா, பிரேசில், சுவிட்சர்லாந்துன்னு பல நாடுகளுக்கு இங்கேயிருந்து சிலைகள் அனுப்பியிருக்கோம். பாண்டிச்சேரி கைவினைத் தொழில் வாரியம் நடத்துற கண் காட்சிகள்லயும் கலந்துக்கிட்டதுண்டு. ஆனா எதையும் நாங்க நேரடியா செய்ய முடியாது. அதுக்குன்னு வியாபாரிங்க, ஏஜெண்டுங்க இருக்காங்க. அவங்களை நம்பித்தான் தொழிலே இருக்கு. இப்போ ஆஸ்திரேலிய நாட்டுக்காக ஒரு வியாபாரி வித்தியாசமான விநாயகர் சிலை ஆர்டர் பண்ணியிருக்கார். அதுக்காக இசை வினாயகர் சிற்பத்தை செஞ்சுக்கிட்டிருக்கோம். நடுவில இருக்கிற பெரிய வினாயகர் புல்லாங்குழல் வாசிப்பார். அவரைச் சுற்றிலும் இருக்கிற பத்து வினாயகர்கள் நம் பாரம்பரிய இசைக்கருவிகளை வாசிப்பாங்க. அதுபோக பாண்டிச்சேரி கைவினைஞர் வாரியத்துக்காக கோபால கிருஷ்ணன் சிலை செய்யிறோம். நாங்க மொத்தம் 5 சகோதரர்கள். எல்லாருமே இந்தத்தொழில்ல தான் இருக்கோம்...” என்கிறார் திருமலைவாசன். இவருக்கு மூத்தவர் கோவிந்தராஜன் கோவில் வாகனங்கள்

செய்கிறார். ராமச்சந்திரன், ஜானகிராமன், பூபதி மூவரும் சிற்பக்கலைஞர்கள்.

ஆதி திராவிடர் சமூகத்தைச் சேர்ந்த குமார் 11 வயதில் பாஸ்கர் என்ற கலைஞரின் பட்டறையில் உதவியாளராக சேர்ந்தவர். இப்போது தனது வீட்டிலேயே பட்டறை அமைத்து தனியாக சிற்பங்கள் செய்கிறார். 15 அடி உயர கண்ணன் ராதை சிற்பம் குமாரின் நுண்ணிய கலைத்திறனுக்குச் சான்றாக இருக்கிறது. இரவு பகலாக வேலை நடக்கிறது.

"கடலூர் மாவட்டம் நிராமணி தான் என்னோட சொந்த ஊர். சொந்தமா கொஞ்சம் நிலம் இருக்கு... அப்பாவுக்கு விவசாயம் தான் தொழில். நான் சின்ன வயசுலயே நல்லா ஓவியம் வரைவேன். ஏதாவது கலைத்தொழில்ல போகனுன்னு ஆசை. 10வது முடிச்சுட்டு கள்ளக்குறிச்சிக்கு வந்துட்டேன். பாஸ்கர் பட்டறை, சொக்கலிங்கம் பட்டறையின்னு பல இடங்கள்ல தொழில் கத்துக்கிட்டேன். 14 வருஷமா தனியா தொழில் பண்றேன். தூங்குவாகை மட்டுமில்லாம வேம்பு, சந்தன மரங்கள்ல கூட சிற்பம் செய்யிறதுண்டு. பல கோவில்களுக்கு உற்சவர் சிலை செஞ்சு கொடுத்திருக்கேன். பெரிய ஹோட்டல்கள், ரிசார்டுகளுக்கு இண்டீரியர் அலங்காரத்துக்கும் சிற்பங்களை வாங்கிட்டுப் போறாங்க. வீடுகள்ல வச்சு பூஜை செய்யவும் வாங்குறாங்க. இப்போ ஒரு ஹோமத்துல வச்சு பூஜை செய்யிறதுக்காக 100 வினாயகர் சிற்பங்கள் ஆர்டர் பண்ணியிருக்காங்க. வேம்புக்கட்டையில செஞ்சுக்கிட்டிருக்கேன். தூங்குவாகையில சிற்பம் செய்யிறது கொஞ்சம் சுலபம். உளியை தட்டுனா தோலு உரிஞ்சுக்கிட்டு வரும். வேம்பு அப்படியில்லை. உறுதியான மரம். ஒரு தோலு அதிகமா உரிஞ்சுட்டா சிலையோட நுணுக்கம் கெட்டுப்போகும். அதிகமா கவனம் எடுத்து செய்ய வேண்டியிருக்கு... விநாயகரின் தும்பிக்கையை லாவகமாக செதுக்கியபடியே சொல்கிறார் குமார்.

அண்ணாநகர் பிரதான சாலையில் உள்ள நடராஜனின் சிற்பக்கூடம் தெய்வங்களின் அவதாரக்கூடமாக காட்சியளிக்கிறது. சாந்தமே உருவான புத்தர், வீணையை மீட்டியபடி நடனம் புரியும் சரஸ்வதி, கருணை பொங்கும் முகத்துடனான இயேசு, ஆங்காரமான நர்த்தன வினாயகர், கால்களால் உலகை அளக்கும் நடராஜர், வெங்கடாஜலபதி என ஏராளமான சிற்பங்கள் விற்பனைக்குத் தயாராக உள்ளன. இதுதவிர மரத்தாலான கலைப் பொருட்களும் நிறைந்துள்ளன. நான்கைந்து பேர் வேலை செய்து கொண்டே இருக்கிறார்கள்.

“ஒரு காலத்துல நாடோடியா சுத்திக்கிட்டிருந்த சமூகம் எங்களோடது. ரெண்டு மூணு தலைமுறையா தான் ஓரிடத்துல தங்கி நிலையா ஒரு தொழிலை மேற்கொண்டு வாழ்ந்துக்கிட்டிருக்கோம். இந்த சிற்பத்தொழில் இன்னைக்கு கள்ளக்குறிச்சிக்கே அடையாளமா மாறியிருக்குன்னா அதுக்கு எங்க முன்னோர்கள் தான் காரணம். அவங்க போட்டு வச்ச பாதை இது. இன்னைக்கு பலநூறு குடும்பங்கள் இதை நம்பி பிழைக்குது. நாலு கருவிகள் கையில இருந்தா மரத்தை வாங்கிப் போட்டு வீட்டுக்குள்ள உக்காந்துக்கிட்டு சிற்பத்தைச் செதுக்கி வித்துடலாம். நிறைய வியாபாரிகள் தேடி வந்து வாங்கிட்டுப் போறாங்க. ஆனா கலைக்குத் தகுந்த விலைதான் கிடைக்கலே. சிற்பத்தை மரமாவும், எங்களை தொழிலாளிகளாகவும் தான் வியாபாரிங்க பாக்குறாங்க. மரத்துக் கிடந்த கட்டைக்கு உயிர் கொடுக்கிற கலைக்கு யாராலயும் விலை வைக்க முடியாது. ஆனா மரியாதைன்னு ஒன்னு இருக்கு. இந்த கலையை வளர்த்தெடுக்க அரசாங்கம் ஏதாச்சும் செய்யனும். அடுத்த தலைமுறையை இந்த தொழிலுக்குள்ள கொண்டு வர்ற மாதிரி ஒரு மரச்சிற்ப பயிற்சி மையத்தை இங்கே தொடங்கனும். விற்பனை வாய்ப்புகளை ஏற்படுத்தித் தரனும். இந்தியா முழுவதும் நடக்குற கண்காட்சிகள் பத்தி எங்களுக்கு தகவல் தந்து போக்குவரத்துக்கு உதவி பண்ணனும். மத்த கலைஞர்களுக்கு கொடுக்கிற மரியாதையை எங்களுக்கும் தரனும். விருது, பாராட்டுன்னு அங்கீகாரங்கள் கிடைச்சா இன்னும் உணர்வுப்பூர்வமா இந்த தொழிலைச் செய்யலாம்..” என்கிறார் நடராஜன்.

ராமலிங்கம் புத்தர் சிற்பத்தில் ஸ்பெஷலிஸ்ட். அங்க இலக்கணங்கள் மாறாமல் விதவிதமாக புத்தரை செதுக்குகிறார். இயேசு சிற்பம் செதுக்குவதிலும் வல்லவர். நடராஜனின் பட்டறையில் வேலை செய்கிறார். நடராஜனின் மனைவி சகுந்தலாவும் ஒரு சிற்பக்கலைஞர் தான். 10ம் வகுப்பு படித்திருக்கிறார். ஆண்களுக்கு இணையாக உளிதொட்டு செதுக்குகிறார்.

“திருமணத்துக்கு முன்னாடி இதைப்பத்தி எதுவும் தெரியாது. திருமணத்துக்குப் பிறகு சமையல் வேலை முடிச்சபிறகு பட்டறையில உக்காந்து பாலிஸ் போடுறது, பிசிறு எடுக்கிறதுன்னு அவருக்கு உதவி செய்வேன். ஒருநாள் என் வீட்டுக்காரர் வெளியூர் போயிருந்தார். விநாயகர் சிலைக்கு ஆர்டர் கொடுத்தவங்க சிலையை வாங்க வந்திட்டாங்க. சிலை பினீஷிங் ஆகாம இருந்துச்சு. நீயே கை பாத்து கொடுத்திருன்னு என் வீட்டுக்காரர் சொல்லிட்டார். ஒரு சிற்பத்தை மாடலுக்கு எடுத்து வச்சுக்கிட்டு நானே செதுக்க

ஆரம்பிச்சுட்டேன். அரைமணி நேரத்துல சிற்பம் ரெடியாகிடுச்சு. எனக்கே ஆச்சரியமா இருந்துச்சு. இப்போ கட்டையில டிராயிங் போடுறதுல இருந்து பினீஷிங் வரைக்கும் எல்லா வேலையும் செய்வேன். இந்த தொழிலுக்கு கற்பனை தான் முக்கியம். வழக்கமான மரபை மீறாம நம் கற்பனைக்கு ஏத்தபடி சிற்பங்களை செதுக்கலாம். இப்போ நிறைய பெண்களுக்கு பயிற்சியும் கொடுக்கிறேன்...” என்கிறார் சகுந்தலா. சின்னப்பொண்ணு, உமா, ஈஸ்வரி, பூர்ணிமா, பாலாம்பிகை ஆகியோரும் நடராஜன் கலைக்கூடத்தில் வேலை செய்கிறார்கள்.

“என் வீட்டுக்காரர் இந்த கட்டைவேலை தான் செஞ்சார். திடீர்ன்னு ஒருநாள் ஆளைக் காணலே... எங்கே போனாருன்னே தெரியலே. தேடாத இடமில்லை. ரெண்டு பசங்க வேற... இனிமே சும்மாயிருந்து பிரயோஜனமில்லைன்னு நானும் இந்த பட்டறைக்கே வந்துட்டேன். சகுந்தலா அக்காக்கிட்ட வேலை கத்துக்கிட்டேன். ஆம்பிளைங்க சிலையை பினிஷிங் பண்ணி வச்சுடுவாங்க. நாங்க அதுல பிசிறு எடுத்து, உப்புக்காகிதம் போட்டு தேய்ச்சு, வார்னிஷ் அடிப்போம். சின்னச் சின்ன சிற்பங்களும் செய்யப் பழகியிருக்கேன்....” என்கிறார் சின்னப்பொண்ணு.

காலத்தின் வேகத்துக்கு ஈடுகொடுத்து, தமிழ்க்கலை மரபின் மிஞ்சிய நீட்சியாக வளர்ந்து நிற்கிறது கள்ளக்குறிச்சி மரச்சிற்பக் கலை. இயந்திரங்களின் பயன்பாடே இல்லாமல் கரங்களாலேயே உருவாக்கப்படும் இந்த சிற்பங்களுக்கு ஏற்றுமதி வாய்ப்புகள் ஏராளம் உண்டு. ஆனால் அவற்றின் பலன் இந்த கலைஞர்களுக்குக் கிடைக்கவில்லை. இடைத்தரகர்களும், வியாபாரிகளுமே செழிக்கிறார்கள். ஒரு பயிற்சி மையத்தைத் தொடங்கி இளம் தலைமுறையினருக்கு பயிற்சி அளிப்பதோடு, மார்க்கெட்டிங் நுட்பத்தையும் பயிற்றுவிக்க வேண்டும். கூட்டுறவு சங்கம் ஒன்றை உருவாக்கி அதன் மூலம் ஏற்றுமதி செய்வதற்கான ஏற்பாடுகளை அரசு செய்து தந்தால் இக்கலை தழைத்து வளரும்...!

இ. தமிழர் உணவுகளும், விருந்தோம்பலும்!

22

கொங்குநாட்டு கல்யாணபந்தி விருந்து

உலகின் ஆதிச்சமூகங்களில் விருந்தோம்பலுக்குப் பெயர்போனது, தமிழ்ச்சமூகம். வாழும் மண்ணுக்கும், தன்மைக்கும் ஏற்ப, ஒவ்வொரு வட்டாரத்துக்கும் ஒவ்வொரு விருந்தோம்பல் பண்பு உண்டு. அவற்றில், கொங்கு நாட்டு மக்களின் விருந்தும், விருந்தோம்பலும் இணையற்றவை. தனக்கில்லா நிலையிலும், பிறரின் பசியைப் போக்கத் துடிக்கிற பண்பாடு, வளமும், செழிப்பும் நிறைந்த கொங்கு நாட்டின் சரித்திரம் நெடுக பதிவாகி இருக்கிறது.

கோவை, திருப்பூர், ஈரோடு, நாமக்கல், சேலம், தர்மபுரி, மாவட்டங்கள், கிருஷ்ணகிரி, திண்டுக்கல், கரூர் மாவட்டத்தின் சில பகுதிகளை உள்ளடக்கியதே கொங்குநாடு. நான்கு புறங்களிலும் ஓங்கியுயர்ந்த மலைத்தொடர்களைக் கொண்ட இம்மண்டலத்தில் பசுமைக்குப் பஞ்சமில்லை. காவிரி, பவானி, நொய்யல், அமராவதி, தென்பெண்ணை சுவேதநதி என மண்ணை பொன்னாக்கும் நதிகளுக்கும் குறைவில்லை. சோழநாடு நெற்களஞ்சியம் என்றால் கொங்குநாடு நீர்க்களஞ்சியம்.

'கொங்கு மலிந்தால் எங்கும் மலியும், கொங்கு வரண்டால் எங்கும் வரளும்' என்று ஒரு முதுமொழி உண்டு. அப்படியொரு வளம்... அன்று தொட்டு இன்று வரை கொங்கு நாட்டு மக்களின் வாழ்க்கையிலும் அந்த வளத்தை உணரமுடிகிறது.

'கொங்கு' என்றால் தேன். இந்நாட்டின் அடர்ந்த மலைத் தொடர்களில் தேன் மிகுந்திருந்ததால் இப்பெயர் அமைந்தது. மலைத்தொடர் நெடுக தேனெடுத்தலை முதன்மைத் தொழிலாகக் கொண்ட பழங்குடிகள் நிறைந்திருந்தார்கள். பெயருக்கு ஏற்றவாறே கொங்கு மக்களின் மொழியும் தேனாக இனிக்கிறது. வார்த்தைகளில் மரியாதையின் உச்சம் வெளிப்படுகிறது.

பூந்துறை நாடு, தென்கரை நாடு, காங்கேய நாடு, பொங்கலூர் நாடு, ஆறைநாடு என 24 நாடுகளாக உட்பிரிவு கொண்டிருந்தது கொங்கு. இன்றும் அந்த தொன்மம் மேலோட்டமாக வழக்கில் இருக்கிறது. ஒவ்வொரு நாட்டுக்கும் ஒரு 'நாட்டார்' தலைவராக இருக்கிறார். அனைவருக்கும் மேல் ஒரு நாட்டாண்மையும் உண்டு. ஆண்டுக்கொரு முறை நாட்டாண்மை தலைமையில் 24 நாட்டார்களும் ஒன்றுகூடி பிரச்னைகளை பேசித் தீர்த்துக் கொள்வதுண்டு.

பேகன், அதியமான், பழையன், ஓரி, குமணன், விச்சிக்கோ, மோகூர் பழையன், தாமான் தோன்றிக்கோன், கொண்கானன் கிழான், நன்னன், கடியநெடுவேட்டுவன் உள்ளிட்ட புகழ்பெற்ற பழந்தமிழ் மன்னர்கள் பலரும் கொங்கு நாட்டு 'நாட்டார்களாக' இருந்து அரசாண்டவர்கள் தான்.

கொங்கு நாட்டுக்கென்று தனித்துவமான வரலாறு, கலை, பண்பாடு, நாகரீகம், பழக்க வழக்கங்கள் உண்டு. சோழர், ஹொய்சலர், விஜயநகரத்தார், மைசூர் மன்னர்கள் என பலவேறு ஆளுமைகளின் கீழ் இயங்க நேர்ந்தாலும் கொங்குநாட்டு மக்கள் தங்கள் இயல்பில் இருந்து மாறவில்லை. அதுவே இன்றும் அவர்களை தமிழின் அடையாளங்களாக வைத்திருக்கிறது.

ஒரு காலத்தில் விவசாயத்தையும், வனத்தொழில்களையும் பிரதானமாகக் கொண்டிருந்த கொங்குநாடு, இப்போது முதன்மையான தொழிற்சாலைகளை உள்ளடக்கிய பகுதியாக வளர்ந்திருக்கிறது. பல்லாயிரம் கோடி ரூபாய் பரிவர்த்தனை நடக்கும் பகுதியாக மாறியிருக்கிறது. கொங்கு மக்களின் ஈடு

இணையற்ற உழைப்பின் விளைவு. இந்தியாவின் பல்வேறு மாநிலங்களில் இருந்து, லட்சக்கணக்கான மக்கள் கொங்கு நாட்டில் குவிந்து ஜீவிக்கிறார்கள். அவர்களுக்கு இடமளித்து, உணவழித்து, வாழ்வழித்து, உலகுக்கெல்லாம் உடையளித்து, பாரம்பரிய உணவழித்து, அத்தியாவசியப் பொருட்களழித்து வளர்ந்து நிற்கிற கொங்குநாட்டின் விருந்தோம்பல் பண்பு பற்றி சொல்லிக்கொண்டே போகலாம்.

“கொங்குநாடு என்று பொதுவாகச் சொன்னாலும், ஒவ்வொரு வட்டாரத்துக்கும் விருந்தோம்பல் தன்மையில் மாற்றம் உண்டு. கோவை, ஈரோடு, சேலம் போன்ற நகர்ப்புறங்கள் முற்றிலும் தொழில்மயமாகி விட்டன. இந்நகரங்களை ஒட்டிய பிற பகுதிகளில் விவசாயம் தலைத்தோங்கி நிற்கிறது. இன்று உலகமயம் காரணமாக பல்வேறு சமூகங்களில் பண்பாட்டு கலப்புகள் நிகழ்ந்துவிட்டன. ஆனால் மிகப்பெரும் தொழில்மண்டலமாக வளர்ந்துள்ள கொங்குநாட்டில் அப்படியான கலப்பு மிகுதியாக இல்லை. வெளிநாட்டு உணவுகள் எல்லாம் சர்வசாதாரணமாக புழங்கும் இக்காலத்திலும் பழங்குடித்தன்மை மாறாத பல உணவுகள் இங்கே கிடைக்கின்றன. தமிழ் இலக்கியங்கள் போற்றும் வள்ளல்களால் ஆளப்பட்ட மண் இது. அதன் பண்பாட்டுத் தொடர்ச்சி இன்று வரைக்கும் இருக்கிறது. கேட்கும் முன்பாகவே முகம்பார்த்து தேவை அறிந்து தேவையை நிறைவு செய்பவர்கள் கொங்கு நாட்டு மக்கள்...” என்று கொங்குநாட்டின் புகழ்பாடுகிறார் கோவை விஜயா பதிப்பக உரிமையாளர் வேலாயுதம்.

கொங்கு நாட்டில் வேட்டுவக் கவுண்டர்கள், வெள்ளாளக் கவுண்டர்கள், நாயக்கர்கள், ஒக்கிலியர்கள் என பல்வேறு சமூகங்களைச் சேர்ந்த மக்கள் வசிக்கிறார்கள். இதுதவிர, 20க்கும் மேற்பட்ட பழங்குடி சமூகங்களும் உள்ளன. இவர்கள் அனைவரும் விருந்தோம்பல் தன்மையில் ஒருங்கி நிற்கிறார்கள்.

“கொங்கு நாட்டு மக்கள் பண்டிகையும், கொண்டாட்டமுமாக வாழ்பவர்கள். குழந்தை பிறப்பதில் இருந்து, மொட்டையடிப்பது, காது குத்துவது, வயதுக்கு வருவது, திருமணம் என எல்லா நிகழ்வையும் உறவுகளோடு கூடி, கொண்டாடுவார்கள். மகிழ்ச்சியான தருணங்களில் மட்டுமின்றி, துக்ககரமான சம்பவங்களின் போதும் உறவுகள் கூடி தோள் கொடுப்பார்கள். எல்லா நிகழ்வுகளிலுமே விருந்து பிரதானமாக இருக்கும். ‘உப்பு ஜவுளி’ என்ற நிகழ்வு கொங்கைத் தவிர வேறெங்கும் இல்லை. திருமணத்துக்கு ஜவுளி

வாங்குவது தான் உப்புஜவுளி. இந்த நிகழ்ச்சியே திருமணம் போல பிரமாண்டமாக நடக்கும். உப்பு, மஞ்சள், தண்ணீரோடு அத்தனை உறவுகளும் ஜவுளிக்கடை முன்பு கூடிவிடுவார்கள். ஜவுளி எடுத்து முடிந்ததும், ஓரிடத்தில் கூடி பெண்வீட்டாரும், மாப்பிள்ளை வீட்டாரும் உப்பு மாற்றிக்கொள்வார்கள். இந்த வைபவம் முடிந்ததும் விருந்து... ஒவ்வொரு நிகழ்வுக்கும் ஒவ்வொரு விதமான உணவுகள் உண்டு...” என்கிறார் கொங்குநாடு பற்றி பலநூல்களை எழுதியுள்ள கல்வெட்டு ஆய்வாளர் ஜெகதீசன்.

கோக், பெப்சி கலாச்சாரம் பெருகியுள்ள இக்காலத்திலும் கொங்குமக்கள் வீட்டுக்கு வரும் விருந்தாளிக்கு பானகம் கொடுத்து தாகம் தீர்க்கிறார்கள். சுக்கும், ஏலமும் மணக்க, இன்னொரு டம்ளர் கிடைக்காதா என ஏங்க வைக்கிறது பானகம். தண்ணீரில் வெல்லத்தைக் கரைத்து, எலுமிச்சம்பழம் அல்லது புளியைக் கரைத்து, ஏலம், சுக்கைத் தூவி வடிகட்டினால் அதுதான், பானகம். நொடிப்பொழுதில் தயாரித்து தருகிறார்கள். அதுவே, குளிர்காலமாக இருந்தால் கருப்பட்டிக் காபி. எக்காலமும் சுவை மறக்காது நாக்கு. வெண்சர்க்கரை பயன்பாடு மிகவும் குறைவாகவே இருக்கிறது. பெரும்பாலும் கருப்பட்டி, வெல்லம் அல்லது நாட்டுச்சர்க்கரை. காபி, டீ பயன்பாடெல்லாம் குறைவுதான்.

ஆதிகாலத்தில் விவசாயத்தையே தம் முதன்மைத் தொழிலாக கொண்டிருந்ததாலும், பழங்குடித்தன்மை மிகுந்திருப்பதாலும் கொங்கின் பிரதான உணவுகள் தானிய உணவுகளாகவே இருக்கின்றன. கம்பு, கொள்ளு, தட்டாம்பயறு, உளுந்து, குதிரை வாலி, வரகு, அவரை, சாமை, சிவப்புச்சோளம், கேழ்வரகு என தமிழகத்தில் வழக்கொழிந்த பல தானியங்கள் இன்னும் கொங்குநாட்டில் முதன்மை உணவுப்பொருட்களாக உள்ளன.

“கொங்குநாட்டுக்கு வர்ற சம்பந்திகளுக்கு முதல்ல தேன் தினைமாவு கொடுக்கிறது வழக்கம். நம் சங்க இலக்கியங்கள்ல கூட தேன்தினைமாவு பற்றி குறிப்புகள் இருக்கு. ரெண்டையும், தனித்தனியா கிண்ணங்கள்ல வச்சிருவாங்க. விருந்தினர்கள் கலந்து சாப்பிடுவாங்க. வாசமணமா, சுவையா இருக்கும். இன்னைக்கும் கோவையில இருக்கிற சில உணவகங்கள்ல இது கிடைக்குது. பொதுவா, சத்து மிகுந்த உணவுகள்ல ருசி கம்மியா இருக்கும்ன்னு ஒரு கருத்து உண்டு. கொங்குநாட்டு உணவுகள் அதை பொய்யாக்கிடும். உடம்பை வதைக்கிற எந்த பொருளையும் உணவகங்கள்ல கூட பயன்படுத்துறதில்லை. கருப்பட்டி அல்லது

நாட்டுச்சர்க்கரை போட்டுச் செய்யிற கச்சாயம் (அதிரசம்), தட்டை முறுக்கு, சுத்துமுறுக்கு, எள்ளுருண்டைன்னு கொங்கு நாட்டுக்குரிய பலகாரங்கள் விஷேசமானவை. கச்சாயத்துல பலவகை இருக்கு... கரகச்சாயம்(செட்டிநாட்டு கந்தர்ப்பம் போன்றது), பண்ணுக்கச்சாயம்(பணியாரம் போன்றது)... பாவாழைன்னு ஒரு இனிப்பு... அரிசிமாவில இனிப்பு கலந்து செய்வாங்க. வச்சு சாப்பிடலாம். அதேமாதிரி தொகையல் மாவு.. இதில இனிப்பும் இருக்கு, காரமும் இருக்கு... இப்படி சுவையும், ர.சனையும் நிரம்பிய பதார்த்தங்கள் நிறைய இருக்கு..." என்று வாயூர வைக்கிறார் சேலம் தமிழ்ச்சங்க நிர்வாகி க.வை.பழனிச்சாமி.

ஒப்பட்டு கொங்கின் தனித்தன்மை மிகுந்த பதார்த்தம். பிற பகுதிகளில் கிடைக்கும் போளியைப் ஒத்திருந்தாலும் கொங்குநாட்டு ஒப்பட்டுக்கு தனிச்சுவை. தேங்காய், பருப்பு, உறைப்பு என நான்கைந்து சுவைகளில் கிடைக்கிறது. கோவை நகரெங்கும் தள்ளுவண்டியில் வைத்து விற்கிறார்கள். மாலை நேரத்தை இனிக்கச் செய்கிறது. 'சந்தகை' இன்னொரு கொங்கு ஸ்பெஷல். வேறொன்றும் இல்லை. இடியாப்பத்திற்குத் தான் அப்படியொரு புனைப்பெயர். விருந்துக்கு வரும் புதுமணத் தம்பதிகளுக்கு சந்தகைதேங்காய்ப்பால் செய்து தருவது கொங்கு மரபு. பிற பகுதிகளில் தீபாவளிக்கு முறுக்குப் பிழிவார்கள். ஆனால் கொங்குமக்கள் பொங்கலுக்கு பிழிகிறார்கள். காணும் பொங்கலன்று குழந்தைகள் நதிக்கரைகளுக்குப் போய் பூப்பறித்து வருவார்கள். அப்போது அவர்கள் மடிநிறைய இந்த முறுக்கை அள்ளிச்சென்று தின்றபடியே ஆடிப்பாடி மகிழ்வதுண்டு.

"அந்தக்காலத்தில இருந்த பல உணவுகளை இப்பவும் கொங்கு பகுதிகள்ல பாக்கலாம். இன்னைக்கும் பல வீடுகள்ல காலை உணவு களிதான். இனிப்புக்களி, உளுந்துக்களி, ராகிக்களி, கோதுமைக்களி, சோளக்களி, சாமைக்களி, மூங்கிலரசிக்களி, குதிரைவாலிக் களின்னு எல்லாத் தானியங்கள்லயும் களி செய்யிறதுண்டு. உடம்புக்கு இதைவிட சத்தான ஆகாரம் எதுவுமில்லை. பெண்கள் பெரிய மனுஷியாகிற போது நல்லெண்ணெய் தவழ, தவழ களி செஞ்சு கொடுப்பாங்க. கூழும் இங்கே புழக்கத்தில் இருக்கு. தெருவுக்குத் தெரு கம்மங்கூழ் கிடைக்கும். அதேபோல, தானிய தோசைகள், தானிய வடைகளும் இங்கே கிடைக்குது. எல்லா வீடுகள்லயுமே தானியக்குதிர்கள், பானைகள் இருக்கும். எல்லாக் காலத்திலயும் தானியங்கள் இருப்பு வச்சிருப்பாங்க..." என்கிறார் கோவை வடவள்ளியைச் சேர்ந்த காயத்ரி.

கொங்குநாட்டின் அடையாளங்களில் ஒன்றான தானிய லட்டு செய்து விற்பனை செய்கிறார் காயத்ரி. 12 வகையான தானிய லட்டுகள்... சேலம், தர்மபுரி மலைப்பகுதிகளில் இருந்து தானியங்களை வருவிக்கிறார். கொங்கு மண்டலமெங்கும் தானியலட்டு கிடைக்கிறது.

கொங்குமக்கள் பசியென்று வந்தாருக்கு அளந்து உணவிடுவதில்லை. பெரும்பாலும் எந்த உணவகத்திலும் அளவு சாப்பாடே கிடையாது. கல்யாண போஜனம் தான். போதும், போதுமென்கிற அளவுக்கு சாதத்தையும், பதார்த்தங்களையும் வாரிக்கொட்டுகிறார்கள். கோவை, ரயில்வே ஸ்டேஷனுக்கு எதிரில் உள்ள கீதா ஹோட்டல், கல்யாணபந்தி விருந்துக்குப் பெயர்போனது. திருமண மண்டபத்தில் அமரவைப்பது போன்று வரிசையாக அமரவைத்து வயிறின் இண்டு, இடுக்கையும் நிரப்பியபிறகு தான் வெளியே அனுப்புகிறார்கள். 50 ஆண்டுகளுக்கும் மேல் பாரம்பரியம் உள்ள கஃபே. ஒரிஜினல் வற்றல் குழம்பை ருசிக்க வேண்டுமென்றால் இந்த கஃபேவுக்குச் செல்லலாம். நான்கைந்து மணிநேரத்துக்கு நாக்கிலேயே நிற்கிறது.

கொங்கு விருந்து மிகவும் நிறைவானது. இலைநிறைய சாதம் வைத்து நெய்யூற்றுகிறார்கள். அதோடு சேர்த்து பருப்புச்சாறு. அடுத்து மணக்க, மணக்க கெட்டிச்சாம்பார். தொடர்ந்து புளிக் குழம்பு, மோர்க்குழம்பு, வற்றல் குழம்பு... ரசத்திலும் ஏகப்பட்ட சாகசம் செய்கிறார்கள். கொள்ளுரசம், மிளகுத்தண்ணி, தழைரசம், செலவுரசம், தாளிக்காத பொறித்துக் கொட்டிய பச்சைரசம் என தனித்த சுவையுடைய ஏகப்பட்ட ரசவகைகள்...

"உணவகங்கள்ல மட்டுமில்லை.. வீடுகள்லயும் சாப்பாடு வளமையா இருக்கும். மேய்ச்சல் தொழில் இன்னும் மிஞ் சியிருக்கிறது கொங்கு நாட்டுல தான். அதனால நெய்யிக்கு பஞ்சமில்லை. நகரத்தைத் தாண்டி நகர்ந்து போயிட்டா, தானியமெல்லாம் வீடுகள்லயே விளைஞ்சு தள்ளுது. கொங்குநாட்டு திருமண விருந்துகளைப் பாத்தா வெளியூர் ஆட்கள் மலைச்சுப் போயிருவாங்க. இலைநுனியில ஆரம்பிச்சு, அடிப்பகுதி வரைக்கும் பதார்த்தங்களை அடுக்கிப்புடுவாங்க. முதல்ல நெய் பூந்தியும், சிறுமலைப் பழமும் வைப்பாங்க. ரெண்டையும் பிசைஞ்சு சாப்பிட்டா நாவெச்சில் ஊறி நாலைஞ்சு உருண்டை கூடுதலா சாப்பிடலாம். அதேபோல நெய்யும், சர்க்கரையும். இலகுவா செரிக்க. வடையில்லாத விருந்தே இல்லை. கறிவேப்பிலை வடை,

வெற்றிலை வடை, துளசி வடைன்னு ஏகப்பட்ட ரகங்கள் இருக்கு. பிற பகுதிகள்ல எழுமிச்சைசாதம், தக்காளி சாதம் செய்வாங்க. கொங்குநாட்டுல பூண்டு சாதம், மல்லிசாதம்... பருப்பரிசி சாதம்.. டிபன்னு எடுத்துக்கிட்டா அதிலயும் ஏகப்பட்ட எண்ணிக்கை. கொங்கு நாட்டுக்குன்னே பிரதானமான ஒரு டிபன், தயிர்சேவை. சேமியாவை தயிர்ல ஊறவச்சு தருவாங்க. வித்தியாசமா இருக்கும். தேங்காய்ப்பால் பாயசம், பால்பழ பாயாசம், பாசிப்பயறு பாயசம், சவ்வரிசி பாயாசம்ன்னு பாயசத்திலயும் பலவகைகள் இருக்கு...” என்கிறார், உணவகத் தொழிலில் அனுபவமுள்ள ராஜேஷ். சென்னை கிரீம்ஸ் ரோட்டில் கொங்கு உணவுகளுக்கான உணவகம் ஒன்றையும் இவர் நடத்துகிறார்.

கொங்கு உணவில் காய்ந்தமிளகாய், பூண்டு, மிளகு, சின்ன வெங்காயம் ஆகியவற்றின் ஆளுமை அதிகம். வாசனைப் பொருட்களும் அதிகம் பயன்படுத்துகிறார்கள். புளிக்குப் பதிலாக எழுமிச்சம்பழம். பச்சை மிளகாய், தக்காளி பயன்பாடு குறைவு. கீரை இல்லாத விருந்தே இல்லை. பலவகையான கீரைகள், பசுமை மாறாமல் கிடைக்கின்றன. கறிவேப்பிலை, புதினா, கொத்துமல்லியும் நிறைவாக உபயோகிக்கிறார்கள்.

சைவம் மட்டுமின்றி, கொங்கு நாட்டு அசைவ உணவுகளும் இணையற்றவை. கடலுணவுகளின் பயன்பாடு குறைவு. நாட்டுக் கோழி, பறவையினங்கள், ஆடு ஆகியவை பிரதானமான புலால் உணவுகள். பள்ளிப்பாளையம் சிக்கன், கொங்குநாட்டு முட்டைக் குழம்பு போன்ற புகழ்பெற்ற அசைவ உணவுகள் இங்குண்டு.

கோவை லஷ்மிசங்கர் மெஸ், அண்ணபூர்ணா, ஆனந்தா, திருப்பூர் நளன், சேலம் பி.பி.எச். ஹோட்டல், நியூ ரெஸ்டாரெண்ட், அங்கண்ணன் கடை, ரஞ்சிதவிலாஸ் போன்ற பாரம்பரிய உணவகங்களில் கொங்குநாட்டின் பாரம்பரிய உணவுகளை ருசிக்கலாம்.

கொங்குநாட்டின் பெருமைமிகு விருந்தோம்பலின் ஆதாரமே பசுமைமாறாத விவசாயம் தான். பறித்த வேகத்தில் சூடாறாமல் வந்து சேர்கின்றன காய்கறிகள். மலைகளில் திரண்டு கனிந்திருக்கும் பழங்கள் தெருவோரங்களில் குவிந்து கருத்தை கவர்கின்றன. தென்னிந்தியாவின் மிகப்பெரும் பொருளாதார மண்டலமாக வளர்ந்து நிற்கும் கொங்குநாட்டில், பழமையும், பாரம்பரியமும் மிகுந்த விருந்தோம்பல் சொக்கவைக்கிறது.

தமிழகத்தின் பண்பாட்டையும், செழுமையையும் அறிந்து கொள்ளவரும் விருந்தினர்களை தைரியமாக கொங்குநாட்டுக்கு அனுப்பி வைக்கலாம். அதுதான் தமிழர்களின் பெருமைக்கு அடையாளம்.

சில கொங்கு நாட்டு உணவுகள்

பூண்டு சாதம் (4 பேருக்கு)

பச்சரிசி – 150கிராம்

பூண்டு – 15பல்

சின்ன வெங்காயம் – 20

நல்லெண்ணெய் – 1 குழிக்கரண்டி

சோம்புத்தூள் – 1 தேக்கரண்டி

தக்காளி (சிறியது) 2

காய்ந்த மிளகாய் 6

மல்லி 3 மேசைக்கரண்டி

மஞ்சள்தூள் தேவையான அளவு

உப்பு தேவையான அளவு

அரிசியை குழையாத வகையில் சாதமாக்கி தனியாக வைத்துக்கொள்ளுங்கள். பூண்டில், பாதியளவை மிக்ஷியில் அரைத்துக் கொள்ளுங்கள். சின்ன வெங்காயத்தை இரண்டாக வெட்டிக்கொள்ளுங்கள். காய்ந்த மிளகாய், மல்லியைத் தனித் தனியாக வறுத்து அரைத்து வைத்துக் கொள்ளுங்கள். வாணலியை அடுப்பில் வைத்து, நல்லெண்ணெய் விட்டு, பாதியளவு சோம்புத்தூள், வெங்காயம், தக்காளியைப் போட்டு வதக்குங்கள். ஓரளவுக்கு வதங்கியதும், உரித்து வைத்துள்ள பூண்டைப் போட்டு பச்சைவாடை போகுமளவுக்கு வதக்கி, அரைத்துவைத்துள்ள மல்லி, மிளகாய்த்தூள், உப்புப் போட்டு, பூண்டு பேஸ்ட்டையும் போட்டு மிதமான தீயில் வேகவிடுங்கள். தொக்கு பதத்தில் வரும்போது மீதமுள்ள சீரகத்த்தூளை தூவி இறக்கி, சாதத்தைக் கொட்டி கட்டிபடாமல் கிளறுங்கள். கமகம பூண்டுசாதம் ரெடி.

மல்லி பொங்கல்

பச்சரிசி – 100கிராம்

பாசிப்பருப்பு – 100கிராம்

கொத்தமல்லி அரைக்கட்டு

பச்சைமிளகாய் – 4

பூண்டு – 10பல்

முந்திரிப்பருப்பு – 25கிராம்

நல்லெண்ணெய் – 2 குழிக்கரண்டி

உப்பு தேவையான அளவு

அரிசியையும், பருப்பையும் நன்கு அலசி, இரண்டரை பங்கு தண்ணீர் ஊற்றி 3 விசில் வரும் அளவுக்கு குக்கரில் வேகவைத்துக் கொள்ளுங்கள். கொத்தமல்லி, பச்சைமிளகாய், பூண்டை நல்லெண்ணெய் விட்டு தனித்தனியாக வறுத்து அரைத்துக் கொள்ளுங்கள். வாணலியில் நல்லெண்ணெய் விட்டு அரைத்த கலவையை மீண்டும் வதக்குங்கள். நன்கு வதங்கியதும், உப்பு போட்டு, இறக்கி, வேகவைத்த அரிசிபருப்பு கலவையைக் கொட்டி கட்டிபடாமல் கிளறுங்கள். மல்லிப்பொங்கல் ரெடி.

கறிவேப்பிலை பணியாரம்

புழுங்கல் அரிசி – 300கிராம்

உளுந்து – 50கிராம்

வெந்தயம் – 1டீஸ்பூன்

கறிவேப்பிலை – 1 கைபிடி

கடுகு – 1 தேக்கரண்டி

உளுந்து – 2 தேக்கரண்டி

பெருங்காயம் – சிறிதளவு

உப்பு தேவையான அளவு

நல்லெண்ணெய் – 1 குழிக்கரண்டி

அரிசி, உளுந்து, வெந்தயத்தை ஊறவைத்து இட்லிமாவுக்கு அரைப்பது போல அரைத்து, உப்புச்சேர்த்து கரைத்து புளிக்க வையுங்கள். இரவில் அரைத்து காலையில் பயன்படுத்தலாம். கறிவேப்பிலையில் பாதியை பொடியாக நறுக்கிக் கொள்ளுங்கள். பாதியை அரைத்து பேஸ்ட் ஆக்கிக்கொள்ளுங்கள். வாணலியை அடுப்பில் வைத்து எண்ணெய் விட்டு, கடுகு, உளுந்து போட்டு, முதலில் வெட்டிய கறிவேப்பிலையையும், அடுத்து கறிவேப்பிலை பேஸ்டையும் போட்டுத் தாளியுங்கள். பச்சைவாடை போகும் வரை தாளித்து, அரைத்து வைத்துள்ள மாவில் கலந்து குழிப்பணியாரச் சட்டியில் ஊற்றி வேகவைத்து எடுத்தால் சத்தான, சுவையான கறிவேப்பிலை பணியாரம் ரெடி.

கோதுமை பாயாசம்

சம்பா கோதுமை – 1கப்
வெல்லம் இரண்டரை கப்
பால் – 2கப்
முந்திரி, திராட்சை – 25 கிராம்
ஏலக்காய்த்தூள் தேவையான அளவு
நெய் – சிறிதளவு

கோதுமையை லேசாக நெய்விட்டு வறுத்து மிக்ஷியில் போட்டு ஒன்றிரண்டாக உடைத்துக் கொள்ளுங்கள். கோதுமையின் அளவுக்கு 2 பங்கு தண்ணீர் ஊற்றி 2 விசில் வரும்வரை குக்கரில் வேகவையுங்கள். வெல்லத்தை தண்ணீரில் கரைத்து வடிகட்டி தூசிகளை எடுத்துவிட்டு அடுப்பில் வைத்து பாகு காய்ச்சுங்கள். பாகு நன்கு திரண்டு வரும்போது பாலை ஊற்றி மிதமான தீயில் காய்ச்சுங்கள். பாகும், பாலும் இரண்டறக் கலந்தபிறகு, வேகவைத்த கோதுமையைப் போட்டு அடிப்பிடிக்காமல் கிளறுங்கள். நெய்யில் வறுத்த முந்திரி, திராட்சைப் போட்டு, ஏலத்தூளை தூவி இறக்கினால் கோதுமைப் பாயாசம் தயார்.

வெற்றிலை வடை

கடலைப்பருப்பு – 1 கப்
காய்ந்தமிளகாய் – 5
சின்ன வெங்காயம் – 8
சோம்பு 1 தேக்கரண்டி
பச்சைமிளகாய் – 4
பெரிய சைஸ் வெற்றிலை – 6
நல்லெண்ணெய் தேவையான அளவு
உப்பு தேவையான அளவு

பருப்பை ஊறவைத்து அதில், காய்ந்தமிளகாய், சின்ன வெங்காயம், பச்சை மிளகாய், சோம்பைச் சேர்ந்து கரகரப்பாக அரைத்துக் கொள்ளுங்கள். வெற்றிலையை சிறுசிறு பீஸ்களாக வெட்டி மாவில் சேர்த்து, உப்புப்போட்டு, எண்ணெயில் தட்டிப்போட்டு வேகவைத்து எடுத்தால் வெற்றிலை வடை ரெடி.

வெ. நீலகண்டன்

ராஹி அடை

ராஹிமாவு – 1கப்
கடுகு – 1டீஸ்பூன்
உளுந்தம்பருப்பு – 50 கிராம்
காய்ந்தமிளகாய் – 5
பெருங்காயம் சிறிதளவு
சின்ன வெங்காயம் – 10
நல்லெண்ணெய் தேவையான அளவு
கறிவேப்பிலை தேவையான அளவு
உப்பு தேவையான அளவு

ராஹிமாவில் உப்பு சேர்த்து அடைமாவு பதத்துக்கு கரைத்துக் கொள்ளுங்கள். வாணலியில் எண்ணெய்விட்டு, கடுகு, உளுந்து, கறிவேப்பிலை போட்டு தாளித்து, காய்ந்தமிளகாய், சின்னவெங்காயம் போட்டு வதக்குங்கள். இந்தக் கலவையை மாவில் கலந்து அடையாக ஊற்றி எடுங்கள். இந்த ராஹி அடைக்கு சுவையான சைடிஷ் கொள்ளுச்சட்னி.

கொள்ளுசட்னி

கொள்ளு – 1 கப்
சின்ன வெங்காயம் – 6
காய்ந்தமிளகாய் – 4
பூண்டு – 4
புளி சிறிய எழுமிச்சை அளவு
தேங்காய் சிறிதளவு
உப்பு தேவையான அளவு
நல்லெண்ணெய் தேவையான அளவு

கொள்ளை வெறுஞ்சட்டியில் போட்டு வறுத்துக் கொள்ளுங்கள். வாணலியில் எண்ணெய் விட்டு வெங்காயம், காய்ந்தமிளகாய், பூண்டை பச்சைவாடை போகுமளவுக்கு லேசாக வதக்கி கொள்ளில் கொட்டுங்கள். இதில் புளி, தேங்காய், உப்பு சேர்த்து அரைத்தால் கொள்ளு சட்னி ரெடி.

23

நாஞ்சில்நாட்டு தும்பு இலை சாப்பாடு...

'வாங்க மக்களே...' என்று அன்பொழுக அழைப்பதில் ஆகட்டும்.. வியர்வை உலரும் முன்பாக தேன் கலந்த சுவைத்தண்ணீர் தந்து உபசரிப்பதில் ஆகட்டும்.. விருந்தோம்பல் பண்பில் நாஞ்சில் நாட்டு மக்களுக்கு என்று ஒரு தனித்தன்மை இருக்கிறது. பசிக்கானதாக மட்டுமின்றி, ருசிக்கும், ரசனைக்கும் உரியதாக உணவைக்கருதும் நாஞ்சில் நாட்டு மக்கள் அந்நியனின் பசியைக் கூட முகக்குறிப்பில் உணர்ந்து அள்ளிக்கொடுக்கும் பண்பு கொண்டவர்கள்.

இன்றைய குமரி, அக்காலத்தில் ஆய்நாடு, நெங்கநாடு, படப்பநாடு, வள்ளுவநாடு, குறுநாடு, புறத்தாநாடு, நாஞ்சில்நாடு என பல குறுநாடுகளாக பிரிந்து கிடந்தது. கிழக்கே ஆரல்வாய் மொழி, மேற்கே, ஆளூர் பன்றி வாய்க்கால், வடக்கே கடுக்கரை மலை, தெற்கே மணக்குடி காயல்.. இதுதான் நாஞ்சில் நாட்டின் எல்லைகள். நாஞ்சில் குறவன், நாஞ்சில் பொருநன், நாஞ் சில் வள்ளுவன், பெரிய வீட்டு முதலியார் உள்ளிட்டோர் ஆண்ட இப்பகுதி, பிற்காலத்தில் திருவிதாங்கூர் மன்னர்களின் ஆளுமைக்குள் சென்றது. வடக்கிலும், கிழக்கிலும் மலைவளமும்,

மேற்கே நிலவளமும், தெற்கே கடல்வளமும் அமையப்பெற்ற இந்நிலத்துண்டில் தான் தமிழரின் பண்பாடு துளிர்த்தது என்கிறார்கள் மானுடவியல் அறிஞர்கள்.

1956இல் நாஞ்சில்நாடு உள்ளடங்கிய குமரிமாவட்டம் தமிழகத்தோடு இணைக்கப்பட்டாலும், மொழி, உணவு, பண்பாடு, கலை, பண்டிகைகள், சடங்குகள் என அனைத்து அம்சங்களிலும் திருவிதாங்கூரின் படிமங்களை உணரமுடிகிறது. தீபாவளி அளவுக்கு ஓணம் பண்டிகையும், விஷூ பண்டிகையும் களைகட்டுகின்றன. விருந்தோம்பல் மற்றும் உணவுப்பண்பாட்டிலும் பெரிய வேறுபாடுகள் இல்லை.

வடக்கு மலையில் உற்பத்தியாகி எல்லைவரை தவழ்ந்தோடும் பழையாறு நதியின் புண்ணியத்தில் எக்காலமும் பசுமைபூத்துக் கிடக்கிறது நாஞ்சில்நாடு. பிரிவினைக்கு முன்பு நாஞ்சில்நாடு தான் திருவிதாங்கூரின் நெற்களஞ்சியம். இங்குமட்டுமே விளையும் குண்டுச்சம்பா அரிசிக்கு கேரளமாநிலமே மயங்கிக் கிடக்கிறது. தென்னை, வாழை, பரந்து விரிந்த நெல்வயல்கள்.. கிழக்குப்புறத்தில் அடர்ந்த பனைமரங்கள். கட்டிச்சம்பா, பூவன்சம்பா, கிச்சடி சம்பா, வாசரமுண்டா, பூம்பாலை என 60க்கும் மேற்பட்ட பாரம்பரிய நெல்ரகங்கள் விளைகின்றன. வாழையில் மட்டும் நேந்திரன், பேயன், பாளையங்கொட்டன், மொந்தன், சிங்கன், துளுவன், செந்துளுவன், நெய்த்துளுவன், ரசகதலி, மட்டி, பச்சைப்பழம் என 15க்கும் மேற்பட்ட வகைகள். சுவையில் ஒன்றுக்கொன்று முன்நிற்கிறது. நாஞ்சில் நாட்டு மக்களின் வாழ்க்கையில் இருந்து நேந்திரம் பழத்தைப் பிரிக்கமுடியாது. நேந்திரங்காய் வற்றல், நேந்திரம்பழ பாயாசம், பழம்பொறி, சர்க்கரை வரட்டி, பாயாசம், புளிச்சேரி என அதன்மூலம் ஏகப்பட்ட பதார்த்தங்கள் செய்கிறார்கள். வீட்டுக்குவீடு நேந்திரம்பழத் தார் உண்டு. திடீர் விருந்தினர்கள் வந்தால் நேந்திரம்பழ கவனிப்புதான். இதை ஏத்தங்காய் என்கிறார்கள்.

புளிச்சேரி, எரிச்சேரி, ஓலன், தோரன், இஞ்சிக்கறி, அவியல், தீயல், கிச்சடி என வேறெங்கும் கிடைக்காத பல சிறப்புணவுகள் இங்குண்டு. உபசரிப்பு, விருந்தோம்பல் பண்பில் உணவு இயல்பை விட அதிகம் ருசிக்கின்றது.

'நாஞ்சில் நாட்டுக்குன்னு நிறைய தனித்தன்மைகள் இருக்கு. எல்லா வீடுகளிலும் வெளிப்புறத்தில திண்ணை இருக்கும். திண்ணையோட முடிவுப்பகுதி தலையணை மாதிரி கொஞ்சம்

மேடா இருக்கும். அந்த திண்ணையில ஒரு விளக்கை கொளுத்தி வச்சிருப்பாங்க. தண்ணீர்பானை இருக்கும். திண்ணை ஓரத்தில ஒரு மண்குடுவை இருக்கும். அதில உமி, நல்லமிளகு, உப்புச் சேர்த்து அரைச்ச பல்பொடி இருக்கும். வழிப்போக்கர்கள் அந்த திண்ணையில படுத்து ஓய்வெடுப்பாங்க. கட்டிக்கிட்டு வர்ற சாப்பாட்டை சாப்பிடுவாங்க... அவங்களுக்கு வீட்டுக்காரர், சாப்பாட்டுக்கு உப்பு, வெற்றிலைக்கு சுண்ணாம்பு கொடுப்பார். நாஞ்சில் நாட்டுல வாழ்ந்த பல பெரியமனுஷங்க, வழிப்போக்கர்களை உபசரிக்கிறதுக்கு ஊர்மக்களுக்கு நிலங்களை தானமாக தர்ற வழக்கமுண்டு..'என்கிறார் எழுத்தாளர் அ.கா.பெருமாள்.

நாஞ்சில் நாட்டின் முக்கிய பொருளாதாரப் புலம் பனைமரங்கள் தான். வீட்டுக்குவீடு பதநீர் இருப்பு வைத்திருப்பார்கள். சீனி, வெல்லத்துக்கெல்லாம் வேலையில்லை. இனிப்பென்றால் பதநீரில் தயாராகும் கருப்பட்டி தான்.

'பதநியில கூழ்பதநி, பயத்தம்கூழ் பதநி, அண்டிப்பருப்பு பதநி, புளிப்பதநின்னு 10க்கும் மேற்பட்ட வகைகள் உண்டு. பானையில பாதநியைக் கொட்டி வண்டுகட்டி வச்சிருப்பாங்க. கூழ்பதநி ஜெல்லி மாதிரி இருக்கும். ரொம்பநாள் கெட்டுப்போகாது. அதேபோல கருப்பட்டியிலயும் பலவகை உண்டு. எல்லா வீடுகள்லயும் அடுப்புக்கு மேல கருப்பட்டி பிறைன்னு ஒரு அறை இருக்கும். அதுக்குள்ள கருப்பட்டியை வச்சுட்டா நல்லா உணர்ந்து மேல்பகுதி கருத்துப் போயிருக்கும். உடைச்சா உள்ளே மஞ்சள் நிறத்தில மகுறும். சாப்பிட ரொம்பச்சுவையா இருக்கும். அதுத்தான் வெட்டக் கருப்பட்டி. வீட்டுக்கு வர்ற விருந்தாளிகளுக்கு கூழ்பதநியும், வெட்டக்கருப்பட்டியும் தந்து உபசரிப்பாங்க. இந்தப்பகுதியில கிடைக்கக்கூடிய தேன் ரொம்பவே அபூர்வமானது. நிறைய மருத்துவ குணங்கள். எல்லார் வீட்டிலயும் தேன்குடுவை இருக்கும். அதேபோல வீட்டுக்கு வீடு சக்கைப்பழம் (பழாப்பழம்), மாம்பழம் விளையும். அந்தப்பழங்களை வெட்டி தேன்விட்டு கொடுப்பாங்க. அந்தச்சுவையை நினைச்சாலே நாக்கு இனிக்கும்.

வீட்டுக்கு ரெண்டு பசுமாடு கெடக்கும். சுடச்சுடப் பால் கறந்து மல்லி, கருப்பட்டியோட நத்தைச்சுள்ளி இலையை பறிச்சுப் போட்டு கொதிக்கவச்சுத் தருவாங்க. இன்னைக்கு காபி, டீன்னு நவீனங்கள் வந்திருக்கு. கொஞ்சம் நாகரீகம் வளர்ந்திருக்கு. ஆனா நாஞ்சில் நாட்டு பாரம்பரியம் மாறலே.' என்கிறார் எழுத்தாளர் பொன்னீலன்.

நாஞ்சில் நாட்டு உணவுகள் பற்றி ஆய்வுசெய்த எழுத்தாளர் நாஞ்சில்நாடன் தம்மண்ணின் உணவுகள் பற்றி இனிக்க, இனிக்கப் பேசுகிறார்.

'நாஞ்சில் நாட்டு உணவில சுவைக்கு இணையா சத்தும் நிறைஞ் சிருக்கும். மேல்தோல் நீக்கப்படாத சம்பா அரிசியில தான் சாதம் வடிப்பாங்க. சாதம் வேகுறப்போ ஊரே மணக்கும். கன்னிப்பூ, கும்பப்பூன்னு இரண்டு சாகுபடி. இடைப்பட்ட காலங்கள்ல உளுந்து, சிறுபயிறுன்னு தானியங்களை விதைச்சு சேகரிச்சு வச்சுக்குவாங்க. உளுந்தங்கஞ்சியும் சிறுபயறு கஞ்சியும் நாஞ் சில்நாட்டோட முக்கிய உணவுகள். இந்த கஞ்சிகளுக்கு தொடுகறி கானா சம்மந்தி, பொறிகடலை சம்மந்தி.. சம்மந்தின்னா துவையல். சிலபேர் கருப்பட்டியைத் தொட்டுக்குவாங்க. அமிர்தமா இறங்கும். நாஞ்சில்நாடு முக்கியமான தேங்காய் உற்பத்தி மண்டலம். எல்லா உணவுகள்லயும் தேங்காய் பயன்பாடு இருக்கும். ஆனா, எண்ணெய் பயன்பாடு குறைவாத்தான் இருக்கும். மிளகாய் பயன்பாடும் குறைவு. நல்லமிளகு, குறுமிளகு தான். அதேபோல இனிப்புகளுக்கு கருப்பட்டி. அதேபோல அப்பமும் மிக முக்கிய உணவு. தோசைபோலவே இருக்கும் இதில் தேங்காய்ப்பால் அல்லது கடலைக்கறி, கிழங்குக்கறி சேத்து சாப்பிடுவாங்க. அவியல் இல்லாம ஒரு சாப்பாடும் கிடையாது. சேனை, வழுதலங்காய், புடலை, வாழைக்காய், பூசணிக்காய், முருங்கைக்காய்ன்னு அத்தனை காய்கறிகளையும் போட்டு தேங்காய் அரைச்சு ஊத்தி அவிப்பாங்க. அவ்வளவு சுவையா இருக்கும். அச்சுமுறுக்கு, முந்திரிக்கொத்து, மனோகலம், உப்பேரி, கருப்பட்டி அதிரசம், சுத்துமுறுக்கு, அரிசி சீடை.... இதெல்லாம் இந்த மண்ணுக்கு உரிய பதார்த்தங்கள். அதேபோல ரசவடையும் முக்கியமானது.

இன்னுமொரு முக்கிய உணவு மீன். மீனை வறுக்கமாட்டாங்க. குழம்புதான். அதிலயும் 'புளிமுளம்'ன்னு ஒரு குழம்பு உண்டு. அயிரை, சாலை, நெய்மேனி, குதிப்பு, பண்ணா, கொழுவுச்சாலை மீன்கள்ல மட்டும் தான் செய்யமுடியும். அதேபோல, கட்டா, விலைமீன், பாறை, சீலா மீன்களை வச்சு 'அவிச்சகறி'ன்னு ஒன்னு செய்வாங்க. நாலுநாள் சுடவச்சு, சுடவச்சுச் சாப்பிடலாம்...' என்று நாவில் நீர் சுரக்கவைக்கிறார் நாஞ்சில்நாடன்.

அருகில் உள்ள கேரள உணவையும், நாஞ்சில் நாட்டு உணவையும் தனித்து அடையாளம் காண்பது சிரமம். பல ஐட்டங்கள் இரண்டு பகுதிக்கும் பொதுவானவை. கேரளமக்கள்

விருந்து நிகழ்வுகளுக்கு நாஞ்சில் நாட்டுச் சமையல்காரர்களை தான் விரும்பி அழைக்கிறார்கள். வடிவீஸ்வரம் சீனிஐயர், வெங்கிடி ஐயர், பூதப்பாண்டி குத்தாலம் பிள்ளை, தாழக்குடி நீலகண்டன் என புகழ்பெற்ற பல சமையல்காரர்கள் நாஞ்சில் நாட்டில் உண்டு.

'இனிப்பு, காரம், புளிப்புன்னு அருஞ்சுவையும் அடங்கினது நாஞ்சில் நாட்டுச் சாப்பாடு. ஐட்டங்களை இலையில வச்சா வண்ணங்களால கோலம் போட்டது போல இருக்கும். பெரும் சாப்பாடு, சிறுசாப்பாடுன்னு ரெண்டு வகை. பெரும்சாப்பாட்டுல 20க்கும் மேற்பட்ட பதார்த்தங்கள். அதிலயும் தும்புஇலை விருந்துதான் மரியாதைக்கு அழகு. தும்புஇலைன்னா, கிழிசல், வாடல், கசங்கல், இலசல், முற்றல், கோணல் இல்லாத நடுத்தர வாழையிலை. தும்பு இலையில எப்படி பரிமாறனுன்னு தனி இலக்கணமே இருக்கு. தும்புவோட இடக்கை பக்கம் உப்பு. அடுத்து ஏத்தங்காய் வற்றல், உப்பேறி. அடுத்து, இஞ்சிப்புளி, நார்த்தங்கா கறி, மாங்காக்கறி... இதெல்லாம் ஊறுகாய்கள். அடுத்து, கிச்சடிகள். வெள்ளரிக்காய் கிச்சடி, பீட்ரூட் கிச்சடி, பாகற்காய் கிச்சடி, பைனாப்பிள் கிச்சடின்னு நாலு கிச்சடி வகைகள் வைக்கனும். தும்புக்கு கீழ்ப்பக்கம் அவியல். அடுத்து துவரன். முட்டைகோஸ், கேரட் போட்டு தேங்காய்ப்பால் ஊத்திச் செய்யப்படுற பொறியல்.

அடுத்து ஓலன். பூசணிக்காய், பரங்கிக்காய், சேம்பு வழுதலங்காய், தட்டாம்பயிறு போட்டு தேங்காய்ப்பால் ஊத்தி செய்யிறது. அடுத்து எரிசேரி. பூசணிக்காய்ல பயறு போட்டு செய்யிற கூட்டுக்கறி. அதுக்குப்பக்கத்தில 2 பப்படம் வைக்கனும். வலது கைப்பக்க நுனியில ஒரு ரசகதலி பழம். எழுமிச்சம் பழமும் வைக்கிறதுண்டு. உப்பு, புளி கூடறக்குறைச்சு இருந்தா பிழிஞ்சுக்கலாம். நடுவில சாதம். சாதத்துக்கு முதல்ல பருப்பு, நெய்விடனும். அடுத்து சாம்பார்... புளிச்சேரி. அன்னாசிப்பழம் போட்டு செய்யப்படுற மோர்க்குழம்பு தான் புளிச்சேரி.

அடுத்து ரசம். சம்பாரம். சம்பாரம்ன்னா, நல்லாப்புளிச்ச கெட்டிமோர். கறிவேப்பிலை, பச்சைமிளகாய், இஞ்சியோட எழுமிச்சம் தோலை வெட்டிப் போட்டு செய்யிறது. இடையில உள்ளித்தீயலும் உண்டு. தீயல்ன்னா புளிக்குழம்பு மாதிரி. இதுபோக குறைஞ்சது நாலுவகை பாயாசமாவது இருக்கும். நாஞ்சில் நாட்டுல 30க்கும் மேற்பட்ட பாயச வகைகள் உண்டு. நேந்திரம் பாயசம்,

சக்கைப் பாயசம், அடைப் பாயசம், பால்பாயசம், சிறுபருப்பு பாயசம், கடலைப்பருப்பு பாயசம், சேனைப்பாயசம், தடியங்காய் பாயசம், சேமியா பாயசம், கோதுமை பாயசம்... பாயாசத்தில பிசைஞ்சு சாப்பிட தனியா சில ஐட்டங்கள் வைக்கனும். அடைப் பாயாசத்தில மட்டி வாழைப்பழம் பிசைஞ்சு சாப்பிடுவாங்க. பால் பாயாசத்தில் போளி, பூந்தி சேத்துச் சாப்பிட்டா தித்திப்பு நாக்கை விட்டு இறங்காது..' என்கிறார் நீலகண்டன்.

நேந்திரம் பழத்தை மாவில் தோய்த்து எண்ணெயில் பொறித் தெடுக்கும் பழம்பொறி, புட்டுப்பயிறு, அரிசிக்களி, உளுந்தங் காடி, நெய்யப்பம், பலாப்பழக் களி, உன்னியப்பம், சுக்குப்பால், மெழுகுபுரட்டி, கருப்பட்டி அதிரசம் என நாஞ்சில் நாட்டுக்கே உரித்தான பதார்த்தங்கள் நிறைய உண்டு.

உடம்பை உறுத்தாமல் தாலாட்டிச் செல்லும் காற்று, சிதை படாத மண், அமிர்தமாக ஊறும் தண்ணீர் என நாஞ்சில் நாட்டில் வாழ்வதே வரம் தான். அங்கு கிடைக்கும் உணவுகள் அந்த வாழ்க்கையை இன்னும் உன்னதமாக்குகின்றன. 'செவிக்கு இசையும், கண்ணுக்குச் சிற்பமும், ஓவியமும், மனதுக்குக் காமமும் போல் நாவிற்கும் மூக்கிற்கும் சமையல்...' என்பார் நாஞ்சில்நாடன். நாஞ்சில் நாட்டு சமையலும், விருந்தோம்பலும் நாவையும், மூக்கையும் மட்டுமின்றி மனதையும் ஈர்க்கிறது.

24
தஞ்சாவூர் தாட்டெலைச் சாப்பாடு...

'பொன்னிச் சம்பாவுல பொங்கிப் போட்டாலும், தஞ்சாவூர் சம்பந்திக்கு பொல்லாப்பு தீராது...' என்றொரு சொலவடை உண்டு. உணவு விஷயத்தில் தஞ்சா ஜில்லாக்காரர்களை திருப்திப்படுத்தவே முடியாது. அந்த அளவுக்கு ருசியாகவும், ரசனையாகவும் சாப்பிட்டுப் பழகியவர்கள். நஞ்சையும், புஞ்சையும் கொஞ்சி விளையாடுவதால் வளமான வாழ்க்கை என்பது தஞ்சைக்காரர்களுக்கு வாய்த்த வரம். உணவை வெறும் பசிக்குறியதாக மட்டும் இல்லாமல் மரியாதையும், உரிமையும் சார்ந்த வாழ்வியல் அடையாளமாக பார்ப்பவர்கள். வாழ்வில் வளம் குன்றிய தருணங்களில் கூட தங்கள் மரபுகளை விட்டுக்கொடுக்காமல் வாழ்பவர்கள்.

தஞ்சை ஜில்லா விருந்தோம்பலில் முக்கிய இடம் வகிப்பது 'தாட்டெலை சாப்பாடு'. சுபகாரியங்களில் சம்பந்தி உறவுக்காரர்களுக்கு 'தாட்டெலை சாப்பாடு' கட்டாயம். இன்றளவும் பல சமூகங்களில் அந்த நடைமுறை நீடிக்கிறது. தஞ்சையை சுற்றியுள்ள பதினெட்டுப் பட்டி மிராசுதாரர்களை திருமணத்துக்கு

அழைத்தால் கட்டாயம் தாட்டெலை சாப்பாடு போடவேண்டும். திருமணம் முடிந்து விருந்துக்கு வரும் புதுமணத் தம்பதிகளுக்கும் தாட்டெலையில் விருந்து வைக்க வேண்டும்.

அதென்ன தாட்டெலை...?

அடியும், நுனியும் வெட்டப்படாத முழுநீள வாழைஇலை. 5முதல் 6அடி நீளம் கொண்ட இளம்பச்சை இலை. இதற்கென்றே காவிரியின் இரு கரைகளிலும் பலநூறு ஏக்கரில் வாழைமரங்கள் வளர்க்கப்படுகின்றன. பூவன் ரக வாழை மட்டுமே தாட்டெலைக்கு தகுந்தது. காற்றில் ஆடி கிழியாமல் இருக்க, குருத்து பருவத்திலேயே சுருள் பிரியாமல் சுருக்கு வைத்துக் கட்டுவார்கள். நீளமாக வளர்ந்ததும் அறுத்து பிரித்தால் இலை படரும். தஞ்சாவூர், பட்டுக்கோட்டை, திருவாரூர் பகுதி சந்தைகளில் தாட்டெலை ஏலம் தினமும் நடைபெறும். 100இலை கொண்ட ஒருகட்டு 800 1000 ரூபாய்.

'வாழை இலையில சாப்பிடுறது மூலிகைச் சாப்பாடு மாதிரி.. உடம்புக்கு குளிர்ச்சி. அதுவும், சுடச்சுட சாப்பாட்டை வச்சுச் சாப்பிட்டா, இலையில இருக்கிற சத்தெல்லாம் உணவில கலக்கும். கல்யாண வீட்டு தாட்டெலை விருந்துல 17முதல் 25வகை தொட்டுக்கைகள் பறிமாறனும். அழைப்பிதழ்லயே சமையல்காரர் பெயரையும் போட்டுறனும். தாம்பூலம் வைக்கிறப்போ 'இந்த சமையல்காரர் சமைக்கிறார்... அவசியம் நீங்கள் சாப்பிடனும்'னு வேண்டுகோள் வைப்போம். எவ்வளவு தான் சீர்செனத்தி செஞ்சாலும் சாப்பாட்டுலயும், உபசரிப்புலயும் குறைவச்சா மரியாதை போயிரும்...' என்கிறார் ஆச்சனூர் சம்பத்.

'சுபகாரியங்களுக்கு அழைப்பிதழ் வைக்கிறதே வித்தியாசமா இருக்கும்.. கூட ஒரு நாதஸ்வரக்காரரைக் கூட்டிக்கிட்டு புருஷன், பொஞ்சாதியா போய் கூப்பிடனும். 'விஷேசத்துக்கு வாங்க'ன்னு மட்டும் சொன்னாப் போதாது. 'எல்லா வேளையும் எங்க வீட்டுலதான் சாப்பிட'னுன்னு சேத்துச் சொல்லனும். சிலபேரு சமையல்காரரைப் பார்த்துத்தான் விருந்துக்கே வருவாங்க. மாயவரம் அகோரம் அய்யர், மருத்துவக்குடி வெங்கட்ராமன், விக்கிரபாண்டியம் நாராயணசாமி, குடந்தை மணி, சாட்டை வெங்கட்ராமன், உத்திராபதி, தியாகராஜ அய்யர், சேங்காலிபுரம் ராமசாமி, குத்தாலம் துருவராஜ அய்யர்ன்னு தாட்டெலைக்கு சமைக்கிறதுக்குன்னே சமையக்காரங்க இருக்காங்க. இவங்க

சமையலைச் சாப்பிடுறதே தனி கௌரவம்..' என்கிற தஞ்சை மாவட்ட ஓட்டல் உரிமையாளர் சங்கத் துணைத்தலைவர் கோவி.கணேசமூர்த்தி, தனது மகளின் திருமணத்துக்கு 2 ஆயிரம் பேருக்கு தாட்டெலைச் சாப்பாடு போட்டவர். சமையல், நாகப்பட்டினம் ராமமூர்த்தி.

தஞ்சை வட்டார உணவின் சிறப்பே ரசாயனம் படாத காய்கறிகள் தான். வீட்டுக்கு வீடு காய்கறித் தோட்டம்.. என்னதான் வறட்சி, வறுமை என்றாலும் பசுமைக்கு குறைவில்லை. வெங்காயம், முள்ளங்கி, பறங்கி, பூசணி, கத்திரி, கருணை, வெண்டை. தக்காளி என எல்லாமும் வீட்டுக்கு அருகிலேயே பச்சைப்பசுமையாக பறிக்கலாம். எல்லாப் பருவத்திலும் ஏதாவது ஒரு காய்கறி விருந்தினரை எதிர்நோக்கி செடியில் காய்த்திருக்கிறது.

விருந்தோம்பலுக்கு என்று தனி விதிகளே வகுத்து வைத்திருக்கிறார்கள் தஞ்சை ஜில்லாக்காரர்கள்.

'வீட்டுக்கு வர்ற சம்பந்திப்பொறங்களுக்கு டீ, ஜூஸ் குடுத்தா கோவிச்சுக்கிட்டு கிளம்பிருவாங்க. கறந்த பால்ல போட்ட காபிதான் குடுக்கனும். வீட்டுக்கு வீடு காப்பிக்கொட்டை அரைக்கிற மெஷின் இருக்கும். காப்பிக்கொட்டையை வறுத்து வச்சிருப்பாங்க. விருந்தாளி வந்த உடனே நாலைஞ்சு கொட்டையை அரைச்சு, காபி போடுவோம். மாயவரம் பித்தளை பில்டர்ல காபி போட்டா நாலூரு மணக்கும்...' என்கிறார் திருவையாறு, 'மரபு பவுண்டேஷன்' நிறுவனர் ராம.கௌசல்யா.

தஞ்சாவூர் ஜில்லா உணவு வகைகள் வித்தியாசமானவை. எளிமையான சமையல் முறைதான். ஆனால் சுவைக்கு பஞ் சமில்லை. மண்பானை சமையல் கொஞ்சம் குறைந்துபோனாலும் மரபுவழி பதார்த்தங்களுக்கு குறைவில்லை.

'பொதுவா இங்கிலீஸ் காய்கறிகளை யாரும் பயன்படுத்த மாட்டாங்க. அதேபோல வெங்காயம், மிளகாயும் அளவாத் தான் சேப்போம். மிளகாய்க்குப் பதிலா மிளகு. தோப்புத்தொறவு இல்லாதவங்க கூட வீட்டுப்பக்கத்தில 2 வாழைக்கட்டையை ஊனி வச்சிருப்பாங்க. கூரைக்குக் கூரை பறங்கிக்கொடி, பூசணிக் கொடி படந்து கிடக்கும். திடீர்ன்னு வீட்டுக்கு விருந்தாளி வந்துட்டா, தோட்டத்துல ஒரு வாழைக்காயைப் பறிச்சு துவையல் அரைச்சிருவோம். பறங்கியைப் பரிச்சு பல்தாங்கியும், பூசணியைப்

வெ. நீலகண்டன் ௸ 143

பறிச்சு ரசவாங்கியும் செஞ்சிருவோம். ஒரு வாழையைத் துண்டாக்கி, தண்டெடுத்து மோர் பச்சடி செய்வோம். ஆவக்கா ஊறுகா, நார்த்தங்கா பொடி, மாவடு எல்லாம் தயாரா வச்சிருப்போம். நார்த்தாங்காப் பொடியைத் தொட்டுக்கிட்டா 2படி மோர்ச்சாதம் அமுதமா உள்ளேபோவும்...' என்கிறார் கும்பகோணத்தைச் சேர்ந்த யோகா ஆசிரியை ஜெயந்தி.

சாப்பாடு பறிமாறுவதில் கூட திட்டங்கள் உண்டு.

'இலையோட நுனி இடதுபுறமா இருக்கனும். முதல்ல, வடதுபுறம் கொஞ்சமா பாயாசம் வைக்கனும். அடுத்து, அதுக்கு நேர்மேல தயிர்பச்சடி, மாங்காய் இனிப்பு பச்சடி அல்லது பறங்கி பல்தாங்கி, கோசுமறி(வெள்ளரிக்காய் கூட்டு), காரக்கறி, தேங்காய்கறி, உசிலி, அவியல், வறுவல், ஸ்வீட்ன்னு வரிசையா வச்சு, இலையோட நரம்புக்கு வெளிப்புறமா பருப்பு, நெய் வைக்கனும். நடுவில சாதம். முதல்ல பாயாசத்தைத் தான் சாப்பிடனும். அது உமிழ்நீர் சுரப்பை அதிகமாக்கி பசியைத் தூண்டும். அடுத்து பருப்புசாதம்.., சாம்பார்சாதம், காரக்குழம்பு..' விவரித்து அசரவைக்கிறார் கௌசல்யா.

வெற்றிலை தாம்பூலமும் விருந்தோம்பலில் ஒருஅங்கம். கரூர் வெள்ளை வெற்றிலை, அய்யம்பேட்டை கொடிக்கால் வெற்றிலை, ஆவூர் பச்சை வெற்றிலை என்று பலரகங்கள் உண்டு. பெரும்பாலும் ஊருக்கு ஒரு வெற்றிலைக் கொடிக்கால் இருக்கும். தஞ்சாவூர்காரர் வெற்றிலை போடுவதை கண்காட்சி கணக்காக பார்த்துக் கொண்டே இருக்கலாம்.

'முதல்ல, வெத்திலையை எடுத்து வேட்டியில முன்னையும், பின்னையும் துடைப்பாங்க. அடுத்து ரெண்டு பக்கமும் சரிசமமா மடிச்சு, மேல் காம்புல தொடங்கி, கீழே நுனி வரைக்கும் உள்ள நரம்பை கிழிச்சுப் போடுவாங்க. யாரும் சுண்ணாம்பு காசு கொடுத்து வாங்கிறதில்லை. கிளிஞ்சல்கள் வாங்கி ஊறவச்சு, 'கத்தைக்காம்பு'ங்கிற வாசனை சாமான், பன்னீர் ஊத்தி கலந்து வச்சுக்குவாங்க. தேவைப்படுறப்போ, கொஞ்சமா எடுத்து வெண்ணை கலந்து பயன்படுத்துவாங்க. இதை எவ்வளவு சேத்தாலும் வாயி, வயிறு வேகாது. சீவல் எல்லாம் இப்போ தான். அப்போ, கொட்டப்பாக்கு... பாக்குவெட்டி வச்சு சின்னதா வெட்டிக்குவாங்க. வாய் செவக்க, செவக்க வெத்திலை போட்டாத்தான் விருந்துக்கு நிறைவு...' என்கிறார் கௌசல்யா.

மழையும், மண்ணும், உழவும், உழைப்பும், உறவும், உண்மையும் கலந்ததே தஞ்சை ஜில்லா வாழ்க்கை... அவ்வப்போது வந்து வாட்டுகிற வறட்சிகள் அம்மக்களின் வாழ்க்கையில் எந்த விளைவையும் ஏற்படுத்துவதில்லை. எல்லாக் காலங்களிலும் அவர்களின் வாழ்க்கையிலும், வார்த்தையிலும், உபசரிப்பிலும் நிரம்பி வழிகிறது நிறைவு...!

சில தஞ்சாவூர் வட்டார உணவுகள்! வாழைக்காய் துவையல்

நன்கு முற்றிய வாழைக்காயின் தோலைச் சீவிவிட்டு, நெருப்பில் சுட்டு உதிர்த்து, வறுத்த பருப்பு, வரமிளகாய் சேர்த்து அரைத்தால் வாழைக்காய் துவையல் ரெடி.

வாழைத்தண்டு மோர் பச்சடி

வாழைத்தண்டை சிறிது, சிறிதாக நறுக்கி மோரில் ஊறவைத்து, எழுமிச்சம் பழத்தை பிழிந்து, உப்புப் போட்டால் வாழைத்தண்டு மோர் பச்சடி ரெடி.

நார்த்தம்பொடி

தயிர்சாதத்துக்கு ஏற்ற சைடிஷ் இது. நடுத்தரமான நார்த்தை இலைகளோடு, மிளகாய், பெருங்காயம், உப்பு சேர்த்து உரலில் போட்டு இடித்து, லேசாக விளக்கெண்ணை கலந்து சிறு, சிறு உருண்டைகளாக உருட்டி, பாட்டிலில் வைத்துக் கொண்டால் ஒரு மாதம் வைத்து தொட்டுக் கொள்ளலாம்.

கொரடா

கொஞ்சம் 'சுள்'ளென்ற சுவை விரும்பிகளுக்கு ஏற்றது. பச்சைமிளகாய், இஞ்சி, உப்பு, மல்லித்தழை... நான்கையும் சேர்த்து அரைத்து எழுமிச்சம் பழத்தை பிழிந்து விட்டால் கொரடா ரெடி. இதை சர்க்கரைப் பொங்கலுக்குத் தொட்டுக் கொள்வார்களாம்.

பூசணிக்காய் ரசவாங்கி

பூசணிக்காயை நறுக்கி, பாசிப்பருப்பு, மஞ்சள்தூள் கலந்து வேகவைத்து, மிளகு, பச்சைமிளகாய், தேங்காய், மல்லி நான்கையும் அரைத்துப் போட்டு தாளித்து இறக்கினால், அதுவே பூசணிக்காய் ரசவாங்கி. உடம்பில் உள்ள துர்நீரை (ரசம் என்றால் நீராம்) வடித்து விடுமாம் இந்த உணவு.

பறங்கி பல்தாங்கி

பிஞ்சுப் பறங்கியை வெட்டி, பாலில் போட்டு நன்கு வேகவைத்து, குழையும் தருணத்தில் சர்க்கரை போட்டு இறக்கவேண்டும். சீரகம் போட்டு தாளித்து கொட்டினால் பறங்கி பல்தாங்கி ரெடி.

தேங்காய் தயிர் குழப்பி

தேங்காய் துருவலை தயிரில் ஊறவைத்து சிறிது உப்புப் போட்டால் தேங்காய் தயிர் குழப்பி ரெடி.

ஆவிஅடை

புழுங்கல் அரிசியை வறுத்து பொறியரிசியாக்கி, அதோடு துவரம்பருப்பு சேர்த்து ஊறவைத்து அரைக்க வேண்டும். பூண்டு, வெங்காயம், தேங்காய்ப்பூ, உப்பு, வரமிளகாய் சேர்த்து வதக்கி, அரைத்த மாவில் கொட்டி இட்லி தட்டில் அள்ளிவைத்து வேக வைத்தால் ஆவிஅடை ரெடி. தேங்காய் சட்னி தகுந்த சைடிஷ்.

25

மதுரை முனியாண்டி விலாஸ்

"சுப்புராசு வேட்டவலத்தில வச்சிருக்காரு. ஜெயராசு திருக்கோவிலூர்ல வச்சுருக்காரு. நாராயணசாமி கெடார்ல வச்சுருக்காரு. ஜெகநாதன் கோலியனூர்ல வச்சுருக்காரு. மாணிக்கம் ஆரணியில வச்சுருக்காரு. முனியசாமி திருப்பூர்ல வச்சிருக்காரு. ரெங்கசாமி தேங்கனிக்கோட்டையில வச்சிருக்காரு. செந்திலு ஈரோட்டுல வச்சிருக்காரு..."

இப்படி, 400 பேர் வசிக்கும் அந்த சிறிய கிராமத்தில், 300க்கும் மேற்பட்டவர்கள் ஓட்டல் வைத்திருக்கிறார்கள். அத்தனையும், 'மதுரை முனியாண்டி விலாஸ்'

மதுரைவிருதுநகர் சாலையில் சற்றே உள்ளடங்கி உள்ள வடக்கம்பட்டி, கட்ரான்பட்டி, அச்சம்பட்டி, புதுப்பட்டி, கோபாலபுரம்... இவைதான் உலகெங்கும் இருக்கக்கூடிய 'மதுரை முனியாண்டி விலாஸ்' ஹோட்டலின் தோற்றுவாய்கள். குறிப்பாகச் சொன்னால் வடக்கம்பட்டி. இங்கிருந்தே முனியாண்டி விலாசின் வேர் பரவியது.

வடக்கம்பட்டி, வளமான கிராமம். நீண்ட தெருவில் வரிசையாக மச்சுவீடுகள். எல்லாத் திசைகளிலும் சிமெண்ட் சாலைகள். நடுவில், நிசப்தமான ஒரு ஆலமரத்தடியில் கம்பீரமாக நிற்கிறார் முனியாண்டி. இவர்தான் ஊருக்கு காவல்தெய்வம். முனியாண்டியை மையமாக வைத்தே மக்களின் வாழ்க்கையும் சுழல்கிறது.

“சுத்துப்பட்டு கிராமத்துக்கே ஆதிமுனி இவருதான். இவரு இல்லாம நாங்க யாருமே இல்ல. எந்த காரியத்தை தொடங்குனாலும் முனி பேர்லதான் தொடங்குவோம். புள்ளைக்கி காது குத்துறதுல ஆரம்பிச்சு, கல்யாணம், காச்சி, தொழிலு வரைக்கும் எல்லாமே இவரு சொல்படிதான்...” ஊரில் ஒவ்வொருவரும் முனியாண்டி புராணம் பாடுகிறார்கள்.

ஓய்வு பெற்ற ஆசிரியர் போஸ் விரிவாகப் பேசுகிறார்...

“எல்லாம் மானாவாரி பூமிங்க. வானம் கருணை காட்டுனாத் தான் சேறும் சோறும். வெவசாயத்தை மட்டுமே நம்பி காலத்தை ஓட்ட முடியல. ஜீவனத்துக்கே சிரமப்பட்ட சூழ்நிலையில, சுப்பையா சாமி நாயுடுவும் ராமசாமி ரெட்டியாரும் காட்டின வழிதான் ஓட்டல் தொழிலு. 60 வருஷத்துக்கு முன்னால ஒரு ஓட்டல்ல போயி தொழிலைக் கத்துக்கிட்டு நாயுடு காரைக்குடியிலயும், ரெட்டியாரு நாகப்பட்டினத்திலயும் ஓட்டலை தெறந்தாங்க. ஊரு வழக்கப்பட்டி ரெண்டு பேருமே முனியாண்டி பேரத்தான் ஓட்டலுக்கு வச்சாங்க. இன்னைக்கு உலகம் முழுவதும் மதுரை முனியாண்டி விலாஸ்னு கடை நடத்துற பிள்ளைகளுக்கு முன்னோடி இவங்க ரெண்டுபேர்தான். அதனாலதான் எல்லா ஓட்டல்லயும் சுவை ஒரேமாதிரி இருக்கு...” என்கிறார் போஸ்.

கட்ராம்பட்டி, அச்சம்பட்டி, புதுப்பட்டி, கோபாலபுரவாசிகள் வடக்கம்பட்டியில் பெண் கொடுத்து, பெண்ணெடுத்தவர்கள். காலப்போக்கில், அவர்களும் வடக்கம்பட்டியார் வழியை நாடிவிட்டார்கள். இந்த கிராமங்களில் 600க்கும் அதிகமானோர் ‘மதுரை முனியாண்டி விலாஸ்’ நடத்துகிறார்கள்.

“எல்லா ஓட்டல்கள்லயும் ஒரு உண்டியல் வச்சிருப்போம். தெனமும், முதல்ல நடக்குற யாவாரத்துக் காசை அந்த உண்டியல்ல போட்டுருவோம். அந்தக் காசு முனியாண்டிக்கு. வருஷத்தில 2 முறை முனியாண்டிக்கு திருவிழா. தை 2ம் தேதி, மாசி 2ம் தேதி.

திருவிழாவுக்கு ஒரு மாசத்துக்கு முன்னாடி நிர்வாகக்குழுவில இருக்கவங்க ஒரு வாகனத்தில முனியாண்டி படத்தை வச்சு பூஜை செஞ்சுக்கிட்டு எல்லா ஏரியாவுக்கும் வருவாங்க. அவங்ககிட்ட, உண்டியல் காசோட தலைப்பணத்தையும் குடுத்திருவோம். உலகத்தில எந்த மூலையில ஓட்டல் இருந்தாலும் திருவிழா அன்னிக்கு கடையை மூடிட்டு குடும்பத்தோட வடக்கம்பட்டி போயிருவோம்...'' என்கிறார் சென்னை ராயப்பேட்டையில் ஓட்டல் நடத்தும் ராஜேந்திரன்.

திருவிழாவின் ஸ்பெஷலே அன்னதானம்தான். முனியாண்டி விலாஸ் தரத்தில், 5000 பேருக்கு மேல் அன்னதானமாக பிரியாணி வழங்குகிறார்கள். எல்லோருமே தேர்ந்த சமையல்காரர்கள் என்பதால், அன்னதானத்துக்கு தனியாக சமையல்காரர்களை வைத்துக் கொள்வதில்லை.

இரண்டு சமூகத்தினரும், மதுரை முனியாண்டி விலாஸ் ஒருங்கிணைப்பு சங்கங்களை தனித்தனியாக நடத்துகிறார்கள். அதன்மூலம், பள்ளிக்கூடம், சிமெண்ட் சாலை என பல நலப்பணி களையும் செய்கிறார்கள். வருடக்கடையில் வரவு செலவுகளை புத்தகமாக்கி அனைத்து உறுப்பினர்களுக்கும் அனுப்புகிறார்கள்.

"இப்பல்லாம் யார் யாரோ 'முனியாண்டி விலாஸ்'னு பேரு வச்சு ஹோட்டல் நடத்துறாங்க. ஆனா, எங்களுக்குன்னு சில வரைமுறைகள் வச்சுருக்கோம். எங்க சாப்பாட்டை சாப்பிட்டா வயிறு குளிரணும். உடம்பைப் பாதிக்கிற எந்த பொருளையும் சாப்பாட்டுல சேக்கிறதில்ல. ஏன்னா, நாங்க எங்கே இருந்தாலும் முனியாண்டியும் எங்க கூடவே இருப்பாரு. நாங்க செய்ற எல்லாத்தையும் பாத்துக்கிட்டே இருக்காரு. அந்த நினைப்பு எப்பவும் எங்களுக்கு இருக்கு" திருத்தணியில் மதுரை முனியாண்டி விலாஸ் நடத்தும் ஏவிஆர்.சரவணன் உணர்வுப்பூர்வமாகச் சொல்கிறார்.

26

ஆண்டார்பந்தி சமையல்

அசைவ சமையலுக்கு செட்டி நாடு எப்படியோ அப்படித்தான் சைவ சமையலுக்கு ஆண்டார்பந்தி. தஞ்சை, நாகை, திருவாரூர் தாண்டி தென் மாவட்டங்கள் வரை ஆண்டார்பந்தி விருந்தென்றால் விழாக்களுக்கு கூட்டம் ஒரு சுற்று அதிகம் கூடும். அந்த அளவுக்கு தனித்தன்மையான சமையல் நுட்பம் கொண்டவர்கள் ஆண்டார்பந்தி சமையல்காரர்கள்.

கும்பகோணத்தில் இருந்து நாச்சியார்கோவில் வழியாக மயிலாடுதுறை செல்லும் பிரதான சாலையில், பூந்தோட்டத்தில் இருந்து 5வது கிலோ மீட்டரில் இருக்கிறது ஆண்டார்பந்தி கிராமம். காவிரியின் கிளை நதியான அரசலாற்று ஈரம் ததும்புகிறது ஆண்டார்பந்தி காற்றில். கூடவே தெய்வீகமும்.

தொன்மையான சைவ வழிபாட்டோடும், புராணங்களோடும், தெய்வீக இலக்கியங்களோடும் தொடர்புடைய இந்த சின்ன கிராமம், நேர்கோடாக நீண்டு திரும்பும் இரண்டு தெருக்களை மட்டுமே உள்ளடக்கியது. மொத்தம் 125 குடும்பங்கள் தான்.

எல்லோரும் ஒரே சமூகத்தைச் சேர்ந்தவர்கள். இந்த கிராமத்து ஆண்களுக்கு பெரும்பான்மைத் தொழில் சமையல். நூறுக்கும் மேற்பட்ட சமையல்காரர்கள் நிறைந்திருக்கிறார்கள் இந்த கிராமத்தில்.

“ஆண்டார்பந்தியில இருக்கிற மொத்த மக்களும் சைவ பிள்ளைமார் சமூகத்தைச் சேர்ந்தவங்க. அந்தக் காலத்துல தேசிகர்ன்னு சொல்வாங்க. எல்லாருமே மாமன், மச்சான், பங்காளிங்க தான். பொண்ணு கொடுக்கிறது, எடுக்கிறது கூட ஊருக்குள்ளே, உறவுக்குள்ளேயே முடிச்சுக்குவோம். எல்லாரும் உறவுக்காரங்களா இருக்கதால, ஒரே தொழில்ல இருந்தாலும் போட்டி, பொறாமை இல்லை. வேலைகளையும் பகிர்ந்து செய்யுறோம். ஒரு விஷயம் தெரியலேன்னா பாகுபாடு இல்லாம கேட்டுத் தெரிஞ்சுக்குவோம்.

சைவ சமயத்துல எங்களுக்கு ரொம்பவே பிடிப்புண்டு. திருநாவுக்கரசர், திருஞான சம்பந்தருக்கெல்லாம் இன்னைக்கும் இங்கே மடங்கள் இருக்கு. முறைப்படியான வழிபாடுகளும் நடக்குது. இன்னைக்கும் எங்க ஊர்ல நாட்டாமை நிர்வாகம் தான். 5 வருஷத்துக்கு ஒருமுறை ஊர் கூடி 5 நாட்டாமைகளைத் தேர்வு பண்ணுவோம். அவங்க தான் நல்லது, கெட்டதெல்லாம் தீர்மானிப்பாங்க. முன்னாடி நின்னு செய்வாங்க.

ஊர்ல நிறைய கட்டுப்பாடுகளும் உண்டு. நாங்க சுத்த சைவம். வெளியில பச்சைத்தண்ணி கூட குடிக்க மாட்டோம். எங்கேயும் கை நனைக்க மாட்டோம். சமையல் வேலைக்குப் போகும்போது கூட, எங்க வீட்டில இருந்தே கட்டுச்சாதம் கட்டி எடுத்துக்கிட்டுப் போயி தான் சாப்பிடுவோம்.

இன்னைக்கு கொஞ்சம் மாறிப்போச்சு. ஆனாலும் சில விஷயங்கள்ல கறாராத்தான் இருக்கோம். சுத்த சைவ கிராமங்கிற தால ஊருக்குள்ள யாரும் ஆடு, கோழி வளர்க்கக்கூடாது. அந்தக்காலத்துல இருந்து இருக்கிற வழக்கம் இது...”

இன்னும் தொன்மம் மாறாத தங்கள் கிராமத்தை எளிய வார்த்தைகளால் அறிமுகப்படுத்துகிறார் திருஞானம். மூத்த சமையல் மாஸ்டர். ஊரில் பெரும்பாதி இவரது சீடர்கள் தான்.

ஆண்டார் பந்தி சமையல் கிராமமானது எப்படி?

வெ. நீலகண்டன் ❧ 151

“பேரைப் பாத்தாலே தெரியுமே எங்க ஊருக்கும் சமையலுக்கும் உள்ள தொடர்பு...! ஆண்டவனே எங்க ஊர்ல வந்து அடியார் களுக்கு பந்தி வச்சிருக்காரு. எங்க மூதாதைங்களுக்கு சமையல் திறனை அந்த சிவனே கத்துக்கொடுத்ததாருங்கிறது எங்க நம்பிக்கை. அந்தக்காலத்துல பெரிய பஞ்சம் வந்திடுச்சு. மக்கள் எல்லாம் பசிநோயால தவிச்சுப் போயிட்டாங்க.. அப்போ, இந்தப் பகுதியில வாழ்ந்துக்கிட்டிருந்த திருஞான சம்பந்தரும், திருநாவுக்கரசரும் இந்த மக்களோட பசிநோயை போக்க ஏதாவது செய்யனுன்னு யோசிச்சிருக்காங்க. நேரா, திருவீழிமழலையில இருக்கிற சிவன்கிட்டப் போய், ‘நீங்க தான் ஏதாவது உதவி செய்யனு’ன்னு கேட்டிருக்காங்க. களஞ்சியூர் களஞ்சியத்துல இருந்து நெல்லெடுத்துக் கொடுத்து, அய்யம்பேட்டை கருவூலத்துல இருந்து மளிகை சாமான்களை அள்ளிக் கொடுத்திருக்காரு இறைவன்.

எல்லாத்தையும் வாங்கிட்டு இந்த கிராமத்துக்கு வந்த அடியவங்க ரெண்டு பேரும் இங்கிருந்த மக்கள் உதவியோட, இங்கிருந்த மடத்து வாசல்ல சமையல் பண்ணி போட்டிருக்காங்க. அடியவர்களுக்கு ஆண்டவனே அள்ளிக்கொடுத்து பந்தி வச்சதால இது ஆண்டார்பந்தி ஆச்சுன்னு சொல்லுவாங்க. அந்த அடியார் பந்தி மரபு இன்னைக்கு வரைக்கும் தொடருது. சித்திரை மாசம் இங்கே இருக்கிற திருஞானசம்பந்தர் மடத்துல ஊரே சேந்து 1000 பேருக்கு சமையல் செஞ்சு அன்னதானம் செய்வோம். பெரும் புலவர்கள் வாழ்ந்த மண்ணுங்கிறதால எங்க ஊர்ல ஏகப்பட்ட புலவர்கள் இருக்காங்க. அதேபோல, சமையலே எங்க ஊர் மக்களுக்கு தொழிலாவும் மாறிடுச்சு...” என்கிறார் லோகநாதன். ஊர் நாட்டாமைகளில் ஒருவர்.

சோழர்கள், அவர்களுக்குப் பின் வந்த விஜய நகரத்து மன்னர்களின் அரசவை சமையல்காரர்களாக ஆண்டார்பந்தி சமையல்காரர்கள் இருந்துள்ளதாகச் சொல்கிறார்கள். இக்கிராமத்தின் தொன்மையையும், சமையல் பாரம்பரியத்தையும் ஆவணப்படுத்தும் முயற்சியில் இளம் தலைமுறையினர் ஈடுபட்டு வருகிறார்கள்.

எம்.எஸ்.சி.ஐ.டி. முடித்திருக்கும் குணநாதன் பகுதிநேர சமையல்காரர். இவரைப்போலவே பல பட்டதாரி சமையல்காரர்கள் இருக்கிறார்கள். அரசு வேலை செய்பவர்களும் விடுமுறை நாட்களில் கரண்டியோடு கிளம்பி விடுகிறார்கள்.

"இன்னைக்கு மாதிரி அன்னைக்கு நாங்கள்லாம் ரொம்பப் படிக்கலே. அஞ்சோ, ஆறோ படிக்கும்போது சித்தப்பா, பெரியப்பா, மாமான்னு யாரு கூடவாவது சமையல் வேலைக்குப் போயிருவோம். பாத்திரம் கழுவுறது, காய்கறி வெட்டுறதுன்னு சின்ன சின்ன வேலைகள்ல இருந்து ஆரம்பிப்போம், ரெண்டு மூணு வருஷத்துல பெரிய கரண்டியை பிடிக்க ஆரம்பிச்சிருவோம். ஆண்டார்பந்தி சமையலுக்கு ஏகப்பட்ட ரசிகருங்க இருக்காங்க. பெரிய தனக்காரங்க, அரசியல்வாதிங்க வீட்டு நிகழ்ச்சி பத்திரிகைகள்ல 'ஆண்டார்பந்தி விருந்து'ன்னே போடுவாங்க. ஆண்டார்பந்தி சாம்பார், வத்தக்குழம்புக்குன்னே நிறைய ரசிகர்கள் இருக்காங்க.

இன்னைக்கு எங்க ஊர்ல எல்லாப் புள்ளைங்களும் படிக்குதுங்க. ஆனா விடுமுறைன்னு வந்துட்டா எல்லாப் பசங்களும் கரண்டியைத் தூக்கிக்கிட்டு கிளம்பிடுங்க. அரசு வேலை செய்யிற புள்ளைங்க கூட சனி, ஞாயிறுல சமையல்வேலைக்கு வருவாங்க. சமையல்ங்கிறது எங்க ரத்தத்துல ஊறுன கலை. அதை தலைமுறை, தலைமுறையா காப்பாத்தி எடுத்துக்கிட்டு வர்றோம். எங்களுக்கு கஷ்டமில்லாத ஜீவனத்தை அந்த தெய்வீகத் தொழில் கொடுத்திருக்கு..." என்று நெகிழ்கிறார் திருஞானம்.

திருஞானம் 10 வயதிலேயே சமையல் வேலைக்குப் போய் விட்டார். சித்தப்பா கோவிந்தசாமி பிள்ளை, உறவுக்காரர்கள் வைத்தியநாதன் பிள்ளை, முத்துப்பிள்ளை ஆகியோரிடம் தொழில் கற்றிருக்கிறார். பிறகு 20 வயதில் ஆடுதுறையில் ஒருவீட்டில் சமையல்காரராக வேலைக்குச் சேர்ந்திருக்கிறார். 30 வயதில் சமையல் ஏஜெண்டாக மாறிவிட்டார்.

"ஆண்டார்பந்தியில 20க்கும் அதிகமான சமையல் ஏஜண்ட்கள் இருக்காங்க. மொத்த காண்ட்ராக்ட்டா ஆர்டர் எடுப்போம். காய்கறிகள் வாங்குறதுல இருந்து சாப்பிட்டு கைகழுவிட்டு வர்றவங்களுக்கு பீடா கொடுக்கிறது வரை எல்லாமே எங்க வேலை. வேலை விஷயத்துல ஊர்ல எல்லாரும் ஒன்னா இருப்போம். ஒரு இலை 50 ரூபாயில இருந்து 200 ரூபா வரைக்கும் இருக்கு. இந்த கட்டணத்தைக் கூட ஊரு கூடித்தான் முடிவெடுப்போம்..." என்கிறார் சரவணன். திருஞானத்தின் சீடரான இவர் இப்போது சமையல் ஏஜெண்ட்.

ஆண்டார்பந்தியின் பெயரை ஒருங்கிணைந்த தஞ்சை மாவட்டம் கடந்து தமிழகமெங்கும் நிலைநாட்டியவர் துரை

சாமிப் பிள்ளை. மிகப் பிரபலமான சமையல்காரரான இவர் வெளிநாடுகளுக்கு எல்லாம் போய் சமைத்திருக்கிறார். இவர் சாம்பார் சாதம் செய்தால் ஊரே மணக்கும் என்கிறார்கள். கோவிந்தசாமிப் பிள்ளை, சிங்காரவேலுப் பிள்ளை, கணபதி, வாரியார், அருணாச்சலம் ஆகியோரும் ஆண்டார்பந்திக்கு பெயர் பெற்று தந்தவர்கள். குருசாமி, விஜயராகவன், சரவணன் ராம்தாஸ், சரவணன், சக்திவேல், கார்த்திக், நடராஜன் என ஆண்டார்பந்தியின் பெருமையை காப்பாற்றும் சமகாலத் தலைமுறைக்கும் குறைவில்லை.

"கௌரவமான வேலை... உழைப்புக்கேத்த வருமானம் கிடைக்குது. படிக்கிற புள்ளைங்க கூட லீவு நாள்ல 400500 சம்பாதிக்குதுங்க. யாருக்கும் கஷ்ட ஜீவனம் கிடையாது. எல்லாரும் உறவுக்காரங்களா இருக்கிறதால ஊருக்குள்ள எந்த வம்பு தும்பும் இல்லை. எல்லாரும் தொழிலுக்குப் போனாலும் ஒவ்வொருத்தருக்கும் தனி அடையாளங்கள் இருக்கு. தஞ்சை மண்ணுக்கே உரிய பழமையான உணவுகள் பத்தியெல்லாம் பசங்க ஆராய்ச்சி பண்ணியிருக்காங்க. விரும்புறவங்க விஷேசத்துக்கு அதையல்லாம் சமைக்கிறதுண்டு. அதேமாதிரி, 'இளநீர் பாயசம் வேணும், அடை பாயசம் வேணும்'ன்னு பிற மாநில உணவுகள் கேட்டாலும் அதுவும் செய்வோம். ரசமலாய், நாண், லாலிபாப், ருமாலியான்னு ஜெயின் ஐட்டங்களும் சொல்வோம். பொதுவா, மூத்தவங்க, இளையவங்கன்னு இல்லாம எல்லாருமே தினம் தினம் புதுசு, புதிசா கத்துக்கிட்டிருக்கோம்... என்கிறார் சரவணன். இவரும் ஏஜெண்ட் தான்.

ஆண்டார்பந்திக்கென்று அடையாளமாக சில உணவு ஐட்டங்கள் உண்டு. சைவ மீன்குழம்பு ... தட்டைப்பயிறு, காராமணி இரண்டையும் நன்கு ஊறவைத்து அரைத்து அவித்து பீஸ்போட்டு குழம்பு வைக்கிறார்கள். வாசனையே அசத்துகிறது. மிளகுக் குழம்பு, பூண்டு மணத்தக்காளி குழம்பும் ஆண்டார்பந்தி சமையலில் சாப்பிட வேண்டும். சாம்பார் சாதத்தின் வாசனையே மயக்குகிறது. சாம்பார் சாத விஷயத்தில், துரைசாமிப் பிள்ளையின் கைமணம் திருஞானத்துக்கு வந்திருப்பதாகச் சொல்கிறார்கள். சாம்பார் சாத ரகசியத்தைச் சொல்கிறார் திருஞானம்.

"1 கிலோ அரிசிக்கு 1 கிலோ வெங்காயம் போடுவோம். 1 கிலோ துவரம் பருப்பு, 50 கிராம் புலி, மிளகாய்த்தூள் 50 கிராம். 7 லிட்டர் தண்ணி... நிறைய காய்கறிகள் போடனும். மிளகாய், மல்லி, கடலைப்பருப்பை அரைச்சுப் போடனும். அரைகிலோ

நெய் சேக்கனும். தம் போட்டு வேக வைப்போம். எல்லாத்தையும் விட கைப்பக்குவம்ன்னு ஒன்னு இருக்குல்ல.. என்று சிரிக்கிறார் திருஞானம்.

ஆண்டார்பந்தியின் மேலும் இரண்டு ஸ்பெஷல்ஸ், கேரட் மஞ்சூரியன், வாழைப்பூ ரோஸ்ட். கேரட்டை வெட்டி அரை வேக்காடாக பொறித்து கான்பிளவர், இஞ்சி பூண்டு பேஸ்ட்டில் நனைத்து திரும்பவும் எண்ணெயில் பொறித்தெடுக்கிறார்கள். கேரட் மஞ்சூரியன்.

வாழைப்பூவில் நரம்பெடுத்து, சுத்தம் செய்து கொள்கிறார்கள். கடலை மாவு, அரிசி மாவு, கான்ப்ளவர் மாவுகளை சமமாகக் கலந்து உப்புச்சேர்த்து கரைத்து வாழைப்பூவை நனைத்து எண்ணெயில் போட்டு பொறித்தெடுக்கிறார்கள். வாழைப்பூ ரோஸ்ட்.

கடலைப்பருப்பு, மிளகாய், மல்லி, தேங்காய், ஆகியவற்றை வறுத்து அரைத்து, எண்ணெயில் வதக்கி, புளிக்கரைசலில் ஊறிய கத்தரிக்காயில் சேர்த்து செய்யப்படும் கத்தரிக்காய் ரசவாங்கியும் ஆண்டார் பந்தியின் அடையாள டிஷ்.

தை தொடங்கி ஆவணி வரை ஆண்டார்பந்தி பரபரப்பாக இருக்கிறது. ஓய்வுக்கு நேரமின்றி இயங்குகிறார்கள் ஆண்கள்.

ஊருக்கெல்லாம் ஆண்டார்பந்தி நளன்களின் சமையல் பிடிக்கிறது. ஆனால் ஆண்டார்பந்தி சமையல்காரர்களுக்கு தங்கள் வீட்டு தமயந்திகள் சமைக்கும் உணவு தான் அமுதம்.

"வெளியில சட்டி சட்டியா சமைச்சாலும் என் மனைவி குமுதவல்லி சமைச்ச ஒரு வாய் சோறைத் தின்னாத்தான் சாப்பிட்ட மாதிரி இருக்கும்..." என்கிறார் திருஞானம்.

27
தஞ்சாவூர் தாம்பூலம்

"இராமாயணப் போர் நடந்தப்போ இந்திரஜித் விட்ட அம்பு, லெட்சுமணன் மேல பாஞ்சிடுச்சு. உயிருக்கு போராடின லெட்சுமணனைக் காப்பாத்த, 'பூ பூக்காத, பிஞ்சு விடாத, காய் காய்க்காத, பழம் பழுக்காத கொடியில இருந்து ஒரு இலையை பறிச்சுக்கிட்டு வா..'ன்னு ஆஞ்சநேயருக்கு உத்தரவு போடுறார் ராமர். ராமர் சொன்ன இலையை அடையாளம் கண்டுபிடிக்கத் தெரியாத ஆஞ்சநேயர் சஞ்சீவி மலையை அப்படியே பெயர்த்து தூக்கிட்டு வந்துட்டாரு. அதுல இருந்து ஒரு இலையை பறிச்சு லெட்சுமணுக்குக் கொடுக்க, அடுத்த அஞ்சு நிமிஷத்தில கண் விழிச்சிட்டாரு. அங்கிருந்த எல்லாரும் ராமருக்கிட்டே 'இது என்ன இலை'ன்னு கேட்டாங்க. 'பூ இல்லை, பிஞ்சு இல்லை, காய் இல்லை, கனி இல்லை... இது ஒரு வெற்று இலை'ன்னு சொன்னாரு ராமரு. அந்த வெற்று இலைதான் வெற்றிலை.."
கொடிக்காலில் நீளும் வெற்றிலைக் கணுக்களை உடைத்து விட்டபடியே சொல்கிறார் திருவையாறு பன்னீர்செல்வம்.

ஆன்மீகத்தில் வழிபாட்டில் மட்டுமின்றி, தமிழர் வாழ்வின் முக்கிய தருணங்கள் அனைத்திலும் ஒன்றியிருக்கிறது வெற்றிலை தாம்பூலம். அதிலும் தஞ்சை வட்டாரத்தில் தாம்பூலம் இல்லாமல் எதுவும் நிகழாது. பண்டிகைகள், கோவில் திருவிழாக்கள் தொடங்கி, வீடுகளில் நடக்கும் நல்லது கெட்டதுகள் வரை எல்லாவற்றிலும் வெற்றிலை தாம்பூலம் தான் பிரதானம். தஞ்சை மக்களின் உதடுகளில் படிந்த சிவப்பு நிறமே தாம்பூலத்தோடு அவர்களுக்குண்டான பிணைவை காட்சிப்படுத்தும்.

ஆவூர் கொழுந்து வெற்றிலை, கல்யாணபுரம் கிளிஞ்சல் சுண்ணாம்பு, குடவாசல் கொட்டைப்பாக்கு, கும்பகோணம் நெய்ச்சீவல்... இப்படி தாம்பூலத்தின் ஒவ்வொரு அங்கத்துக்கும் ஒவ்வொரு ஊர்ச்சிறப்பு இருக்கிறது. மேலும், எந்த நிகழ்வுக்கு எப்படி தாம்பூலம் வழங்கவேண்டும், எப்படி தாம்பூலம் போட்டுக்கொள்ள வேண்டும் என்றெல்லாம் தஞ்சாவூர் மக்கள் இலக்கணமே வகுத்து வைத்திருக்கிறார்கள்.

“ஊருக்கு ஒரு தாம்பூல முறை உண்டு. தஞ்சாவூரைப் பொறுத்தவரை தாம்பூலம் ஒரு உரிமை. கோவில்கள்ல திருவிழா நடக்கிறப்போ உரிமைக்காரங்க அத்தனை பேருக்கும் ‘காளாஞ்சி’ கொடுக்கனும். ஒரு தேங்காய்மூடியில ரெண்டு வெத்திலை, ஒரு பாக்கு சேத்து கொடுக்கிறது தான் காளாஞ்சி. இதைக் கொடுக்கலைன்னா ஊருக்குள்ள பிரச்னை வந்திடும். சுபகாரியங்களுக்கு உறவுக்காரங்களை அழைக்கப்போறப்போ, தட்டுல தாம்பூலம் வச்சுத்தான் அழைக்கனும். இல்லைன்னா, ‘எங்களை மதிக்கலை’ன்னு சொல்லி நிகழ்ச்சிக்கு வரமாட்டாங்க. சுபகாரியங்களுக்கு வர்றப்போ மாமன் மச்சான் உறவுகளுக்கு, பங்காளி முறைமைக்காரங்க வாசல்ல நின்னு தாம்பூலம் கொடுத்து வரவேற்கனும்.. இல்லைன்னா, ‘ஜனக்கட்டு இல்லாத பய’ன்னு கேலி பேசத் தொடங்கிருவாங்க. அதேபோல, பொண்ணு, மாப்பிள்ளை நிச்சயம் பண்றப்பவும் தாம்பூலம் மாத்திக்குவாங்க. ‘வெத்திலை சத்தியமா சொன்னசொல் மாறமாட்டோம்’ன்னு பொருள். தாம்பூலத்தை நடுவில வச்சு சத்தியம் பண்ற வழக்கமும் இந்தபகுதிகள்ல இருக்கு. சாவுவீடுகள்ல, பனையோலை கொட்டான்ல வெத்திலை, தாம்பூலம் வைக்கனும். இறந்தவங்க வாயிலயும் தாம்பூலம் வச்சுக் கட்டுற பழக்கம் உண்டு. அப்படிக் கட்டிட்டா உடம்பில் இருந்து கிருமிகள் வெளியே பரவாது..“ என்கிறார் பட்டீஸ்வரம் பஞ்சாபிகேசன். தாம்பூலத்தோடு இவருக்கு 35வருட தொடர்பு. “குறித்த நேரத்தில் தாம்பூலம் போடாவிட்டால் நாக்கு வறண்டு பித்து பிடித்துவிடும்...” என்கிறார்.

விவசாயப்பணிகள் மிகவும் கடினமானவை. நாற்று நடுவது, களையெடுப்பது, கதிர் அடிப்பதெல்லாம் உடலையும், மனதையும் வதைத்துவிடும். களைப்பும், வலியும் தெரியாமல் இருக்க, ஆண், பெண் வேறுபாடின்றி எல்லோரும் தாம்பூலம் போடுவார்கள். சுருக்குப்பை, வெற்றிலைப் பெட்டி என தாம்பூலத்தை இருப்பு வைப்பதற்கு வசதிக்கு தகுந்த உபகரணங்களும் உண்டு.

தாம்பூலம் போடுவது பற்றி சங்க இலக்கியங்களில் குறிப்புகள் உண்டு. 'காதலை மேம்படுத்தும் பொருளாக'ச் சுட்டுகின்றன இலக்கியங்கள். அக்காலத்தில், அரசர்களுக்கு தாம்பூலம் மடித்துக் தருவதற்கென்றே அடப்பக்காரன் என்றொரு பணியாள் இருப்பாராம். அரசர்கள் போடும் தாம்பூலத்தில் பல ஸ்பெஷல் அயிட்டங்களும் இருக்குமாம். ஒரு கொழுந்து வெற்றிலை; சிறிய பாக்கு; ஒரு மிளகு; ஒரு கிராம்பு; சில கற்கண்டு துண்டுகள்; இரண்டு சீரகம்... இவற்றை வைத்து, இலை முழுதும் கிளிஞ்சல் சுண்ணாம்பு தடவி நான்காக மடக்கித் தருவாராம். மென்றால் சுகந்தமான வாசனை நாசியெங்கும் பரவுமாம். தாம்பத்யமும் மேம்படுமாம்.

"தஞ்சை பெரியகோவில் கட்டினப்போ, குஞ்சரமல்ல பெருந்தச்சன் நந்திசிலையை செதுக்கிட்டு இருந்தார். அவருக்கு பக்கத்தில நின்ன அடப்பக்காரன் தாம்பூலம் மடிச்சுக் கொடுத்துக் கிட்டிருந்தானாம். அந்தப் பக்கமாவந்த ராஜராஜன், சிலையோட அழகையும், பெருந்தச்சனோட வேலைப்பாட்டையும் பார்த்து வியந்துட்டாராம். தச்சனை கௌரவப்படுத்துறதுக்காக அடப்பக் காரனை போச்சொல்லிட்டு, தானே தாம்பூலம் மடிச்சுக் கொடுத் தாராம். கொடுக்கிறது ராஜான்னு தெரியாம வாங்கி வாயிலப் போட்டுக்கிட்ட பெருந்தச்சன், சிறிதுநேரஞ்கழிச்சு நிமித்து பாத்தப்போ நெகிழ்ந்துட்டாராம்.

பெரியகோவிலோட ஒட்டின இன்னொரு தாம்பூலச் செய்தியும் உண்டு. கோவிலைக் கட்டிமுடிச்சு லிங்கத்தை பிரதிஷ்டை செஞ் சபோது, அஷ்டபந்தன மருந்து ஒட்டலையாம். கருவூர்தேவர் வந்து தன்னோட வாயிலயிருந்து தாம்பூலத்தை உமிழ்ந்தபிறகு தான் மருந்து ஒட்டுச்சாம்..." என்று தஞ்சைக்கும், தாம்பூலத்துக்குமான ஆதியந்தங்களை விளக்குகிறார் பஞ்சாபிகேசன்.

தொன்மத் தமிழர்கள் தாம்பூலத்தை மருந்தாகவே கருதினர். "வெற்றிலை, காரம் மிகுந்தது. அதில் உள்ள ஏழு நரம்புகளும், ரத்தம், நரம்பு, எலும்பு, தசை, சீழ், கொழுப்பு, மயிர் ஆகிய சப்த தாதுக்களை மேம்படுத்த வல்லது..." என்கிறார் தருமபுரம்

ஆதின கட்டளை விசாரணை முனைவர் குமாரசாமி தம்பிரான். "சுபநிகழ்ச்சிகளில் கலந்து கொண்டவர்களுக்கு தாம்பூலப்பை தருவது தமிழர்களின் மரபு. மரியாதை, கௌரவம் ஆகியவற்றின் அடையாளமாகவும் தாம்பூலம் இருக்கிறது. சிவவழிபாட்டில், லிங்கம் இல்லாத இடங்களில் வெற்றிலையை ஆவுடையாகவும், பாக்கை சிவமாகவும் கருதி வழிபடுவதுண்டு..." என்கிறார் அவர்.

துவர்ப்பு சுவையுடைய பாக்கில் இரும்புச்சத்து நிறைய உண்டு. சுண்ணாம்பு கால்சியம். எலும்புகளை வலுவாக்க வல்லது. ஆனால், தக்கஅளவில் பயன்படுத்த வேண்டும். அதிகம் சேர்ந்தால் வாய் புண்ணாகிவிடும். பசுமை தவழும் இரண்டு கொழுந்து வெற்றிலை, ஒரு துண்டு பாக்கு அல்லது ஒருபிடி சீவல், நடுவிரல் நுனியளவு சுண்ணாம்பு.. இதற்குமேல், சிறிய ஏலக்காய், கிராம்பு.. இதுதான் தஞ்சைத் தாம்பூலம். நன்கு அனுபவமுள்ளவர்கள் தாம்பூலம் போடுவதே அழகு தான்.

"முதல்ல வெத்தலையை இரண்டுபக்கமும் துண்டால துடைச்சுக்கனும்... வெற்றிலையோட காம்பு, நடுநரம்பு, நுனிப் பகுதியில ஆசிட் அதிகமிருக்கும். அது மூணையும் கிள்ளி எடுத் திடனும். பின்பக்க அடிப்பகுதியில தான் சுண்ணாம்பு தடவனும். வெத்தலையோட பின்பக்கம் பூச்சிகள் கூடுகட்டியிருக்கும். சுண்ணாம்பு தடவும்போது அதெல்லாம் அழிஞ்சுடும். வெத்திலையை மென்னுட்டு அதுக்குப்பிறகு தான் சீவலைப் போடணும். எல்லாமே தகுந்த அளவில இருக்கனும். வெத்திலை அதிகமாயிட்டா நாக்கு மரத்துப் போகும். சீவல் அதிகமாயிட்டா சுவைதெரியாது. சுண்ணாம்பு அதிகமாயிட்டா வெந்துபோகும். காலையில பாக்கு அதிகமாவும், பகல்ல சுண்ணாம்பு அதிகமாவும், ராத்திரி வெத்திலை அதிகமாவும் சேத்துக்கனுன்னு வள்ளலார் சொல்லியிருக்கார்..." என்கிறார் நடுக்கடையில் வெற்றிலை கமிஷன்மண்டி நடத்தும் தாவூத்பாட்ஷா.

நடுக்காவிரி, திருக்காட்டுப்பள்ளி, திருக்கண்டியூர், திருவையாறு, ராஜகிரி, பண்டாரவடை என காவிரியின் கரைநெடுக வெற்றிலை விளைந்தாலும், ஆவூர் வெற்றிலைக்கு உள்ள மவுசு தனி. மென்மை, மிதமான காரம் என பல சிறப்புகள் உண்டு. இங்கிருந்து இந்தியா முழுவதும் அனுப்புகிறார்கள். வெள்ளைக்கொடி வெற்றிலை, காப்பிக்கொடி வெற்றிலை, பச்சைக்கொடி வெற்றிலை, கற்பூரம், சட்டிக்கற்பூரம், கத்தி கற்பூரம் என வெற்றிலையில் பலரகங்கள் உண்டு. வெள்ளைக்கொடி வெற்றிலையில் காரம் அதிகமிருக்கும்.

பச்சை வெற்றிலையில் மிதமான காரம். கற்பூர வெற்றிலை மருந்துக்கானது. குழந்தைகளுக்கு மருந்துகள் கொடுக்கும்போது, கற்பூர வெற்றிலையில் தடவிக் கொடுப்பது மரபு. இதுதவிர வெற்றிலையையே மருந்தாக கொடுப்பதும் உண்டு.

வெற்றிலை வியாபாரக் கணக்கு சுவாரஸ்யமானது. 100 வெற்றிலை அடங்கியது 1 கவுளி. 20 கவுளி 1 துண்டு. 25 கவுளி, 1 முட்டி. 20 முட்டி, 1 கோட்டை. ஏலம் மூலமாகவே விற்பனை நடைபெறுகிறது. தஞ்சையைச் சுற்றி நூற்றுக்கணக்கான கமிஷன் மண்டிகள் இயங்குகின்றன.

வெற்றிலை விவசாயம் நீண்ட பாரம்பரியம் கொண்டது. கொடிக்காப் பிள்ளைமார் என்ற சமூகத்தினரே முதலில் வெற்றிலை விவசாயத்தில் ஈடுபட்டார்கள். இன்று, இஸ்லாமியர்கள் அதிகமிருக்கிறார்கள்.

திருவாரூர், திருத்துறைப்பூண்டி, வேதாரண்யம் பகுதிகளில் தரமான பாக்குகள் விளைகின்றன. ஆனால் குடவாசல் பாக்கே தாம்பூலத்தை சிறக்கச் செய்யும். வழிபாடு, வரவேற்பு, அழைப்புகளுக்கு கொட்டைப்பாக்கு தான் பிரதானம். ஆனால் இப்போது சீவலுக்கே மவுசு. கொட்டைப்பாக்கு, ஊறிக்குழைய நேரமாகும் என்பதால் பலர் சீவலையே நாடுகிறார்கள். தொடக்கத்தில் கைச்சீவல். பாக்கை ஊறவைத்து, பெரிய பாக்கு வெட்டிகளை வைத்து சீவுவார்கள். ஒருநாளைக்கு இரண்டு கிலோ சீவிமுடித்தால் பெரிது. இப்போது இயந்திரங்கள் வந்து விட்டன. மூட்டைக்கணக்கில் சீவித்தள்ளுகின்றன.

“கும்பகோணத்தைச் சுத்தி 15க்கும் மேற்பட்ட சீவல் கம்பெனிகள் இருக்கு. கேரளா, மங்களூர் பாக்குகள் கொஞ்சம் பெரிய சைஸ்ல இருக்கும். ஆனா குடவாசல் பாக்குக்கு டேஸ்ட் அதிகம். பீட்டன் பாக்குன்னு ஒரு ரகம் இருக்கு. பாக்குக் கொட்டையை பிஞ்சுல பறிச்சு உடைச்சு சாயம் போடுவாங்க. இன்னைக்கு மார்க்கெட்ல இருக்கிற இனிப்பு பாக்குகள் எல்லாம் பீட்டன் பாக்குல செய்யிறது தான். இது ஷிமோகாவில இருந்து வருது. பழுத்து கீழே விழுற பாக்குக்கொட்டையில தான் சீவல் செய்ய முடியும். நைஸ் சீவல், சாதா சீவல், நெய்ச்சீவல், தூள்சீவல்ன்னு சீவல்ல நாலுரகங்கள் இருக்கு. பாக்குக் கொட்டையை 5நாள் ஊறவைச்சு மிஷின்ல போட்டு அடிச்சா அது சாதாசீவல். துவர்ப்பு கொஞ்சம் கம்மியா இருக்கும். நைஸ் சீவலுக்கு பாக்குக்கொட்டையை 6 மணி நேரம்

ஊறவைச்சாப் போதும். துவர்ப்பு சாஸ்தியா இருக்கும். அரைப்புல சிதைஞ்சு தூளாகுறது தூள்சீவல். வயசானவங்களுக்கு தகுந்தது. சீவல்ல தேங்காய்ப்பூ, ஏலக்காய், ஜாதிக்காய், கிராம்பு, மாசிக்காய் சேத்து நெய்யில வறுத்து நெய்ச்சீவல் தயாரிக்கிறோம்..“ என்கிறார் 80ஆண்டு பாரம்பரியமுள்ள சீவல் தயாரிப்பாளர் குடந்தை முருகேசன்.

சாயப்பாக்கு, சுருள்பாக்கு, சித்தனம் பாக்கு என கொட்டைப் பாக்கில் பலரகங்கள் கிடைக்கிறது. வயதானவர்களுக்கு என்றே களிப்பாக்கு என்றொரு ரகம் உண்டு. எச்சிலில் ஊறி, ஊறிக் கரைந்துவிடும்.

கல் சுண்ணாம்பு, கிளிஞ்சல் சுண்ணாம்பு என சுண்ணாம்பிலும் ரகங்கள் உண்டு. கல்யாணபுரம் கிளிஞ்சல் சுண்ணாம்புக்கு இணை வேறில்லை. வெண்ணையைப் போல ஒட்டுகிறது. வெங்கடாசலம், கூத்தையாப்பிள்ளை, வீரையாப்பிள்ளை என கிளிஞ்சல் சுண்ணாம்புக்குப் பெயர்போன வியாபாரிகள் பலருண்டு. கல்சுண்ணாம்பு, திண்டுக்கல் வட்டாரத்தில் கிடைக்கும் வெண் பாறைகளைக் கொணர்ந்து நிலக்கரியோடு சேர்த்து வேகவைத்து, தண்ணீரில் கரைத்து வடிகட்டி தயாரிக்கப்படுகிறது. இது அவ்வளவாக உடல்நலனுக்கு உகந்ததில்லை. அரசூர் உள்ளிட்ட பகுதிகளில் இந்த கல்சுண்ணாம்பு தயாராகிறது.

கடலில் கிடைக்கும் கிளிஞ்சல்கள், சிப்பிகள், சங்குகளை, மரக்கரியோடு சேர்த்து நன்கு வேகவைத்து தயாரிக்கப்படுவது கிளிஞ்சல் சுண்ணாம்பு. இதுவே தாம்பூலத்துக்கு தகுந்தது.

“வேளாங்கண்ணி, கேரளப் பகுதிகள்ல இருந்து கிளிஞ்சல்கள் வாங்குறோம். மரக்கரியைத் தூளாக்கி ரெண்டையும் சமஅளவு போட்டு 3 மணி நேரம் வேகவைக்கனும். வெந்த சிப்பியை அஞ்சுநிமிஷம் தண்ணியில போட்டா கரைஞ்சு மாவாயிடும். இதுல சிலபேரு எஸன்ஸ், கலர்ப்பொடியெல்லாம் சேத்து வாசனைச் சுண்ணாம்பா விக்குறாங்க. அது உடம்புக்கு நல்லதில்லை...” என்கிறார் சுண்ணாம்பு தயாரிக்கும் கல்யாணபுரம் வெங்கடாசலம்.

வெற்றிலையை வைத்து ஏகப்பட்ட சுவாரஸ்யங்கள் தஞ்சை வட்டாரத்தில் உண்டு.

சிறுவர்கள் வெற்றிலை போட்டால் கோழிமுட்டும் என்று மிரட்டுவார்கள். சிறுவயதில் வெற்றிலை போடும் பழக்கம் தொற்றிக்கொண்டால் விரைவிலேயே பற்கள் காவிநிறமாகிவிடும்

என்பதால் இந்த மிரட்டல். அதேபோல் இரண்டு வெற்றிலை ஒட்டிக்கொண்டிருந்தால், பெண்கல் அதை மாமன் முறையுள்ளவர்களிடம் கொடுப்பார்கள். அதை வாங்காமல் தவிர்ப்பது மாமன் சாமர்த்தியம். என்னவோ, ஏதோவென்று கையில் வாங்கிவிட்டால், முறைப்பெண்ணுக்கு புத்தாடை வாங்கித்தர வேண்டும். திருமணத்தன்று இரவு, முதலிரவு தருணத்தில் மனைவி, கணவனுக்கு வெற்றிலை மடித்துத்தர வேண்டும். கேலி, கிண்டலோடு நிறைவுறும் இந்த விளையாட்டு மிகவும் சுவாரஸ்யமானது. தாம்பத்யத்தை மேம்படுத்தும் சக்தி தாம்பூலத்துக்கு இருப்பதும் இதன் பின்னணி. தாம்பூலம் போட்டபிறகு பெண்ணின் நாக்கும், உதடுகளும் நன்கு சிவந்தால் கணவன் மீது மிகவும் பாசமாக இருப்பாள் என்று கேலி செய்வார்கள்.

மது, புகையைப் போல பெரும்பாலான தஞ்சைக்காரர்களுக்கு வெற்றிலை போடுவது விடமுடியாத பழக்கமாக இருக்கிறது. திருவையாறு அம்பி ஜோசியருக்கு தாம்பூலம் இல்லாவிட்டால் நாக்கு குழறுமாம். உடம்பு படபடவென்று இருக்குமாம். *30*வருட பழக்கம். நாளொன்றுக்கு *50* வெற்றிலை, *50*கிராம் சீவல், *1* பாக்கெட் சுண்ணாம்பை மென்று தீர்க்கிறார்.

"வெற்றிலையை மென்னு முதல்ல வர்ற சாறைத் துப்பிடனும். அதுக்குப்பிறகு விழுங்கலாம். இதுநாள் வரைக்கும் எனக்கு சளித்தொல்லை இருந்ததில்லை. ஜலதோஷம் பிடிச்சதில்லை. வெத்திலையை உள்ளே இறக்கிட்டா குரல்ல தனிக்கம்பீரமே வந்திரும். சுறுசுறுப்பு அதிகமாயிடும். நல்லாப் பசியெடுக்குது... சிலபேரு தாம்பூலத்தோட சேத்து புகையிலை போடுறா... அதுதான் விபரீதம்..." என்று கனகம்பீரக் குரல் தெறிக்கப் பேசுகிறார் அம்பி ஜோசியர்.

வெற்றிலையின் பூர்வீகம் மலேசியா என்கிறார்கள். மடகாஸ்கர் வழியாக தாம்பூலப் பழக்கம் இந்தியாவை எட்டியதாக வரலாறு சொல்கிறது. வடகிழக்கு மாநிலங்களில் வெற்றிலையும், கொட்டைப் பாக்கும் தந்து விருந்தினர்களை வரவேற்கும் வழக்கம் இருக்கிறது. இப்படி உலகம் முழுவதும் தாம்பூலப் பயன்பாடு இருந்தாலும் தஞ்சைத் தாம்பூலம் மக்களின் உயிரோடும், உணர்வோடும், வாழ்க்கையோடும், வழிபாட்டோடும் கலந்திருக்கிறது.

28
உடன்குடி கருப்பட்டி

ஆதிதமிழனின் ஆரோக்கியத்துக்கும், உடற்திறனுக்கும், அறிவுக்கும் காரணம், அவன் சாப்பிட்ட உணவு. இயற்கைக்கும் தட்ப வெப்பத்துக்கும் உகந்த தமிழர்களின் உணவுப்பண்பாடு உலகத்துக்கே உதாரணமாக இருந்தது. ரசாயனங்கள் அற்ற, வயிறை வதைக்காத, பருவநிலைக்கும் உடல்நிலைக்கும் ஏற்ற தமிழர் உணவுப் பொருட்களுக்கு இன்றும் உலகத்தில் ஏக வரவேற்பு இருக்கிறது. ஆனால், நாம்தான் நம் மூதாதைகளின் தொடர்பை இழந்து நிற்கிறோம்.

வயிற்றையும் மனதையும் கருதிய நம் உணவுப் பண்பாடு இப்போது நாவுக்கானதாக மாறிவிட்டது. சுவையும், நிறமும், மணமுமே பிரதானமானதால் ரசாயனங்களின் குவியலாகி விட்டது உணவு. மருந்தென்ற நிலை மாறி, மெல்ல வீழ்த்தும் விஷமாகிவிட்டது உணவு. வழிவழியாக நம்மோடு வந்த பல தூய பொருட்களை வெறுத்து ஒதுக்கிவிட்டோம்.

இன்று இனிப்பென்று நாம் சுவைக்கும் வெண் சர்க்கரையை, பயன்படுத்தவே கூடாத பொருளாக பட்டியலிடுகிறது நம்

மருத்துவம். சுவையூட்டவும், நிறமூட்டவும் ஏகப்பட்ட ரசாயனங்கள் அதில் கலக்கப்படுகின்றன. அக்காலத்தில் இனிப்பென்றால், இயற்கையான பொருட்களைக் கொண்டு, எவ்வித ரசாயனங்களும் சேர்க்காமல் எளிய முறையில் செய்யப்படும் கருப்பட்டி தான். இன்றைக்கும், மலேசியா, சிங்கப்பூர், ஜாவா உள்பட உலகெங்கும் பரவி வாழும் தமிழர்கள் கருப்பட்டியைத் தான் விரும்பிப் பயன்படுத்துகிறார்கள்.

தூத்துக்குடி மாவட்டம், திருச்செந்தூரை ஒட்டியிருக்கும் உடன்குடி தான் கருப்பட்டியின் தலைநகரம். இந்த ஊரைச்சுற்றி 20க்கும் மேற்பட்ட கிராமங்களுக்கு கருப்பட்டி உற்பத்தி தான் வாழ்வாதாரம். இன்றைக்கும் இப்பகுதியில் கருப்பட்டி வாசனை மங்கவில்லை. பெட்டி, பெட்டியாக வெளிநாடுகளுக்கு பயணித்துக் கொண்டிருக்கிறது.

தூத்துக்குடியில் இருந்து திருச்செந்தூர் செல்லும் சாலையில் தொடங்கி மொத்த நிலப்பரப்பையும் ஆக்கிரமித்து நிற்கிற பனைமரங்கள் தான் கருப்பட்டியின் மூலம். அப்பகுதி மக்களின் வாழ்க்கையில் இரண்டறக் கலந்திருக்கிறது பனை. வீட்டின் கூரையாக, வேலியாக, கூடையாக, படுக்க பாயாக... எல்லாம் பனை மயம். பனையின் வேர் முதல் நுனி வரை எல்லாமே பயன் படு பொருட்கள் தான்.

“எங்காலத்துல, இந்தப்பகுதியில இன்னைக்கு இருக்கிற மாதிரி நாலைஞ்சு மடங்கு பனைமரங்கள் உண்டு. இப்போ பாதிக்கும் மேல அழிஞ்சு போச்சு. பனையை பிரிச்சுட்டா இந்தப்பகுதி மக்களோட வாழ்க்கையில எதுவும் மிஞ்சாது. அதுதான் எங்களை வாழவைக்கிற தெய்வம். இதெல்லாம் நாங்க விதை ஊனி முளைச்சதில்லை. பல தலைமுறைகளுக்கு முன்னால, தானா முளைச்ச மரங்கள். இயற்கை எங்களுக்கு தந்த கொடை. மீனவர்கள் தவிர்த்து மத்த எல்லாரும் ஏதோவொரு வகையில பனையை நம்பித்தான் வாழுறோம். கூடை பின்றது, தட்டி பின்றது, நாறு கிழிக்கிறதுன்னு எல்லாருக்கும் ஒவ்வொரு விதத்துல அது வாழ்க்கை கொடுக்குது.

அந்தக்காலத்துல இன்னைக்கிருக்கிற வெள்ளைச் சர்க்கரை யெல்லாம் கிடையாது. கருப்பட்டி தான். இந்த வட்டாரத்துல எந்தப் பகுதிக்குப் போனாலும் கசகசன்னு அடுப்பு எரியும். பதநீ வாசனை ‘வா வா’ன்னு அழைக்கும். இன்னைக்கு கொஞ்சம்

மட்டுப்பட்டுப் போச்சு. நிறைய போலிகளும் வந்திடுச்சு. மக்களுக்கு கருப்பட்டியில எது உசத்தி, எது போலின்னு தெரியலே...” ஆதங்கத்தோடு பேசுகிறார் ராமச்சந்திரன். நாற்பது ஆண்டுகளுக்கும் மேலாக கருப்பட்டி காய்ச்சும் இவர், மொத்த வியாபாரியும் கூட. சிறு உற்பத்தியாளர்களிடம் வாங்கி வெளி மாநிலங்களுக்கெல்லாம் அனுப்பி வைக்கிறார்.

பனையின் பாளையில் கிடைக்கும் பதநீர் தான் கருப்பட்டியின் முக்கிய மூலப்பொருள்.

“பனையில அளவுப்பனை, பருவப்பனைன்னு ரெண்டு வகையிருக்கு. அளவுப்பனைங்கிறது ஆண் பனை. அதுல காய் வராது. பூ மட்டும் விரலு விரலா வரும். பருவப்பனைங்கிறது பெண் பனை. இது காய்க்கும். ரெண்டு பனையிலயுமே பதநீ வரும். ஆண் பனையில வர்ற பதநீ வாசனையாக இருக்கும். ஓரிடத்துல பத்துப்பனை இருந்தா அதுல எட்டுப்பனை தான் பதநீ சுரக்கும். மிச்ச ரெண்டுப் பனை சுரக்காது. அதைக் காய்க்கு விட்டு கெழங்கு போட்டு விப்போம். காய்க்கிற பனை, சுரக்குற பனையை அனுபவமுள்ள பனையேறி கீழேயிருந்து பாத்தே கண்டு பிடிச்சிடுவான்.

பனையேறிங்க தான் இந்த தொழிலுக்கு ஆணிவேர். அந்தகாலத்துல திருச்செந்தூர் வட்டாரத்திலேயே நூத்துக்கணக்கான பனையேறிங்க இருந்தாங்க. இன்னைக்கு நாகர்கோவில், கேரளாவில இருந்து வந்தாத்தான் உண்டு. இங்கே ஒருத்தர் கூட இல்லை. பனையேறிங்க அத்துப் போனதுக்கு பலகாரணங்கள் இருக்கு. பனைமரம் ஏறுறது கடினமான தொழில். மரம் முழுக்க சீவு சீவா இருக்கும். கட்டிப் பிடிச்சு ஏறும்போது நெஞ்சு கிழிஞ் சிரும். அருவா, இடுக்கி, பானை, குடுக்கை என ஏகப்பட்ட பொருட்களை எடுத்துக்கிட்டு ஏறனும். மேல ஓலை முழுவதும் கருக்கு இருக்கும். கை பட்டா சீவிடும். லாவகமா உக்காந்து, பாலையை சீவி பானையைக் கட்டனும். ஒருநாளைக்கு மூணு முறை ஏற வேண்டியிருக்கும். ஆனா, இந்த உழைப்புக்கேத்த கூலி கிடைக்கிறதில்லை. ஏறும்போது விழுந்து அடிபட்டாலோ, செத்தாலோ ஒத்தை ரூபா உதவி கிடைக்காது. அதனால, எல்லாரும் பனையேறி தொழிலை விட்டுட்டு வேற வேலைக்குப் போயிட்டாங்க. கருப்பட்டி தொழிலோட நசிவுக்கு அதுதான் முக்கியக்காரணம்...” என்கிறார் மார்ஷல். ஆறுமுகநேரியைச் சேர்ந்த இவருக்கு கருப்பட்டி காய்ச்சுவது தான் தொழில்.

பலர் சொந்தப் பனை வைத்திருக்கிறார்கள். பெரும்பாலானோர் குறிப்பிட்ட பனைமரங்களை குத்தகைக்கு எடுத்துக்கொண்டு, அந்த தோப்புக்குள்ளேயே கருப்பட்டி காய்ச்சுகிறார்கள். புரட்டாசியில் இருந்து பங்குனி வரை பதநீர் சீசன். நாகர்கோவில், கேரளாவில் இருந்து வரும் பனையேறிகளை ஒப்பந்தம் செய்து தங்களுடனே தங்க வைத்துக் கொள்கிறார்கள். மூன்றுவேளை சாப்பாடு, பராமரிப்பு, தங்க இடம் கொடுப்பதுடன், 1 டின் (18 லிட்டர்) பதநீர் எடுத்துத் தந்தால் 350 ரூபாய் கூலி. ஒரு பனையேறி, ஒரு மாதத்திற்கு 200 டின் பதநீர் சேகரிப்பார். சீசன் தவிர மற்ற நேரங்களில் தொழில் சிறுத்துவிடும். அருவாப் பெட்டி தான் பனையேறியின் பிரதான தொழில் கருவி. அதில், முறுக்குத்தட்டி, கடிப்பு, அரிவாள்கள் மூன்றும் முக்கிய தொழில் கருவிகள். காலில், பனைநாரால் செய்யப்பட்ட தலைநாரை மாட்டிக் கொண்டு ஏறுவார்கள். இப்போது கூடுதலாக தோல் செருப்பு வந்திருக்கிறது.

பனையேறிகள் தங்கள் அரிவாள்களை யாரையும் தொட அனுமதிப்பதில்லை. காரணம், அதன் ஷார்ப். இரண்டு வகையான அரிவாள்கள் வைத்திருக்கிறார்கள். ஒன்று பாளை வெட்ட, மற்றொன்று ஓலை வெட்ட. பாளை வெட்டும் அரிவாள், மிக கூர்மையாக இருக்கிறது. காகித சைஸ்க்கு பாளையை சீவ வேண்டும். அப்போது பதநீர் சுரப்பு அதிகமாக இருக்கும்.

பனைமரத்தில் ஒரு ஆண்டுக்கு 12 ஓலைகள் புதிதாக முளைக்கும். பழைய ஓலைகள் தனிந்து விடும். அவற்றை வெட்டி மரத்தை பண்படுத்த ஓலை அரிவாள். உடன்குடியில் நடக்கும் சந்தையில் அரிவாளுக்கென்றே ஒரு பகுதி உண்டு.

பாளையில் வடியும் நீரை கலசத்தில் (சிறு பானை) அப்படியே பிடித்தால் அது கள். புளிப்பாக இருக்கும். (தமிழகத்தில் கள் இறக்க தடையும் இருக்கிறது). களையத்தின் உள்ளே சுற்றிலும் சுண்ணாம்பை தடவுகிறார்கள். சுண்ணாம்பில் வடியும் பாளைநீர் தான் பதநீர். தித்திக்கிறது. மரத்தில் ஏறியவுடன் களையத்தை கட்டிவிட முடியாது. ஒருவாரம் பெரும் வேலை இருக்கிறது.

"நல்ல இளம்பாளையா தேர்வு பண்ணிக்கனும். அதை நல்லா சேத்து கடிப்பு வச்சு இடிக்கனும். கடிப்புங்கிறது இடுக்கி மாதிரி... பாளையை நல்லா தட்டி இடுக்கி, முனையை கூர்மையா சீவி விடனும். 7 நாள் தொடர்ச்சியா இடுக்கிக்கிட்டே வரனும்.

எட்டாவது நாளு, பாளையை முனை சீவி களையத்தை கட்டி விட்டுடனும். அதுக்குப் பிறகு, தினமும் மூணுவேளை மரம் ஏற வேண்டியிருக்கும். காலையில ஏறி வடிஞ்ச பதநியை எடுக்கனும். மதியமும், சாயங்காலமும் ஏறி பாளையை சீவி விடனும். ஆண் பனையில அஞ்சுல இருந்து எட்டு கலசம் கட்டலாம். பருவப்பனையில 3 கலசம்... 1 பனையில 2ல இருந்து 10 லிட்டர் வரைக்கும் பதநீ கிடைக்கும். பதநியை மொத்தமா சேகரித்து அடுப்புக்கு கொண்டு போகனும்..." என்கிறார் செல்வகுமார்.

வட்டன்விளையைச் சேர்ந்த செல்வகுமாரும் தலைமுறை கருப்பட்டி தயாரிப்பாளர் தான்.

பதநீரைக் கொண்டு கருப்பட்டியும் செய்யலாம், பனங்கற்கண்டும் செய்யலாம். கலசத்தில் சேகரிக்கப்பட்ட பதநீரில் பூக்கள், தேனீக்கள் கிடக்கலாம். அதனால் அவற்றை வடிகட்டி பெரிய தாங்கியில் ஊற்றுகிறார்கள். பெரும்பாலும் தோட்டங்களில் தான் கருப்பட்டி காய்ச்சப்படுகிறது. இதற்கென பிரத்யேக அடுப்பு செய்து வைத்துள்ளார்கள். பனை ஓலையால் ஓயப்பட்ட கொட்டகையின் மையத்தில் இருக்கிறது அடுப்பு. களிமண் கொண்டு பெரிதாக பூசியிருக்கிறார்கள். 1 தாங்கி, 30 டின் பதநீரைப் பிடிக்கிறது. 1 டின் (18 லிட்டர்) பதநீரில் 3 கிலோ கருப்பட்டி தயாரிக்கலாம்.

பனை மட்டை, ஓலை, தென்னை மட்டை, கருவேலங் கட்டைகளைக் கொண்டு அடுப்பு மூட்டி பதநீரை கொதிக்கக் கொதிக்க காய்ச்சுகிறார்கள். எதற்கும் எந்திரப் பயன்பாடு இல்லை. பதநீரைக் கிண்டக்கூட பனை மட்டையைத் தான் பயன்படுத்துகிறார்கள். தீ வெருள, வெருள, பதநீர் வற்றி திக்காகுகிறது. நன்கு திக்காகி கொதித்து மேலெழும்போது கையளவு 'கப்பிமுத்தை' அள்ளிப் போடுகிறார்கள்.

"கப்பி முத்துங்கிறது ஆமணக்கு விதை. எங்க பக்கம் மலச் சிக்கலுக்கு அதை மருந்தாவே கொடுப்பாங்க. அதை கொதிக்கிற பதநீர்ல சேக்கிறப்போ நல்லா குழி விழுந்து வேகும். வேக வேக கருப்பட்டி சுவை கூடும். நல்ல தொழிலாளிக்கு கருப்பட்டியோட பக்குவம் கைவந்த கலை. நிறத்தைப் பாத்தும் கொதிக்கிற வேகத்தைப் பாத்துமே கண்டுபிடிச்சுடுவாங்க..." என்கிறார் சிவந்திக்கனி.

நன்கு வெந்த பதநீர் கலவையை இன்னொரு பெரிய பாத்திரத்துக்கு மாற்றுகிறார்கள். அருகில் வரிசையாக அடுக்கப்

பட்டுள்ளன கொட்டாங்கச்சிகள். அதுதான் கருப்பட்டிக்கு அச்சு. பெண்கள் வரிசையாக அமர்ந்து பதநீர் கலவையை ஒரு பாத்திரத்தில் அள்ளி கொட்டாங்கச்சியில் ஊற்றுகிறார்கள். அடுத்த அரை மணி நேரத்தில் கொட்டாங்கச்சியை திருப்பி லேசாக தட்டினால் வந்து விழுகிறது திடமான கருப்பட்டி. இதை வட்டுக் கருப்பட்டி என்கிறார்கள். லேசாகப் பிட்டு வாயில் போட்டால் வயிறு வரைக்கும் இனிக்கிறது.

“பனங்கற்கண்டு செய்யிறதுக்கு வேற பக்குவம். ரொம்பவும் பதநீரை வேகவிடக்கூடாது. பதநீ காச்சுற இடத்துக்குப் பக்கத்துல இதுக்குன்னு தனியா ஒரு எடத்துல கொட்டகை போட்டு வச்சிருப்போம். அதுக்குள்ள வரிசையா பத்திருபது பானைகளைப் கழுத்தளவுக்கு புதைச்சிருவோம். நடுத்தர பதத்துல வெந்த பதநியை அள்ளி இந்த பானைகள்ல கழுத்தளவுக்கு ஊத்தி பனங்கூடையை கவுத்துப்போட்டு மூடிடுவோம். சரியா 40 நாள். கூடையைத் திறந்துட்டு, பானைக்கு மேல இருக்கிற தண்ணியை மோந்துட்டா, உள்ளே பாதியளவுக்கு சின்னச்சின்ன கட்டிகளா கற்கண்டு தயாரா யிருக்கும். அதை அள்ளி, நிழல்ல உலர்த்தி, சின்னது, பெரிசுன்னு மூணு விதமாப் பிரிச்சு பேக் பண்ணிருவோம்...” என்கிறார் ராமச்சந்திரன்.

கருப்பட்டியின் மகத்துவத்தை வெள்ளைக்காரர்கள் நன்கு உணர்ந்திருந்தார்கள். இந்த உன்னத இனிப்பு, உடன்குடியில் இருந்து பிரிட்டிஷ் அரண்மனைக்கே பயணித்திருக்கிறது. நெல்லை பகுதியின் நிர்வாகியாக இருந்த லோன்துரை, கருப்பட்டி செய்வதற்கான ஒரு தொழிற்சாலையையே உடன்குடிக்கு அருகில் இருக்கும் குலசேகரப்பட்டினத்தில் தொடங்கினான். அதற்கென எந்திரங்கள் உருவாக்கப்பட்டன. உடன்குடியில் இருந்து பதநீர் கொண்டு வருவதற்காக பைப் லைன் போடப்பட்டது. ரயில்வே பாதையும் உருவாக்கப்பட்டது. இன்று ரயில் பாதையின் சுவடுகள் மட்டுமே மிஞ்சியிருக்கின்றன. மற்ற அனைத்தும் தொலைந்து போய்விட்டது.

கருப்பட்டியை வைத்துப் பக்குவப்படுத்த, பக்குவப்படுத்த சுவையும் தரமும் அதிகரிக்கும். மொத்த வியாபாரிகள், கருப் பட்டையை பக்குவப்படுத்தும் விதமே வியப்பூட்டுகிறது. வீட்டின் உள்ளே பனை மர கட்டைகளால் சிறிதும் இடைவெளி இல்லாமல் பரண் அமைக்கிறார்கள். அதன்மேல் கருப்பட்டியை கொட்டி வைத்து பனை ஓலைகளால் பின்னப்பட்ட தட்டிகளைக் கொண்டு

மூடி விடுகிறார்கள். கீழே அடுப்பு. அந்த அடுப்பில் தான் சமையல். தினமும் கருப்பட்டியில் சூடு ஏறிக்கொண்டே இருக்க வேண்டும். இல்லாவிட்டால் கசிந்து விடும். புகைபடிந்து, படிந்து கருத்துப் போகிறது கருப்பட்டி. கருத்த கருப்பட்டிக்கு மார்க்கெட்டில் இரட்டை விலை கிடைக்கிறது. சுவை இன்னொரு மடங்கு கூடி விடுகிறது.

ஒரு டீஸ்பூன் வெண் சர்க்கரையை குழந்தை வாயில் அள்ளிப் போட்டால், 'உடம்புக்கு ஆகாது' என்று பெற்றோர் பதறி விடுகிறார்கள். ஆனால், கருப்பட்டி தயாரிப்பவர்கள், தங்கள் குழந்தைகளுக்கு ஒரு கருப்பட்டியை அப்படியே கொடுத்து சாப்பிடச் செய்கிறார்கள். சளித்தொல்லையால் இருமும் குழந்தைக்கு நான்கு பனங்கற்கண்டு கட்டிகளை எடுத்துக் கொடுக்கிறார்கள். காரணம், தரம். மருத்துவ மகத்துவம். மக்களின் வாழ்க்கையோடு இரண்டறக் கலந்திருக்கிறது கருப்பட்டி.

"கருப்பட்டியை மதிப்புக்கூட்டி விக்கிறதும் உண்டு. சுக்குக் கருப்பட்டின்னு ஒரு வெரைட்டி இருக்கு. பதநியைக் காச்சும்போதே கொஞ்சம் தனியா எடுத்து, சுக்கு, ஏலக்காய் தட்டிப்போட்டு சின்னச்சின்ன அச்சுகள்ல ஊத்தியெடுப்போம். இது இருமல், சளிக்கு மருந்து. இதேமாதிரி புட்டுக்கருப்பட்டின்னு ஒரு ரகம் இருக்கு. அதுவும் இந்த மாதிரி மருத்துவச் சாமான் சேத்து தயாரிக்கிறது. எல்லாத்துக்கும் மேல 'தங்காரம்'ன்னு ஒன்னு இருக்கு. இதை கடையில எல்லாம் வாங்க முடியாது. கருப்பட்டி தயாரிக்கிறவங்க வீட்டுல கிடைக்கும். தங்களோட தேவைக்காக செஞ்சு வச்சுக்குவாங்க. இதோட சுவையை வார்த்தையால சொல்ல முடியாது. கருப்பட்டிக்கு பதநீர் காய்ச்சும்போது, கொதிவந்து அடங்குற இளம்பதத்துல கொஞ்சம் அள்ளி ஒரு பானையில ஊத்தி துணி போட்டு வேடு கட்டி வச்சிடுவாங்க. அப்படியே இருந்து ஊரும். ஆறுமாசமோ, ஒரு வருஷமோ கழிச்சு எடுத்தா, பளபளன்னு தேன் கணக்கா மாறியிருக்கும். புள்ளைகளுக்கு அள்ளி வச்சுக் கொடுத்தா ஆசை, ஆசையா திங்குங்க. மீன் குழம்பு, கருவாட்டுக் குழம்பு வைக்கிறப்போ தங்காரத்தையும் ஒரு கிண்ணத்துல வைப்பாங்க. தொட்டுக்கிட்டுச் சாப்பிட்டா இன்னொரு தட்டு கூடுதலா சாப்பிடலாம். இட்லி, தோசைக்கும் தொட்டுக்கிடலாம். பணியாரம், கொளுக்கட்டையும் செய்யலாம்.

சிலபேரு தங்காரத்துல புளியை போடுவாங்க. கொஞ்சநாள்ல புளி கற்கண்டு மாதிரி ஆயிடும். பூசணிக்காயை வெட்டிப் போட்டா

அல்வா மாதிரியாயிடும். பனம் பழத்தை அவிச்சு ஊறப்போட்டு திங்குறதும் உண்டு... சிவந்திக்கனி சொல்லும்போதே நமக்கு நாவூறுகிறது.

உடன்குடிக்கு மட்டுமின்றி தமிழகத்துக்கே அடையாளமாக இருக்கும் கருப்பட்டி உற்பத்தித் தொழில் வெகுவேகமாக நசிந்து வருவது பெரும் சோகம். மருந்தும் மகத்துவமும் பொருந்திய அற்புதமான ஒரு இயற்கை உணவுப்பொருள் நம் உதாசீனத்தால் மறைந்து கொண்டிருக்கிறது.

"முன்ன மாதிரியெல்லாம் இப்ப தொழில் இல்லே பாத்துக்குங்க. நூத்துக்கு பத்துப்பேரு தான் நேர்மையா தொழில் செய்யிறாங்க. ஏகப்பட்ட போலிங்க வந்திடுச்சு. உண்மையா பதநீர்ல செய்யிற கருப்பட்டி கருப்பு நிறத்துல இருக்கும். பணங்கற்கண்டும் அப்படித்தான். இன்னைக்கு ரோட்டோரத்துல பெட்டி பெட்டியா வச்சு விக்கிறாங்களே கருப்பட்டி... எல்லாமே சீனியில செய்யிறது. அதேமாதிரி தான் பனங்கற்கண்டும். உலகம் முழுவதும் உடன்குடி கருப்பட்டி, பனங்கற்கண்டுண்டா நம்பிக்கையோட மக்கள் வாங்கி சாப்பிடுறாங்க. ஆனா, அதை போலியா தயார் பண்ணி மக்களை ஏமாத்திக்கிட்டிருக்காங்க..." என்கிறார் உடன்குடியில் கருப்பட்டி வணிகம் செய்யும் ஒரு வியாபாரி.

பனங்கற்கண்டு செய்யும்போது மிஞ்சும் பதநீர் கழிவை வாங்கி, அதில் சர்க்கரையை கரைத்து ஊற்றுகிறார்கள். அதைக் காய்ச்சும்போது, சற்று கருப்பு நிறம் வருகிறது. இன்று உடன்குடியில் நடக்கும் பெரு வணிகம் இந்த சர்க்கரை கருப்பட்டி தான். இந்தக் கழிவில் சர்க்கரை சேர்த்து 'கேண்டி' தயாரித்து, கர்நாடகா, கோவா போன்ற மாநிலங்களின் குடிமகன்களுக்கு சைடிஷாக அனுப்பி கணிசமாக காசு பார்க்கிறார்கள் சிலர்.

"ரொம்ப அற்புதமான தொழிலுங்க... பல்லாயிரம் பேருக்கு வேலை கொடுக்கிற தொழில். உலகத்துக்கு தூய்மையான ஒரு இனிப்பை தயாரிச்சுக் கொடுக்கிற தொழில். ரசாயனம் சேர்க்காம முற்றிலும் இயற்கையான பொருட்களை பயன்படுத்திச் செய்யிறோம். இந்த தொழிலை பாதுகாக்கவோ, ஊக்கப்படுத்தவோ அரசாங்கம் எந்த முயற்சியும் செய்யலே. மாறா, நிறைய இடைஞ்சல் தான் கொடுக்கிறாங்க. கருப்பட்டியை ஏத்திக்கிட்டுப் போனா, சாராயம் காச்ச கொண்டு போறியான்னு போலீஸ் புடிக்குது. பதநீருக்கு கலசம் கட்டினா கள்ளு வடிக்கிறியான்னு வந்து

நிக்குறாங்க. ஜீவாதாரமா இருந்த பனைமரங்கள் பாதிக்குமேல அழிஞ்சு போச்சு. நிறைய போலிங்க உள்ளே வந்துடுச்சு. உற்பத்தியை தரக்கட்டுப்பாட்டுக்குள்ள கொண்டு வந்து, பதநீரை சேமிக்க ஸ்டோரேஜ் ஏற்பாடு பண்ணித் தந்து, உற்பத்தியை அரசே கொள்முதல் பண்ணி, விற்பனை வாய்ப்புகளை உருவாக்கித் தந்தா தலைமுறை தலைமுறையா காத்தெடுத்துக்கிட்டு வந்த இந்த தொழிலை அடுத்த தலைமுறைக்கும் கொண்டு போகலாம். இல்லேன்னா, தொழிலுக்கான அடையாளமே மிஞ்சியிருக்காது..." என்கிறார் ராமச்சந்திரன்.

இந்த அபயக் குரலுக்கு காது கொடுக்குமா அரசு...?

29

கவுந்தம்பாடி நாட்டுச்சர்க்கரை

சர்க்கரை என்றால் அஸ்கா தான் பலருக்கு நினைவுக்கு வரும். தென்மாவட்டங்களில் அஸ்காவை ஜீனி என்பார்கள். உண்மையில் ஜீனி மனிதன் சாப்பிடத்தகுந்த உணவேயில்லை. 'சிகரெட், மதுவை விட ஆபத்தானது' என்கிறார்கள் மருத்துவர்கள். ஜீனி இடைக்காலத்தில் நம் உணவில் புகுந்த ஒரு அபாயம். கரும்பில் இருந்தே தயாரிக்கப்பட்டாலும், ரசாயனச் சேர்மானங்களால் அது மனிதனுக்கு ஒவ்வாததாக பொருளாக மாறுகிறது. உண்மையில் சர்க்கரை என்பது மருந்துக்கு இணையான இனிப்பு உணவுப்பொருள்.

சுவையுணர்ந்த மனிதனின் தேடலில் கிடைத்த முதல் இனிப்பு, தேன். நாகரீகம் அடைந்த மனித சமூகம் பனையில் இருந்து கருப்பட்டியையும், கரும்பில் இருந்து சர்க்கரையையும் உருவாக்கியது. கருப்பட்டி மெல்ல, மெல்ல காணாமல் போய்விட்டது. சர்க்கரை, இன்னும் கிராமப்புற மக்களின் வாழ்க்கையில் இருந்து தொலைந்து போகவில்லை.

கரும்பின் தூயபாலை, எவ்வித ரசாயனமும் கலக்காமல் நன்கு காய்ச்சி ஆறவைத்தால் கிடைப்பது தான் சர்க்கரை. சர்க்கரை என்ற பெயரை ஜீனி பறித்துக் கொண்டதால் இதை 'நாட்டுச் சர்க்கரை' என்கிறார்கள். கருப்பட்டிக்கு எப்படி, உடன்குடியோ, அப்படி நாட்டுச் சர்க்கரைக்கு கவுந்தம்பாடி.

ஈரோட்டில் இருந்து கோபிசெட்டிப்பாளையம் செல்லும் வழியில் இருக்கிறது கவுந்தம்பாடி. ஊரின் எல்லையிலேயே, காற்றிலேறி வரும் சுகந்தமான வாசனை கவனத்தை ஈர்க்கிறது. முகப்பில், வெல்லம், சர்க்கரை இருப்பு வைத்து ஏலம்விடும் பிரமாண்டமான குடோன். அதைக் கடந்தால், வயல்கள் தோறும் பரபரப்பாக இயங்குகிறார்கள் விவசாயிகள். அகன்றக் கொப்பறைகளில் சுடசுடச் தயாராகிறது நாட்டுச்சர்க்கரை. வயற்காட்டை எட்டிப்பார்த்தால் மணக்க மணக்க பானகமும், இனிக்க, இனிக்க கரும்புப்பாலும் தந்து வரவேற்கிறார்கள்.

"வழக்கமா பொருளை விளைவிக்கிறதோட விவசாயியோட வேலை முடிஞ்சிரும். அந்தப்பொருளை மதிப்பூட்டி விக்கிறது வியாபாரியோட வேலை. விதையில இருந்து, உரம் வரைக்கும் வியாபாரி சொல்ற விலைக்குத் தான் வாங்கிட்டு வருவோம். அறுத்துக் கட்டி பொருளைக் கொண்டுபோனா அதுக்கும் அவரே விலைசொல்லி வாங்கிக்குவாரு. கடைசியா கணக்குப் பண்ணினா போட்டகாசைக்கூட எடுக்கமுடியாது. எங்க மூதாதைகள்ல யாரோ ஒரு புண்ணியவான், 'எங்க பொருளுக்கு நீங்க என்னய்யா விலை சொல்றது, நானே விலை சொல்றேன்'னு சவால்விட்டு இந்த வேலையைத் தொடங்கி வச்சிருக்காரு. தலைமுறை, தலைமுறையா நாங்களும் அதை கைவிடாம செஞ்சுக்கிட்டு வர்றோம். வழக்கமா கிடைக்கிறதை விட கையில கொஞ்சம் கூடுதல் லாபம் நிக்குது. பக்கத்துல கரும்பு பேக்டரிகள் இருக்கு. இருந்தாலும் பெரும்பாலான விவசாயிங்க கரும்பை பேக்டரிக்குக் கொடுக்கிறதில்லை. தாங்களே, கொப்பறை போட்டு சர்க்கரை காய்ச்சி மார்க்கெட்டுக்கு கொண்டு வந்திருவாங்க..." சூடாறாத சர்க்கரையை மட்டத்தட்டி வச்சு தேய்த்தவாறே உற்சாகமாகப் பேசுகிறார் ராஜேஸ்வரன். நாட்டுச்சர்க்கரை உற்பத்தியாளர் சங்கத் தலைவர். நூறுக்கும் மேற்பட்ட விவசாயிகள் ஒருங்கிணைந்து கவுந்தம்பாடியின் முகப்பில் பிரமாண்டமான ஒரு குடோனையும், சந்தையும் நடத்தி வருகிறார்கள்.

கவுந்தம்பாடியைச் சுற்றி, நல்லக்கவுண்டனூர், பாப்பாங்காட்டூர், அய்யம்பாளையம், பனங்காட்டூர் உள்ளிட்ட பவானிப்

பாசனப்பகுதிகளில் 50ஆயிரம் ஏக்கருக்கு மேல் கரும்பு பயிரிடப் பட்டுள்ளது. பெரும்பாலான விவசாயிகள், ஏர், கலப்பை வைத் திருப்பதைப் போல சர்க்கரை காய்ச்சத் தேவையான கொப்பறை, பால்பொட்டி, பாவோட்டி வைத்திருக்கிறார்கள். பாரம்பரிய முறைப்படி சர்க்கரை தயாரிக்கிறார்கள்.

“என் தாத்தா காலத்துல, மரச்செக்கு தான். தோட்டத்துக்குத் தோட்டம் பெரிய, பெரிய மரச்செக்குகள் கிடக்கும். செக்குல மாட்டை இணைச்சு, கரும்பை ஒடிச்சுப் போட்டு, நசுக்கிப் பாலெடுப்பாங்க. பெரிய, பெரிய மண் மொடாக்கள்ல பாலைச் சேகரிச்சு செப்புக் கொப்பறையில காய்ச்சி சக்கரை தயாரிப்பாங்க. இங்கே அப்போ ஏது சந்தையெல்லாம்..? சக்கரையை பொதியாக் கட்டி மாட்டுமேல வச்சு பொள்ளாச்சி, பெருந்துறை, கரூர் காங்கேயம்ன்னு சந்தை நடக்குற இடங்கள்ல கொண்டு போய் வித்துட்டு சாப்பாட்டுக்குத் தேவையான சரக்குச்சாமான்களை கொள்முதல் பண்ணிக்கிட்டு வருவாங்க. இப்போ தொழில்நுட்பம் நவீனமாயிருச்சு. ஊரு, ஊராத் தேடிப்போய் விக்காம நாங்களே எங்களுக்கு ஒரு சந்தையை உருவாக்கி வச்சிருக்கோம். மொத்த வியாபாரிகள் சந்தைக்கு வந்து அவங்களுக்குத் தேவையான சரக்கை கொள்முதல் பண்ணிக்கிறாங்க...’ என்கிறார் மசக்கவுண்டர். நாட்டுச்சர்க்கரை உற்பத்தியாளர் சங்கத்தின் செயலாளர்.

கரும்பைப் பொறுத்தவரை, வெட்ட, வெட்ட வளரும். ஒரேமுறை விதையிட்டு, இரண்டில் இருந்து மூன்று முறை சாகுபடி எடுத்துவிடலாம். கரும்பு வெட்டும் வேலை, பெண்களுடையது. கோடாரி கொண்டு அடியோடு வெட்டினால், அதிலிருந்து அடுத்த கிளை முளைத்துவிடும். வெட்டிய கரும்பை தோகையகற்றி அடுக்குகிறார்கள்.

விவசாயி மட்டுமே கரும்பை சர்க்கரையாக்கி விடமுடியாது. சற்று கடினமான வேலை. அதற்கு தகுந்த வேலையாட்கள் வேண்டும். சிலர் காண்ட்ராக்ட்டாக வேலை செய்கிறார்கள். வயலில் இருக்கும் கரும்பை சர்க்கரையாக்கி கொடுத்து விடுவது. 1 அடசல் சர்க்கரைக்கு 650 ரூபாய் கூலி. 1 அடசல் என்பது சராசரியாக 100 கிலோ. 800 கிலோ கரும்பைப் பாலாக்கினால் தான் 1 அடசல் சர்க்கரை கிடைக்கும்.

இப்போது பால் எடுப்பதற்கு கிரஷர் வந்துவிட்டது. வயலின் நடுவில் சிறிய கூரையிட்டு இந்த இயந்திரத்தை பொருத்தி

யிருக்கிறார்கள். சற்று பெரிய முதலீடு என்பதால் பல விவசாயிகள் வாடகைக்கு எடுக்கிறார்கள். கரும்பை கனுச்சீவி, நான்கைந்தாகச் சேர்த்து, கிரஷரில் விடுகிறார்கள். சாறு கொப்புளித்து, கீழே இருக்கிற டப்பாவில் கொட்டுகிறது. அங்கிருந்து கொப்பறைக்கு மேலே இருக்கும் பால்பெட்டிக்குச் செல்லும் வகையில் பைப் கனெக்ஷன் வைத்திருக்கிறார்கள். பால்பெட்டி 800 கிலோ கரும்புப்பால் பிடிக்கும் அளவுக்கு பிரமாண்டமாக இருக்கிறது. அதிலிருந்து தேவைக்கேற்ப கொப்பறையில் கொட்டுகிறார்கள்.

கொப்பறை, தகரம், கலாய் கலந்து செய்யப்படுகிறது. கொப்பறைக்கு இணையான பெரிய அடுப்பு. பாலெடுத்து விட்டு வீசும் கரும்புச் சக்கையே எரிபொருளாகவும் பயன்படுகிறது. தீ எரிப்பதில் தான் சூட்சுமமே இருக்கிறது. கூடவும் கூடாது. குறையவும் கூடாது. அதிகமானால் கலங்கிவிடும். குறைந்தால் சர்க்கரை கருத்துவிடும்.

“சர்க்கரை காய்ச்சுறது எளிதான காரியமில்லை. பதம் பாக்கத் தெரியனும். கொஞ்சம் அசந்தாலும் ஏமாத்திடும். கரும்புப்பால் வத்தி வரும்போது, கொஞ்சமா உணவுச் சுண்ணாம்பு, லேசா சோடா உப்பு சேக்கனும். அப்பப்போ மேலே கொதிச்சு மிதக்குற கழிவுகளை அள்ளனும். நல்லா வத்தி வந்ததும் இறக்கி மட்டத்தட்டி (தோசைக்கரண்டி போன்ற நீளமான கரண்டி) வச்சு தேய்க்கனும். தேய்க்கத் தேய்க்க நீர்த்தன்மை வத்தி சர்க்கரை பதம்வரும். மட்டப்பொட்டி வச்சு அமுக்கினா பொலபொலன்னு பூமாதிரி கொட்டும். வெல்லமா வேணுன்னா, சூடு ஆறுறதுக்கு முன்னாடி உருண்டை பிடிச்சுக்கனும்...” என்கிறார் பொன்னுச்சாமி.

பொன்னுச்சாமிக்கு 15 ஏக்கர் கரும்புத்தோட்டம் உள்ளது. ‘சரியாக பராமரித்தால் 1 ஏக்கருக்கு 75 மூட்டை சர்க்கரை கிடைக்கும்...’ என்று கணக்குச் சொல்கிறார் பொன்னுச்சாமி. வயோதிகம் உழைப்புக் கு தடையாக இல்லை. இளைஞர்களுக்கு இணையாக களமாடுகிறார்.

ஒவ்வொரு வாரமும் சனிக்கிழமை காலை 11 மணிக்கு சர்க்கரை சந்தை களைகட்டி விடுகிறது. முதலில் சர்க்கரை. அதைத் தொடர்ந்து வெல்லம். வரிசையாக சர்க்கரை மாதிரிகள் காட்சிக்கு வைக்கப்படுகின்றன. வண்ணம் பார்த்தும். ருசித்துப் பார்த்தும் தரம் கண்டறிந்து வாங்குகிறார்கள் வியாபாரிகள்.

“சர்க்கரையில மூணுரகம் இருக்கு. திடம், மீடியம், மட்டம். மண்ணோட தரம், சரியான பராமரிப்பு, கரும்பு பராமரிப்பு.. இது மூணும்தான் சர்க்கரையோட தன்மையை தீர்மானிக்கும். திடம், குளுக்கோஸ் மாதிரி பளிச்சுன்னு இருக்கும். தித்திப்பு நாக்குலயே நிக்கும். மீடியம், கொஞ்சம் நிறம்மங்கி இருக்கும். லேசா உப்புத்தட்டும். மட்டம், கருப்பு நிறத்துல இருக்கும். இனிப்பும், உப்பும் கலந்து சுவைக்கும். தரத்துக்கு தகுந்து விலை. 60 கிலோ கொண்ட மூட்டை 1600 முதல் 1800 வரைக்கும் விலை போகுது. பள்ளிக்கூடங்கள்ல சத்துணவுக்கு நாட்டுச் சர்க்கரையைத் தான் பயன்படுத்தனுன்னு அரசு உத்தரவு போட்டிருக்கு. அதனால அவங்களும் வந்து கொள்முதல் பண்ணுவாங்க...” விற்பனை தொழில்நுட்பத்தை விளக்குகிறார் விவசாயி நடராஜன்.

தமிழக நகர்ப்புறங்களில் சர்க்கரையின் பயன்பாடு குறைந்து விட்டது. ஆனால் கர்நாடகா, கேரளாவில் எல்லாம் சர்க்கரை, வெல்லம் தான். கர்நாடகாவில் சாம்பாரில் கூட வெல்லம் சேர்க்கிறார்கள். கவுந்தம்பாடி சர்க்கரை இந்தியாவெங்கும் பயணிக்கிறது. கேரளக் கோவில்களில் வழங்கப்படும் உன்னியப்ப பிரசாதங்களில் கவுந்தம்பாடி நாட்டுச் சர்க்கரை தான் சேர்க் கிறார்கள். பழநி பஞ்சாமிர்தத்துக்கு இங்கிருந்து தான் சர்க்கரை செல்கிறது. கவுந்தம்பாடி டீக்கடைகளில் சர்க்கரை காபி, சர்க்கரை தேனீர் கிடைக்கிறது. பண்டிகைக் காலங்களில் பெரும்பாலும் நாட்டுச்சர்க்கரை கலந்த பலகாரங்கள் தான்.

“ஒப்புட்டு, கச்சாயம் (அதிரசம்), சூயம், அப்பம், போண்டா, பாயசம்.. எல்லாத்துக்கும் நாட்டுச்சர்க்கரை தான் போடுவோம். அஸ்கா பலகாரங்களை விட இதுல ருசியே அதிகமா இருக்கும். நாட்டுச்சக்கரை போடட கச்சாயம் ரொம்பநாளைக்குக் கெட்டுப் போகாது. வயித்தையும் பாதிக்காது.” என்கிறார் கவனம்பாளையம் சரஸ்வதி.

இப்பகுதியில் ‘பச்சமாவு’ என்றொரு பதார்த்தம் செய்கிறார்கள். பச்சரிசியை ஊறவைத்து இடித்து, சலித்து, நாட்டுச்சர்க்கரையை பாகுகாய்ச்சி ஊற்றி கிளறுகிறார்கள். காதுகுத்து, திருமண நிகழ்ச்சிகளில் இடம்பிடிக்கிற பதார்த்தம் இது. அதேபோல், நாட்டுச்சர்க்கரை பாயசம் சாப்பிட்டால் வேறெதையும் நாக்கு நாடாது. சர்க்கரை அல்வா, சர்க்கரை லட்டெல்லாம் கூட இங்கே கிடைக்கிறது. விலை குறைவு என்பதால், கடலை மிட்டாய்,

எள்ளுருண்டை, இலந்தை வடையில் எல்லாம் கவுந்தம்பாடி சர்க்கரை தான் சேர்க்கிறார்கள்.

"பல விவசாயிகள் உரம் போடாம ஆர்கானிக் முறையில கரும்பு சாகுபடி பண்றாங்க. அந்த சர்க்கரைக்கு மார்க்கெட்டில நல்லவிலை கிடைக்குது. இப்போ வேலையாட்கள் தட்டுப்பாடு அதிகமாயிட்டதால, இப்போ இயந்திரங்களுக்கு மாறிக்கிட்டு வர்றாங்க. அஸ்கா தயாரிப்புக்கு கொடுக்கிற முக்கியத்துவத்தை அரசாங்கம் சர்க்கரைக்கும் கொடுத்தா இந்த தொழிலை அடுத்த கட்டத்துக்குக் கொண்டு போகலாம். உற்பத்தியை அதிகமாக்கி வெளிநாட்டுக்கு ஏற்றுமதி செய்யலாம்.." என்கிறார் நல்லிக்கவுண்டனூர் ராகவன். 15லட்சம் செலவில் இயந்திகரங்களை அமைத்திருக்கிறார் ராகவன். 1 நாளைக்கு 1 ஏக்கர் கரும்பை சர்க்கரை ஆக்கும் வல்லமை கொண்ட இயந்திரம்.

நாட்டுச்சர்க்கரை தயாரிப்பில் எதுவுமே வீணாவதில்லை. கரும்பின் தோகை மாட்டுக்கு. பாலெடுத்த சக்கை, எரிபொருளாகி விடுகிறது. கழிவாக மிஞ்சும் வண்டல் பகுதியை வைத்து ஜீவாமிர்தம், பஞ்சகவ்யா போன்ற இயற்கை பயிர் ஊக்கிகளை தயாரிக்கிறார்கள். இதுதான், நம் பாரம்பரிய விவசாய சூட்சுமம். வீணாகும் பொருளென்பதே விவசாயத்தில் இல்லை. 'விவசாயம் பொய்த்து விட்டது' என்று கன்னத்தில் கைவைத்துக் கொண்டு அமர்ந்திருப்பவர்களுக்கு கவுந்தம்பாடி விவசாயிகளிடம் ஏகப்பட்ட பாடங்கள் இருக்கின்றன.

ஈ. தமிழர் ஆடை

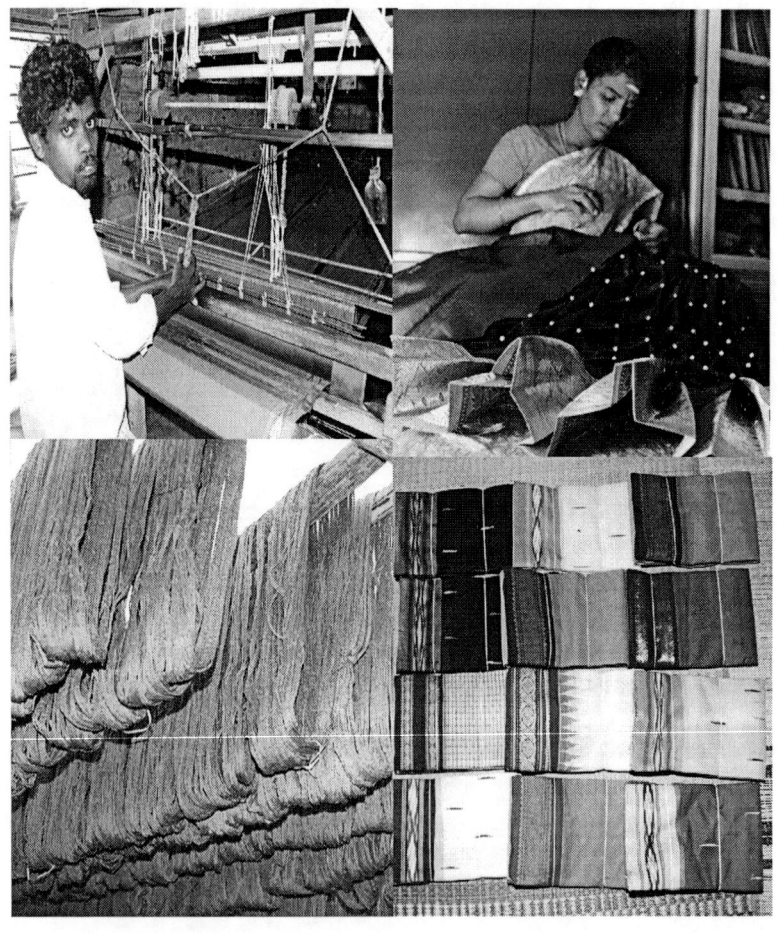

30

வியக்க வைக்கும் விளந்தைப் பருத்தி

ஆண்டிமடத்தில் இருந்து 3.கி.மீ தொலைவில் இருக்கிறது விளந்தை. இக்கிராமத்தின் பெயரைச் சொன்னாலே ஆந்திரப் பெண்களின் உள்ளம் குளிர்ந்து போகும். அந்த அளவுக்கு அப்பெண்களை வளைத்துப் போட்டிருக்கிறது இங்கு உற்பத்தியாகும் ஜரிகை காட்டன் சேலை.

முதலியார்களும், தேவாங்கச் செட்டியார்களும் நிறைந்துள்ள இக்கிராமத்தில் 50க்கும் மேற்பட்ட நெசவாளர்கள் ஜரிகை காட்டன் சேலை நெய்கிறார்கள். தொடக்கத்தில் வேட்டி நெசவு தான் இக்கிராமத்தின் வாழ்வாதாரம். 120ம் நம்பர் காட்டன் நூலில் பளபளக்கும் விளந்தை வேட்டிக்கு தமிழகம் கடந்து டெல்லி வரைக்கும் வாடிக்கையாளர்கள் உண்டாம். காலப்போக்கில், டெரிகாட்டன், பாலியஸ்டர் பவர்லூம் வேட்டிகள் போட்டிக்கு வந்து காட்டன் வேட்டி வியாபாரத்தை நசுக்க, பல நெசவாளர்கள் வேறுதொழில் நாடிவிட்டார்கள். சில முற்போக்கு நெசவாளர்கள் தைரியமாக ஜரிகை காட்டன் சேலைக்கு மாறினார்கள். இன்று ஊருக்கே அது அடையாளமாக மாறிவிட்டது.

வெ. நீலகண்டன்

80 மற்றும் 100ம் நம்பர் காட்டன் நூலில் நெய்யப்படும் சேலையில் 90 பள்ளு அளவுக்கு ஜரிகையால் அழகூட்டுகிறார்கள். சீரான நீளத்தில் ஜொலிக்கும் பார்டர்கள் சேலையின் அழகைக் கூட்டுகின்றன. சில ரகங்களில் உடலையும் ஜரிகையால் அலங்கரிக்கிறார்கள். காட்டன் நூலை பாவாகவும், ஜரிகையை ஊடையாகவும் கலந்தும் நெய்கிறார்கள்.

ஜரிகையில் பலவகை உண்டு. மலிவான ஜரிகைகள் அதிகமாக பளபளக்கும். ஆனால் குறைந்த நாட்களிலேயே கருத்துப்போகும். இதை 'டெஸ்டார்டு ஜரிகை' என்கிறார்கள். தரமான ஜரிகை, பட்டுநூலில் தங்கம் மற்றும் வெள்ளியை பூசி உருவாக்கப்படுகிறது. 0.6 சதம் தங்கமும், 53 முதல் 57 சதம் வெள்ளியும், 24 சதம் பட்டும் கலந்து உருவாக்கப்படும் ஜரிகை தான் தரமானது. இப்படியான ஜரிகை ஒருகிராம் 70 ரூபாய். ஒருகாலத்தில் விளந்தையில் உருவான ஜரிகை காட்டன் சேலைகள் ஒரிஜினல் வெள்ளி ஜரிகையால் தான் நெய்யப்பட்டன.

இச்சேலை நுட்பத்தை இந்த ஊருக்கு அறிமுகப்படுத்தியவர் கோவிந்தசாமி செட்டியார். வேட்டி வியாபாரத்துக்காக அடிக்கடி வெளியூர் பயணிக்கும் கோவிந்தசாமி, ஆந்திரா சென்றபோது, அங்கு ஜரிகை காட்டன் சேலைகளுக்கு உள்ள வரவேற்பைப் பார்த்து அந்த நுட்பத்தை கற்றுவந்து விளந்தையில் விதைத்தார். ஆந்திராவில் நெய்யப்பட்டதை விட மென்மையாகவும், தரமாகவும், டிசைனாகவும் இருந்ததால் உள்ளூர் தயாரிப்பை விட விளந்தை தயாரிப்பை விரும்பத் தொடங்கினர் ஆந்திரப்பெண்கள்.

'ஒருகாலத்துல விளந்தைன்னா வெள்ளிஜரிகை காட்டன் தான். மாதத்துக்கு 1000 சேலைக்கு மேல ஆந்திராவுக்கு அனுப்புவோம். இப்பத்தான் கம்ப்யூட்டர், ஜக்கார்டு பெட்டியெல்லாம். அப்போ கைடிசைன்கள் தான். அன்னம், கிளின்னு அழகழகா தறியில நெசிவோம். வெள்ளி ஜரிகை நெய்யிறதுல லாபம் அதிகம். ஆந்திராவில இருக்கதெல்லாம் குழித்தறி. டிசைன்கள் போடமுடியாது. வேகமாவும் ஓட்டமுடியாது. நம்மக்கிட்ட இருக்கது மேடைத்தறி. இதில டிசைன்ல இருந்து புட்டா வரைக்கும் நினைச்சதைச் செய்யலாம். உடல் ஒத்துழைச்சா அதிவேகத்துல ஓட்டலாம். அதனால தான் இன்னைக்கு டஸ்டார்டு ஜரிகை போட்டு நெஞ்சாலும் ஆந்திரப்பெண்கள் நம்ம புடவையை விரும்புறாங்க...' என்கிறார் நெசவாளர் சதானந்தம். கோவிந்தசாமி செட்டியாரின் மகனான இவரிடம் 15க்கும் மேற்பட்ட தறிகள் உள்ளன. கிடைத்த ஆசிரியர் வேலையை உதறிவிட்டு நெசவு செய்தவர் இவர்.

விளந்தை சேலைகளின் சிறப்பே, அதன் நம்பமுடியாத மென்மைதான். 200கிராம் தான் எடை. காற்றுப்போல இருக்கிறது. நல்ல ஜரிகை வேலைப்பாடுள்ள சேலைகள் என்றால், கால்கிலோ. இப்போது வெள்ளிஜரிகை நெசவு முற்றிலும் மறைந்து விட்டது. சற்று தரம்குறைந்த டெஸ்டர்டு ஜரிகைதான். ஆனால் வேலைப்பாடுகளில் விளந்தைக்கே உரிய தனித்தன்மை மினுமினுக்கிறது. புட்டா, ஜரிகை வேலைப்பாடுகளுக்கு தகுந்தவாறு 400முதல் 1500ரூபாய் வரை விற்கிறார்கள்.

'வெள்ளி ஜரிகை போட்டு நெசிஞ்ச காலத்தில ஊர்ல இருந்து யாரும் வெளிவேலைக்குப் போகமாட்டாங்க. ஒருநாளைக்கு ஒருமுழம் தான் நெய்யமுடியும்... ஆனா நல்லகூலி. ஆந்திரா தலைவர்கள் வீடுகளுக்கு எல்லாம் இங்கேயிருந்து தான் சேலைகள் போவும். அப்போ எனக்கு வாத்தியார் வேலை கிடைச்சுச்சு. வாத்தியார் சம்பளம் 45 ரூபா. தறியில நின்னா 65 ரூபா. எங்க அய்யா தறியிலயே நில்லுடா, வேலையெல்லாம் வேண்டானுட்டார்...' என்று சிரிக்கிற ராதாகிருஷ்ணன், 'ஜரிகை காட்டன் சேலை, பூப்போல உடம்புல கிடக்கும். வதைக்காது. நல்ல ஜரிகை வேலைப்பாடுள்ள சேலையை கட்டிக்கிட்டு நின்னா பட்டு தோத்துப்போகும் என்கிறார்.

ஜரிகை வேலைப்பாடு இல்லாமல் பிளைன் காட்டன் சேலைகளும் இங்கு நெய்கிறார்கள். இதுவும் கம்பீரமாக இருக்கிறது. இளம் பெண்களை ஈர்க்கும். ரசனையான டிசைன்களில் உருவாக்கப்படும் மிக்ஸிங் கலர் சேலைகள் பெண்களை கொள்ளை கொள்ளும்.

ஜரிகை சூரத்தில் இருந்து வருகிறது. அரியலூரின் உட்புறங்களில் பருத்தி சாகுபடி அதிகம் என்றாலும் காட்டன் நூலுக்கு வெளி மாநிலங்களைத் தான் நம்பியுள்ளார்கள். ஆந்திராவில் இருந்து வியாபாரிகள் நேரடியாகவே வந்து சேலைகளை அள்ளிச் செல்கிறார்கள். வாங்கும் விலையைவிட இன்னொரு மடங்கு லாபம் வைத்து விற்கிறார்கள்.

ஜரிகை காட்டன் தமிழகத்தில் கிடைக்குமா?

'சென்னையில், தில்லையாடி வள்ளியம்மை, வானவில் உள்ளிட்ட கோஆப்டெக்ஸ் நிறுவன வளாகங்களில் கிடைக்கும். தவிர, ஒரு சில பெரிய ஜவுளிக்கடைகளில் கிடைக்கும். ஆனால் ஜவுளிக்கடைகளில் 'விளந்தை ஜரிகை காட்டன்' என்று விற்ப

தில்லை. ஆந்திரா காட்டன், வேங்கடகிரி காட்டன் என்று ஆந்திரா பேனரில் விற்பனை செய்கிறார்கள்' என்கிறார் சதானந்தம்.

அற்புதமான ஜரிகை வடிவமைப்பு. நம்பமுடியாத மென்மை. உள்ளத்தை கவரும் மிக்ஸிங் வண்ணங்கள். வதைக்காத விலை. எளிதான பராமரிப்பு. பெண்கள், ஜரிகை காட்டனுக்கு மயங்க இவற்றை விட வேறென்ன காரணங்கள் வேண்டும்..?

விளந்தை ஜரிகை காட்டன் சேலைகளை வாங்க விரும்புபவர்கள் *9443843997, 04331242532* ஆகிய எண்களில் நெசவாளர் ஜி.சதானத்தத்தை தொடர்பு கொள்ளலாம்.

31

கும்பகோணம் கலவைப்பட்டு

முதல்தர பட்டுநூலின் மினுமினுப்பு... கண்ணைக் கவரும் பழமையான டிசைன்கள்... உடல்பகுதி எங்கும் ஜொலிக்கும் கற்கள்... கலவைப்பட்டு என்றழைக்கப்படும் ஜங்க்ளா சேலை, பெண்களை ஈர்க்க, இதுபோல ஏராளமான அம்சங்கள் உண்டு.

கோவில் நகரமான கும்பகோணம் தான் ஜங்க்ளா சேலைகளின் தாயகம். சௌராஷ்ட்ரா புதுத்தெரு, நடுத்தெரு, துவரங்குறிச்சி ஆகிய பகுதிகளில் 300க்கும் மேற்பட்ட சௌராஷ்டிர நெசவாளர்கள் ஜங்க்ளா சேலைகளை நெசவு செய்கிறார்கள்.

சௌராஷ்டிரர்களின் பூர்வீகம் குஜராத். பிரசன்ன வெங்கடேசப் பெருமாளை குலதெய்வமாக வணங்கும் இவர்கள் அமைதி விரும்பிகள். குஜராத்தில் தொடர்ந்த போர்த்தொல்லைகளில் இருந்து விடுபடுவதற்காகவும், துணி வியாபாரத்திற்காகவும் பலநூறு ஆண்டுகளுக்கு முன்பே தமிழகம் உள்ளிட்ட பிற மாநிலங்களுக்கு இடம்பெயர்ந்தவர்கள். தற்போது இம்மண்ணின்

வெ. நீலகண்டன் ❧ 183

பண்பாட்டில் கலந்து, உறவுகளாக வாழ்பவர்கள். பரமேஸ்வரனின் கபாலத்தில் இருந்து வெளிப்பட்ட தந்துவனார், சூரிய பகவானின் மகள் குசுமமாலிகா தம்பதியின் வழிவந்தவர்களாக தங்களை குறிப்பிடும் சௌராஷ்டிரர்கள், இன்றுவரையிலும் தங்களின் பூர்வீகத் தொழிலை கைவிடாமல் தொடர்கிறார்கள். கைத்தறி நெசவில் கைதேர்ந்த இவர்கள் கும்பகோணம் தவிர மதுரை, சேலம் பகுதிகளிலும் தனித்துவமான சேலை ரகங்களை நெய்து வருகிறார்கள்.

கும்பகோணம் சௌராஷ்டிர மக்களின் கற்பனையில் உதித்ததே இந்த ஜங்ளா சேலை. இச்சேலைக்கான பட்டு நூலை பெங்களூருவில் கொள்முதல் செய்கிறார்கள். நூலுக்கான சாயங்கள் மும்பையில் இருந்தும், ஜரிகை, சூரத்தில் இருந்தும் வருகின்றன. பெரிய நெசவாளர்கள் சிலர் மொத்தமாக இப்பொருட்களை வரவழைத்து ஒப்பந்த அடிப்படையில் சிறிய நெசவாளர்களுக்கு வழங்குகிறார்கள்.

காட்டன் சேலை நெசவுக்கும், பட்டுச்சேலை நெசவுக்கும் வித்தியாசம் உண்டு. பட்டுச்சேலைகளை எளிதாக நெய்யமுடியாது. கவனம் பிசகாமல் நெய்ய வேண்டும். பொறுமையும், நுணுக்கமும் கைவர வேண்டும். ஒரு இழை நீண்டு, மடங்கினாலும் சேலை உதவாது.

ஜங்ளா பட்டின் சிறப்பே பழமையான டிசைன்கள் தான். கோவில்கள், அரண்மனைகளில் வரையப்பட்ட பழமையான ஓவியங்களை தேடியெடுத்து, தறிக்குத் தகுந்தவாறு ஓவியமாக்கி, வடிவம் குலையாமல் பார்டர், உடல்பகுதிகளில் டிசைன்களாக நெய்கிறார்கள்.

பாவாக ஈரிழைப்பட்டு நூல். ஊடையாக வார்ப்பு ஜரிகை. இது டெக்ஸ்டார்டு ஜரிகையை விட சற்று மேலானது. பெரும்பாலும் கோர்வைத்தறி தான். இரண்டுபேர் அமர்ந்து, ஒருவர் தறியை ஓட்ட, மற்றவர் நாடாவை வீசிவாங்கி நெய்தால் தான் டிசைன்களை வார்க்க முடியும்.

ஜங்ளா பட்டு நெசவில் 30 வருட அனுபவமுள்ள குமரன், 'நெசவுத்தொழிலின் நசிவுக்கு இதுதான் முக்கியக்காரணம்' என்கிறார். 'ஒருசேலை நெய்ய 10நாள் ஆகும். அதிகப்பட்சமாக 2000ரூபாய் கூலி. அதிலதான் பாவு தோய்க்கிறதுல இருந்து

வைண்டிங் பண்றவரைக்கும் எல்லா செலவும். அதுக்குமேல இன்னொருத்தருக்குச் சம்பளம் கொடுக்கனும்... அதுபோக மிஞ்சுறது தான் நெசவாளிக்கு. இது கட்டுபடி ஆகாததால தான் பலபேரு நெசவுத்தொழிலை விட்டு விலகிட்டாங்க...' என்கிறார் குமரன்.

ஜங்க்ளா சேலையைப் பொறுத்தவரை கோர்வைத்தறியில் நெய்தால் தான் தரமாக இருக்கும். கோர்த்து வாங்கி நெய்யும்போது, பட்டும், ஜரிகையும் கலந்து வெளிப்படும் ஜொலிப்பு மனதை கொள்ளை கொள்ளும்.

தறி நகர, நகர ஒருவகை கோந்தை சேலைகளின் மேல் அள்ளி தடவுகிறார்கள். அதனால் சேலையின் மினுமினுப்பு அதிகரிப்பதோடு, நூலும் உறுதிப்படுகிறது. நெசவு முழுமை பெற்றவுடன், ஸ்டோன் பதிக்கும் வேலைக்கு அனுப்புகிறார்கள்.

கும்பகோணத்தில் 50க்கும் மேற்பட்ட பெண்கள் ஸ்டோன் பதிக்கிறார்கள். சாதாரண கிறிஸ்டல் ஸ்டோன் தான். ஆனால் பட்டில் அமர்ந்ததும் இணையாக ஜொலிக்கின்றன. இப்பணியைச் செய்ய மிகுந்த கலையார்வம் தேவை. சேலையில் உள்ள டிசைன்களுக்குத் தகுந்தவாறு பதிக்க வேண்டும்.

ஒரு ஜங்க்ளா சேலையில் 5 ஆயிரம் முதல் 15ஆயிரம் கற்கள் வரை பதிக்கலாம். சேலையின் நிறத்துக்குத் தகுந்தவாறு வண்ணக்கற்களும் பதிக்கலாம். கற்களின் எண்ணிக்கைக்கு ஏற்ப சேலையின் விலை.

கும்பகோணம் நேருகாலனியைச் சேர்ந்த ஜெயந்தி, ஸ்டோன் பதிப்பதில் எக்ஸ்பர்ட்டாம். 10 வருட அனுபவம். 'பேப்ரிக் க்ளூ' பசையை லேசாத்தடவி கற்களை ஒட்டனும். ஒருசேலைக்கு ஒட்ட 5நாள் ஆகும். மற்ற கற்களைப்போல இது உதிராது. சேலை இருக்கிற காலத்துக்கு கற்களும் இருக்கும்..' என்கிறார் ஜெயந்தி.

ஜங்க்ளா சேலையை விரித்துப் பார்த்தால் கற்களின் பொலிவே வாங்கத் தூண்டுகிறது. மணப்பெண்கள் உடுத்தினால் மண்டபம் ஜொலிக்கும். விலை, 7 ஆயிரம் முதல் 15ஆயிரம் வரை.

'கும்பகோணத்தில இருந்து இந்தியா முழுவதும் ஜங்க்ளா சேலைகளை அனுப்புறோம். திருமணப் பெண்களுக்கு இந்தச் சேலைகள் ரொம்பவே பொருத்தமா இருக்கும். பராமரிக்கிறது

எளிது. மாதத்துக்கு 1000த்துக்கும் மேற்பட்ட ஜங்க்ளா சேலைகள் உற்பத்தியாகுது. மிகச்சிறப்பான வண்ணங்கள், பழமையான டிசைன்கள்ல உருவான பார்டர்கள்ன்னு ஜங்க்ளா சேலைகள்ல ஏகப்பட்ட சிறப்பம்சங்கள் உண்டு. நடுத்தர குடும்பத்துப் பெண்களுக்கு ஏற்ற பண்டிகைக்கால சேலை இது' என்கிறார் ஜங்க்ளா சேலை விற்பனைசெய்யும் ராயா கோவிந்தராஜன்.

ஜங்க்ளா சேலைகள் தமிழகத்தின் பெரிய ஜவுளிக்கடைகள் அனைத்திலும் கிடைக்கும். நேரடியாக தறிவாசனையோடு வாங்க விரும்புபவர்கள் 9750971234 அல்லது 0435 2420165 என்ற எண்களில் தொடர்பு கொள்ளலாம்.

32
சிக்கல்நாயக்கன்பேட்டை கலம்காரி

பட்டுச்சேலைகளே பக்கத்தில் நிற்கமுடியாத அளவுக்கு அழகும் பொலிவும் கொண்டவை கலம்காரி சேலைகள். கும்பகோணத்தை அடுத்துள்ள சிக்கல்நாயக்கன் பேட்டையில் இவை உற்பத்தியாகின்றன. இயற்கை வண்ணங்களைக் கொண்டு, கைகளால் அங்குலம் அங்குலமாக இழைக்கப்படும் இந்தச் சேலைகள் உலகின் பலநாடுகளுக்கு பயணிக்கின்றன.

ஆந்திர ஓவியக்கலையே கலம்காரி. இயற்கை வண்ணங்கள், வரைபொருட்களைக் கொண்டு துணிகளில் வரையப்படும் இக்கலையை தமிழகத்துக்குக் கொண்டுவந்தவர்கள் விஜயநகரப் பேரரசின் பிரதிநிதிகளாக தஞ்சைக்கு வந்த நாயக்கர்களே. காளஹஸ்தி மரபு, மசூலிப்பட்டினம் மரபு என ஆந்திர கலம்காரியில் இரண்டு வகை உண்டு. ஆந்திராவில் இப்போது இக்கலையில் பல நவீனங்கள் புகுந்துவிட்டன. ஓவியங்களை வடித்து, அச்சாக்கம் செய்து அதைப் பயன்படுத்தி இயந்திரங்கள் உதவியோடு துணிகளை அச்சிடத் தொடங்கிவிட்டார்கள். ஆனால் தஞ்சாவூர்

மரபு இன்னும் கலம்காரியை உயிர்ப்போடு வைத்திருக்கிறது. ஆதியில் கடைபிடித்த அதே இயற்கை வண்ணங்கள். அதே கைத்திறன்!

கோயில்கள், குகைகளில் வரையப்பட்டிருக்கும் பல நூற்றாண்டுகளுக்கு முற்பட்ட ஓவியங்களை, அதைப்போன்ற இயற்கை வண்ணங்களையே பயன்படுத்தி துணிகளில் வரைவது தான் கலம்காரி. தொடக்கத்தில் தேர்களில் தொங்கவிடப்படும் தொம்பைகள், திருவிழா பந்தல்களில் கட்டப்படும் அஸ்மானகிரி போன்றவை கலம்காரி ஓவியங்கள் மூலம் உருவாக்கப்பட்டன. காலப்போக்கில் இறைவனின் பிரதிநிதியாக அரசர்கள் கருதப் பட, அரசனுக்கு முன்பாகக் கொண்டு செல்லப்படும் மகுட தோரணங்கள், அரண்மனை அலங்காரங்கள், அரச குடும்ப உடைகள் போன்றவையும் கலம்காரி ஓவியத்தில் உருவாக்கப்பட்டன. இன்று பெட்ஷீட்டுகள், தலையணை உறைகள் வரை கலம்காரி வந்துவிட்டது. இந்தத் தொடர்ச்சிகளில் ஒன்றுதான் கலம்காரி சேலைகள்.

சிக்கல்நாயக்கன்பேட்டை ரைஸ்மில் தெருவில் இருக்கும் எம்பெருமாள் மட்டும்தான் இப்போது கலம்காரி சேலைகள் தயாரித்து வருகிறார். எம்பெருமாளின் மூதாதைகள் செவ்வப்ப நாயக்கரோடு தஞ்சைக்கு வந்தவர்கள். கலம்காரி ஓவியத்துக்கு ஆற்றுத்தண்ணீர் அவசியம் என்பதால், கொள்ளிடத்துக்கு அருகில் உள்ள சிக்கல்நாயக்கன்பேட்டையை தேர்வு செய்து குடியிருக்கிறார் எம்பெருமாள். 16ஆம் நூற்றாண்டு ஓவியங்களை, அதே பாணியில் துணிகளில் காட்சிகளாக்கும் எம்பெருமாள், அதற்காக மத்திய, மாநில அரசுகளின் பல கௌரவங்களையும் பெற்றுள்ளார்.

60ம் நம்பர் காட்டன் நூலை பாவாகவும், 40ம் காட்டன் நம்பர் நூலை ஊடாகவும் கொண்டு கலம்காரி சேலைகள் நெய்யப்படுகின்றன. இதை காடாத்துணி என்கிறார்கள். சாதாரணமாக பார்த்தால் சற்று கனமாகத் தெரியும். ஆனாலு கலம்காரிக்குத் தோதாக பதப்படுத்தும் நுட்பத்தில் சேலை பஞ்சுபோல ஆகிவிடுகிறது. வெளியூரில் இருந்து காடாத்துணி வாங்கி பதப்படுத்துகிறார்கள். இயற்கை பிளீச்சிங் முறை.

முதற்கட்டமாக பசு சாணத்தை நன்றாகக் கரைத்து, அதில் சேலையை நனைத்து, முறுக்கிப் பிழிந்து, புல்தரையில் நிழலில் உலரவைக்கிறார்கள். இதுபோல மூன்றுமுறை. காயும்நேரத்தில்

தண்ணீரை தெளித்துக் கொண்டே இருக்கவேண்டும். பின், லேசாக அடித்துத் துவைக்கிறார்கள். ஓட்டமுள்ள தண்ணீரே துவைக்கத் தகுந்தது. அதற்காக கொள்ளிடத்துக்குச் செல்கிறார்கள். கொள்ளிடத்தில் வருடம் முழுவதும் தண்ணீர் ஓடும். அந்தத் தண்ணீரில் நிறைய கால்சியம் இருப்பதால் துணியின் உறுதித்தன்மை அதிகமாகிறதாம். துவைத்த துணியை 6 மணிநேரம் காயவைத்து, மடித்து, அதன்மேல் ஒரு கருங்கல்லை வைக்கிறார்கள். இயற்கை அயர்னிங்!

அடுத்து மூலிகையில் குளிக்கிறது துணி. விதையெடுத்த கடுக்காய் தோலை ஓரிரவு ஊறவைத்து அரைக்கிறார்கள். அதோடு வடித்த கஞ்சி, பசும்பால் சேர்த்து நன்றாக கலக்கி அக்கலவையில் துணியை நனைத்துப் பிழிந்து காயவைக்கிறார்கள். இதுவும் 3 முறை. காய்ந்த துணியை மடித்து, ஒரு கட்டையில் வைத்து மரச்சுத்தியலால் லேசாக அடிக்கிறார்கள். துணியின் கடினத்தன்மை கரைந்து லேசாகி விடுகிறது. அடுத்து கைவண்ணம்.

டிசைன், பார்டர் உள்ளிட்ட சேலையின் முழுவடிவத்தையும் காகிதத்தில் வரைந்து கொள்கிறார்கள். வண்ணம் மட்டுமின்றி வரையும் பொருட்களும் இயற்கையானதுதான். புளியங்குச்சிகளை எரித்துக் கிடைக்கும் கரிதான் பென்சில். ஹெச்.பி. பென்சிலை விட ஷார்ப். மூங்கில் குச்சி, தென்னை மட்டை, ஈச்சங்குச்சியை சீவிக் கூராக்கி, மேல்பகுதியில் துணியைச் சுற்றி பிரஷ்ஷாக பயன்படுத்துகிறார்கள்.

கறுப்பு, மஞ்சள், சிவப்பு... இவைதான் முதன்மை வண்ணங்கள். மற்றவை கலப்பு வண்ணங்கள். இரும்புத்தூள், வெல்லம், கடுக்காய்பொடி மூன்றையும் சேர்த்து 21 நாள் ஊறவைக்கிறார்கள். கரிசலாங்கண்ணிச்சாற்றில் பஞ்சை நனைத்து, நல்லெண்ணெய் விளக்கில் திரியாக்கி எரியவிட்டு அதன்மேல் ஒரு சட்டியை கவிழ்த்து வைக்கிறார்கள். சட்டியில் படியும் புகைப்படிமத்தை சுரண்டி எடுத்து, மேற்கண்ட ஊறலோடு கலந்தால் கறுப்பு வண்ணம் தயார். கடுக்காய்ப்பூ, மஞ்சள், விரளிமஞ்சள், படிகாரம் நான்கையும் கலந்து மஞ்சள் வண்ணத்தை உருவாக்குகிறார்கள். மந்துஷ்டா கொடி, சுருளிப்பட்டை, கடுக்காய்பொடியைக் கொதிக்கவைத்தால் சிவப்பு. அவுரிச்செடியின் இலை மற்றும் வேர் மூலம் ஊதாவை உருவாக்குகிறார்கள்.

சேலையின் முதன்மைக் கோடுகளை புளியங்குச்சியால் வரைந்து, நிதானமாக வண்ணம் கூட்டுகிறார்கள். சேலை ஓவியக்கூடமாக மாறிவிடுகிறது. ஓவியங்கள் முழுமை பெற்றதும்

மீண்டும் கொள்ளிட ஆற்றில் துவைத்து பிழிந்து, இயற்கை முறையில் அயர்னிங் செய்தால் கலம்காரி சேலை தயார்!

"கலம்காரி சேலையில் ஏகப்பட்ட சிறப்பம்சங்கள் உண்டு. 100 வருடங்கள் ஆனாலும் வண்ணங்கள் சிதைந்து போகாது. மூலிகைகள் கலந்திருப்பதால் உடம்புக்கும் பாதுகாப்பு. பட்டுப் புடவைகளைவிட பார்வையாகவும் வித்தியாசமாகவும் இருக்கும். பராமரிப்பு எளிது. சீயக்காய் அல்லது பூந்திக்காய் போட்டு அலசினால் போதும். ஜப்பான், ஆஸ்திரேலியா போன்ற நாடுகளிலும் இச்சேலைகளுக்கு நல்ல வரவேற்பு. கோஆப்டெக்ஸ் மூலம் தமிழகத்தில் மார்க்கெட்டிங் செய்வது பற்றி பேசிவருகிறோம்" என்கிறார் எம்பெருமாளின் மகன் ராஜ்மோகன். இவரும் கலம்காரி ஓவியர்தான்.

பாரம்பரியமான ஓவியங்களையும் காட்சிகளையும் டிசைன்களாக்கிய கலம்காரி சேலைகள் உண்மையிலேயே கண்ணையும் கருத்தையும் கவருகின்றன. அழகுக்கு அழகு சேர்க்கும் வண்ணம் உருவாக்கப்படும் இச்சேலைகள் 4 ஆயிரம் ரூபாய் முதல் கிடைக்கின்றன. உருவாக்கும் நுட்பத்தையும் உழைப்பையும் உற்றுநோக்குகையில் விலை ஒன்றும் அதிகமில்லை!

எங்கு கிடைக்கும்?

டெல்லி, மும்பை போன்ற நகரங்களில் கைத்தறித்துறை கலம்காரி சேலைகளை விற்பனை செய்கிறது. தமிழகத்துக் கடைகளில் இச்சேலைகள் கிடைப்பதில்லை. எம்பெருமாளிடம் வாங்குவதற்கு தொடர்பு எண்: *9976241924, 9443920439, 0435 2456730.*

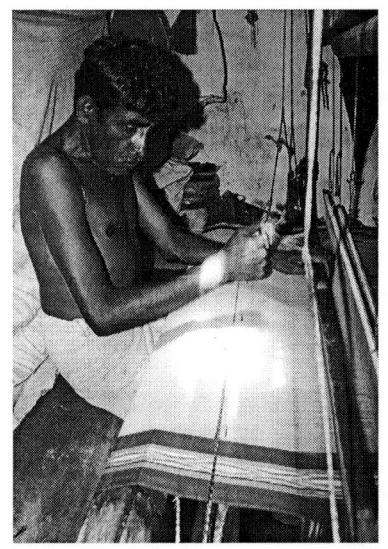

33
வடமணப்பாக்கம் காஞ்சிக் காட்டன்

இந்தியப் பெண்களின் தனித்த அடையாளம், சேலை. நாகரீகப் பரவல் காரணமாக நாளுக்கொரு நவீன உடைகள் அறிமுக மானாலும் சேலையில் வெளிப்படும் கம்பீரமும், நளினமும் வேறெந்த உடையிலும் கிடைப்பதில்லை. இலங்கை, வங்காளதேசம், பாகிஸ்தான் உள்பட தெற்காசியாவின் பெரும்பாலான நாடுகளில் பெண்களின் விருப்ப உடையாக சேலைதான் இருக்கிறது.

ஆசிய நாடுகள் பலவற்றில் சேலை உற்பத்தி செய்யப்படுகிறது. ஆனாலும் தென்னிந்தியாவில் உற்பத்தியாகும் பாரம்பரிய சேலை ரகங்களுக்கு உலகம் முழுவதும் வரவேற்பு உண்டு. குறிப்பாக, தமிழகத்தில் காஞ்சிபுரம், ஆரணி, திருப்புவனம், கொண்டலாம்பட்டி, சிறுமுகை உள்ளிட்ட பகுதிகளில் உற்பத்தி யாகும் கைத்தறி பட்டு ரகங்கள் உலகப் பெண்களின் உள்ளத்தைக் கொள்ளை கொள்கின்றன.

பட்டுச்சேலை தவிர, தமிழகத்தின் பல பகுதிகளில் கைத்தறி காட்டன் ரக சேலைகளும் உற்பத்தி செய்யப்படுகின்றன.

வெ. நீலகண்டன்

சத்தமில்லாமல் தயாராகும் இச்சேலைகளுக்கும் உலகம் முழுவதும் வரவேற்பு உண்டு. உடலை வதைக்காத தரம், பாக்கெட்டை உறுத்தாத விலை, ஒவ்வொரு இழையிலும் தவழும் கலை என இந்த சேலைகளில் பல சிறப்புகள் உண்டு.

நூற்கும் நூல், நெய்யும் விதம், சேர்க்கும் வண்ணம் இவற்றில் சின்னச்சின்னச் சித்துவேலைகள் செய்து உருவாக்கப்படும் இந்த சேலைரகங்கள் இந்தியாவெங்கும் விற்பனைக்கு அனுப்பப் படுகின்றன. கோஆப்டெக்ஸ் போன்ற கூட்டுறவு அமைப்புகளால் இந்த சேலை ரகங்களுக்கு உலக அளவிலான விற்பனை வாய்ப்பு களும் உருவாகியுள்ளன.

மேல்தட்டு நடுத்தட்டு வாழ்க்கைத்தர வேறுபாடு இல்லாமல் அனைத்து பெண்களின் கவனத்தையும் ஈர்க்கத் தொடங்கியுள்ள அவ்விதமான சேலை ரகங்களில் ஒன்றுதான் காஞ்சிக் காட்டன்.

பட்டுக்குப் பெயர்போன காஞ்சிபுரத்தில் இருந்து அய்யங்கார் குளம் வழியாக கலவை செல்லும் சாலையில் உள்ள குட்டி கிராமமான வடமணப்பாக்கம் தான் காஞ்சிகாட்டன் சேலைகளின் உற்பத்தித் தலம்.

500க்கும் மேற்பட்ட நெசவாளர் குடும்பங்களைக் கொண்ட இந்த கிராமத்தில் தற்போது 70பேர் மட்டும் தான் நெசவை நம்பி பிழைக்கிறார்கள். காஞ்சிபுரத்தை சுற்றி பரந்து விரிந்துகிடக்கும் தொழிற்சாலைகள், வீடுவரைக்கும் வாகனங்களை அனுப்பி அழைத்துச் சென்று, கைநிறைய கூலி கொடுப்பதால் பலவீடுகளில் தறிகள் ஒட்டடை பூத்துக் கிடக்கின்றன.

கோர்வைத் தறியில் நெய்யப்படும் காஞ்சி காட்டன் சேலைகள் வெகுசிறப்பு வாய்ந்தவை. கோர்வைத் தறியில் நெய்தால், உடலும், கறையும் சுத்தமான தனித்தனி வண்ணத்தில் கிடைக்கும். மற்ற தறிகளில் இது சாத்தியமில்லை. கோர்வைத் தறிக்கு இரண்டு பேரின் உழைப்பு தேவை. ஒருவர் மிதிக்க, மற்றொருவர் நாடாவை வீசி கோர்த்து வாங்கவேண்டும். இந்தத்தறி தற்போது ஓரிரு நெசவாளர்களிடம் மட்டுமே இருக்கிறது. இரண்டுபேரின் உழைப்புக்கு தகுந்த கூலி கிடைக்காததே இத்தறியின் நசிவுக்குக் காரணம். முன்னர், நாடாவீசும் பணிக்கு குழந்தைகளை பயன்

படுத்தினர். குழந்தை தொழிலாளர் ஒழிப்பு நடவடிக்கைகளால் அதுவும் முடங்கிப்போனது. அதனால், அனைவரும் சாதாரணத் தறிக்கே மாறி விட்டார்கள்.

நூலின் மென்மை, வடிவமைப்பு, பார்டர் டிசைன்... இவைதான் காஞ்சி காட்டன் சேலைகளை வித்தியாசப்படுத்துகின்றன. பூக்கள், பறவைகள், மரங்கள் என 'பார்டர்' பகுதியில் நெசவாளியின் கற்பனை விரிந்து கிடக்கிறது. பார்டரை ஒட்டி, காஞ்சிகாட்டன் என்பதன் அடையாளமாக, சேலைநெடுக வரிசையாக கோவில் கோபுரம் டிசைன் செய்யப்பட்டுள்ளது. இந்த கோபுரம் கோவில் நகராம் காஞ்சியின் அடையாளமாம்.

100சதவிகிதம் காட்டன். தேசிய கைத்தறி அபிவிருத்திக் கழகத்தில் இருந்து, மூலநூலான காரிகத்தை தருவிக்கிறார்கள். இவர்களே இழைப்பு செய்து பாவு ஓட்டி, வண்ணம் தோய்த்து நெய்கிறார்கள். உடம்பில் சேலை இருப்பதே தெரியாத அளவுக்கு உறுத்தலற்ற மென்மை தான் காஞ்சி காட்டனின் ஸ்பெஷல். ஊடும், பாவும் 80ம் நம்பர் நூலால் நெய்யப்படுகிறது. (80க்கு 80) தற்போது தமிழகத்தில் உற்பத்தி செய்யப்படும் கைத்தறி காட்டன் சேலையில் மிகவும் மென்மையானரகம் இதுதான். ஒருகாலத்தில் திருச்சி உறையூரில் 100ம் நம்பர் நூலில் சேலை நெய்தார்கள். கண் இமை போன்ற நூலால் உருவாக்கப்படும் அந்த சேலைகள் இப்போது கிடைப்பதில்லை. (சில வேட்டி ரகங்கள் மட்டும் 100ம் நம்பர் நூலில் நெய்யப்படுகிறது.)

'ஒரு காலத்துல 40ம் நம்பர் நூலால கார்டுரக சேலைகள் தான் இங்கே நெசவு பண்ணினோம். வயதான பெண்கள் கட்டிக்கிற சேலைகள். காஞ்சிபுரத்தைச் சேர்ந்த ராஜமாணிக்கம், வெங்கைய்யாச் செட்டின்னு ரெண்டு முதலாளிங்க தான் இந்த காஞ்சி காட்டனை எங்களுக்கு அறிமுகப்படுத்தினாங்க. தொடக்கத்தில இவ்வளவு நைஸான நூல்ல நெய்ய எங்க மக்கள் தயங்கினாங்க. ஆனா, உற்பத்திக்கு நல்ல வரவேற்பு கிடைச்சதால எல்லாருமே காஞ்சி காட்டனுக்கு மாறிட்டாங்க..' என்கிறார் இக்கிராமத்தில் இயங்கும் சக்திவேல் முருகன் கைத்தறிநெசவாளர் கூட்டுறவு சங்கத்தின் முன்னாள் மேலாளர் சுப்பிரமணியன்.

இந்த கூட்டுறவு சங்கம் தான் தற்போது நெசவாளர்களுக்கு நம்பிக்கை. மூலப்பொருட்களை வழங்கி நெசவு செய்த

சேலைகளை கொள்முதலும் செய்து கொள்கிறது. கோஆப்டெக்ஸ் ஜவுளிக்கடைகள் தவிர வெளிமாநிலங்கள், வெளிநாடுகளுக்கும் விற்பனைக்கு அனுப்புகிறது.

ஒருநெசவாளி 2 முதல் 3 நாட்களில் ஒரு சேலை நெய்கிறார். ஒரு சேலைக்கான கூலி 219 ரூபாய். மாதம் ஒன்றுக்கு 200 காஞ்சிகாட்டன் சேலைகள் உற்பத்தியாகிறது. மார்க்கெட்டில் 500 ரூபாய் முதல் 750ரூபாய் வரை விற்கப்படுகிறது.

காஞ்சிக்காட்டன் வெயிலுக்கு தகுந்த, மென்மையான சேலை. உடம்பில் பூப்போல ஒட்டியிருக்கும் என்கிறார்கள்.

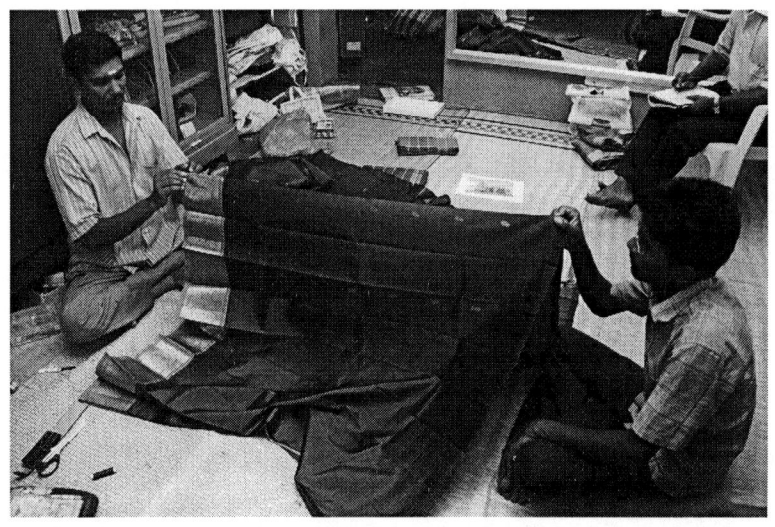

34

ஆரணி பருத்திப்பட்டு

சிலிங்ஷி என்ற சீனதேசத்து ராணி தான் பட்டுப்புடவைக்குத் தாய். 5000 ஆண்டுகளுக்கு முன்பு ஒருநாள், தன் தோட்டத்தில் தேநீர் அருந்தியபடி உலவிக் கொண்டிருந்தாள் சிலிங்ஷி. அப்போது மல்பெரி மரத்தில் இருந்து புழுவின் கூடொன்று தேனீர் கோப்பையில் விழுந்தது. இளமஞ்சள் நிறத்திலான நூலால் பின்னப்பட்டிருந்த, விசித்திரமான அக்கூட்டின் இழையைப் பிடித்து இழுக்க, அது ராணியின் கையில் நீளமாக நீண்டது. உறுதியாக இருந்த அந்த இழையின் மினுமினுப்பில் மயங்கி, அம்மரத்தில் இருந்த கூடுகளை எல்லாம் சுடுநீரில் அமிழ்த்தி, அந்நூலைக் கொண்டு ஒரு உடை நெய்யச் செய்தாள். இப்படித்தான் பட்டு, உடையாக உருக்கொண்டது. அதிலிருந்து சுமார் 2500 வருடங்கள், சீனதேசத்து அந்தப்புறங்களிலேயே முடங்கிக்கிடந்தது பட்டு.

ஒருரோமானிய மன்னன், சீனத்து இளவரசி ஒருத்தியை மணம் செய்து கொண்டபிறகு, பட்டு எல்லை தாண்டியது. ஆயினும், அந்த இளவரசி பட்டு அணியப் பழகியிருந்தாலே

ஒழிய, உருவாக்கப் பழகவில்லை. அதனால், ரோமானிய நாட்டுக்கு அதிர்ஷ்டம் நழுவியது. பட்டின் ரகசியத்தை காப்பாற்றி உலகெங்கும் கடைவிரித்து கணிசமாக காசு பார்த்தது சீனா.

பொறுத்துப் பார்த்த ஜப்பானியர்கள், பட்டுப்பூச்சி வளர்க்கத் தெரிந்த நான்கு சீனப்பெண்களைக் கடத்திச்சென்று, திருமணம் செய்து கொண்டார்கள். அப்பெண்களிடம் பட்டின் நுட்பத்தையும் கற்றுக் கொண்டார்கள். அதன்பின் சீனாவே மிரண்டுபோகும் அளவுக்கு ஜப்பான், பட்டு உற்பத்தியில் உச்சத்தை எட்டியது. இந்தியா அந்த ரகசியத்தை அறிந்து கொண்டபிறகு பட்டு மேலும் மேன்மையடைந்தது. இன்றளவில், பட்டு உற்பத்தியில் சீனாவுக்கு அடுத்த இடத்தில் இருக்கிறது இந்தியா.

மல்பெரி, டசர், எரி, முகா, ஓக்டசர் என பட்டில் ஐந்துவகை உண்டு. பட்டுப்பூச்சி சாப்பிடும் இலையின் தன்மையே பட்டின் தன்மையை தீர்மானிக்கிறது. ஐந்தில், மல்பெரி பட்டுக்குத் தான் மதிப்பு அதிகம்.

பட்டு, பெண்களை தேவதைகளாக உருமாற்றும் என்றாலும், அதை அணிவதில் சில அசௌரியங்களும் உண்டு. விம்ம வைக்கும் விலை, உடுத்துதலில் உறுத்தல், பராமரிப்பதில் சிரமம்... இப்படி ஏகப்பட்ட சிரமங்கள். இதற்கு மாற்றாக, பட்டோடு, பருத்தி சேர்த்து நெய்யப்படும் சேலைதான் காட்டன்பட்டு. குறைந்த எடை, எளிதான பராமரிப்பு, வாங்கத் தகுந்த விலை, கற்பனைக்கு எட்டாத டிசைன்கள் என காட்டன்பட்டு, பெண்களின் விருப்பத்தை ஈர்க்க பல காரணங்கள் உண்டு.

பட்டு என்றாலே பலருக்கு வேலூரை ஒட்டியிருக்கும் ஆரணி நகரம் தான் நினைவுக்கு வரும். சென்னை கல்கத்தா தேசிய நெடுஞ்சாலையில், செங்குன்றத்தை ஒட்டியிருக்கும் ஆரணி நகரமும் பட்டு நெசவுக்குப் பெயர்போனது தான். ஆனால் இங்கு நெய்யப்படுவது காட்டன்பட்டு.

50சதம் காட்டன். 50சதம் பட்டு. நீளத்துக்கான பாவில் காட்டன் நூலும், அகலத்துக்கான ஊடையில் பட்டுநூலும் கொண்டு நெய்யப்படுவது தான் காட்டன்பட்டு. மென்மைக்குப் பேர்போன 80ம் நம்பர் காட்டன் நூல். பெங்களூரில் இருந்து தருவிக்கப்படும் உறுதியான மூவிலைப் பட்டுநூல். இரண்டும்

இரண்டறக் கலந்து பிரசவிக்கும் காட்டன்பட்டு, ஒரிஜினல் பட்டுக்கு இணையாகவே மினுமினுக்கிறது. 500முதல் 550 கிராம் எடை தான். உடம்பில் சுற்றினால் சுமை தெரியாது. துவைக்கலாம், மடிக்கலாம். நூல் பிரியாது.

உடலில் மட்டுமின்றி கறையிலும் வேலைப்பாடுகள் நிரம்பி யிருக்கின்றன. ஜக்கார்ட் அட்டைகள் கொண்டு கம்ப்யூட்டர் மூலமாக டிசைன் செய்கிறார்கள். அதனால் கற்பனைக்கு அப்பாற்பட்ட காட்சிகள் சேலையில் விரிந்து கிடக்கின்றன. நடுத்தரமான தரம்கொண்ட டெஸ்டர்டு ஜரிகை தான் பயன் படுத்துகிறார்கள். உடலெங்கும் மடிப்பு டிசைன்களைக் கொண்ட பாய்மடிச் சேலை, பூக்கள் பூத்துக்கிடக்கும் சாமுத்ரிகா சேலை, இரண்டு வண்ணங்கள் கொண்ட 'ஆப் அண்ட் ஆப்', சன்டிவி செய்தி வாசிப்பாளர்களால் புகழ்பெற்ற 'சன்டிவி கட்டம்' சேலை, 'விண்ணைத் தடி வருவாயா' சேலை கறைப்பகுதியில் மூன்று வண்ணங்களால் அழகூட்டப்பட்ட மீனாபார்டர் சேலை, ஓவியங்கள் நிறைந்த பிரிண்டட் சேலை என காட்டன்பட்டு சேலைகளில் கண்ணைக் கவரும் பல ரகங்கள் உண்டு. நெய்த சேலைகளில் அற்புதமாக எம்ப்ராய்டரியும் செய்கிறார்கள்.

ஆந்திராவை பூர்வீகமாகக் கொண்ட தேவாங்கர் சமூக மக்களே இங்கு பெரும்பான்மையாக நெசவு செய்கிறார்கள். தேவாங்கர்கள், தேவலமுனிவரின் வாரிசுகள் என்று சொல்லப்படுகிறார்கள். ஈசன், தன் இதயக்கமலத்தில் இருந்து இம்முனிவரை தோற்றுவித்ததாகவும், திருமால் தன் நாபிக்கமலத்தில் இருந்து நூலெடுத்துக் கொடுத்து உலகுக்கெல்லாம் உடை நெய்துதரப் பணித்ததாகவும் தேவாங்க புராணம் குறிப்பிடுகிறது. தேவல முனிவர் தேவர்களுக்கு உடை நெய்து தந்ததால், அவரது வழித்தோன்றல்கள் தேவாங்கர்கள் என்று அழைக்கப்பட்டனர். தமிழகமெங்கும் பல நகரங்களில் தேவாங்கர்கள் நெசவு செய்து வருகிறார்கள்.

'தொடக்கத்தில கைலி, பனியன் நெஞ்ச ஊருங்க இது. காஞ் சிபுரத்தைச் சேர்ந்த ராஜமாணிக்கம் முதலியார் தான் இங்கே சேலை நெசவை அறிமுகப்படுத்தினார். சேலை நெஞ்சா விக்குமான்னு பயந்தோம். ஆனா இன்னிக்கு இந்தியாவோட பல மாநிலங்களுக்கு இங்கேயிருந்து காட்டன்பட்டு போகுது. 500க்கும் மேற்பட்ட நெசவாளர்கள் இருக்காங்க. ஆந்திராவில இருந்து ஏராளமான நெசவாளர்கள் வந்து நெசவு செய்யிறாங்க. 1 சேலை நெய்ய

3நாள் ஆவும். ஒருசேலைக்கு 300 ரூவா கூலி. காட்டன்பட்டுச் சேலைகளோட ஸ்பெஷலே டிசைன்கள் தான். விஷேசங்களுக்கு ரொம்பப் பொறுத்தமா இருக்கும். எல்லாப் பருவத்துக்கும் ஏத்த சேலை இது..' என்கிறார்கள் ஆரணியைச் சேர்ந்த நெசவாளர்கள் தனசேகர், கோபாலகிருஷ்ணன் ஆகியோர்.

பட்டுக்கு இணையாக கம்பீரமும், அழகும் சேர்க்கும் காட்டன்பட்டு 1000 ரூபாய் முதல் 3500 ரூபாய் வரை விற்கப் படுகிறது.

35

கோவிலூர் கட்டாரிக்கண்ணி

உலகத்தின் மத்தியில் நம் தேசத்தின் கௌவரத்தை உயர்த்திப் பிடிக்கும் அம்சங்களில் சேலையும் ஒன்று. இந்தியாவுக்கு வரும் வெளிநாட்டுப் பெண்கள் நம்மூர் சேலைப் பெண்களைப் பார்த்து வியந்து போகிறார்கள். அள்ளி, அள்ளிக் கட்டினாலும் அந்த லாவகம் அவர்களுக்கு கைகூட மறுக்கிறது. கலையும், கைத்திறமும் இரண்டறக் கலந்து உருவாக்கப்படும் சேலைகள், நம் பெண்களை உயிருள்ள ஓவியங்களாகவே உலவவிடுகின்றன.

இந்தியாவின் ஒவ்வொரு இனக்குழுவுக்கும் ஒவ்வொரு உடைப்பண்பாடு உண்டு. பெண்கள் வலதுதோளில் முந்தானையிட்டு, தாழ்பாய்ச்சிக் கட்டினால் அது தெலுங்குச் சேலை. குப்பாயம் போட்டு அரையாடை உடுத்தினால் அது மலையாளச் சேலை. இடதுதோளில் முந்தானையிட்டு, கொசுவம் வைத்துக் கட்டினால் அது தமிழ்ச்சேலை.

அதேபோல, ஒவ்வொரு மாநிலத்திலும் பெயர்சொல்லிப் போற்றும் அளவுக்கு சிறப்பு பொருந்திய சேலைரகங்களும் உண்டு.

உயர்தரநூலில் நெய்யப்படும் வாரணாசி பனாரஸ் பட்டு, முந்தானை டிசைன்களுக்குப் பெயர்போன காஞ்சிப்பட்டு, பூப்போல கணக்கும் மத்திர பிரதேசத்தின் டசர் பட்டு, சந்தேரி சேலை, எம்பிராய்டரி வேலைப்பாடுகள் நிறைந்த ஓரிசாவின் இக்கத், போம்கய்ஸ் சேலைகள், காஷ்மீரின் பாரம்பரியம் ததும்பும் மொசிதாபாத் சேலை, நூல் வேலைப்பாடு மிகுந்த ராஜஸ்தானின் பந்தனி, கோட்டோநோரியா சேலைகள், மெழுகு தடவிய நுலால் நெய்யப்படும் குஜராத்தின் பாத்திக் சேலை, முந்தானையில் காவிய நிகழ்வுகளை காட்சியாக்கி உலவவிடும் மேற்கு வங்கத்தின் பாலூச் சேலை, மென்மைக்குப் பெயர்போன கர்நாடகாவின் இல்கல், பங்கடி சேலைகள், வேலைப்பாடுகள் மிகுந்த ஆந்திராவின் போச்சம்பள்ளி, குடூர் சேலைகள் என இப்பட்டியல் நீளும்.

அவற்றைப் போல தமிழகத்திற்கு சிறப்புச் சேர்க்கும் சேலை ரகங்களில் ஒன்றுதான் கோவிலூர் கட்டாரிக்கன்னி.

திருவண்ணாமலை மாவட்டம், செய்யாறில் இருந்து அணைக்காவூர் வழியாக சென்றால் 10வது கிலோ மீட்டரில் இருக்கிறது கோவிலூர். இந்த கிராமத்தில், பாவு விரித்து தோய்க்கும் அளவுக்கு நீண்டு விரிந்த பேட்டைத்தெரு தான் நெசவாளர்கள் ஜீவிக்கும் பகுதி. இங்கு, 100க்கும் மேற்பட்டோர் நெசவு சார்ந்து வாழ்கிறார்கள். 30 தறிகள் இரவு, பகலற்று இயங்குகின்றன.

கோவிலூர் கட்டாரிக்கன்னி சேலை, வடிவமைப்பில் ஆந்திராவின் போச்சம்பள்ளி சேலைகளை ஒத்திருக்கிறது. மிக சிக்கலான, கடினமான நெசவு நுட்பங்களைக் கொண்டது. ஒவ்வொரு இழையிலும் கலைநயம் ததும்புகிறது. நெசவில் ஒரு நூல் தடம் தவறினாலும் சேலையின் ஒட்டுமொத்த வடிவமைப்பும் குலைந்துவிடும். பார்டரில் மட்டுமின்றி சேலையின் முந்தானை, உடல் என எல்லாப் பகுதிகளுமே ஓவியக்கூடமாக இருக்கின்றன. மயில்கள், அன்னங்கள், கிளிகள், பழங்கள், பூக்களென விரிந்துகிடக்கும் காட்சிகள் நெசவாளனின் ரசனைக்கு சான்று கூறுகின்றன.

இச்சேலைக்கு பாவுநூல், கண்ணிநூல் என இருவகை நூல்கள் தேவை. சேலையின் செழுமைக்கு காரணம் கண்ணி

தான். இது மிகவும் நிபுணத்துவத்தோடு தயாரிக்கப்படுகிறது. போச்சம்பள்ளி, புவனேஸ்வர் பகுதிகளில் தான் பிரசித்தி பெற்ற கண்ணி தயாரிப்பாளர்கள் இருக்கிறார்கள். அங்குபோய் பயிற்சிபெற்று வந்த நெசவாளர்கள் திண்டுக்கல் மாவட்டத்தில் நிறைந்திருக்கிறார்கள். பழநியை ஒட்டியுள்ள மடத்துக்குளம் பகுதியில் உள்ள நெசவாளர்கள் கண்ணி தயாரித்து கோவிலூருக்கு அனுப்புகிறார்கள்.

முதலில் நூலைக்கொண்டு வடிவங்களை வார்த்துக் கொள்கிறார்கள். பின் அதை பிளாஸ்டிக் நூலால் இறுகக்கட்டி வண்ணங்களில் மூழ்கடித்து சாயமேற்றுகிறார்கள். ஒவ்வொரு வடிவத்துக்கும் ஒவ்வொரு வண்ணம். சாயமேற்றும் போது தேவையற்ற பாகத்தை பிளாஸ்டிக் காகிதத்தால் கட்டிவிடுவதால் மிகச்சரியான அளவில் வண்ணம் படர்கிறது. இப்படி கண்ணி தயாரிக்கும் முறைக்கு கட்டுச்சாயம் அல்லது 'டை அன்ட் டை' என்று பெயர்.

ஒரு சேலைக்கு, பார்டருக்கு 2 கண்ணிகளும், முந்தானைக்கு 1 கண்ணியும் தேவை. 60ம் நம்பர் பாவு நூலில், இந்த கண்ணியை ஊடாக வைத்து நெய்கிறார்கள்.

உடலும், பார்டரும் ஒரே வண்ணமாக இருந்தாலும், கண்ணிகள், காட்சிகளை விதைப்பதால் சேலை அற்புதமாக உருவாகிறது. இடையிடையே, குறிப்பிட்ட இடைவெளியில் 'புட்டாக்கள்' பூத்து சேலையின் வசீகரத்தை கூட்டுகின்றன.

60ம் நம்பர் நூலில் நெய்யப்பட்டாலும், எடையொன்றும் அதிகமில்லை. மென்மையாகவே இருக்கிறது கட்டாரிக்கன்னி. வெயில் காலத்திலும் உடலை உறுத்தாது என்கிறார்கள்.

ஒருநெசவாளிக் குடும்பம் மாதமொன்றுக்கு 20 சேலைகள் நெய்யலாம். ஒரு சேலைக்கு 149.70 பைசா கூலி. மூலப்பொருட்களைக் கொடுத்து, நெய்துதரும் சேலைகளைப் பெற்று வினியோகித்து, ஜீவனம் குலையாமல் காக்கிறது இங்குள்ள பாலசுப்பிரமணியன் நெசவாளர் கூட்டுறவு சங்கம்.

'தொடக்கத்தில (அரசாங்கம் இலவசமா கொடுக்கிற) ஜனதா சேலைகள் தான் நெசவு செஞ்சோம். அதிகாரிங்க தான் கட்டாரிக் கன்னியை கொண்டு வந்தாங்க. முதல்ல எல்லாரும் பயந்தாங்க. இழை கோணாம நெய்யனும். நொடிப்பொழுது அசரமுடியாது.

கண்ணு பாவைவிட்டு விலகக்கூடாது. ஆனா, நெசவுபண்ணி முடிச்சவுடனே நமக்கே சேலையைப் பாக்க ஆசையா இருக்கும். இங்கிருந்து சென்னை, பெங்களூர், மும்பை, கல்கத்தான்னு பல இடங்களுக்குப் போகுது...' என்கிறார் கோவிலூரின் மூத்த நெசவாளர் நடராஜன்.

வெயில், மழையென அனைத்துப் பருவத்துக்கும் உகந்த கட்டாரிக்கண்ணி 300 முதல் 400 ரூபாய் வரை விற்கப் படுகிறது.

36

கோடாலிக்கருப்பூர் அடர்நிற பருத்திசேலை

கும்பகோணம்அரியலூர் சாலையில் அணைக்கரையை ஒட்டியுள்ள சிறியகிராமம் கோடாலி கருப்பூர். ஒருகாலத்தில், இக்கிராமத்தின் நெசவுத்தொழிலை உலகமே திரும்பி பார்த்தது. இங்கு தயாரிக்கப்பட்ட தங்க இழை காட்டன் சேலைகள் கௌரவத்தின் அடையாளமாக கருதப்பட்டன. இந்தியா மட்டுமின்றி பிறநாட்டு மன்னர்களும் தங்கள் பட்டத்து அரசிகள் கோடாலி கருப்பூர் சேலையை அணியவேண்டும் என்று விரும்பினர். லண்டன், விக்டோரியா ஆல்பர்ட் மியூசியம், மும்பை சத்ரபதி சிவாஜி மியூசியம், அகமதாபாத் காலியோ மியூசியம், டில்லி நேஷனல் மியூசியம் போன்ற புகழ்பெற்ற மியூசியங்களில் கோடாலி கருப்பூர் சேலை பாதுகாத்து வைக்கப்பட்டுள்ளன.

100 அல்லது 80ம் நம்பர் வெள்ளைநிற காட்டன் நூலோடு ஒரிஜினல் தங்க ஜரிகையை ஊடையாக நெய்து, செடிகள், காய்கறிகளில் உருவாக்கப்பட்ட வண்ணங்களால் சாயமிடுவர். அதன்மேல், இயற்கை நிறங்களால் கைகளாலும், மர அச்சுக்களாலும் ஓவியங்களை வரைவார்கள். நூறாண்டுகளுக்கு முன்பே இச்சேலைகள் 500 வெள்ளி நாணயங்களுக்கு விற்கப்பட்டுள்ளன.

வெ. நீலகண்டன்

நாயக்கர் காலத்தில் தஞ்சைக்கு வந்த கவரச் செட்டியார்களே இந்த உலகப்புகழ் சேலைகளின் கர்த்தாக்கள். நாயக்கர் ஆட்சி ஒழிந்து, மராட்டியர்களின் ஆளுமைக்குள் தஞ்சை வந்தபிறகு இம்மக்கள் கோடாலிக் கருப்பூருக்கு இடம்பெயர்ந்து விட்டனர். ஆங்கிலேய ஆதிக்க காலத்தில் இக்கலை ஊக்குவிக்கப்படவில்லை. உழைப்புக்கு இணையாக விலை அதிகமாக இருந்ததால் வாங்குவார் இன்றி காலப்போக்கில் இந்த கலைமரபே அழியும் நிலை உருவானது.

ஆனாலும் கவரச் செட்டியார்கள் இக்கிராமத்தையும், நெசவையும் கைவிடவில்லை. தற்போது தனித்துவமான அடர்நிற காட்டன் சேலைகளை நெய்கிறார்கள்.

அண்மையில், மத்திய ஜவுளித்துறை மீண்டும் பாரம்பரிய முறைப்படி சேலைகளை நெசவுசெய்ய இங்குள்ள நெசவாளர்களுக்கு பயிற்சி அளித்தது. இயற்கை சாய உற்பத்தி, ஓவியம் வரைதல், துணியைப் பதப்படுத்துதல் உள்ளிட்ட பல நுணுக்கங்கள் கற்றுத்தரப்பட்டன. இதற்கென ஒரு கூட்டுறவு சங்கமும் உருவாக்கப் பட்டுள்ளது.

தற்போது இங்குள்ள முதலியார் தெரு, கவரைத் தெருக்களில் 200க்கும் மேற்பட்ட நெசவாளர்கள் சேலை நெய்கிறார்கள். கவரச் செட்டியார்களோடு, முதலியார், தேவாங்கச் செட்டியார்களும் நெசவில் ஈடுபட்டுள்ளார்கள். ஊடையாகவும், பாவாகவும் 100ம் நம்பர் காட்டன் நூலையே பயன்படுத்துவதால் சேலை பஞ்சு போல இருக்கிறது. பார்வையை உறுத்தாத அளவுக்கு அளவான ஜரிகை வேலைப்பாடுகள் செய்கிறார்கள். அடர்ந்த நிறம் தான் தற்போதைய கோடாலி கருப்பூர் சேலைகளின் அடையாளம். 'பளீச்' என தனித்து அடையாளம் பெற விரும்பும் இளம் பெண்களுக்கு உகந்த சேலை. எல்லா தட்பவெப்பத்துக்கும் தகுந்தது. 450 முதல் 1500 ரூபாய் வரை விற்கிறார்கள்.

ஊரின் ஒதுக்குப்புறத்தில் காட்டன் சேலைகளுக்கான கூட்டுறவு சங்கம் ஒன்று இயங்குகிறது. நெசவாளர்களுக்கு நூல் வழங்கி, நெய்த சேலைகளை கொள்முதல் செய்து கோஆப்டெக்ஸ் விற்பனை மையங்களுக்கு அனுப்பும் பணியை மேற்கொள்கிறது.

சில இளம் நெசவாளர்கள் பழைய மரபுப்படி சேலை உற்பத்தி செய்யும் முயற்சியில் இறங்கியிருப்பதும் குறிப்பிடத்தகுந்தது. மத்திய ஜவுளித்துறையின் பயிற்சிபெற்ற நெசவாளர் கணேசகுமார்,

மீண்டும் இயற்கை வண்ணங்கள் பயன்படுத்தி சேலை உற்பத்தி செய்கிறார்.

'கோடாலி கருப்பூர் சேலைகள்ல கருப்பு, சிவப்பு, நீல நிறங்கள் தான் பிரதானமா இருக்கும். சேலை முழுவதும் மொட்டு, கற்பக விருட்சம், யானை, பூக்கள், ஜிக் ஜாக் வளைவுகள், பல் போன்ற டிசைன்கள் இருக்கும். டீத்தூள், பீட்ரூட், அவுரி வேர், பனைவெல்லம், கடுக்காய், படிகாரம், ஆடாதொடைகள்ல இருந்து சாயம் தயாரிப்பாங்க. திரும்பவும் அதே டைப்ல, இயற்கை சாயங்கள் போட்டு, மரடையிங்ல டிசைன் பண்ணி சேலைகளை தயாரிக்க முயற்சி செய்யிறோம். தற்போதைக்கு விரும்பிக் கேட்டு வர்றவங்களுக்கு மட்டும் தயார் பண்ணிக் கொடுக்கிறோம். இதையே பெரிய அளவில் செய்றதுக்கான வேலைகளும் நடந்துக்கிட்டிருக்கு. பழைய தரம் இல்லாட்டியும் கூட அந்த சாயலையாவது சேலைகள்ல கொண்டு வருவோம். ரொம்ப காலத்துக்கு கலர் மாறாம உழைக்கும்.' என்கிறார் கணேசகுமார். 'இதுபோன்ற சேலைகளை, இப்போதுள்ள தொழில்நுட்பத்தைப் பயன்படுத்தி 1500 ரூபாய்க்குள் உருவாக்க முடியும்' என்கிறார்.

அண்மைக்காலமாக, இளம்பெண்களைக் குறிவைத்து கூடுதல் ஜரிகை வேலைப்பாடுகள் உள்ள சேலைகளையும் உருவாக்குகிறார்கள். அச்சேலைகள் காட்டன் பட்டுக்கு இணையாக பார்வையை ஈர்க்கின்றன.

பொதுவாக அடர்நிறத்தில் சேலை கட்டினால் 'வெறிக்கும்' என்பார்கள். ஆனால், பார்டர் ஜரிகை, புட்டாக்கள் எல்லாம் சேர்ந்து மிக்சிங் வண்ணங்களாக ஜொலிப்பதால், அந்த சங்கடம் ஏற்பட வாய்ப்பில்லை. வண்ணத்தை தேர்வு செய்து உடுத்தினால் அழகைக் கூட்டும். குறிப்பாக, பணிக்குச் செல்லும் பெண்களுக்கு தொந்தரவில்லாத, உகந்த சேலைரகம் இது.

எங்கு கிடைக்கும்

கோடாலி கருப்பூர் அடர்நிறக் காட்டன் சேலைகள் கோ ஆப்டெக்ஸ் விற்பனை நிலையங்களில் கிடைக்கும். பாரம்பரிய முறைப்படி உருவாக்கப்படும் கோடாலி கருப்பூர் சேலைகள் வாங்க விரும்பினால் இவ்வூரைச் சேர்ந்த நெசவாளர் கணேசகுமாரை 9843294932, 04331260209 என்ற எண்களில் தொடர்பு கொள்ளலாம்.

37

பட்டீஸ்வரம் கோர்வைப்பட்டு

சாலிய மகரிஷியின் வழித்தோன்றல்களாக கருதப்படும் சாலியர்கள், தமிழகத்திலும், ஈழத்திலும் பரவலாக வசிக்கிறார்கள். பட்டுநெசவில் கைதேர்ந்த இம்மக்களின் பூர்வீகம் பஞ்சாப். இஸ்லாமியர் படையெடுப்புக்கு அஞ்சி தென்னகத்துக்கு இடம் பெயர்ந்தார்கள். இடம்பெயர்ந்த மண்ணுக்கேற்றவாறு வாழ்க்கையில் பல்வேறு மாற்றங்களை எதிர்கொண்ட இம்மக்கள், இன்றுவரையிலும் தங்கள் பாரம்பரியத் தொழிலான நெசவை மட்டும் கைவிடவில்லை.

கும்பகோணத்தைச் சுற்றி, பட்டீஸ்வரம், அய்யம்பேட்டை, பாபநாசம் உள்ளிட்ட பகுதிகளில் 3 ஆயிரத்துக்கும் மேற்பட்ட சாலியர்கள் வசிக்கிறார்கள். சாலியர், பத்மசாலியர், பட்டு சாலியர், அடவியர், பட்டாலியர் என இவர்களுள் தொழில் அடிப்படையில் 5 உட்பிரிவுகள் உண்டு. கௌரியம்மனை குலதெய்வமாக வணங்கும் இம்மக்களின் கைவண்ணத்தில் உருவாகும் சேலைதான் கோர்வைப்பட்டு.

பட்டு நகரங்களின் வரிசையில் கும்பகோணத்தையும் இடம் பெறச் செய்தது கோர்வைப்பட்டு தான். காஞ்சிபுரம், தர்மாவரம்

போன்ற பாரம்பரியம் கொண்ட சேலை ரகங்களில் இருந்து வேறுபட்டது கோர்வைப்பட்டு. உயரிய பட்டு நூலில், உடல் ஒரு வண்ணத்திலும், பார்டர் ஒரு வண்ணத்திலும் நெய்யப்படும் இச்சேலைகள் இந்தியா கடந்து பலநாடுகளுக்கு ஏற்றுமதி செய்யப்படுகிறது.

உக்கிரம் ததும்பும் விழிகளோடு அமர்ந்திருக்கும் துர்க்கையம்மனின் தலமான பட்டீஸ்வரத்தில் செட்டித்தெரு, காமராஜ் சாலை, ராமசாமிக் கோவில்தெரு உள்ளிட்ட பகுதிகளில் 500க்கும் மேற்பட்ட சாலியர்கள் கோர்வைப்பட்டு நெய்கிறார்கள்.

குறைவான எடை, கவர்ச்சிகரமான வண்ணங்கள், அழகான புட்டா வேலைப்பாடுகள் என பல தனித்தன்மைகளைக் கொண்ட கோர்வைப்பட்டை கோர்வைத்தறிகளில் தான் நெய்யமுடியும். காஞ்சிபுரம் உள்ளிட்ட பட்டு நகரங்களிலேயே அவ்வகைத்தறிகள் மறைந்துவரும் நிலையில் பட்டீஸ்வரத்தில் பெரும்பாலான நெசவாளர்கள் கோர்வைத்தறி மூலமாகவே நெய்கிறார்கள்.

'கோர்வைத்தறிக்கு இரண்டுபேர் தேவை. முன்னெல்லாம், ஊடைநாடாவை வீசுறதுக்கு வீட்டில உள்ள பிள்ளைகளை பயன்படுத்துவோம். குழந்தை தொழிலாளர் பிரச்னைக்குப் பிறகு, பிள்ளைகள் ஸ்கூலுக்குப் போகுதுக. தனியா கூலியாள் வச்சுத்தான் நாடா வீசுறோம். ஒருசேலை நெய்ய 8 நாளாகும். சேலைக்கு கிடைக்கிற கூலியில ஆள் சம்பளம் போக மிஞ்சுறதுதான் நமக்கு. அதனால பலபேர் தொழிலை விட்டுப் போயிட்டாங்க... ஆனாலும், கோர்வைப் பட்டுக்கு தனித்தறி ஒவ்வாது. அதனாலதான் இங்கே கோர்வைத்தறி நெசவு ஓடிக்கிட்டிருக்கு...' என்கிறார், இப்பகுதியைச் சேர்ந்த நெசவாளர் ஆனந்தன்.

பார்டரை மிகவும் கவனமாக டிசைன் செய்கிறார்கள். பழமையான கோவில்களில் இருக்கும் சிற்பத்தொகுப்புகள், ஓவியங்களை பார்டர்களில் வடிக்கிறார்கள். முந்தானையில் மயில்கள், அன்னங்கள் சிறகடிக்கின்றன. இறைவன் திருவுருவங்களும் இடம் பெறுகின்றன.

கோர்வைப்பட்டின் மற்றொரு சிறப்பு, ஜக்கார்டு பெட்டி இல்லாமல் 'மேனுவலாக'வே டிசைன் செய்வது தான். ஆண்களுக்கு இணையாக பெண்களும் இங்கே டிசைன் வேலைகளைச் செய்கிறார்கள். பார்டர் டிசைன்களுக்கு மட்டுமின்றி புட்டாக்களுக்கும் நிறைய மெனக்கெடுகிறார்கள்.

இப்பகுதியைச் சேர்ந்த ஷகிலா, ஜக்கார்டு இல்லாமல் டிசைன்செய்து கோர்வைத்தறியில் நெய்கிறார். கூட ஊடைவீசும் கௌசல்யாவுக்கு ஒருநாளைக்கு 20 ரூபாய் கூலி. வாரத்துக்கு நான்கு கோர்வைப்பட்டு சேலைகள் நெய்யமுடியும் என்கிறார் ஷகிலா.

'பட்டு ஈஸ்வரம் தான் இப்போ பட்டீஸ்வரமா மாறிடுச்சு. என் முப்பாட்டன் காலத்தில இருந்து இங்கே நெசவுத்தொழில் நடக்குது. பழநி, பெங்களூர் பகுதிகள்ல இருந்து முதல்தரமான பட்டுநூலை வரவழைக்கிறோம். ஜரிகை சூரத்தில இருந்து வருது. கோர்வைப்பட்டுக்கு தரமான ஜரிகை தான் பயன்படுத்தனும். கலர் மிக்சிங் செய்யிறதுலயும் நிறைய கவனம் செலுத்துவோம். எந்தெந்த கலரைச் சேர்த்தா பார்வையா இருக்கும்ன்னு கணக்குகளே இருக்கு. பல பகுதிகள்ல பவர்லூம்கள் வந்திருச்சு. ஆனா நாங்க இன்னும் கைத்தறியில தான் நெய்யிறோம். கைத்தறியில தான் முந்தானை, பார்டர்களை டிசைன் பண்ணமுடியும்...' என்கிறார் இப்பகுதியை சேர்ந்த நெசவாளர் சேகர்.

'பங்ஷன்களுக்குக் கட்டிக்கிட்டுப் போக வசதியான சேலை இது. ரெண்டு கலர்கள் இருக்கதால வித்தியாசமா தெரியும். சாதாரணமா, பட்டுச்சேலை கட்டிக்கிட்டுப் போனா உடம்புல எரிச்சல் எடுக்கும். முறுக்குப்பட்டு பயன்படுத்துறதால கோர்வைப்பட்டுச் சேலை உடம்பை உறுத்தாது. ஐநூறுல இருந்து அறுநூறு கிராம் தான் எடையிருக்கும். பராமரிப்பைப் பத்தி கவலைப்படத் தேவையில்லை. நிழல்ல கொஞ்சநேரம் காயப்போட்டு மடிச்சு வச்சுட்டாப் போதும்...' என்கிறார் இப்பகுதியைச் சேர்ந்த மோகனா.

எம்பிராய்டரி வேலைப்பாடுகள் செய்யப்பட்ட கோர்வைப்பட்டு சேலைகள் விழிகளை விரியவைக்கின்றன. ஜரிகை மற்றும் வேலைப்பாடுகளுக்குத் தகுந்தவாறு 2700 முதல் 25 ஆயிரம் ரூபாய்வரை விற்கிறார்கள். பட்டுடுத்திய தேவதைகளாக உலவவிரும்புகிற பெண்கள் பட்டீஸ்வரத்துக்குப் பஸ் ஏறலாம்.

கோர்வைப்பட்டு எல்லா ஜவுளிக்கடைகளிலும் கிடைக்கும். பட்டீஸ்வரம் போய் வாங்க விரும்புபவர்கள் 94431 81457, 0435 2445203 ஆகிய எண்களில் நெசவாளர் சேகரை தொடர்பு கொள்ளலாம்.

38

செங்குந்தபுரம் வேங்கடகிரிப் பருத்தி

மென்மைதான் இதன் சிறப்பு. வேங்கடகிரி சேலையின் ஜரிகை மற்றும் டிசைன் வேலைப்பாடுகள் பட்டுச்சேலை போன்றவை. 80 மற்றும் 100ம் நம்பர் காட்டன் நூலில்தான் நெய்கிறார்கள். முந்தானை, பார்டர் பகுதிகள் மட்டுமின்றி சேலை முழுதுமே ஜரிகை வேலைப்பாடுகள் உண்டு. வயதான பெண்களுக்கான வெள்ளைச் சேலைகள், முந்தானையில் வெறும் புட்டா மட்டும் போட்ட சாதாரண சேலைகளும் உண்டு. எல்லாமும் 250 முதல் 300 கிராம் எடைதான். இந்த எளிமையில்தான் பெண்கள் மயங்குகிறார்கள்.

ஆந்திராவில் போச்சம்பள்ளி, வேங்கடகிரி, கத்வால், சிராலா, நாராயணப்பேட்டை ஆகிய இடங்களில் காட்டன் நெசவு நடந்து வருகிறது. ஊரின் பெயரிலேயே விற்பனைக்கு வரும் இந்தச் சேலைகளுக்கு இந்தியா எங்கும் ஏராளமான ரசிகைகள் உண்டு. அண்மைக்காலமாக இப்பகுதிகளில் பட்டு நெசவு அதிகரித்து வருகிறது. அதிக கூலி, விற்பனை வாய்ப்பு காரணமாக பல நெசவாளர்கள் பட்டுக்கு மாறிவிட்டார்கள். அதனால் ஆந்திர

வெ. நீலகண்டன்

ஜவுளி வியாபாரிகளின் பார்வை வேறு மாநிலங்களுக்குத் திரும்பியிருக்கிறது!

ஆந்திராவில் பெரும்பாலும் குழித்தறிகளே பயன்பாட்டில் உள்ளன. படிகள் கொண்ட குழிக்குள் பொருத்தப்பட்ட அத்தறியில் சில இடர்பாடுகள் உண்டு. தறியை சற்று கடினமாக இயக்கினால் நூல் நைந்து சேலையின் ஃபினிஷிங் குலைந்துவிடும். புட்டாக்கள், கனமான ஜரிகை டிசைன்கள் செய்வதும் சிரமம். தமிழக மேட்டுத்தறிகளில் நெசவை விரைவுபடுத்தவும் உறுதிப்படுத்தவும் வசதிகள் உண்டு. அதிலும் கோர்வைத்தறியில் நினைத்த டிசைனைக் கொண்டுவரலாம். ஜவுளிக்கு வரிவிலக்கு இருப்பதால் மற்ற மாநிலங்களை விட விலை குறைவாகவும் கிடைக்கிறது. இதனால் ஆந்திர ஜவுளி வியாபாரிகள் தமிழக நெசவாளர்களை அணுகத் தொடங்கியுள்ளனர்.

அரியலூர் மாவட்டத்தில் பல கிராமங்கள் காட்டன் நெசவுக்குப் பெயர் போனவை. குறிப்பாக உடையார்பாளையத்தை ஒட்டியுள்ள செங்குந்தபுரம் கிராமத்தில், செங்குந்த முதலியார் சமூகத்தைச் சேர்ந்த ஆயிரத்துக்கும் மேற்பட்ட நெசவாளர்கள் காட்டன் சேலை நெய்கிறார்கள். செங்குந்தர்கள் அக்காலத்தில் அரசர்களுக்கு பாதுகாவலர்களாகப் பணியாற்றியவர்கள். இடைக் கால சோழர்களின் படையணிகளில் பணியாற்றிய தஞ்சை வட்டாரத்துச் செங்குந்தர்கள், 13ம் நூற்றாண்டுக்குப் பிறகு முழுமையாக நெசவுத்தொழிலுக்கு வந்துவிட்டனர். தமிழகத்தின் பெரும்பாலான நெசவாளர்கள் பட்டுச்சேலைக்கு மாறிவிட்ட நிலையிலும், காட்டன் நெசவை அழியவிடாமல் காத்து நிற்பது இவர்களே!

ஆந்திர வியாபாரிகளின் முக்கிய கொள்முதல் தலமாக செங்குந்தபுரம் விளங்குகிறது. கவனமாகவும் அழகாகவும் பேக் செய்யப்படும் சேலைகள் பஸ்கள், ரயில்கள் மூலமாக தினமும் ஆந்திராவுக்குப் பயணிக்கின்றன. இங்கு கொள்முதல் செய்யும் சேலைகளை 'வேங்கடகிரி சேலை' என்று குறிப்பிட்டு இன்னொரு மடங்கு விலை உயர்த்தி விற்கிறார்கள் வியாபாரிகள். செங்குந்தபுரம் மக்களும் 'வேங்கடகிரி சேலைகள்' என்ற பெயருக்கே பழக்கப்பட்டு விட்டார்கள்.

செங்குந்தபுரத்தில் 9 தெருக்களில் காட்டன் நெசவு நடக்கிறது. சேலைகள் தவிர, கலம்காரி மற்றும் பிரின்டிங், டையிங் சேலைகளுக்கான காடா துணிகள், வேஷ்டிகளும்

நெய்கிறார்கள். நூல்களைக் கொடுத்து சேலையாக பெற்று ஆந்திர வியாபாரிகளுக்கு வினியோகிக்கும் மாஸ்டர் வீவர்களும் இருக்கிறார்கள்.

"இலையூர், சிறுகளத்தூர், வாரியங்காவல், மருதூர், பொன்பரப்பின்னு செங்குந்தபுரத்தைச் சுத்தி பல கிராமங்கள்ல காட்டன் நெசவு நடக்குது. எல்லாத்துக்குமே 'வேங்கடகிரி சேலைகள்'னுதான் பேரு. மாசத்துக்கு 10 ஆயிரம் சேலைகள் ஆந்திரா போகுது. கூலி கம்மியா கிடைச்சாலும், நெசவாளர்களுக்கு தொடர்ந்து வேலை கிடைக்குது. அதனால இன்னும் இங்கே காட்டன் கைத்தறி ஓடிக்கிட்டிருக்கு" என்கிறார் இப்பகுதியைச் சேர்ந்த நெசவாளர் ஜெயபாலன்.

"ஆந்திரத்துப் பெண்கள் கல்யாணத்துக்கு பட்டுச்சேலை உடுத்துறதில்லை. வெள்ளை வேங்கடகிரி காட்டன் சேலையை மஞ்சள் தண்ணியில நனைச்சு, அதைத்தான் உடுத்துவாங்க. மறுவீடு மாதிரி மற்ற விஷேசங்களுக்கும் வேங்கடகிரி காட்டன்தான். சீசன் மாதங்கள்ல நிறைய கல்யாணச் சேலைகளை அனுப்புவோம்..." என்கிறார் நெசவாளர் மணிவண்ணன்.

ஆந்திரப் பெண்களின் கௌரவமிக்க அடையாளமாக விளங்கும் செங்குந்தபுரம் வேங்கடகிரி காட்டனுக்கு தமிழகத்தில் பெரிய அளவில் மார்க்கெட் இல்லை. கல்லூரி மாணவிகள், வேலைக்குச் செல்லும் பெண்களுக்கு மிகவும் உகந்தது இச்சேலை. குறிப்பாக, வெயில் காலத்தில் உடுத்தத் தகுந்தது. 300 ரூபாய் முதல் 1300 ரூபாய் வரை விற்கிறார்கள்.

எங்கு கிடைக்கும்?

செங்குந்தபுரம் சேலைகள் சென்னையில் சில கடைகளிலும், கோ ஆப்டெக்ஸ் விற்பனை மையங்களிலும் கிடைக்கிறது. 'வேங்கடகிரி சேலைகள்' என்று கேட்கவேண்டும். செங்குந்தபுரத்தில் வாங்க விரும்பினால் 75020 53834 என்ற மொபைல் நம்பரில் நெசவாளர் ஜெயபாலனை தொடர்புகொள்ளலாம்.

39

புத்தாநத்தம் ஆயத்த ஆடைகள்

கிழக்கே பாலமலை, மேற்கே குயன்மலை, தெற்கே மருங்காபுரி மலை, வடக்கே தயாமலை என நான்கு புறத்திலும் குன்றுகள் சூழ்ந்த சின்ன கிராமம் புத்தாநத்தம். சுமார் 500 குடும்பங்கள் ஜீவிக்கும் இந்த குட்டி கிராமம் மணப்பாறை–திருச்சி சாலையில் 14வது கிலோ மீட்டரில் இருக்கிறது.

சாமையும், நெல்லுமாக மகுந்து கிடக்கும் வயற்காடுகளைக் கடந்து இந்த கிராமத்துக்குள் நுழைந்தால்,

'என்னாப்பா வேணும்... சுடிதாரா, சர்ட்டா...? கிழக்குத் தெருவில சுடிதாரு கிடைக்கும், மேற்கே போனா சர்ட் வாங்கலாம். நைட்டின்னா மேலத்தெரு. சின்ன பசங்க டிரஸ்னா வடக்கத்தி ரோட்டுக்குப் போ...' அர்த்தத்தோடு வழிகாட்டுகிறார் இப்ராஹிம்.

ஆமாம்! ஜவுளிக்கடைகளின் மொழியில் சொல்ல வேண்டும் என்றால், இந்த சின்ன கிராமம் தான் தமிழகத்தின் பிரமாண்டமான ரெடிமேடு உலகம்! ஈரோடு, திருப்பூருக்கு நிகராக தமிழகத்தின்

அத்தனை பிரதான நகரங்களுக்கும் ரெடிமேட் ஆடைகளை தயாரித்து அனுப்புகிறது இந்த சின்ன கிராமம். குடிசைத் தொழில் போல வீட்டுக்கு வீடு இறைந்து கிடக்கின்ற தையல் மெஷின்கள் இரவு பகல் இல்லாமல் இடைவிடாது இயங்கிக் கொண்டே இருக்கின்றன.

'வீட்டில கூரை இருக்கோ, இல்லையோ தையல்மெஷின் இல்லாம இருக்காது...! ஆம்புள, பொம்புளன்னு வித்தியாசம் இல்லாம கத்திரி புடிச்சு வெட்டுவாங்க, நூலேத்தி தைப்பாங்க. தம்மம்பட்டி, மணப்பாறை, மருங்காபுரின்னு இந்த ஊரைச்சுத்தி இருக்கிற புள்ளைங்கள்லாம் பள்ளிக்கொடம் போவுதுகளோ இல்லையோ கத்திரி புடிச்சு வெட்டவும், தைக்கவும் கத்துக்குங்க. சுடிதார், மிடி, பாபா சூட், சர்ட், நைட்டின்னு இங்க தயாரிக்காத உடைகளே இல்லை. சென்னை மாதிரி பெரிய நகரங்கள்ல இருந்தெல்லாம் இங்க வந்து கொள்முதல் செஞ்சிட்டு போவாங்க. ...' உற்சாகமாக பேசுகிறார் துணிக்கடை ஜமால்.

பிரமாண்டமான இயந்திரங்கள் இல்லை. விளைநிலங்களை வளைத்து கட்டிய தொழிற்சாலைகள் இல்லை. ஆனால் தமிழகத்தின் பெரிய, பெரிய ஜவுளிக்கடல்கள் எல்லாம் இந்த சின்ன கிராமத்தில் தான் சங்கமிக்கின்றன.

வறுமையையும் வாழ்க்கையையும் பிரிக்கமுடியாத அளவுக்கு சூனியம் சூழ்ந்து கிடந்த புத்தாநத்தத்தை ரெடிமேடு உடைகளின் தாயகமாக்கியது, ஒரு நூற்றாண்டு உழைப்பு.

'நூறு வருஷத்துக்கு முன்னாடி, பட்டணங்களுக்குப் போயி பிளாஸ்டிக் பொருளுக்கு மாத்தா பழைய துணிகளை வாங்கியாந்து, கிழிஞ்ச எடங்கள்ல கையால சில்லறை தையல்களைப் போட்டு துவைச்சு தேச்சு மணப்பாறை, சேலம், ஈரோடுன்னு சந்தை கூடுற எடங்கள்ல போட்டு விக்கிறது தான் எங்க மூதாதைங்க தொழில். 2 ரூவா, 3 ரூவான்னு ஏழைக்கு தகுந்த எள்ளுருண்டையா இருந்ததால் ஓரளவுக்கு யாவாரமும் ஆயிருக்கு. பிற்பாடு, கொஞ்சமா முன்னேறின ஆளுங்க, மதுரை காஜிமா தெரு, ஜரிகைக்காரத்தெரு, ஏழுகடைத்தெருக்கள்ல மொத்தமா ரெடிமேடு உடைகள வாங்கியாந்து வித்துருக்காங்க. ஏத்துக்கூலி, எறக்கு கூலி போக கையுக்கும், வாயிக்கும் பத்தாமலேயே தொழிலு ஓடியிருக்கு.

எம்.ஏ.முகமது உசேன், அய்யாப்பட்டி இஸ்மாயில், ஓ.எம்.கே கமருதீன், புகையிலை அப்துல்லா மாதிரி பெரியாட்கள் பட்டணத்துக்குப் போயி புராணா பேண்டுகளை வாங்கியாந்து

இங்க டிரௌசரா கட் பண்ணி தைச்சு வித்திருக்காங்க. புராணா பேண்டுன்னா பயன்படுத்தி கிழிஞ்சு போன பழைய ஜீன்ஸ் பேண்ட்டு.

கூடுதலா தொழில்நுட்பம் கத்துக்கிட்ட சில பேரு, நாமளே துணியா வாங்கியாந்து தச்சு வித்தா காலணா, அரையனா கூடுதலா சம்பாதிக்கலாமேன்னு யோசிச்சு சூரத்க்குப் போயி காடாத்துணி வாங்கியாந்து தைக்க ஆரம்பிச்சாங்க. அப்படித் தொடங்குனது தான் பெரிய தொழிலா இன்னைக்கு தளைச்சு நிக்குது...' உணர்ச்சிகரமாக பேசும் இன்னொரு ஜமால், 8 தையல் மெஷின்கள் வைத்து சுடிதார் தைக்கிறார். 15பேர் இவரிடம் வேலை செய்கிறார்கள்.

10க்கும் மேற்பட்ட மெஷின்களை கொண்ட வீடுகளை கம்பெனிகள் என்கிறார்கள். இப்படி 100 கம்பெனிகள் உள்ளன. இது தவிர 300க்கும் மேலானோர் நான்கைந்து மெஷின்களை வைத்து தைக்கிறார்கள். இது தவிர, காஜா எடுக்க, பட்டன் கட்ட, எம்ப்ராய்டரி செய்ய, அயர்ன் செய்ய என்று பல நூறு பேர் இத்தொழில் சார்ந்து ஜீவிக்கிறார்கள்.

அகமதாபாத் மற்றும் ராஜஸ்தானில் மொத்த ரோலாக துணிகளை கொள்முதல் செய்கிறார்கள். பட்டன், நூல்களுக்கு வேலூர். மொத்த வியாபாரம் எல்லாமும் சேட்டுகளின் கையில். ஓரிரு சேட்டுகள் புத்தாநத்தத்திலேயே கடைகளை திறந்துவிட்டார்கள். பலர் இயந்திர தையல் மெஷின்களுக்கு மாறியிருக்கிறார்கள். ஆனாலும் பெரும்பான்மை கால்மிதி மெஷின்கள் தான்.

கட்டிங் மாஸ்டர்கள் தான் ஃபேஷன் டிசைனர்கள். பார்த்தது, கேட்டது அடிப்படையிலும், கற்பனையிலும் அவர்கள் செய்கிற கத்திரி வேலைகள் தான் ஃபேஷனை தீர்மானிக்கின்றன.

சாதிக்பாட்சாவின் தாத்தா, அப்பாவெல்லாம் பிளாட்பாரத்தில் துணிக்கடை போட்டவர்கள். இப்போது சாதிக்பாட்சா தன் சகோதரர்கள் ஆரிபு, ராஜாமுகமது ஆகியோருடன் இணைந்து வீட்டின் மேல் தளத்தில் 30 தையல் மெஷின்களை இயக்குகிறார். இவரின் தயாரிப்பு குழந்தைகளுக்கானது.

'பெரிய கடைகளுக்குப் போகும் போது டிஸ்ப்ளே செஞ் சிருக்கிற துணிகளை செல்போன்ல போட்டோ எடுத்து அதில சில புதுமைகளை செஞ்சு புது டிசைன் ரெடி பண்ணுவேன்.

ரோட்டில குழந்தைங்க வித்தியாசமா டிரெஸ் போட்டிருந்தாக்கூட மனசுக்குள்ள வரைஞ்சு வச்சுக்குவேன். பட்டன்களை இடம் மாத்தி தைக்கிறது, எம்ப்ராய்டரியில புதுமை பன்றதுன்னு எதையாவது வித்தியாசமா செஞ்சாத்தான் குழந்தைகளுக்கு புடிக்கும்...' 'லாஜிக்' பேசுகிறார் சாதிக் பாட்ஷா.

மொத்தமாக கொள்முதல் செய்யும் ரோல் துணி 7 முதல் 15 மீட்டர் நீளம் கொண்டது. 100 துணிகளை ஒன்றன்மேல் ஒன்றாக அடுக்கி, வரிசையாக டிசைன் செய்து, சிறிய மின் இயந்திரம் மூலம் வெட்டுகிறார்கள். அரை மணி நேரத்தில் 100 சட்டைகளுக்கான துணிகளை வெட்டி விட முடியும். ஒரு நாளைக்கு சர்வசாதாரணமாக 1000 சட்டைகளை வெட்டித் தள்ளுகிறார்கள். தையல் கலைஞர்களுக்கு பீஸ் ரேட். ஒரு சுடிதாருக்கு 12 ரூபாய். சர்ட்டுக்கு 13 ரூபாய். குழந்தைகள் துணிகளுக்கு கொஞ்சம் அதிகம்.

மணப்பாறையில் இருந்து புத்தாநத்தம் வரும் வளர்மதி காலை 8 மணி முதல் இரவு 8 மணி வரை தைக்கிறார். 7 வருடங்களுக்கு முன்பு திருமணமாகி வந்த சமயத்தில் பொழுதுபோக்காக தையல் கற்கப்போக, இப்போது மாதம் 5 ஆயிரத்துக்கு மேல் இவரால் ஈட்ட முடிகிறது.

முகமது முஸ்தபாவை இப்போதும் வையம்பட்டி, மணப்பாறை, துவரங்குறிச்சி சந்தைகளில் பார்க்க முடியும். 3 மெஷின்கள் வைத்திருக்கிறார். இவரது தயாரிப்பு ஏழைகளுக்கானது. 10 ரூபாயில் சட்டை. 15 ரூபாயில் பாவாடை.

'அப்பா வண்டிமாடு வச்சி ஓட்டிப் பொழச்சாரு. நமக்கு உக்காந்த எடத்தில இருந்து சம்பாதிக்கனுன்னு ஆசை. வாரத்தில 5 நாளு சந்தையில யாவாரம். 1 நாள் கொள்முதல். 1 நாள் தையல். இப்பிடியே 45 வருஷம் ஓடிப்போச்சு. வெவசாயத்துக்கு கூலியாப்போற மக்களால அம்பது, நூறு குடுத்து உடை எடுத்துப் போட முடியாது. என்னைய தேடித்தான் வருவாங்க. 2 ஆட்களை வேலைக்கு வச்சிருக்கேன். காஜா, பட்டன் வைக்கிறதெல்லாம் எம் வூட்டு பொம்பளங்க தான்..' ஒரு கண் ஊசியிலும், மறுகண் நூலிலுமாக பேசுகிறார் முஸ்தபா.

சேக்மைதீன் முதலில் லாட்டரிச் சீட்டு விற்றார். பின் சந்தையில் கடை போட்டார். 15 ஆண்டுகள் தான் ஆயிற்று. இப்போது இவரிடம் 150 பேர் வேலை செய்கிறார்கள். ஆனால்

இன்னும் லுங்கியும், பனியனுமாக கட்டிங் செய்கிறார். இருபதைத் தாண்டாத, பேக்கிங் மாஸ்டரான இவரது தம்பி அல்லாப்பிச்சை தான் தொழில் நிர்வாகமும். வீட்டின் மேல்தளத்தில் தையல் மெஷின்கள். நடுத்தளத்தில் தைத்த சட்டைகள். கீழே ஜீவனம்.

ஃசைனிங் சட்டைகள், பேட்டர்ன் சட்டைகள், எம்ப்ராய்டரி சட்டைகள் தான் இப்போது ஃபேஷனாம். 1 நாளைக்கு 1000 சட்டைகள் தைக்கிறார்கள். கட்டிங் செய்து வெளியில் தைக்கக்கொடுத்தும் வாங்குகிறார்கள். வெளியில் கொடுத்து ஒரு சட்டை தைக்க 5 ரூபாய் கூலி.

'எங்க ஊரைச் சுத்தியிருக்கிற மக்களை நம்பித்தான் எங்க மூத்தவங்க இந்த தொழிலையே தொடங்கினாங்க. இன்னமும் பிளாட்பாரக் கடைகளையும், சந்தையையும் நம்பித்தான் எங்க பொழப்பு ஓடுது. 10 ரூவாயில இருந்து 250 ரூவா வரைக்கும் இங்க சட்டை கிடைக்கும். அதே மாதிரி 50 ரூவாயில இருந்து 450 ரூவா வரைக்கும் சுடிதார் வாங்கலாம். இப்போ பாட்டியாலா சுடிதாருக்குத் தான் மவுசு. எல்லாமே கை வேலைங்கிறதால ஃபினீசிங் ரொம்ப நல்லாயிருக்கும். எந்த ஏமாத்து வேலையும் இருக்காது. வெளிநாட்டுக்கு ஏற்றுமதி செய்யிற அளவுக்கு அரசாங்கத்துக்கிட்ட இருந்து உதவிகள் கிடைச்சா இன்னமும் தரமாவும், அதிகமாவும் தயாரிக்கலாம்..' என்கிறார் சேக்மைதீன்.

நைட்டி தயாரிக்கும் ஜமால் முகமதுவிடம் 15 பெண்கள் வேலை செய்கிறார்கள். அப்பாவோடு சந்தை வியாபாரம் செய்த ஜமால் ஐந்து ஆண்டுகளுக்கு முன்பு சொந்தமாக தைக்க ஆரம்பித்தவர்.

நைட்டிகளுக்கு அளவுக்கு தகுந்த 'ஆஸ்' (மாதிரி காகிதம்) இருக்கிறது. 400 துணிகளை அடுக்கி ஆஸ் வைத்து நைட்டி சைஸ்க்கு வெட்டி டிசைனிங், எம்பிராய்டரி செய்து தைக்கிறார்கள். பீஸ்க்கு 6 ரூபாயில் இருந்து 12 ரூபாய் கூலி. ஒருவர் ஒரு நாளைக்கு 25 நைட்டி தைக்கலாமாம்.

மணப்பாறையை சேர்ந்த கண்ணகி தையல் உதவியாளராக வேலைக்கு வந்தவர். இப்போது ஜமாலின் கம்பெனியில் சூபர்வைசர்.

'பிளஸ்டூ முடிச்சிட்டு வேலைக்கு வந்தேன். 3 வருஷமாச்சு. வேலைகளை பிரிச்சுக்குடுத்து, முடிச்சி வாங்கி பேக் பண்றது வரைக்கும் இப்போ என் வேலை தான். 3 ஆயிரம் சம்பளம்.

வீட்டிலயும் மெஷின் வச்சிருக்கேன். அங்கேயும் 3 ஆயிரம் கிடைக்கும். என் அண்ணா, அப்பாவை விட எனக்கு கூடுதல் வருமானம் கிடைக்குது...' பெருமிதம் பொங்க சொல்கிறார் கண்ணகி.

வெளியே வரத் தயங்கும் இஸ்லாமிய பெண்கள் கூட வீட்டில் மெஷின் வாங்கிப்போட்டு பீஸ் ரேட் அடிப்படையில் வெளியில் இருந்து துணிகளை வாங்கி தைத்துத் தருகிறார்கள். இது தவிர காஜா எடுத்து, பட்டன் கட்டி, எம்பிராய்டரி செய்தும் கைநிறைய சம்பாதிக்கிறார்கள். பிளாட்பாரங்களின் ஓரத்தில் கிடந்த புத்தாநத்தம் மக்களின் வாழ்க்கையை ஒற்றுமையும், உழைப்பும் சிகரத்தில் ஏற்றி வைத்திருக்கிறது. கிராமத்து வாழ்க்கையில் பலனில்லை என்று தொழில் நகரங்களை நாடிச் செல்வோருக்கு புத்தாநத்தம் ஒரு உதாரண கிராமம்!

40

காரைக்குடி கண்டாங்கி சேலை

காலத்தின் வேகத்துக்கு ஈடுகொடுத்து தங்கள் தொன்மங்களைக் கட்டிக் காப்பதில் நகரத்தார் சமூகத்திற்கு இணையில்லை. உலகின் எந்த மூலைக்குச் சிதறினாலும் பண்பாடு, வழிபாடு, சடங்குகள், மொழி, உணவு எதையும் விட்டு விலகாத சமூகம் அது. தெருக்களை அடைத்து வானுயர்ந்து நிற்கும் அரண்மனைகள், அழகும் ரசனையும் ததும்பும் வாழ்க்கை என நகரத்தாருக்கு பல அடையாளங்கள் உண்டு. அவற்றில் ஒன்று, கண்டாங்கி சேலை. ஜார்ஜெட், தஸ்கர், ஃபேன்ஸி, சில்க் காட்டன், நெட்டட் என நாளுக்கொரு நவீன சேலை ரகம் அறிமுகமானாலும் செட்டிநாட்டு ஆச்சிமார்களின் விருப்பத்துக்குரிய சேலை, கண்டாங்கிதான்.

உறுத்தலற்ற எளிய நிறங்கள்; பாரம்பரியமான டிசைன்கள்; உடம்பை வதைக்காத தரம்; வெயிலுக்கும் குளிருக்கும் தகுந்த இதம்; கசங்காத தன்மை... இப்படி கண்டாங்கிக்கு பல தனித்துவங்கள் உண்டு. தமிழகமெங்கும் கைத்தறி நெசவு வழக்கொழிந்து வரும் நிலையில், காரைக்குடியைச் சுற்றியுள்ள பல கிராமங்களில் இன்றளவும் கண்டாங்கி நெசவு உற்சாகமாக நடந்து வருகிறது.

சிறப்பு என்னவென்றால், கண்டாங்கி நெசவாளிகள் அத்தனை பேரும் பெண்கள்.

காரைக்குடி நா.புதூர், நெசவாளர் காலனி பகுதிகளில் இடைவிடாது ஒலிக்கிறது தறிச்சத்தம். தெரு நெடுகிலும் நீண்டிருக்கும் பாவு நூல்களை அச்சுப் பிணைந்து மடிப்போட்டுக் கொண்டிருக்கிறார்கள் பெண்கள். "அந்தக் காலத்துல கல்யாணமான ஆச்சிங்க மட்டும்தான் கண்டாங்கியை விரும்புவாங்க. இப்போ காலேஜ் பொண்ணுங்ககூட கண்டாங்கி கட்டுறாங்க. இதுல பல ரகங்கள் இருக்கு. கல்யாணத்துக்குக் கட்டுறது, பண்டிகைக்குக் கட்டுறது, கோயில் வீட்டுக்குக் கட்டுறதுன்னு ஒவ்வொண்ணுக்கும் ஒரு விதம் இருக்கு. என்னதான் நாகரிகம் வந்து வாழ்க்கை மாறுனாலும், இந்தப் பாரம்பரியத்தை மட்டும் ஆச்சிங்க விட்டுக் கொடுக்கிறதில்லை. வெளியூர்கள்ல இருந்தாக்கூட போன் பண்ணி சேலை அனுப்பச் சொல்லுவாங்க. பார்சல்ல அனுப்பிருவோம். கோயில் விசேஷம், குலதெய்வ வழிபாட்டுக்கு சொந்த ஊருக்கு வர்றவங்க நேராவே வந்து சேலை வாங்கிட்டுப் போவாங்க. சின்னப் புள்ளங்களும் விரும்புறதால புதுவிதமான டிசைன்களும் போட ஆரம்பிச்சிருக்கோம்..." என்கிறார் பாக்கியலெட்சுமி.

பாக்கியலெட்சுமி தறியைத் தொட்டது 13 வயதில். இன்றளவும் நிற்காமல் ஓடுகிறது. அவர் நெய்யத் தொடங்கிய காலத்தில் கண்டாங்கி சேலை போர்வை கனத்தில் இருக்குமாம். காலப்போக்கில் மென்மையாகி விட்டது.

76 கிராமங்கள் அடங்கிய பெரும் நிலப்பகுதியே செட்டிநாடு. இதன் மையமாக இருப்பது காரைக்குடி. இங்குதான் கண்டாங்கி நெசவு நடக்கிறது. தேவாங்க செட்டியார் சமூக மக்களே நெசவில் ஈடுபடுகிறார்கள். இவர்களின் வாழ்க்கையிலும் கண்டாங்கி ஒரு அங்கமாக இருக்கிறது. குலதெய்வமான சௌடேஸ்வரி அம்மன் திருவிழாவில், கண்டாங்கி உடுத்தியே பங்கேற்கிறார்கள்.

ஒரு காலத்தில் ஆண், பெண் பேதமற்ற குடும்பத்தொழிலாகவே கண்டாங்கி நெசவு இருந்தது. காலப்போக்கில் கைத்தறிக்கு ஏற்பட்ட சரிவு, ஆண்களை வேறு தொழில் நாடச் செய்து விட்டது. பெரும்பாலும் ஜவுளிக்கடைகளிலேயே ஆண்கள் பணி யாற்றுகிறார்கள். நெசவு சரிந்த சூழலில், நகரத்தார் ஒன்றிணைந்து உதவிகள் செய்து, கண்டாங்கி நெசவை மீட்டுருவாக்கம் பெற வைத்திருக்கிறார்கள்.

காரைக்குடி கண்டாங்கி நெசவாளிகள் நெய்வது மட்டுமின்றி, நேரடியாக விற்கவும் செய்கிறார்கள். தானம் அறக்கட்டளை போன்ற தொண்டு நிறுவனங்கள் அதற்கான பயிற்சிகளையும், ஏற்பாட்டுகளையும் செய்து தந்திருக்கின்றன. காரைக்குடி நா.புதூரைச் சேர்ந்த பாக்கியலெட்சுமி, மீனாம்பிகை, விஜய லெட்சுமி, மீனா, சாந்தி, சாவித்திரி, சரோஜா உள்ளிட்ட பெண்கள் இணைந்து, 'ஸ்ரீகணேஷ் முதன்மை உற்பத்தியாளர் குழு' என்ற நிறுவனத்தைத் தொடங்கியிருக்கிறார்கள். மீனா வீடே ஜவுளிக்கடை. ஆச்சிமார்கள் மட்டுமின்றி செட்டிநாட்டைச் சுற்றிப் பார்க்க வரும் வெளிநாட்டுப் பெண்களும் இங்கு வாங்க வருகிறார்கள். ஆசையாக வாங்குகிற சேலையைத் தவழத் தவழ கட்டியும் விட்டு வெட்கப்பட வைக்கிறார்கள்.

''கண்டாங்கி சேலையோட ஸ்பெஷலே, பார்டர்தான். 'டெம்பிள் பார்டர்'னு சொல்வாங்க. பார்டர்ல டைமண்ட், கொடி, இலை, ருத்ராட்சம், கோபுரம், அன்னபட்சி, தாமரைப்பூ, யானை, மயில்னு உருவங்கள் வரும். அந்தக்காலத்துல ஆரஞ்சு, மை ஊதா, காப்பிக்கலர், மஞ்சள் நிறங்கள்லதான் கண்டாங்கி சேலைங்க வரும். அரக்குச்சிவப்புல பார்டர் இருக்கும். இப்போ நாகரிகத்துக்குத் தகுந்த மாதிரி நிறைய நிறங்கள் வந்திடுச்சு. மல்டி கலர் கூட நெய்யறோம். காலேஜுக்குப் போற பொண்ணுங்க, மூணு, நாலு கலர் சேந்த புடவைகளைத்தான் விரும்புறாங்க. தன்மையைப் பொறுத்து சேலைகளுக்கு பேரும் இருக்கு. புட்டா, ஊசிக்கோடு, லாங் பார்டர், பிளைன், செக்டு, குண்டுமணி, வாழைத்தார், பாலும் பழமும் ரகங்கள் பழமையானவை. இப்பல்லாம் யாருக்கு என்ன பேரு தோணுதோ அதையே வச்சுக்கிறாங்க. ஏதாவது ஒரு படத்துல நடிகைங்க ஒரு சேலையைக் கட்டுனா அந்த நடிகைங்க பேரையே அந்த சேலைக்கு வச்சிடுறாங்க. சினேகா சேலைன்னு கூட ஒண்ணு வந்திருக்கு. ஆனா, என்ன நவீனம் வந்தாலும் பழமையான நெசவுமுறை, நூல் தரம் மட்டும் இன்னும் மாறவேயில்லை...'' என்கிறார் மீனா.

மீனாவின் கணவர் சேகர் ஜவுளிக்கடையில் வேலை செய்கிறார். மகள் 10ம் வகுப்பு படிக்கிறார். வீட்டு வேலைகளை முடித்து விட்டு 11 மணிக்கு தறியில் அமர்ந்தால் இரவு 8 மணிக்குள் ஒரு சேலை உயிர்த்து விடும். 80க்கு 80 காட்டன் நூல்தான் கண்டாங்கியின் தனித்தன்மைக்குக் காரணம். நூலின் 'கவுண்ட்' அதிகமாக அதிகமாக... சேலையின் மென்மை அதிகரிக்கும். சற்று வயதானவர்கள் 60க்கு 60 சேலையை விரும்புவார்கள்.

காரைக்குடியைச் சுற்றிலும் இருபதுக்கும் மேற்பட்ட கண்டாங்கி நூல் கடைகள் உண்டு. வண்ணம் தோய்த்து, பசையிட்டு, நூலை தயாராக வைத்திருக்கிறார்கள். என்ன வண்ணம், என்ன டிசைன் என்பதை முடிவுசெய்து விட்டு நூலை வாங்கி நேரடியாக தறிக்குக் கொண்டு செல்கிறார்கள். 1 சேலையின் அளவு 6 கஜம். 4 சேலைக்குத் தகுந்த நூலை 1 மடி என்கிறார்கள். மடி, மடியாகத் தான் நூல்கள் கிடைக்கும். பாரம்பரிய பார்டர்களுக்கு ஜக்கார்டு எனப்படும் டிசைன் அட்டை வைத்திருக்கிறார்கள். புதிய டிசைன் தேவைப்பட்டால் அதை வார்த்துத் தர மாஸ்டர்கள் இருக் கிறார்கள். அவர்களை வரவழைத்து அட்டையில் டிசைனை வெட்டி வாங்கி ஜக்கார்டு பெட்டியில் கோர்த்து விடுகிறார்கள். தறியின் விசைக்கு இணங்க அழகான ஓவியமாகப் பதிவாகிறது நூல்.

"நூலை வாங்கியாந்து பாவுக்குத் தனியா, ஊடைக்குத் தனியா பிரிக்கணும். இப்போ சில ஆச்சிங்க ஜரிகை பார்டரெல்லாம் போட்டுக் கேக்குறாங்க. அதையும் நெய்ஞ்சு கொடுக்கிறோம். ஆனா, பாரம்பரிய ரகங்களுக்குத்தான் தேவை அதிகம். முதல்ல நூலைப் பிரிச்சு ஊடைக்காக 'கண்டு' சுத்தணும். அடுத்து மடிப்பு போடணும். அதுக்கு ஒரு கைமெஷின் இருக்கு. பெரிய வீல்ல கோர்த்து மடிக்கனும். அடுத்து அச்சுப் பிணைக்கணும். ஒரு சேலையில பத்தாயிரத்துக்கும் மேற்பட்ட நூல் இழைகள் இருக்கும். அச்சு பிணைச்ச நூலை ஒவ்வொரு இழையா எடுத்து தறியில மிஞ்சியிருக்கிற நூலோட இணைச்சு முடிச்சுப் போடணும். இது மட்டுமே ஒருநாள் வேலை. முதுகெலும்பு முறிஞ்சு போகும். அச்சு பிணைச்சு மடி போட்டுட்டா நெய்யத் தொடங்கிடலாம்..." என்கிறார் விஜயலெட்சுமி.

"நவம்பர்ல இருந்து பொங்கல் வரைக்கும் நெசவு நடக்காது. அந்த நேரங்கள்ல காத்துல ஈரப்பதம் அதிகமா இருக்கும். நூல் ஒண்ணோட ஒண்ணு ஒட்டிக்கும். அதனால அந்த மாதங்கள்ல விற்பனைக்கு முக்கியத்துவம் கொடுப்போம். இந்தியா முழுவதும் நடக்கிற கண்காட்சிகளுக்குப் போவோம். வெளியூர்கள்ல இருக்கிற ஆச்சிங்க மொத்தமா சேலை கேட்டா கொண்டு போய்க் கொடுப்போம். ஜவுளிக்கடைகள்ல ஆர்டர் எடுப்போம். புதுசா டிசைன் ரெடி பண்ணுவோம். சேலை மட்டுமில்லாம கண்டாங்கி பை, சுடிதார் கூட நெய்யுறோம். சென்னை, பெங்களூர்ல இருக்கிற ஃபேஷன் டிசைனர்கள் எல்லாம் இங்கே வந்து பார்த்து ஆர்டர் கொடுப்பாங்க" என்கிறார் விஜயலெட்சுமி.

பிரான்ஸ், இங்கிலாந்து நாடுகளைச் சேர்ந்த ஆய்வாளர்கள் பலர் கண்டாங்கி சேலைக்கு ரெகுலர் கஸ்டமர்கள். இந்தியா வரும்போதெல்லாம் தவறாமல் காரைக்குடி வருவதை வழக்கமாக வைத்திருக்கிறார்கள். அதிகாலை இங்கு வந்து சேலையை வாங்கிக் கட்டிக்கொண்டு, செட்டிநாட்டை ஒரு ரவுண்ட் அடிப்பார்களாம். பிறகு தங்கள் நாட்டுக்குக் கொண்டுபோய் வீட்டு அலங்காரப் பொருளாகவோ, டேபிள் கிளாத்தாகவோ பயன்படுத்துகிறார்கள்.

“நகரத்தார் சமூகத்தில கண்டாங்கிச் சேலைக்குன்னு சில மரபுகள் இருக்கு. கும்பாபிஷேகங்கள் நடக்கிறப்போ வீட்டில பிறந்த பிள்ளைகளுக்கு அண்ணன்காரர் மஞ்சள் நிற கண்டாங்கி எடுத்துக் கொடுக்கணும். பொதுவா மத்த ரகங்கள்ல மஞ்சள் சேலை கட்டினா வெறிக்கும். ஆனா கண்டாங்கி கம்பீரமா எடுத்துக் கொடுக்கும். மங்களகரமாவும் இருக்கும். வெள்ளிக்கிழமைகள்ல சிவப்பு சேலை கட்டுவாங்க. கல்யாணத்தப்போ சீரோட சேர்த்து நாப்பது, அம்பது சேலைகளும் வாங்கி வைப்பாங்க. இப்போ நிறைய பவர்லூம் தறிகள் வந்திடுச்சு. புதுசு புதுசா டிசைன்கள் வருது. சேலையில ஆயில் பிரின்ட்டெல்லாம் பண்றாங்க. ஆனா பாரம்பரியமா கைநெசவு செய்யிற சேலைகளைத்தான் ஆச்சிங்க விரும்புறாங்க. எங்க அப்பத்தா கட்டுன சேலை, ஆயா கட்டுன சேலைன்னு பழைய சேலைகளைக் கொண்டு வந்து அதே நிறத்திலயும், டிசைன்லயும் நெய்ஞ்சு தரக் கேக்குறாங்க. அந்த ஈடுபாட்டாலதான் இன்னைக்கும் இந்தத் தொழில் நிலைச்சிருக்கு” என்கிறார் மீனா.

கைவினைத் தொழில்களின் நசிவுக்குக் காரணமே, அதன் விற்பனை உரிமை உற்பத்தியாளனிடம் இல்லாததுதான். கண்டாங்கி நெசவாளிகள் அந்தப் பேருண்மையைப் புரிந்து வைத்திருக்கிறார்கள். உள்ளூர் மட்டுமின்றி, வெளிநாடுகளிலும் விற்பனையை விரிவு செய்வதற்காக செட்டிநாட்டின் பிற கைத் தொழிலாளர்களையும் ஒருங்கிணைத்து, ‘செட்டிநாடு முதன்மை உற்பத்தியாளர் கம்பெனி’ என்ற நிறுவனத்தையும் தொடங்கியிருக்கிறார்கள். பழமையின் மீது ஆர்வமுள்ளவர்களும், அதை உற்பத்தி செய்பவர்களும், ஆதரவு தருவோரும் ஒருங்கிணைந்து நிற்பதால், பாரம்பரியம் பழுதில்லாமல் தொடர்ந்து கொண்டிருக்கிறது.

41
பவானி ஜமுக்காளம்

ஊத்துக்குளி வெண்ணெய், தூத்துக்குடி முத்து, திருப்பதி லட்டு, பத்தமடை பாயைப்போல பவானிக்கு அடையாளம், ஜமக்காளம். கிழியாத, நசுங்காத, நீடித்து உழைக்கும் தரமான துணி, வேறெங்கும் கைகூடாத கலைத்தன்மை மிகுந்த நெசவுநுட்பம் என ஏகப்பட்ட சிறப்புகளை உள்ளடக்கிய பவானி ஜமக்காளத்துக்கு உலகம் முழுவதும் பெரும் வரவேற்பு. இத்தயாரிப்பு இம்மண்ணுக்கே உரியது என்று உறுதிசெய்யும் புவிசார் குறியீடும் பவானி ஜமக்காளத்தின் முக்கியத்துவத்தை அதிகரிக்கிறது.

ஈரோட்டில் இருந்து மேட்டூர் செல்லும் வழியில் 16வது கிலோ மீட்டரில் இருக்கிறது பவானி. காவிரியும், பவானியும் இணைகூடி சங்கமிக்கும் தலம். பலகோடி வர்த்தகம் செய்யும் நகரத்துக்குரிய எந்த முகாந்திரமும் இன்றி, ஆழ்ந்து மௌனம் காக்கிறது பவானி.

பவானி மட்டுமின்றி சுற்றியுள்ள குருப்பநாயக்கன் பாளையம், சேத்துநாம்பாளையம், பெரிய மோளப்பாளையம், ஜம்பை என

வெ. நீலகண்டன்

100க்கும் மேற்பட்ட கிராமங்களில் தடதடக்கின்றன தறிகள். வீடுகளை ஒட்டி ஓடு வேய்ந்த எளிமையான, வித்தியாசமான நெசவுக்கூடங்கள். விரிவான தரைவிரிப்பு, நீளமான பந்தி ஜமுக்காளம், கால்மிதி என பரபரவென்று நடக்கிறது நெசவு.

சுமார் 5000 தறிகள்.. 20 ஆயிரத்துக்கும் மேற்பட்டோர் ஜமக்காள நெசவுத் தொழில் சார்ந்து வாழ்கிறார்கள். ஒரு தறிக்கு 2பேர் வேண்டும். நான்கு கைகளும் ஒருசேர இயங்கினால் தான் நெசவு நகரும். ஊடை நாடாவை அங்கும், இங்கும் வீசி, வாங்க வேண்டும். 4 அடி ஆழமுள்ள அகன்ற குழிக்குள் நிறுவப் பட்டுள்ளது தறி. அதற்குள் இறங்கி அமர்ந்துகொண்டு பெடலை மிதித்து தறியை இயக்கவேண்டும்.

இந்த குழித்தறியை இயக்குவது எளிதல்ல. முன்னும், பின்னுமாக நகர்ந்து ஓடும் தறியை வயிறால் தடுத்து கட்டுப்படுத்தவேண்டும். பவானி நெசவாளர்கள் அனைவருக்கும், தறியைத் தடுத்து, தடுத்து வயிற்றுப்பகுதி கறுத்துப் போயிருக்கிறது.

"பவானி ஜமக்காளத்தோட சிறப்புக்குக் காரணமே, இந்த குழித்தறி தாங்க. மத்த தறிகளை விட இயக்குறது கொஞ்சம் சிரமம். ஆனா பழகிட்டா காலோட போக்குக்கு ஓடியாரும். ஜக்கார்டு பெட்டி, எம்ப்ராயிடரி அட்டை மாதிரி நவீன சமாச் சாரங்கள் இல்லாம, நெசவுலயே இந்த தறியில டிசைன்கள் போடலாம். பேரு எழுதலாம். படங்கள் போடலாம். கலரு மாத்தி கலரு வித்தியாசம் பண்ணி நெய்யலாம். திக்கான நூல் போட்டு, இறுக்கமா நெய்யிறதால ஜமக்காளம் கிழியாது, நூறு வருஷம் தாங்கும்..." என்கிறார் பவானி சொக்காரம்மன் நகரைச் சேர்ந்த தறி உரிமையாளர் அழகப்பன்.

பவானி ஜமக்காளம் தமிழர் வாழ்க்கையில் பண்பாட்டு ரீதியாக சம்மந்தப்பட்டது. செட்டிநாட்டில் ஜமக்காளம் இல்லாத வீடே இருக்காது. செட்டிநாட்டு வீடுகளுக்குத் தகுந்தாற்போல பிரமாண்டமான ஜமக்காளங்களை ஆர்டர் கொடுத்து வாங்கு வார்கள். திருமணம், நிச்சயதார்த்தம், காதணி விழா எது நடந் தாலும் ஜமக்காள விரிப்பின் மேல்தான். பல சமூகங்களில் பூஜைப் பொருட்களோடு ஜமக்காளத்தையும் வைத்து வணங்கி சுபகாரியங்களைத் தொடங்குவதும் உண்டு. ராமநாதபுரம் வட்டாரத்தில் சீர் பொருட்களோடு ஜமக்காளமும் வைத்தனுப்பும் வழக்கம் இருக்கிறது.

தமிழகத்தை விட கர்நாடகாவில் தான் பவானி ஜமக்காளத்தின் பயன்பாடு அதிகம். தாய்வீட்டு சீதனத்தில் பவானி ஜமக்காளமும் இடம் பெறுகிறது. அறுவடைத் திருவிழாவின் போது புதிய ஜமக்காளத்தில் அறுவடைப் பொருட்களை கொட்டி வைத்து வணங்குவதும் மரபு. குறிப்பாக, லிங்காயத்து மக்களின் எல்லா நிகழ்வுகளிலும் பவானி ஜமக்காளம் முக்கிய இடம்பெறுகிறது. அரசு மருத்துவமனையில் பிரசவத்துக்காக வரும் கர்ப்பிணிகளுக்கு பாய், தலையணையோடு சேர்த்து பவானி ஜமக்காளத்தையும் வழங்குகிறது கர்நாடக அரசு.

ஜமுக்காள விற்பனையை ஒருங்கிணைக்கும் வகையில் 27 கூட்டுறவு சங்கங்கள் பவானியில் இயங்குகின்றன. உலகஅளவில் ஆர்டர்கள் பெற்று, அவர்களை ஈர்க்கும் வகையில் டிசைன்களை உருவாக்கி நெசவாளர்களிடம் நெய்து வாங்கி அனுப்புகிறார்கள். இதுதவிர, ஏராளமான தனியார் விற்பனையாளர்களும் இருக்கிறார்கள். வடமாநிலங்களைச் சேர்ந்த ஏஜெண்டுகள் இவர்களிடம் ஜமக்காளத்தைப் பெற்று வெளி மாநிலங்களுக்கும், வெளிநாடுகளுக்கும் அனுப்புகிறார்கள்.

உலகமே விரும்பும் அளவுக்கு பவானி ஜமக்காளத்தில் அப்படியென்ன சிறப்பு...?

நம்மூருக்குத் தான் இது ஜமக்காளம். வெளிநாடுகளுக்கு, இது கலைப்பொருள். வெளிநாட்டு ஸ்டார் ஓட்டல்கள்ல சுவர் அலங்காரத்துக்கு எல்லாம் இந்த ஜமக்காளங்களை பயன்படுத்துறாங்க. பெட்சீட், டைனிங் டேபிள் சீட்... ஏன் இதுல வர்ற டிசைன்களை மட்டும் கட்பண்ணி பிரேம் போட்டு மாட்டி வைக்கிறாங்க. இந்த அளவுக்கு தடிமனான நூல்ல கைத்தறி மூலமா நெய்யப்படுற துணிகள் உலகத்துல வேறெதுவும் இல்லை.

2க்கு 10 காட்டன் நூலைத் திரிச்சு பாவு கோர்க்குறோம். ஊடைக்கும் 10ம் நம்பர் நூலுதான். பாவு என்ன கலரா இருந்தாலும் அந்த வண்ணம் ஜமக்காளத்தில ஏறாது. ஊடையில போடுற கலர் தான் ஏறும். அந்த அளவுக்கு வித்தியாசமான தறி இது. முறுக்கு நூல் பட்டாக்கரை, கெட்டிச்சாயம், 4 கலர் பட்டை, பட்டை ஆக்ரா, சன்னப்பட்டை, ஏகுண்டு, ஒத்தைப்பட்டை, முறுக்குநூல் பிளைன்... இப்படி ஜமக்காளத்துல ஏகப்பட்ட ரகங்கள் இருக்கு. நெசவுல ஏகப்பட்ட சித்துவேலைகள் செய்யலாம். ஆனா தரத்துல எல்லாமே ஒன்னு தான்...” என்கிறார் ஜமக்காள தயாரிப்பு மற்றும் சில்லறை விற்பனை செய்யும் எஸ்.வி.எல்.கோபாலன்.

இப்படி பலரகங்கள் இருந்தாலும், 4 கலர் பட்டை தான் பாரம்பரிய டிசைன். பச்சை, நீலம், சிவப்பு, மெரூன்.. இந்த நான்கு வண்ணங்களும் ஏற்ற இறக்கங்களோடு வரும். தற்போது, கண்ணைக் கவரும் வகையில் மிக்ஷிங் வண்ணங்கள் எல்லாம் வந்துவிட்டன. இருந்தாலும் இந்த 4 கலர் பட்டைக்கு இருக்கும் வரவேற்பு குறையவில்லை.

பவானியை ஒட்டி நான்கு சாயப்பட்டறைகள் செயல்படுகின்றன. சில தறிமுதலாளிகள் தாங்களே நூலுக்கு வண்ணம் போட்டுக் கொள்கிறார்கள். நூலை வேகவைத்து சாயத்தில் நனைத்து வண்ணமேற்றுகிறார்கள். வண்ணமேறிய நூலை காயவைத்து வைடிங் செய்து தார் சுற்றி ஊடைநாடாவில் கோர்த்து பயன் படுத்துகிறார்கள்.

ஒரு காட்டன் ஜமக்காளம் நெசவுசெய்ய 2 முதல் 4 நாட்கள் ஆகும். பட்டு ஜமக்காளத்துக்கு 1 நாள் போதும். நாளொன்றுக்கு 150 ரூபாய் கூலி கிடைக்கும். வேகமும், நிதானமும் இருந்தால் 500 கூட சம்பாதிக்க முடியும் என்கிறார்கள்.

"இப்போ வர்ற புள்ளைக புதுசு. புதுசா டிசைன் போடுறாங்க. எம்ப்ராய்டரியில செய்யமுடியாத கலையெல்லாம் நெசவுல நடக்குது. நெசவுல ஓவியம் கூட வரையிறாங்க. இப்போ பட்டு ஜமக்காளம், உல்லன் ஜமக்காளமெல்லாம் மார்க்கெட்டுக்கு வந்திருச்சு. காட்டன் பாவுல கோராப்பட்டை ஊடையாக்கி ஓட்டி, டிசைன் போட்டா பட்டு ஜமுக்காளம். லூதியானா, காஷ்மீர்ல இருந்த உல்லன் நூல் வருது. காட்டன் பாவுல உல்லன் நூலை ஊடையாக்கி நெய்யனும். இதை தரை விரிப்பா மட்டுமில்லாம குளிருக்கு போர்வையாவும் உபயோகிக்கலாம். உலகத்தில வேறு எங்கேயும் பட்டு ஜமுக்காள நெசவு இல்லை. மூணறை அடி அகலம், 7அடி நீளம் கொண்ட பட்டு ஜமக்காளம் 1600 ரூபா. 300 ரூபாயில இருந்து சாதா ஜமக்காளம் கிடைக்கும்..." என்கிறார் கோபாலன்.

மாதமொன்றுக்கு பவானியில் 1 லட்சம் சதுர அடி ஜமக்காளம் தயாராகிறது. உருப்படி எண்ணிக்கையில் பார்த்தால் 25 ஆயிரம் தேறும். இதில் பாதி வெளிநாடுகளுக்குச் செல்கிறது.

பவானிக்கும், ஜமக்காளத்துக்கும் அப்படியென்ன பந்தம்...? இந்த தொழிலை தொடங்கி வைத்தவர்கள் யார்...?

கர்நாடகாவை பூர்வீகமாகக் கொண்ட வீரசைவ ஜவுடிப் பண்டாரம் என்று அழைக்கப்படும் லிங்காயத்து சமூகத்தைச் சேர்ந்தவர்கள் தான் ஜமக்காள நெசவை பவானிக்கு கொண்டு வந்தவர்கள்.

"மைசூர் உடையார் காலத்தில, காவிரிக்கரையில் பிராமணர் களை குடியமர்த்தின மாதிரி, பவானிக்கரையில லிங்காயத்துக்களை குடியமர்த்தினாங்க. லிங்காயத்துகள் பிராமணர்களைப் போலவே ஆச்சாரமானவங்க. கழுத்தில எப்பவும் லிங்கத்தை அணிஞ் சிருப்பாங்க. நெசவுதான் அவங்க தொழில். ஆதிகாலத்தில தேவர் களுக்கு உடைநெஞ்சு கொடுத்ததா ஒரு தொன்மக்கதை இருக்கு. கனமான நூல் கொண்டு நெசவு செய்யிறது தான் அவங்க மரபு. அந்தக் காலத்துல அவங்க மட்டும்தான் ஜமக்காளம் நெஞ்சுக் கிட்டிருந்தாங்க. பிற்காலத்துல தேவை அதிகமாக, சேலை, வேட்டி, துண்டு நெஞ்சவங்களும் ஜமக்காள நெசவுக்கு வந்துட்டாங்க. இந்த தொழில் பவானியில ஆழமா வேரோட வேறொரு காரணமும் இருக்கு. பவானி ஆறு... பவானி ஆத்துத்தண்ணியில சாயம் கரைச்சா துணிக்கு மெருகு கூடும். மடமடப்பு துணியிலேயே நிக்கும். தொடக்கத்துல இயற்கை சாயம் போட்டு நெஞ்சிருக்காங்க. காலப்போக்குல ரசாயனம் வந்திடுச்சு. முதல்ல காக்கியும், நீலமும் தான். இதுக்கு சாட்சியா இப்பவும், பவானிக் கூடுதலத்தில பண்டார அப்பச்சி கோவிலுக்குப் பக்கத்தில நீலக்கிடங்கு இருக்கு..." என்கிறார் மல்லயராஜ். ஜமக்காளத் தொழிலை பவானியில் நிறுவிய குடும்பங்களில் மல்லையராஜின் குடும்பமும் ஒன்று. உலகம் முழுதும் பயணித்து பவானி ஜமக்காளத்துக்கு சர்வ தேச மார்க்கெட்டை உருவாக்கியவர் மல்லயராஜின் தகப்பனார் குப்புச்சாமி பண்டாரம் தான் என்கிறார்கள்.

பவானி ஜமக்காளத்துக்குப் போட்டியாக, அண்மைக்காலமாக பவர்லூம் ஜமக்காளங்களும் மார்க்கெட்டில் குவிகின்றன. ஆனால், தரத்தோடு ஒப்பிடுகையில், பவானி ஜமக்காளத்தின் நிழலில் கூட அவை ஒதுங்கமுடியாது.

"கைநெசவுங்கிறதால பவானி ஜமக்காளம் விலை கொஞ்சம் அதிகம் தான். ஆனா விலைக்கு தகுந்த தரமும் இருக்கும். இப்போ சோலாப்பூர்ல இருந்து பவர்லூம் ஜமக்காளங்களை கொண்டு வந்து இறக்குறாங்க. இங்கேயே சேத்துப்பாளையம், அந்தியூர் பகுதிகள்ல பவர்லூம் பேக்டரிகள் போட்டிருக்காங்க. இங்கே உள்ள சில கடைகள்லயே பவர்லூம் ஜமக்காளத்தை பவானி

ஜமக்காளம்ன்னு சொல்லி விக்கிறாங்க. பவர்லூம்ல ஓட்டுற ஜமக்காளம் பாலியஸ்டர் நூல்ல நெய்யிறதால திக்னஸ் கம்மியா இருக்கும். ரொம்ப சீக்கிரம் தொளதொளன்னு ஆயிடும்..." என்கிறார் மாதையன். ஜமக்காளத்தில் டிசைன் போடுவதிலும், எழுத்து வார்ப்பதிலும் வல்லவர்.

நெசவு தொழில்நுட்பத்தில் ஆழங்கால் பட்டவர்களின் எண்ணிக்கை குறைந்து கொண்டே வருகிறது.

காரணம், 100நாள் வேலைவாய்ப்புத் திட்டம். விவசாயத்தை பாதித்தது போலவே பவானி ஜமக்காள நெசவையும் பாதித்திருக்கிறது இத்திட்டம். பெரும்பாலான நெசவாளர்கள் இத்திட்டத்தில் பங்கேற்பதால் நெசவு பின்தங்குவதாக வருந்துகிறார்கள் தறி உரிமையாளர்கள்.

பவானியில், ஜமக்காள நெசவு தொழில்நுட்பக் கல்லூரி ஒன்றை தொடங்கும் திட்டமும் கிடப்பில் போடப்பட்டுள்ளது. பாரம்பரியம் சிதையாமல் நவீன தொழில்நுட்பங்களை புகுத்தி, புதுப்புது டிசைன்களை உருவாக்கி இத்தொழிலை அடுத்த கட்டத்துக்கு கொண்டுசெல்லும் வகையில் கல்வித்திட்டத்தை தயாரித்து ஒரு கல்லூரியை தொடங்கினால் இக்கலைமரபு அழியாமல் காக்கலாம். பவானி மட்டுமின்றி தமிழகத்தின் கலைப்புகழும் உலகெங்கும் நீடித்து நிலைத்து நிற்கும்.

உ. தமிழர் புழங்குப் பொருட்கள்!

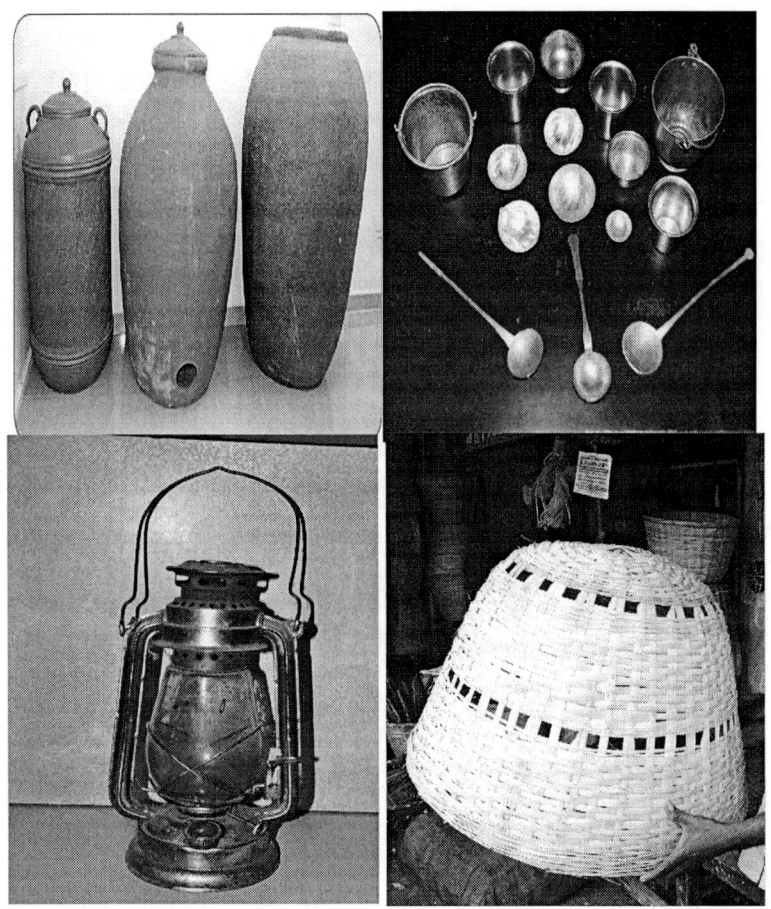

42
அஞ்சறைப்பெட்டியும், வெங்கலக் கூஜாவும்

ஒரு சமூகம் பயன்படுத்திய புழங்கு பொருட்களைக் கொண்டே அவர்களின் நாகரிகத்தையும், வாழ்க்கை முறையையும் கணிக்கிறார்கள் அறிஞர்கள். அகழ்வாராய்ச்சிகளில் கிடைத்த மண்பாண்ட சிதைவுகள், கட்டுமானங்கள் மூலமாகவே சிந்து சமவெளியில் வாழ்ந்த தொல்மக்களின் செழுமையான வரலாறு உலகத்துக்குத் தெரிய வந்தது. தமிழ்ச் சமூகத்துக்கும் அப்படியான வரலாறு உண்டு. ஆனால் அந்த வரலாற்றுக்குச் சாட்சியாக இருக்கிற புழங்கு பொருட்கள் பல இப்போது வழக்கொழிந்து விட்டன. பெரும்பாலான பொருட்கள் வழக்கொழியும் நிலையில் இருக்கின்றன. அப்படியான பொருட்களையும், அவற்றின் பயன்பாடுகளையும் தேடிய பயணம் இது...

அஞ்சறைப் பெட்டி

இது இல்லாவிட்டால் அடுப்படி இயங்காது. பலசரக்கு பொருட்கள் போட்டு வைத்துக்கொள்கிற பெட்டி. எளிதாகத் திறக்க, மூட முடியும். பெண்களுக்கு இது ரகசிய கஜானா.

அஞ்சறைப் பெட்டி வைத்தியம் மூலமாகவே பல நோய்களைத் தீர்த்து விடுவார்கள் பெண்கள். அந்த வகையில் இது மருத்துவப் பெட்டியும் கூட. தகுந்த தட்பவெப்பத்தில் பொருட்களை பாதுகாக்க வல்ல இந்தப் பெட்டியின் இடத்தை எவர்சில்வர் டப்பாக்கள் பிடித்து விட்டன.

வெண்கல கூஜா / செம்பு

பாறைகளில் படிந்திருந்த செப்புத் தாதும், வெள்ளீயத் தாதும் இயற்கையான வெப்ப அழுத்தம் காரணமாக உருகி ஒன்று கலந்து உருவானதே வெண்கலம். ஐயாயிரம் ஆண்டுகளுக்கு முன்பே மனிதன் இதன் மகத்துவத்தை அறிந்திருந்தான். முதலில் ஆயுதங்கள் செய்யப் பயன்படுத்தி, பின்னர் அதன் மகத்துவம் அறிந்து புழங்கு பொருளாக்கினர். கொங்கு நாட்டுப் பகுதியில் விருந்தினர்களுக்கு வெண்கலச் சொம்பில் தண்ணீர் வைப்பது மரபு. வெண்கலச் சொம்பில் வைக்கப்படும் நீர் மருந்தாகும் என்கிறார் போகர். நடு பாகம் அகன்றும், மேல் பாகம் சுருங்கியும் இருப்பது கூஜா. இது சூட்டையும், குளிர்ச்சியையும் தக்க வைக்கும் சக்தி கொண்டது. பிற்காலத்தில் எவர்சில்வர் கூஜாக்கள் வந்தன. நவீன தொழில்நுட்பத்தில் வந்த பிளாஸ்க், இப்போது அதையும் அவசியமற்றதாக்கி விட்டது.

ட்ரங்க் பெட்டி

பீரோக்கள் இல்லாத வீடுகளில் இதுதான் கருவூலம். உடைகள் தொடங்கி, நகைகள், பத்திரங்கள் என மதிப்புள்ள பொருட்களை இந்தப் பெட்டியில்தான் பத்திரப்படுத்துவார்கள். இரும்பால் ஆன இந்தப் பெட்டி மிகவும் உறுதியானது. பாதுகாப்பானது. வீட்டின் பிரதான அறையில் சகல மரியாதையோடு வைக்கப்பட்டிருந்த இந்தப் பெட்டியின் இடத்தை இன்று லாக்கர்களும், பீரோக்களும் பிடித்துவிட்டன. வயதானவர்களை ஒதுக்கி வைப்பதைப் போல, இப்பெட்டியையும் ஒதுக்கி வைத்திருக்கிறார்கள்.

நடைவண்டி

மனிதனின் வளர்ச்சியில் மிகுந்த பங்காற்றிய வாகனம் இது. தவழும் குழந்தை தட்டுத் தடுமாறி எழுந்து இந்த வண்டியைப் பிடித்தபடியே நடை பயிலும். தாய் மாமன் வாங்கித் தர வேண்டிய சீர் பொருட்களில் இதுவும் ஒன்றாக இருந்தது. பெரும்பாலும் நடைவண்டி வேம்பு மரத்தில்தான் செய்யப்படும்.

வசதியுள்ளவர்களின் வீட்டுப் பிள்ளைகள் தேக்கு வண்டி ஓட்டும். இன்று வட்ட வடிவத்தில் இருக்கிற திறந்தநிலை வண்டிக்குள் குழந்தையை இறக்கி விட்டு விடுகிறார்கள். ஒளியும், ஒலியும் குழந்தையை ஈர்க்க, அதன் நகர்வுக்கு ஏற்ப வண்டியும் நகர்கிறது. உதிர்ந்து விறகாகி விட்டன நடைவண்டிகள்.

பாக்கு வெட்டி / பாக்கு உரல்

தஞ்சை மாவட்ட மக்களுக்கு சாப்பாட்டை விட பிரதான மானது தாம்பூலம். நாற்பது வயதுக்கு மேல் உதடு சிவக்காத மனிதர்களையே பார்க்க முடியாது. பல் வலுவாக இருக்கும்போது கொட்டைப் பாக்கு கூழாகிவிடும். வயதாக, வயதாக... அதற்குத்தான் பாக்குவெட்டி. சிறுசிறு துண்டுகளாக வெட்டி வாய்க்குள் அடக்கிக் கொள்வார்கள். அல்லது பாக்குரலில் போட்டு இடித்துக் கொள்வார்கள். இன்றைக்கு ஏகப்பட்ட வாசனைகளோடு தூள் பாக்குகள் வந்துவிட்டன. பாக்குவெட்டியும், உரலும் கண்காட்சிப் பொருளாகி விட்டன.

அகப்பை

கொட்டாங்கச்சியின் கண் பகுதியில் துளையிட்டு மூங்கில் குச்சியை சொருகி உருவாக்கப்படும் கரண்டி. உணவின் தன்மையை பாதுகாக்கவல்லது. முன்பக்கம் சோற்றுக்கு; பின்பக்கம் களிக்கு. அகப்பையை காசு கொடுத்து வாங்கத் தேவையில்லை. பொங்கலுக்கு முன்பாக ஊரில் உள்ள ஆசாரிகள் அகப்பையை தயாரித்து அனைத்து வீடுகளுக்கும் கொண்டு போய் கொடுப்பார்கள். மண்சட்டி சிதையாமல் அகப்பை கொண்டு கிளறுவதே கலை. இன்று எவர்சில்வர் கரண்டிகள், அகப்பையை விளையாட்டுப் பொருளாக்கி விட்டன.

கூடை

பனை, மூங்கில் தண்டுகளில் தோல் உறித்து, அதன்மூலம் முடையப்படும் கூடை, தவிர்க்க இயலாத பயன்பாட்டுப் பொருளாக இருந்தது ஒரு காலம். கூடை முடைதல் மூலம் பல குடும்பங்கள் பிழைத்து வந்தன. விருந்துகளில் சாதத்தை கூடையில் கொண்டு சென்று பரிமாறுவார்கள். நெல், தானியங்கள் அளக்கும் அளவீடாகவும் கூடைகள் இருந்தன. சாதம் வடித்த தண்ணீரில் காகிதங்களை நன்கு ஊற வைத்துக் கூழாக்கி கூடையின் மேல் பூசி பயன்படுத்துவர். பூச்சிகளால் கூடைக்கு சேதாரம்

ஏற்படாது. தானியங்கள் சிதறாது. இன்று இதுவும் தேவையற்ற பொருளாகிவிட்டது.

மத்து

பாலில் உரைக்குத்தி மறுநாள் காலை திரண்டு நிற்கும் தயிரைக் கடைந்து வெண்ணெய் எடுத்து நெய்யாக்கிப் பயன்படுத்தியெல்லாம் ஒரு காலம். பாக்கெட் பாலில் உரை குத்தினால் கலங்கி நீராகி நிற்கிறது. கடைந்தால் மத்தில் வெறுமையே மிஞ்சுகிறது. வெண்ணெய்ப் பசை பிசுபிசுக்க உறிக்கு அருகில் தொங்கிக் கொண்டிருக்கும் மத்துக்கு இன்று வீட்டுக்குள் இடமில்லை. மாடுகள் இல்லாத கிராமத்தில் மத்துக்கு என்ன வேலை...?

பல்லாங்குழி

கிராமத்துப் பொழுதை இதமாக்கும் விளையாட்டு. பெண்ணுக்குக் கொடுக்கும் பிறந்தவீட்டுச் சீரில் தவறாமல் இடம்பெறும். மரத்திலும், உலோகத்திலுமான பல்லாங்குழிக் கட்டைகள் இல்லாத வீடு இருக்கமுடியாது. சில வீடுகளில் தரையில் பல்லாங்குழி பள்ளங்களைத் தோண்டி வைத்திருப்பார்கள். புளியங்கொட்டை அல்லது சோழிகள் கொண்டு விளையாடுவார்கள். இன்று பல்லாங்குழி இருக்கிறது. விளையாட ஆட்களும் இல்லை; நேரமும் இல்லை.

தாயம்

இதுவும் பல்லாங்குழியைப் போல ஒரு 'இண்டோர் கேம்'தான். வீட்டு விசேஷங்களில் உறவுகள் ஒன்று கூடும்போதெல்லாம் தாயத்தால் வீடுகள் களை கட்டும். சோழி அல்லது இரும்பால் ஆன தாயக்குண்டு பயன்படுத்தி விளையாடுவார்கள். விளை யாட ஏதுவாக வீடுகள் கட்டும்போதே முகப்பிலேயே தாயக் கட்டங்கள் போட்டு விடுவார்கள். இறுதிக் கட்டத்தில் மிகுந்த பதைபதைப்பையும், பரபரப்பையும் உருவாக்கும் இந்த விளையாட்டு தொலையும் நிலையில் இருக்கிறது.

சாய்வு நாற்காலி

அசந்து விழுந்தால், தொட்டில் போல உடலைத் தாங்கிக் கொண்டு தாலாட்டும். கனத்த ஜமக்காளத் துணியை மரத்தாலான ஸ்டாண்டில் கோர்த்து உருவாக்கப்படும் இந்த நாற்காலி, போன தலைமுறையோடு தொலைந்து விட்டது. வகைவகையாக வந்து

குவியும் பிளாஸ்டிக் சோபாக்கள், இது கொடுத்த சுகத்தில் கால்பாகத்தைக் கூட தருவதில்லை.

குதிர்

களிமண், வரகு வைக்கோல் சேர்த்து செய்யப்படும் தானியப் பெட்டகம். வீட்டின் உள்ளே, வயிறு நிறைந்த கர்ப்பிணியைப் போல நின்று கொண்டிருக்கும். மேலேயுள்ள சிறு மூடியைத் திறந்து நெல் அல்லது தானியத்தைக் கொட்டி வைப்பார்கள். பூச்சி ஏறாமல், பதம் மாறாமல் தானியத்தை குதிர் பாதுகாக்கும். கீழே சிறிய துவாரமிட்டு கொட்டாங்கச்சியை வைத்து பூசியிருப்பார்கள். தானியம் தேவைப்படும்போது கொட்டாங்கச்சியை பெயர்த்து எடுத்தால் தானாகவே தானியம் கொட்டும். இப்போது தானியச் சேமிப்பே வீடுகளில் அற்றுப் போய்விட்டது. குதிர்கள் அவசியமற்றதாகி விட்டன.

சொளகு/ முறம்

சொளகு சற்று பெரிதாக இருக்கும். முறம் சிறியது. அரிசி உள்ளிட்ட தானியங்களைப் புடைத்து தூசியையும் கற்களையும் பிரிக்கவும், குருணை பிரித்து தனியாக எடுக்கவும் உதவக்கூடிய இயற்கை இயந்திரம் இது. இவற்றைப் பெண்கள் கையாளும் லாவகம் வியப்பூட்டும். பிரித்தவற்றை ஒரே புடையலில் தூக்கிப்போட்டு கைகளில் பிடிப்பார்கள். கரையான், பூச்சிகள் அரிக்காமல் இருக்க சாணத்தைக் கரைத்து மேலே பூசுவார்கள். பேப்பர் கூழை பூசும் வழக்கமும் உண்டு. இப்போது கல், குருணையை நீக்கி எந்திரங்களே சுத்தப்படுத்தி பேக் செய்துவிடுவதால் இவற்றுக்கு இடமில்லை.

வெற்றிலைப் பெட்டி

சில பகுதிகளில் இதைச் செல்லப்பெட்டி என்பார்கள். தம்மாத்தூண்டு பெட்டிக்குள், வெற்றிலை வைக்க, சுண்ணாம்பு வைக்க, புகையிலை வைக்க, பாக்கு வைக்க தனித்தனி அறைகள் உண்டு. செம்பு, வெண்கலம், எவர்சில்வர் என பலவகை வெற்றிலைப் பெட்டிகள் இருந்தன. ஒரு கையில் தாங்கி நடக்கக் குச்சியும், மறுகையில் வெற்றிலைப் பெட்டியுமாகவே பெரியவர்கள் அலைவார்கள். இப்போது பாலிதீன் பேக்குகள் மலிந்து விட்டதால் வெற்றிலைப் பெட்டியை கைவிட்டுவிட்டார்கள்.

ஏர் கலப்பை

இன்றுள்ள நகரத் தலைமுறைக்கு இகலப்பை பற்றித் தெரிந்த அளவுக்கு ஏர் கலப்பை பற்றித் தெரியாது. ஒருகாலத்தில் இதுதான் விவசாயத்தின் ஜீவநாடி. அதிகாலை எழுந்து ஏரைப் பூட்டினால், சூரியன் கடுமை கொள்வதற்கு முன்னால் உழவு முடித்து வீட்டுக்கு வந்துவிடுவார்கள். முகப்பில் மாட்டைப் பூட்டி, அடிபாகத்தில் இருக்கும் இருப்புக்கூர் அழுந்தப் பிடித்துக் கொள்வார்கள். மாடு நடக்க, நடக்க, இரும்புக்கூர் நிலத்தை பெயர்த்தபடி நகரும். உழுது, உழுது மாடுகளின் கால்கள் மண்நிறத்துக்கு மாறிவிடும். இன்று ராட்சத இயந்திரங்கள் மண்ணைக் குதறுகின்றன. கிராமங்களில் மாடுகளே இல்லை. ஏர்க்கலப்பை சுவற்றின் ஓரத்தில் கைவிடப்பட்டுக் கிடக்கிறது.

அம்மி/ ஆட்டுக்கல்

பல வீடுகளில் அம்மியும் ஆட்டுக்கல்லும் இன்னும் இருக்கின்றன. ஆனால் சீண்டுவாரில்லை. மிக்சி, கிரைண்டரின் வருகை, இந்தக் கற்களை அனாதைகளாக்கி விட்டது. இவற்றை மாக்கல், கருங்கற்களில் செய்யவார்கள். அரைக்கப்படும் பொருளோடு சேர்ந்து கல்லின் தன்மையும் உணவில் கலக்கும். உணவு மருந்துமாகும். ஆட்டுக்கல்லில் அரிசியைப் போட்டு பக்கத்தில் கதைப்புத்தகம் வைத்துப் படித்தவாறே அரைத்தெடுப்பார்கள் பெண்கள். கிராமங்களில் அவ்வப்போது ‘அம்மி கொத்தலையோ அம்மி...’ என்ற குரல் ஒலிக்கும். சிறிய உளி கொண்டு லாவகமாகக் கொத்திக் கொத்தி கல்லைப் பதமாக்குவார்கள். இன்று கிராமங்களில் ஒலிக்க எந்தக் குரலுமில்லை. திருமண வீடுகளில் அம்மி மிதிக்கும் பண்பாடு கூட மறைந்து வருகிறது.

ஈருளி

போன தலைமுறை கிராமத்து ஆசாமிகள் இதை அறிவார்கள். பத்துப் பெண்கள் அமர்ந்து பேசிக்கொண்டிருந்தால் எட்டுப்பேரின் கையில் ஈருளி இருக்கும். ஒரு பக்கம் பேசிக்கொண்டே மறுபக்கம் இயல்பாக ஈருளியை தலைமுடியில் நுழைத்து வாருவார்கள். எக்காலமும் உழைப்பு, உழைப்பென்றிருப்பதால் கிராமத்துப் பெண்களுக்கு தலைமுடி பராமரிக்கவெல்லாம் நேரம் இருக்காது. பேனும் ஈறும் குடியேறிவிடும். ஓய்வு நேரத்தில் ஒருவருக்கொருவர் தலைமுடி பிரித்து பேன்களைப் பிடித்துக் கொல்வார்கள். ஈறுகள் அவ்வளவு எளிதில் கைக்கு வராது. அதற்குத்தான் ஈருளி. வேம்பு

அல்லது மஞ்சனத்திக் கட்டையை அழகாக செதுக்கி, ஒரு பக்கத்தில் ஈட்டியைப் போல வகுந்து சீவியிருப்பார்கள். தலைமுடிக்குள் விட்டு இழுக்கும் லாவகத்தில் ஈறுகளை அள்ளிக்கொண்டு வந்துவிடும். இன்று தலைமுடி பராமரிப்பு முதன்மையாகி விட்டதால் ஈறுகள் இல்லை. ஈருளியும் இல்லை.

கயிற்றுக் கட்டில்

கிராமத்து வாழ்க்கையை சுவாரஸ்யப்படுத்தும் அம்சங்களில் இதுவும் ஒன்று. ஒரு தொட்டில் போல உடலைத் தாங்கிக் கொள்ளும். மரநிழலில் கயிற்றுக் கட்டிலைப் போட்டு கால்நீட்டிப் படுத்தால், உடல் அசதியோடு சேர்த்து மன அழுத்தமும் காணாமல் போய்விடும். உடலை உறுத்தாத அளவுக்கு அந்தக் கயிறு மென்மையாகவும் இருக்கும். இன்று மரக்கட்டில்கள், நைலான் கட்டில்கள் வீட்டை ஆக்கிரமித்து விட்டன. கயிற்றுக்கட்டில் காலொடிந்து முடங்கிக் கிடக்கிறது.

கூட்டு வண்டி

ஒரு காலத்தில் இதுதான் கிராமத்துப் பெரிய மனிதர்களின் வாகனம். உள்ளே மெத்தை விரித்து, இருக்கையும் அமைத் திருப்பார்கள். இரண்டு முதல் நான்கு பேர் அமர்ந்து பயணம் செய்யலாம். பின்னால் சிறிய கதவு இருக்கும். அல்லது பட்டுத்துணி போட்டு மூடியிருப்பார்கள். கூட்டு வண்டியை இழுக்க மயிலக் காளைகளே தகுந்தவை. பிற மாடுகளில் இருந்து இவை தனித்து வளர்க்கப்படும். நெடுந்தூரம் நடக்கவும், ஓடவும் வல்லவை இம்மாடுகள். இப்போது கூட்டு வண்டி நிறுத்திய இடங்களை கார்கள் பிடித்துவிட்டன.

கோழிக் குடாப்பு / பஞ்சாரம்

கோழி குடாப்பு என்பது கோழிகளின் வீடு. கோழிமுட்டை வடிவத்தில் அல்லது, செவ்வக வடிவத்தில் களிமண்ணைக் குழைத்து வீட்டுச்சுவரை ஒட்டி கட்டியிருப்பார்கள். உள்ளே மணலை கொட்டி விடுவார்கள். முகப்பில் ஒரு கோழி நுழையும் அளவுக்கு சிறு கதவு இருக்கும். காட்டுப்பூனை, நரிகளிடம் இருந்து கோழிகளை இந்த குடாப்பு காப்பாற்றும். மாலை நேரத்தில் தாமாகவே இந்த குடாப்புக்கு வரும்படி கோழிகளை பழக்கியிருப்பார்கள். பெட்டைக்கோழி இதற்குள்ளாகவே முட்டை போடும். பஞ்சாரம் என்பது கூடையின் இன்னொரு

'வெர்ஷன்'. நன்றாக வெளிச்சமும், காற்றும் உட்புகும் வகையில் இடைவெளியிட்டு முடையப்படுகிற பெரிய கூடை. மூங்கிலால் செய்யப்படும். கிராமங்களில் கோழி வளர்ப்பு பண்ணைத் தொழிலாகிவிட்டது. அதனால் இந்தப் பொருட்களும் நம்மிடம் இருந்து நகர்ந்துவிட்டது.

குஞ்சம்

தவழத் தவழ தலைமுடியைப் பின்னலிட்டு, பின்னலின் முடிவில் குஞ்சம் வைத்துக் கட்டுவது பேரழகு. தலைவிரி கோலமே இப்போது நாகரிகமாகி விட்டதால் குஞ்சத்துக்கு வேலையில்லை. கொஞ்சமே கொஞ்சமாக கிராமங்களில் மட்டும் மிஞ்சியிருக்கிறது குஞ்சம்.

மரக்குதிரை

குழந்தைகளின் கற்பனை உலகத்தை சுவாரஸ்யப்படுத்தும் பொம்மை. இதில் அமரும் குழந்தைகள் ஒரு அரசனின் லாவகத்தோடு குதிரையை இயக்க, முன்னும், பின்னுமாக ஆடி உற்சாகமூட்டும். தேக்கு, பலா, மஞ்சனத்தி மரங்களில் செய்யப்படும் இந்தக் குதிரை இப்போது எங்கோ ஒரு சில இடங்களில் ஆடிக்கொண்டிருக்கிறது. சீனாவிலிருந்து அள்ளிக் கொட்டப்படுகிற எலெக்ட்ரானிக் பொம்மைகள், மரக்குதிரையைக் கொன்றுவிட்டன.

மரக்கால்/படி

கிராமத்து அளவீட்டுப் பொருட்கள். விதைக்க, கூலி அளக்க, விற்க எல்லாவற்றுக்கும் படி மரக்கால் கணக்குதான். 8 சென்ட் நிலத்துக்கு 1 மரக்கால் விதை; 21 மரக்கால் 1 கோட்டை; 120 படி 1 பொதி. இப்படி படி மரக்கால் கணக்கை கிராமத்து மக்கள் மணக்கணக்காக சொல்வார்கள். இது எலெக்ட்ரானிக் யுகம். தராசுகளின் வருகை படி மரக்காலின் தேவையை குறைத்து விட்டது.

மரப்பாச்சி

ஈட்டி மரத்தில் செய்யப்படும் மரப்பாச்சி, பெண் குழந்தைகளின் விருப்பத்துக்குரிய விளையாட்டுப் பொருள். எந்த செயற்கைப் பூச்சுகளும் இல்லாத இந்த பொம்மைகள் மிகவும் பாதுகாப்பானவை. குழந்தைகள் கையில் கிடைப்பனவற்றை வாயில் வைக்கும்

இயல்புள்ளவை. மரப்பாச்சியை வாயில் வைத்தால் அது மருந்தாகி விடும். வயிற்றுவலி, காரணம் தெரியாத அழுகை போன்ற பிரச்னைகளுக்கு மரப்பாச்சியை உரசி அந்த மாவை எடுத்து நாவில் தடவுவார்கள். பிளாஸ்டிக், எலெக்ட்ரானிக் விளையாட்டுப் பொருள்களின் வருகையால் மரப்பாச்சி ஒழிந்துவிட்டது.

பாதாள கரண்டி

குடிக்க, குளிக்க எல்லாப் புழக்கங்களுக்குமே கிணற்று நீரை நம்பியிருக்கும் கிராமங்கள் ஏராளம் உண்டு. அந்த கிராமங்களில் நாலைந்து வீடுகளிலாவது பாதாள கரண்டி கட்டாயம் இருக்கும். கிணற்றில் வாளி, குடங்கள் விழுந்துவிட்டால் உடனடியாக பாதாள கரண்டியை கயிற்றில் கட்டி இறக்கி விடுவார்கள். ஆக்டோபஸ் போல பல கரங்களைக் கொண்ட அதை அங்குமிங்கும் ஆட்ட, ஏதேனும் ஒரு கையில் அந்தப்பொருள் சிக்கிவிடும். அப்படியே மேலே எடுத்து விடுவார்கள். இப்போது கிணறுகள் இருக்கின்றன. தண்ணீர்தான் இல்லை. பாதாள கரண்டிக்கும் தேவை ஏற்படவில்லை.

பத்தாயம்

குதிர் போலவே இதுவும் ஒருவகை நெற்களஞ்சியம். சற்று பெரு விவசாயிகள் பயன்படுத்துவது. தேக்கு, பலா, மஞ்சனத்தி, மா மரங்களில் செய்யப்படும் இந்த பத்தாயத்தில் பல மூட்டை நெல்லைக் கொட்டி வைக்கலாம். நான்கு புறமும் அடைக்கப்பட்ட பத்தாயத்தில் மேலே திறந்து மூடும் வகையில் ஒரு கதவு இருக்கும். அதன் வழியாக நெல்லைக் கொட்டி மூடிவிடுவார்கள். தேவைக்குத் திறக்க கீழே சிறிய கதவொன்று உண்டு. இன்று பத்தாயம் வைக்க இடமில்லாத அளவுக்கு வீடுகளின் அளவு சுருங்கிவிட்டது.

பெட்ரோமாக்ஸ் லைட்

இதுதான் மின்சாரமற்ற கிராமங்களின் மெர்க்குரி லைட். கலைநிகழ்ச்சி, திருவிழா, சுவாமி வீதியுலா, வீட்டு விசேஷங்கள் எல்லாம் பெட்ரோமாக்ஸ் வெளிச்சத்தில்தான் நடக்கும். மண்ணெண்ணெயை வாயுவாக்கி மேண்டில் மூலமாக எரியும் இந்த லைட்கள் எமர்ஜென்ஸி லைட் வெளிச்சத்தில் காணாமல் போய் விட்டன. ஆனால் கவுண்டமணி புண்ணியத்தில் காலத்தால் அழிக்க முடியாதவாறு பெயர் மட்டும் நிலைத்திருக்கிறது.

புளிப்பானை / ஜாடி

புளி இருக்க இருக்கத்தான் ருசி. புதிய புளியில் அதிக ருசியிருக்காது. அதனால் இரண்டு வருடங்களுக்கு வரும் வகையில் மொத்தமாக வாங்கி இருப்பு வைத்து விடுவார்கள். அந்தப் புளியை பதப்படுத்தி, பக்குவமாக்கி பாதுகாப்பதுதான் புளிப்பானை. களிமண்ணில் புளிக்கென்றே செய்யப்படும் இந்த பானை இப்போது வழக்கொழிந்து விட்டது. சீனத்துக் களிமண்ணில் செய்யப்பட்ட ஜாடிகள், புளிப்பானையின் இடத்தைப் பிடித்தன. இப்போது ஜாடிகளும் விளிம்புக்குப் போய்விட்டன.

திருகை

பயறு, உளுந்து போன்ற தானியங்களை உடைத்து பருப்பாக மாற்றுவதற்கான ஒரு கை எந்திரம். கீழே அகன்ற ஒரு கல். நடுவில் ஒரு கம்பு. கம்பில் பொருந்தத்தக்க ஒரு மேற்கல். அதில் ஒரு கைப்பிடி. நடுவில் உள்ள துளையில் தானியத்தைக் கொட்டி மேலுள்ள கல்லைச் சுற்றினால் சேதாரம் இல்லாமல் பயறு பருப்பாகி விடும். பயறு சாகுபடி குறைந்து விட்டதாலும், பெரும்பாலும் எல்லாப் பருப்புகளுமே தேவையான அளவுக்கு பாக்கெட்டில் வந்து விட்டதாலும் திருகை தேவையற்றதாகி விட்டது.

உறி

தயிர், மோர், வெண்ணெயைப் பாதுகாப்பாக வைக்கவும், உரை குத்தி வைக்கவும் பயன்படுத்தும் ஒரு மண்பாண்டக் கோர்வை. ஒன்றின் மேல் ஒன்றாக அடுக்கி உத்தரத்தில் கட்டி வைப்பார்கள். உறி அடித்தல் என்பது கிராமத்து விளையாட்டுகளில் ஒன்று. உறி பயன்பாடு இப்போது வெகுவாக குறைந்துவிட்டது.

ஊ. தமிழர் அடையாளம்!

43
வைத்தூர் வளையல்

'வளே..யல்.. வளேயல்...' உதடுகளை பிரிக்காமல் கூவியபடி, பின்னால் பெட்டியைக் கட்டிக்கொண்டு சைக்கிளை லேசான வேகத்தில் மிதித்துவரும் வளையல் செட்டியாருக்கு உங்களூரில் பெண்கள் ரசிகர் மன்றமே வைத்திருப்பார்கள். குரலிலேயே வசியம் வைத்து கவர்ந்திழுக்கும் இந்த வளையல் செட்டியார்கள் யார்..? இவர்களின் பூர்வீகம் எது?

வாருங்கள்..! வைத்தூருக்குச் செல்லுவோம்.

புதுக்கோட்டையில் இருந்து கந்தர்வக்கோட்டை செல்லும் வழியில் இருக்கிறது வைத்தூர். இந்த சின்ன கிராமத்தில் சுமார் 800 பேர் வளையலும் பெட்டியுமாக வாழ்க்கை நடத்துகிறார்கள். திருச்சிக்குப் பக்கத்தில் வளநாடு, மணப்பாறைக்கு அருகில் இடையப்பட்டி, சிவகங்கையை ஒட்டி கண்டேணி, காரைக்குடி அருகே களத்தூர், மதுரையில் பறையங்குளம். தமிழகத்தில் இந்த பகுதிகளில் மட்டுமே வசிக்கும் வளையல் செட்டியார்களின் வாழ்க்கை ஒரு சின்ன வட்டத்திற்குள்ளாக அடங்கிப் போகும்.

வெ. நீலகண்டன்

எங்கு கிளை பரப்பியிருந்தாலும் வளையல் செட்டியார்களின் வேர் வைத்தூர் தான்.

தமிழர்களின் மொழியில் 'வளையல் செட்டியார்கள்' என்று அழைக்கப்படுகிற இவர்கள் உண்மையில் கவரா நாயுடு சமூகத்தை சேர்ந்தவர்கள். பூர்வீகம் ஆந்திர மாநிலம் வாலிகொண்டாபுரம். அரச விசுவாசம் மிகுந்த இம்மக்கள் ஆதியில் நவாப்புகளிடம் ஒற்றர்களாக பணியாற்றியவர்கள். எதிரி நாடுகளுக்கு சந்தேகம் வராத வகையில் சென்று உளவுத் தகவல்களை சேகரிக்க இவர்கள் கை கொண்டது தான் வளையல் வியாபாரம்.

இவர்கள் தமிழ்நாட்டுக்கு வந்ததும், வளையல் செட்டியார்களாக மாறியதும் தனி வரலாறு.

முகமது அலி வாலாஜா (1749) என்ற நவாப்பின் ஆட்சிக் காலத்தில் திருச்சிராப்பள்ளியை அடுத்துள்ள பச்சைமலை பகுதியில் கொள்ளைக்கூட்டத்தினரின் அட்டகாசம் அதிகமாக இருந்தது. திருச்சி திவான் நிர்வாகத்தால் கொள்ளையர்களை பிடிக்க முடியவில்லை. எனவே கொள்ளையர்களை உளவு பார்க்க முகமது அலியால் திறன்மிகுந்த சில கவராநாயுடுக்கள் ஒற்றர்களாக அனுப்பப்பட்டனர். கொள்ளையர்களுக்கு புரியாத தெலுங்கு மொழி பேசி அவர்களை வளைத்து கைது செய்தார்கள் ஒற்றர்கள். அதனால் அம்மக்களை கௌரவித்து திருச்சி துவாக்குடியில் இடமும் தந்து உபசரித்தார் திவான்.

இவ்விதம் துவாக்குடிக்கு வந்த கவராநாயுடு சமூகத்தினரில் 'தீப்பாச்சி' என்ற இளம் பெண்ணும் ஒருத்தி. அழகும் வயதுக்கு தகுந்த செழிப்பும் கொண்ட இந்த பெண் மேல் திவானுக்கு ஆசை பிறந்தது. முஸ்லீமாக மதம் மாற்றி அப்பெண்ணை திருமணம் செய்து கொள்ள விரும்பினார் திவான். ஆனால் தீப்பாச்சியோ, அவளின் மக்களோ அதை விரும்பவில்லை. மன்றாடி தோற்ற திவான், அன்பால் முடியாததை அதிகாரத்தால் நிறைவேற்ற நினைத்தார்.

'நாளை காலை தீப்பாச்சி மதம் மாறி, மணக்கோலத்தில் காத்திருக்க வேண்டும். நான் அவளை மணம் முடிக்க வருவேன்...' என்று ஆணையிட்ட திவான் பிரமாண்டமான பந்தல் போடவும் உத்தரவிட்டார். தீப்பாச்சியின் காவலுக்கு சில வேட்டை நாய்களையும் நிறுத்தி சென்றார்.

இந்த கொடுமையை சகிக்காத திருப்பாச்சி, நள்ளிரவில் நாய்களை பிடித்து பந்தல்காலில் கட்டி வைத்துவிட்டு தன்

மக்களோடு தப்பினாள். இந்த தகவலை அறிந்த திவான் தன் படைகளுடன் துரத்தி வந்தார். வைத்தூருக்கு அருகில் ஓடிய ஒரு ஆற்றைத் தாண்டினாள் நின்றாள் தீப்பாச்சி. நெருங்கிவிட்டது திவான் படை.

ஆபத்தை உணர்ந்த தீப்பாச்சி, 'நான் கற்புள்ள பெண் என்பது உண்மை என்றால் இந்த ஆறில் அக்னி குழம்பு ஓடட்டும்...' என்று மனமுருகி பிரார்த்திக்க, அந்த ஆறில் தண்ணீர் தீயாக மாற, திவான் மிரண்டு பின்னால் ஓடினார். இந்த சாகசத்தை கண்ட மக்கள் தீப்பாச்சியை கையெடுத்து வணங்க, 'இதுவே இனி உங்களின் மண். நானும் உங்களுடனே உறைந்திருப்பேன்..' என்று கூறிவிட்டு பனைமரக் கூட்டத்திடையே உறைந்து போனாள் தீப்பாச்சி. தீப்பாச்சியின் வாய் வார்த்தை கேட்ட ஆறு இப்போது அக்னியாறு என்று அழைக்கப்படுகிறது. அடாது மழை பெய்தாலும் மண் மூடும் அளவுக்குக் கூட இந்த ஆற்றில் தண்ணீர் வருவதில்லை.

இது தான் கவரா நாயுடுகள் வைத்தூருக்கு வந்த கதை. திவானை பகைத்து வைத்தூர் வந்தபின் இம்மக்களுக்கு பிழைக்க வழி அவசியப்பட்டது. அப்போது கை கொடுத்தது தான் வளையல் வியாபாரம். கவரா நாயுடுக்கள் வளையல் செட்டியாரானார்கள்.

'குளத்துக்கரையிலயும், பெருமாள் கோவில் தெருவுலயும் இப்பவும் நீங்க சூளை பேக்டரிகளை பாக்கலாம். அப்பல்லாம் பிளாஸ்டிக், கண்ணாடியெல்லாம் இல்லை. மண்ணால தான் வளையல் செஞ்சாங்க. ஆனா இன்னைக்கு உள்ள கண்ணாடி வளையலெல்லாம் அந்த பளபளப்பில தோத்துப் போகும் பாருங்க...' கிராமத்து முகப்பில் அமர்ந்திருக்கும் கணேசன் சிலிர்ப்போடு சொல்கிறார்.

கணேசன் சொல்லும் சூளை பேக்டரி மண் பானைகளை வேக வைக்கும் சூளையைப் போன்றது. சுற்றிலும் கற்களை அடுக்கி குருது போன்ற பானையை மேல் வைத்து எரிக்கும் வகையிலானது.

வைத்தூரில் உருவான முதல் வளையல் களிமண்ணால் செய்யப்பட்டது. கையொட்டாத அளவுக்கு களிமண்ணை நீரூற்றி பிசைத்து உருளை வடிவத்தில் செய்து நெருப்பில் சுடப்பட்டது. இதற்கு கங்கணம் என்று பெயர். இந்த கங்கணத்துக்கு பெரிய வரவேற்பு கிடைக்காமல் போக, அடுத்து இவர்கள் கையாண்ட தொழில்நுட்பம் வியப்பானது.

வெ. நீலகண்டன் ✿ 243

தீவிர நீரோட்டமுள்ள காட்டாறுகளின் மேல் ‘உப்புப்படிமம்’ பூப்போல படிந்து மகுந்திருக்கும். சலவைத் தொழிலாளிகள் இந்த உவர் மண்ணை சோப்புத்தூளாக பயன்படுத்துவார்கள். இது தான் வளையலின் மூலப்பொருள்.

‘அந்த உப்பு மண்ணை, சோறு வடிச்ச தண்ணியில நல்லா குழைச்சு ஊற வைக்கனும். மேந்தண்ணி ஈஞ்சின உடனே கீழே சுத்தமான வண்டல் தங்கிடும். அந்த வண்டல்ல தேவையான கலர் சாயக் கட்டிகளைப் போட்டு மண்பானை சூளையில 7 நாள் விடாம எரிக்கணும். ஏழாம் நாளு அந்த மண்ணு, பசை மாதிரி இழுத்தா இழுத்த பக்கம் வரும். அதை கூம்பான ஒரு உருட்டுக்கட்டையில ரவுண்டு, ரவுண்டா சுத்தி காய வைப்பாங்க. 5 நிமிஷம் காஞ்சா வளையல் ரெடி. மண்ணுன்னு நம்பமுடியாது. கண்ணாடி மாதிரி பளபளன்னு முகம் தெரியும். தோள்ல மல்லாரமா கட்டிப் போட்டுக்கிட்டு மெட்ராஸ் வரைக்கும் போயி வித்துட்டு வருவாங்க. புதுக்கோட்டை ராணிக்கு எங்க முன்னோர்கள் செஞ்சு குடுத்த வளையல் இன்னமும் அருங்காட்சியகத்தில இருக்கு. அந்த வளையலோட அழகுல மயங்கி, சூளை எரிக்கிறதுக்காக புதுக்கோட்டை சமஸ்தானத்தில உள்ள காடுகள்ல எங்க வேணுன்னாலும் வெறகு வெட்டிக்க எங்களுக்கு அனுமதி கொடுத்தாரு ராஜா...’ சிலாகிக்கிறார் பிச்சை.

இவர்களின் தொழில்நுட்ப சிறப்பறிந்து பிரிட்டிஷ் ஆட்சி யாளர்கள் தங்கள் நாட்டை சேர்ந்த சிலருக்கு பயிற்சி அளிக்க நிர்ப்பந்திக்க, அதன் மூலம் தொழில் தங்களிடமிருந்து பறிக்கப் பட்டதாகச் சொல்கிறார்கள். பிரிட்டிஷ்காரர்கள் மண் வளையலை ரப்பர் வளையலாக்க, அதன் பின் சேட்டுகளின் கைகளுக்குள் முடங்கியது வளையல் தொழில்.

இப்போது ரப்பர் ஓல்டு பேஷனாகி விட்டது. நைலான், பிளாஸ்டிக், கிளாஸ் என பல்வேறு பரிமாணங்களை கண்ட வளையல்கள் மெட்டல், ஸ்டோன் என அல்ட்ரா மாடர்னாகி விட்டன. ஆக்ரா தான் இப்போது வளையல் உற்பத்தி தலம். அங்கிருந்து வேலூருக்கு மொத்தமாக வரும் வளையலை அங்கு போய் கொள்முதல் செய்கிறார்கள் வைத்தூர்க்காரர்கள். 600க்கும் மேற்பட்டவர்களின் சைக்கிளும், பெட்டியும் இன்னும் மாறவில்லை. இளம் தலைமுறையில் சிலபேர் தள்ளுவண்டி வியாபாரத்துக்கு முன்னேறியிருக்கிறார்கள். இன்னும் ஒரு சிலர் திருவிழாக்களில் ஸ்டேஜ் அடித்து கடை போடுகிறார்கள்.

‘இப்போ 100 ரூபாய்க்கு சரக்கெடுத்தா 30 ரூவாய் லாபம் கிடைக்கும். நரிக்குறவனெல்லாம் வளையல் வியாபாரம் செய்யிறதால தொழிலுக்கு இருந்த தர்மம் போயிடுச்சு. சுத்து வட்டார கோவில்கள்ல திருவிழா நடந்தா பெட்டியை விரிச்சு கடை போடுவோம். சில பேரு ரெண்டு பொட்டிய ஒன்னாப்போட்டு கூட்டு வியாபாரம் செய்வாங்க. பெட்டியில 3 ஆயிரத்துக்கு சரக்கு ஏத்தலாம். தீபாவளி, பொங்கல், ரம்ஜான் நேரத்தில கொஞ்சம் ஆசுவாசமா யாவாரம் நடக்கும்...’ நடக்கும் என்கிறார் சீரங்கன்.

சாதாரண நாட்களில் காலை 6 மணிக்கு சைக்கிளில் பெட்டியைக் கட்டிக்கொண்டு கிளம்பும் இவர்கள் மாலை 6 மணிக்குள் 20 கிலோ மீட்டர் சுற்றி விடுவார்கள். சிலர் ஆங்காங்கே தங்கி மறு நாள் அடுத்த ஊருக்கு செல்வார்கள். ஒருநாளைக்கு 400 ரூபாய் வரை வியாபாரம் ஆகுமாம். செலவு போக 100 ரூபாய் கிடைத்தால் ஜெயம்.

எங்கே சுற்றினாலும் ஆவணி மாதம் ஊருக்கு திரும்பி விடுவார்கள். ஆவணியில் தான் தீப்பாச்சியம்மனுக்கு திருவிழா. மிகவும் சுத்தபத்தமாக இருந்து திருவிழா நடத்துகிறார்கள். திருவிழாக்காலம் தவிர மற்ற நேரத்தில் தீப்பாச்சி உறைந்த இடத்தில் இவர்கள் நடமாடுவதில்லை. தீப்பாச்சி தவிர கஸ்தூரி வாசகர், சீரங்கத்தம்மாள், உருமநாதர், குயில் அங்கம்மா, நாகம்மா ஆகிய மூதாதைகளையும் வணங்குகிறார்கள். வணங்கும் தெய்வங்களை வைத்தே பங்காளி, மாமன், மச்சான் உறவுகளை தீர்மானிக்கிறார்கள். பெருமாள் இவர்கள் அனைவரும் வணங்கும் இஷ்ட தெய்வம்.

மிகவும் கட்டுக்கோப்பான நடமுறைகளை கொண்டது இவர்களின் வாழ்க்கை. 21 காரியக்காரர்கள் தான் எல்லாமும். ஊரில் நடக்கும் நல்லது, கெட்டதுகள் இவர்களின் பார்வையில் தான் நடக்கும். சில வருடங்களுக்கு முன் பெண்கள் 6 மணிக்கு மேல் வெளியில் நடமாடக்கூடாது என்று கூட விதிகள் இருந்தன. இப்போது கொஞ்சம் தளர்ந்துவிட்டன. ஆனால் இப்போதும் பெண்களை உள்ளூர் தாண்டி படிக்க அனுப்புவதில்லை. பெரும்பாலும் 8ம் வகுப்பை தாண்டியதில்லை இவ்வூர் பெண்கள். உள்ளூர் தாண்டி வெளியூருக்கு திருமணம் கூட செய்து தருவ தில்லை. வளையல் விற்கச் செல்லும் இடத்தில் முறைகேடாக நடந்து கொள்ளும் ஆண்களை ஊருக்குள்ளேயே சேர்த்துக் கொள்வதில்லை.

‘வளையல் பொட்டியைக் சைக்கிள்ல கட்டிட்டா கண்ணுல படும் பொண்ணுங்கள்லாம் அக்கா தங்கச்சி முறை தான். புருஷனுக்கு அடுத்து கையை புடிக்கிற உரிமை வளையல் செட்டிக்குத் தான் இருக்கு. அவன் மனசுக்குள்ள வஞ்சகம் இல்லாம கையை தொடனும். எங்காவது தப்பு, கிப்புன்னு பிரச்னை வந்தா ஊருக்குள்ள சேக்க மாட்டோம். அந்த தப்பை செய்யிறவனுக்கு தொழில் விளங்காது. வளைகாப்பு நேரத்தில மேளதாளத்தோட வளையல் செட்டியாரை வீட்டுக்கு அழைச்சிட்டுபோயி வளையல் போட்டுக்குவாங்க. தாய்மாமனா நினைச்சு மாசமா இருக்கிற பொண்ணுங்க கால்ல விழுந்து கும்புடுங்க. அந்த அளவுக்கு புனிதமான தொழில் இது..’ என்கிறார் கணபதி.

காதல் திருமணத்தை இவர்கள் அங்கீகரிப்பதில்லை. பிற இனத்தாரை காதலிப்பவர்களை ஊருக்குள் சேர்ப்பதில்லை. தங்கள் இனத்துக்குள் முறை உள்ளவர்களை காதலித்தால், பையனுக்கு 12 ஆயிரமும், பெண்ணுக்கு 5 ஆயிரமும் அபராதம் வாங்கிக்கொண்டு ஊர்கூடி திருமணம் நடத்தி வைக்கிறார்கள். வியாபாரத்தில் நேரும் வம்பு வழக்குகளும் காரியக்காரர்களை தாண்டி வெளியில் போகாது.

‘லாபமோ, நட்டமோ இன்னைவரைக்கும் வளையல் தொழிலை எங்க கிராமத்தில யாரும் கைவிடலை. வழிவழியா எங்க பிள்ளைகளும் வளையல் பொட்டியத் தான் தெய்வமா கும்புடுதுங்க. எங்க ஊரு சீரங்கன் ஒரு புள்ளைய கஷ்டப்பட்டு எம்பில் வரைக்கும் படிக்கவச்சார். அதே மாதிரி முருகனோட தம்பி குமாரும் காலேஷ்கெல்லாம் போயி படிச்சான். என்ன பிரயோஜனம். ரெண்டு பயலுகளும் பொட்டியக் கட்டிக்கிட்டு தான் சுத்துறானுக. எங்க புள்ளைகளையும் படிக்க வக்க ஆசையாத்தான் இருக்கு. ஆனா ஒருபிள்ளை சைக்கிளை உருட்டாட்டியும் வீட்டில அடுப்பு பொகையாதே.. யாரையும் எதிர்பார்த்து இந்த தொழிலை நாங்க செய்யலை. எங்க முன்னோர்கள் காட்டின வழி இது. இதைத்தவிர வேறதுவும் எங்களுக்குத் தெரியாது...’ என்றபடி சைக்கிளை உருட்டுகிறார் கிருஷ்ணன்.

கிருஷ்ணனின் வார்த்தைகள் தீப்பாச்சியம்மன் உறைந்த பனங்காட்டில் பட்டு எதிரொலிக்கிறது.

44

தியாகராஜபுரம் தொன்னை

வாழைமரம் தமிழர்களின் பண்பாட்டோடு தொடர்புடையது. எந்த சுபகாரியம் நடந்தாலும் வாழைமரத்தைக் கட்டி வரவேற்புக் கொடுப்பது நம் மரபு. கிராமங்களில் வீட்டுக்கு வீடு வாழைமரம் இருக்கும். அதன்பயன்பாடு ஒன்று இரண்டல்ல. திடீரென வீட்டுக்கு விருந்தாளி வந்து விட்டார்களா...? புத்தம் புதிதாக ஒரு தலைவாழை இலையை வெட்டி விருந்து வைப்பார்கள். தங்கத்தட்டில் விருந்து வைத்தாலும் தலைவாலை இலை விருந்துக்கு ஈடாகாது. வயிற்றை மட்டுமின்றி மனதையும் குளிரச்செய்யும். எந்த ஏற்பாடும் இல்லாத தருணத்தில் திடீர் விருந்தாளிகள் வந்துவிட்டால், தஞ்சை வட்டார மக்கள் பதற மாட்டார்கள். வாழையில் பூ தள்ளியிருந்தால் அதை ஒடித்து, துவட்டி விடுவார்கள். வாழைப்பூ வடை ருசிக்கு ருசி. மருந்துக்கு மருந்து. குழை தள்ளியிருந்தால் இரண்டு காயைப் பறித்து வறுத்து விடுவார்கள். குழை வெட்டிய மரமிருந்தால் தண்டை பெயர்த்தெடுத்து பொறித்து விடுவார்கள். ஒன்றுமே இல்லையா, வாழ்க்காயைப் பறித்து சுட்டு துவையல் அரைத்து விடுவார்கள்.

வாழை ஒரு கற்பக விருட்சம். அதன் ஒவ்வொரு அங்கமும் பயன்படத்தக்கது. வாழை இலை தொடங்கி, காய்ந்து தொங்கும் சருகுகள் வரை எல்லாமே காசு. வாழையிலை சருகில் உருவாக்கப்படும் தொன்னைகள் மிகுந்த மருத்துவ குணமிக்கவை.

கும்பகோணத்தை அடுத்துள்ள தியாகராஜபுரத்தில் வசிக்கும் 140 குடும்பங்கள் வாழைத் தொன்னை செய்து இந்தியா முழுவதும் அனுப்புகிறார்கள். இத்தொன்னைகள் மூலமாகவே கோவில்களில் பிரசாதங்கள் வழங்கப்படுகின்றன. இப்போது பானிப்பூரிக் கடைகளில் கூட தொன்னைகள் பயன்பாட்டுக்கு வந்துவிட்டன.

தஞ்சை மாவட்டத்தில் பல்லாயிரம் ஏக்கரில் வாழை பயிரிடப்படுகிறது. மரம் வளர, வளர இலைகள் பழுத்து, காய்ந்து ஒடிந்து தொங்கத் தொடங்கும். ஈரம் காயாத அதிகாலையில் அச்சருகுகளை வெட்டிச் சேகரிக்கிறார்கள்.

"1000 சருகு 400 ரூபா. வெட்டி எடுத்துட்டு வந்து, தனியா தரம் பிரிச்சு, மடிச்சு வெட்டிக்குவோம். தென்னை மர ஓலைகளைப் பிய்ச்சு, கிழிச்சு அந்தக் குச்சியை வச்சுத் தைப்போம். கீழே ஒரு ஏடு, மேலே ஒரு ஏடு.. ஒரு இலைக்கு ரெண்டு தொன்னை செய்யலாம்.. ஒருநாளைக்கு ஒருத்தர் 2000 தொன்னை தைக்கலாம்.." என்கிறார் 30 ஆண்டுகளாக தொன்னை தயாரித்து விற்கும் வீரமணி.

மதுரை, திருச்சி பகுதிகளில் உள்ள ஏஜெண்டுகள் தொன்னைகளை வீட்டுக்கே வந்து மொத்தமாக கொள்முதல் செய்து கொள்கிறார்கள். 100 தொன்னை 25 ரூபாய்க்கு விற்கிறார்கள். ஏஜெண்டுகள் கோவில்களுக்கு சப்ளை செய்கிறார்கள்.

"ஒரு காலத்துல திருப்பதிக்கே நாங்க தான் தொன்னை அனுப்புனோம். அதுக்கு பெரிய முதலீடு தேவைப்பட்டுச்சு. அது மட்டுமில்லாம, இந்த வட்டாரத்துல தண்ணிப்பிரச்னை காரணமா, வாழைச்சாகுபடி குறைஞ்சுக்கிட்டே வருது. வாழைமர வேரு பலமில்லாம நிக்கும். லேசா காத்தடிச்சாலே சரிஞ்சு விழுந்தும்... அதுமாதிரி விழுந்துட்டா தொழிலும் விழுந்துரும். ரெகுலரா திருப்பதிக்கு சப்ளை பண்ணமுடியலே...' என்கிறார் கலியபெருமாள்.

நேரடியாக சருகு வாங்கிவந்து தொன்னை செய்பவர்கள் இருக்கிறார்கள். பலர் கூலிக்கு தொன்னை தைத்துத் தருகிறார்கள்.

1000 தொன்னை தைத்தால் 50 ரூபாய் கூலி. பெண்கள் வீட்டில் அமர்ந்தபடியே நாளொன்றுக்கு 100 ரூபாய் வருமானம் ஈட்டி விடுகிறார்கள்.

"எங்க சமூகத்தில வயசுக்கு வந்துட்டா பெண்களை வெளியில வேலைக்கு அனுப்பமாட்டோம். கைவினைத் தொழில்கள்ல எங்க ஆட்களுக்கு ஆர்வம் அதிகம். அந்தக்காலத்துல வீட்டுல சும்மா இருக்க பிடிக்காம பெண்கள் ஆரம்பிச்சுவச்ச தொழில் இது. இன்னைக்கு எங்க வாழ்வாதாரமாவே மாறிப்போச்சு. காத்து மழை, எதைப்பத்தியும் கவலையில்லை. சருகு மட்டும் கிடைச்சுட்டா போதும். பொருளுக்குத் தேவை எப்பவும் இருக்கு. இப்போ சருகு கொஞ்சம் டிமாண்டா இருக்கு. திருச்சி, கடலூர் பகுதிகள்ல போயி வாங்கிட்டு வர்றோம்...' என்கிறார் வீரமணி.

வாழைத் தொன்னையில் உணவிட்டுச் சாப்பிடுவது வயிறை குளுமைப்படுத்துவதோடு, உடல் சூட்டையும் சமப்படுத்தும் என்கிறார்கள் சித்த மருத்துவர்கள். ஒரு சமூகத்தொழிலாக விளங்கும் தொன்னை தயாரிப்பை அரசு சிறுதொழிலாக அங்கீகரித்து கடன் வசதிகள் ஏற்படுத்தித் தரவேண்டும் என்பது இம்மக்களின் கோரிக்கை. 'அதன்மூலம் தொழிலை இயந்திரமயமாக்க முடியும். கைகளால் தயாரிப்பதைப் போல பத்துமடங்கு அதிகம் தயாரிக்கலாம்...' என்கிறார்கள் தியாகராஜபுரம் மக்கள்.

45

திருப்பனந்தாள் விசிறி

அனலைக் கிளப்புகிறது கோடைவெயில். என்னதான் ஏசி, ஏர்கூலர் எல்லாம் வைத்திருந்தாலும், அதை இயக்க மின்சாரம் வேண்டுமே..? எட்டுமணி நேரம், பத்துமணி நேரம் என்று பவர்கட் பாடாய்ப்படுத்துகிறது. வியர்வை நசநசப்பில் கட்டி, வியர்க்குரு, அம்மை என வராத நோயெல்லாம் வருகிறது.

இந்த அவலத்துக்கெல்லாம் தீர்வு தருகிறது திருப்பனந்தாள்.

மாப்பிள்ளை விசிறி, பங்கா விசிறி, வலக்கை விசிறி, இடக்கை விசிறி, ராஜாவிசிறி என வகைவகையாக பனையோலை விசிறிகளை உற்பத்தி செய்கிறார்கள் திருப்பனந்தாள் மக்கள்.

தமிழகத்தின் பல பகுதிகளில் விசிறிகள் தயாரிக்கப்படுகின்றன. ஆனால் திருப்பனந்தாள் விசிறி கலைநயத்தோடு உருவாக்கப்படுகிறது. சுற்றிலும் அருகு என்ற பனையோலைப் பூ மூலம் அழகு செய்கிறார்கள். அதனால், வியர்வை விரட்டியாக மட்டுமின்றி, கலைப்பொருளாகவும் அவதாரம் எடுத்து வெளிநாட்டுப் பயணிகளை ஈர்க்கின்றன இந்த விசிறிகள்.

திருப்பனந்தாள் என்ற பெயரே பனைசார்ந்த காரணப்பெயர். பனந்தாள் என்றால் பனைஓலை. இங்கு குடியிருக்கும் ஈசன் பனங்காடேஸ்வரர். ஊர்நிறைய பனைமரங்கள் அடர்ந்து நிற்கின்றன. சோழன் கோச்சங்கன் காலத்தில் பனங்காடேஸ்வரருக்கு தேர்செய்வதற்காக ராஜேந்திரபுரத்தில் இருந்து அழைத்துவரப்பட்ட கைவினைஞர்கள், அப்பணி முடிந்தபிறகு நிறைந்திருந்த பனைமரத்தை மூலதனமாகக் கொண்டு தொழில்களை மேற்கொண்டனர். அவ்விதம் உருவானது தான் விசிறித் தொழில்.

இஸ்லாமிய சகோதரர்களின் திருமணத்தில் ஊர்வலம் போகும்போது முறைமைக்காரர்கள் மாப்பிள்ளைக்கு 'மாப்பிள்ளை விசிறி'யால் விசிறி விட வேண்டும் என்பது மரபு. எவ்வளவு நகைநட்டுப் போட்டாலும் மாப்பிள்ளை விசிறி இல்லையென்றால் வருத்தம் வந்துவிடும். இந்துக்கள் திருமணத்திலும் காசியாத்திரை செல்லும்போது விசிறி கொண்டு வீசுவது மரபு. அதனால் மாப்பிள்ளை விசிறிக்கு எக்காலமும் தேவை இருக்கிறது.

"ஒருஆள் உயரமுள்ள பனங்குட்டியில தான் மாப்பிள்ளை விசிறிக்கு ஓலை வெட்டனும். வெட்டியதும் ஓலைக்காம்புல உள்ள கருக்கை சீவிடனும். இல்லைன்னா கையை கிழிச்சிரும். அப்புறம் ஓலையை சைஸ் பண்ணி வட்டமா வெட்டனும். ஓலை வெட்டுற கத்தி சொனையா இருக்கனும். நரசிங்கம்பேட்டை கத்திதான் தகும். ரவுண்டு பண்ணி வெட்டுன ஓலையை கொஞ்சநேரத்துக்கு வெயில்ல காயவைக்கனும். காஞ்சதும் தண்ணியில நனைச்சு, எல்லா ஓலையையும் விரிச்சுவிட்டு அதுமேல செங்கல்ல வைக்கனும். பெறவு ஓலையை பினிஷ் பண்ணி நடுவில தென்னங்குச்சியை வச்சு ஊசிநூலால தைக்கனும். இப்போ ஸ்ட்ரிப்பா நிக்கும்.

அடுத்து துணி அலங்காரம். சூரத்ல இருந்து பட்டு, ஜிகினாத்துணிகள் வருது. அதை விசிறிக்கு தகுந்த அளவில கட்பண்ணி மேல வச்சு அழகா தச்சிருவோம். விசிறி காம்புல மணிகளை கோர்த்து அழகுபடுத்துவோம். சைடுகள்ல ஜிகினாப் பேப்பரை கட் பண்ணி ஒட்டுவோம். இந்த விசிறி 65ல இருந்து 100ரூபா வரைக்கும் விக்கிது.' என்கிறார் மனோகரன்.

மனோகரன் குடும்பமே விசிறி தயாரிப்பில் ஈடுபட்டுள்ளது. பையனும், பொண்ணும் கல்லூரியில் படிக்கிறார்கள். ஓய்வுநேரம், விடுமுறைக் காலங்களில் அவர்களும் ஓலைக்கு மத்தியில் அமர்ந்து விடுகிறார்கள்.

பாங்கா விசிறிக்கும் நீண்ட நெடு பாரம்பரியம் உண்டு. கோவில் விஷேசக் காலங்களிலும், உற்சவ நேரத்திலும் இறைவனுக்கு வீசுவது பாங்காவிசிறி தான். திருமட ஆதினங்களும் பாங்கா விசிறியைத்தான் பயன்படுத்துகிறார்கள். பணக்காரர்கள் இவ்விசிறியை வீட்டு அலங்காரப் பொருளாகவும் மாட்டி வைப்பதுண்டாம். அரைக்கோள வடிவத்தில் பிரமாண்டமாக இருக்கிறது. கைநுழைத்து விசிறும் வண்ணம், காம்பை கைபிடிபோல் வளைத்து வைத்திருக்கிறார்கள். விசிறியெங்கும் அங்குலம், அங்குலமாக அழகு செய்கிறார்கள். 200 முதல் 2000 வரை விற்கிறார்கள்.

"பாங்காவிசிறி செய்ய பனைமரத்தோட குருத்து மடல்கள்ல உள்ள ஓலை வேணும். ரத்தம் சிதறாம பனையேறி இறங்கமுடியாது. மரத்தோட செதிலு, கருக்கு, ஓலை.. ஏதாவது ஒன்னு உடம்பை பதம் பாத்திரும். ஓலையை வெட்டி விரிச்சு, காயவச்சு, அருகு சுத்திச் செய்யனும். மத்த விசிறிகள் மாதிரி அலட்சியம் காட்டமுடியாது. சில ஒழுங்குகள் இருக்கு. மற்ற விசிறிகள்ல கால்படும். மிதிச்சு செய்ய வேண்டியிருக்கும். ஆனா இதில கால்களே படக்கூடாது. சுத்தபத்தமா செய்யனும். லேசா ஒருஓலை சிதைஞ்சாலும் விசிறியைத் தூக்கி வீசுருவோம். கோவில் கருவறைகளுக்கும், ஆதின கர்த்தர்களுக்கும் போற விசிறி இது. அதனால பயம், பத்திரமா செய்வோம். தயாரிப்பு, மாப்பிள்ளை விசிறி மாதிரிதான். ஆனா கொஞ்சம் கூடுதலா அழகுபடுத்துவோம். பனைமரத்துக் குருத்தோலையை தனித்தனியா சீவி, பதப்படுத்தி பச்சை, ரோஸ், சிவப்பு கலர்களை ஏத்தி பூக்கள் பின்னுவோம். கிட்டத்தட்ட வயர் கூடை பின்னுற மாதிரி. இந்த வேலைகளை பெண்கள் செய்வாங்க. விசிறியோட ரெண்டு பக்கமும் அந்த ஓலைப்பூவை வச்சு தைப்போம். கடைசியா ஓலையோட காம்பை கொரடால தட்டி வளைச்சு கைபிடியா மாத்தி தச்சிருவோம். சாமரம் மாதிரி கம்பீரமா இருக்கும். நாலைஞ்சு வருஷத்துக்கு தாங்கும். திருப்பனந்தாள் மடம், காசிமடம், பேரூர்மடம், திருவாவடுதுறை ஆதீனங்கள் எல்லாருக்கும் நாங்கதான் பங்கா விசிறி அனுப்பு வோம். தமிழகத்தில உள்ள பெருங்கோவில்கள்ல நாங்க தயாரிச்ச பங்காவைத் தான் சுவாமிகளுக்கு பயன்படுத்துறாங்க. மதுராபுரி கிருஷ்ணருக்கு ஒவ்வொரு வருஷமும் ரெண்டு விசிறி அனுப்பிருவோம்..." என்கிறார் மனோகரன்.

பாங்காவிசிறி வெளி மார்க்கெட்டில் விற்கப்படுவதில்லை. ஆதீனங்கள், கோவில்களில் இருந்து நேரடியாக வந்து வாங்கிக்

கொள்கிறார்கள். கும்பகோணம் வரும் சுற்றுலாப் பயணிகளை கைடுகள் திருப்பனந்தாள் அழைத்துச் சென்று பாங்கா விசிறி வாங்கித்தந்து வியப்பூட்டுகிறார்கள். வலதுகை பழக்கமுள்ளவர்கள் கை உறுத்தாமல் விசிற வலக்கை விசிறியும் கிடைக்கிறது.

பனைஓலைக் காற்று உடல்சூடை சமப்படுத்தும் என்கிறது இயற்கை மருத்துவம். மனக்குழப்பத்தை அகற்றி நல்ல உறக்கத்தையும் தருமாம். மின் கட்டணம், பஸ் கட்டணம், விலைவாசி உயர்வால் வயிறு எரிந்து சூடு அதிகமாகி மனக்குழப்பத்தால் தவிர்ப்பவர்கள் திருப்பனந்தாள் பாங்கா விசிறியை வாங்கி விசிறிக் கொண்டு நிம்மதியாக தூங்குங்கள்.

46

தஞ்சாவூர் தலையாட்டிப் பொம்மை

பெரிதினும் பெரிதென வானுயர்ந்து நிற்கும் பிரகதீஸ்வரர் கோவில். அழகுமிளிரும் ஐம்பொன் சிலைகள், கலைத்தட்டு, மரபு ஓவியங்கள் வரிசையில், தஞ்சாவூரின் தனித்தன்மைகளில் ஒன்று, தலையாட்டிப் பொம்மை. குழந்தைகளின் விளையாட்டுப் பொருளாக உருவான தலையாட்டிப் பொம்மை, கலைப்பொருள் பெருமை பெற்று, தஞ்சைக்கே அடையாளமாக மாறிவிட்டது.

பொம்மை தயாரிப்பில் உலகுக்கு முன்னோடியாக இருந்தவர்கள் தமிழர்கள் தான். தமிழகத்தில் நடத்தப்பட்ட அகழ்வாய்வுகளில் மிகப்பழமையான சுடுமண் பொம்மைகள் மீட்கப்பட்டுள்ளன. சிந்துச்சமவெளி நாகரீக அகழ்வுக்களத்திலும் மண் பொம்மைகள் கிடைத்துள்ளன. ஆனால், தலையாட்டி பொம்மை மராட்டியர்கள் அளித்த கொடை. காகிதக்கூழ் வகையைச் சேர்ந்தது.

தஞ்சையை ஆண்ட இரண்டாம் சரபோஜி மன்னர் மிகச்சிறந்த கலாரசிகர். உலகில் இருந்த புகழ்பெற்ற சிற்பிகள், கைவினைஞர்களை எல்லாம் தஞ்சைக்கு அழைத்து சிறப்பு

செய்தவர். புகழ்பெற்ற சிற்பியான பிளாக்ஸ்மெனை அழைத்துவந்து வெண் பளிங்குக்கற்களில் தன் உருவத்தையே செதுக்கச் செய்தார். இன்றும் அவரது கலையார்வத்துக்குச் சான்றாக தஞ்சாவூர் அரண்மனையில் நிற்கிறது அந்தசிலை.

இவர், தனதுமகன் சிவாஜிக்காக, விளையாட்டாக அறிவுபு கட்டும் வகையில் ஒரு பொம்மை உருவாக்கித் தறுமாறு தனது அரண்மனை கைவினைஞர்களிடம் கோரிக்கை விடுத்தார். மன்னனின் கோரிக்கையை ஏற்று, 'வாழ்க்கையில் தடைகள் வந்து வீழும்போதெல்லாம் வீறுகொண்டு எழவேண்டும்' என்ற தத்துவத்தை உள்ளடக்கி தலையாட்டி பொம்மையை அக்கலைஞர்கள் உருவாக்கித் தந்ததாகச் சொல்கிறார்கள் மராட்டிய ஆய்வாளர்கள்.

தொடக்கத்தில் மண்பணி செய்யும் வேளார்கள் தான் தலையாட்டி பொம்மையையும் செய்துள்ளார்கள். இடையில் பொம்மைத் தொழில் பெரும் நலிவைச் சந்திக்க ஓரிருவர் தவிர மற்றவர்கள் வேறுதொழில் நாடிச்சென்று விட்டனர். கலையார்வம் மிகுந்த மாயவரம் கோவிந்தராஜ் செட்டியார் என்பவர் தான் இத்தொழிலை மீட்டுருவாக்கம் செய்துள்ளார். இப்போது பொம்மை செய்யும் பலரும் இவரிடம் பயிற்சி பெற்றவர்கள் தான்.

தலையாட்டிப் பொம்மையில் இரண்டு பாகங்கள் உண்டு. கீழ்பாகம், குண்டு. மேல்பாகம் உடல். குண்டு வயற்காட்டு படுமை மண்ணால் செய்யப்படுகிறது. உடல், பேப்பர் மாவு, சாக்பீஸ்மாவு கலந்து செய்கிறார்கள். அடிப்பாகம் கனமாகவும், மேல்பாகவும் லேசாகவும் இருப்பதால் சாய்ந்தவுடன் தானாக நிமிர்ந்து கொள்கிறது பொம்மை.

'குண்டு தான் தலையாட்டிப் பொம்மையோட முக்கிய பாகம். இது கொஞ்சம் முன்னப்பின்ன ஆயிட்டா பொம்மை சாயாது. சாஞ்சா நிமிராது. படுகை மண்ணை வேர் கலைஞ்சு சுத்தமாக்கி, நடுத்தரமா பிசைஞ்சு, கையில ஒட்டாத பதத்துக்கு நிழல்ல உலர்த்தி, அச்சுல அள்ளிவச்சு மட்டம் தட்டி சுத்திலும் உள்ள மண்ணை எடுத்திரனும். இப்போ கொட்டாங்கச்சி மாதிரி ஆயிடும். அதை வெயில்ல உலர்த்தனும்...' என்று குண்டு செய்யும் நுட்பத்தை விளக்குகிறார் அம்மன்பேட்டையைச் சேர்ந்த ராஜூ. ராஜூ கோவிந்தராஜ் செட்டியாரின் மாணவர். இவரின் மகன் தினேஷ்குமார் இப்போது முனைப்புடன் இந்தத் தொழிலை செய்கிறார்.

உடல்பாகம் செய்ய மிகவும் பொறுமை வேண்டும். இப்பாகத்தை இருவிதமாகச் செய்கிறார்கள். ராஜூ, பேப்பர் மாவோடு குளத்துப் பொருக்கு மண் கலந்து செய்கிறார். மாரியம்மன் கோவிலில் பொம்மை செய்யும் பூபதி, பிரபு போன்றோர் பேப்பர் மாவோடு சாக்பீஸ் மாவு கலந்து செய்கிறார்கள்.

பேப்பரை மொத்தமாக வாங்கி, சீயக்காய் அரைக்கும் மிஷினில் மாவாக அரைத்து இருப்பு வைத்துக் கொள்கிறார்கள். பொருக்கு மண், வறண்ட குளத்தில் வெடிப்பு விழுந்த பகுதிகளில் வெட்டி எடுக்கப்படுகிறது. இதை விலை கொடுத்து வாங்குகிறார்கள்.

இவற்றைக் கலந்து பதப்படுத்துவதில் தான் பொம்மையின் நுட்பம் இருக்கிறது.

'முதல்ல பொருக்கு மண்ணை சுத்தப்படுத்தி ஊறப்போடனும். நல்லா நொதிச்சு ஊறினபிறகு அரைமணி நேரம் கரைக்கனும். கரையக்கரைய பாயாசம் பதத்துக்கு வரும். உள்ளே கிடக்குற கட்டிகளை பிழிஞ்சு எடுத்துட்டு, மண்ணுக்கு 2 பங்கு பேப்பர் மாவு போட்டு பிசையனும். பிசைஞ்ச மாவை ஒரு சாக்குலமேல போட்டு கட்டிகள் கரையுற அளவுக்கு மிதிக்கனும். ஈரத்தை சாக்கு ஈஞ்சிறும். மண்ணுல கருப்பு கூடிடும். சப்பாத்தி மாவு பதத்துக்கு கொண்டு வந்து அடை அறுக்கனும்...' பேசிக்கொண்டே மாவை தயார்படுத்துகிறார் தினேஷ்.

மாவை உருட்டி, சப்பாத்திக் கட்டையில் தேய்த்து, அச்சுக்கு தருந்தவாறு முக்கோண ஷேப்பில் அறுப்பது தான் அடை அறுத்தல். ராட்டியை எரித்து அந்த சாம்பலை ஒரு லேசான துணியில் கட்டி வைத்துக் கொள்கிறார்கள். அச்சில் ஒட்டாமல் இருக்க அதை லேசாக உதறுகிறார்கள். கொட்டிய சாம்பல் அச்சுக்கும், மாவுக்கும் இடையில் தடையாக படிகிறது.

தலை, கண், மூக்கு வார்த்து பிளாஸ்டர் ஆப் பாரீசால் செய்யப்பட்ட அச்சு தான் பொம்மைக்கான முக்கிய தொழிற்கருவி. மாவை அதில் வைத்து மூடித்திறக்க, வடிவம் வார்க்கப்பட்டு உடலின் முக்கால் பாகம் ரெடியாகி விடுகிறது. அரைமணி நேரம் உலரவைத்து, சுற்றிலும் பிசிறு எடுக்கிறார்கள். மறுநாள் உடலும், குண்டும் இணைகிறது. துண்டுப் பேப்பரை மைதாப்பசையில் நனைத்து இரண்டுக்கும் ஒட்டுப்போடுகிறார்கள். ஒட்டு உறுதியானதும் வண்ணம் தீட்டல்.

வண்ணப்பொடியோடு கருவேல மரக்கோந்து கலந்து தீட்டி, மெல்லிய பிரஷ் கொண்டு கண் திறந்தால் உயிர்பெற்று

விழுந்தெழுகிறது பொம்மை. முகத்துக்கு ரோஸ், உடலுக்கு ஊதா, சிவப்பு வண்ணத்திற்கு விதிகள் உண்டு. மராட்டியர் காலத்தில், அவுரிவேர், படிகாரம், கடுக்காய் கொண்டு தயாரிக்கப்பட்ட இயற்கை வண்ணங்களைத் தீட்டியுள்ளார்கள். வாயில் வைத்தாலும் குழந்தைகளை பாதிக்காமல் இருப்பதற்கான ஏற்பாடு. இன்று, தலையாட்டிப் பொம்மை ஷோகேஸ் பொம்மையாகி விட்டதால் அதற்கான தேவையில்லை.

மண் பொம்மையை விட சாக்பவுடர் கொண்டு செய்யப்படும் பொம்மை நேர்த்தியாக உள்ளது. வேலையும் குறைவு. சாக்பவுடர், பேப்பர் மாவு, கருவேலங்கோந்து... கலந்து செய்து ஆயில் பெயிண்ட் பூசுகிறார்கள். பளீரென ஈர்க்கிறது. இது எளிதில் உடையாது.

ஆனாலும் என்னதான் பார்த்துப் பார்த்து அழகூட்டினாலும் கிடைக்கும் விலை வியர்வைக்கு சமமாக இல்லை என்கிறார்கள். 10 முதல் 15 ரூபாய் தான். அதைவாங்கிச் செல்லும் வியாபாரிகள் 50 ரூபாய் வரை விற்கிறார்கள்.

தொடக்கத்தில், தலையாட்டிப் பொம்மை என்றால் ராஜா ராணி தான்... இன்று கோமாளி, கிறிஸ்துமஸ் தாத்தா, செட்டியார் ஆச்சி, கிருஷ்ணர் என கரங்களின் கற்பனைக்கு ஏற்றவாறு உருவங்கள் உருவாகின்றன. தலையோடு சேர்த்து பாவாடை, உடல், கைகளையும் ஆட்டும் நடனப்பாவை பொம்மைக்குத் தான் இப்போது வரவேற்பு.

‘மதுரையில இருந்து பிளாஸ்டிக் தலையாட்டி பொம்மை வருது. விலை குறைவுங்கிறதால பலபேர் அதைத்தான் விரும்புறாங்க. ஆனா வெளிநாட்டுப் பயணிகள் மண் பொம்மையைத் தான் கேட்டு வாங்குறாங்க. நடனப்பாவை பொம்மையை வியப்பாப் பாக்குறாங்க... செங்கல்பட்டு, சிங்கப்பெருமாள் கோவில் பகுதிகள்ல இந்தப்பொம்மைகள் நிறைய செய்யிறாங்க. அங்கே போய் கத்துக்கிட்டு வந்த சிலபேர் இங்கே செஞ்சாலும் தேவை இருக்கிற அளவுக்கு உற்பத்தி இல்லை... வங்கிக்கடன் மாதிரி உதவிகள் கிடைச்சா இதை வெளிநாடுகளுக்குக் கூட ஏற்றுமதி செய்யலாம்...’ என்கிறார் பெரியகோவிலில் தலையாட்டிப் பொம்மைக் கடைநடத்தும் ரமேஷ்.

வடக்குவாசல் பாலு மட்டும்தான் இப்போது நடனமங்கை பொம்மை செய்கிறார். ரமேஷ் போன்ற சில வியாபாரிகள் இவருக்கு உதவுகிறார்கள். ஐந்து பகுதிகளாக செய்து இணைக்கப்படும்

நடனமங்கை பொம்மை, சிறிய கம்பிகளில் 'பேலன்ஸ்' செய்து தொங்கியபடியே ஊசலாடுகிறது. பிளாஸ்டர் ஆப் பாரீஸ் மாவு, அட்டைப்பெட்டி மாவு, கிழங்கு மாவு கலவையால் இப்பொம்மை செய்யப்படுகிறது.

'கால், பாவாடை, உடம்பு, தலை, கையின்னு தனித்தனியா செஞ்சு ஒரு கம்பியில எல்லாதையும் நிறுத்தனும். கம்பியை பேலன்ஸ் பண்றது தான் சிக்கலான வேலை. நிறைய ஆர்டர் வருது.. போதிய இடவசதி, முதலீடு பண்ற வசதிகள் இல்லாததால பெரிசா செய்யமுடியலே...' என்கிறார் பாலு.

பாலுவின் மனைவி, அம்மா, மூன்று பிள்ளைகள் ஆளுக்கொன்றாக வேலையை பகிர்ந்து செய்தாலே ஒருநாளைக்கு 25 பொம்மைகள் தான் செய்யமுடிகிறது. ஒரு பொம்மை 50 ரூபாய்க்கு வியாபாரிகளுக்குத் தருகிறார்.

மராட்டியக் கலையான பொய்க்கால் குதிரையில், பேப்பர் மாவைப் பயன்படுத்தியே குதிரையைச் செய்கிறார்கள். அதன் தொடர்ச்சியாகவே தலையாட்டிப் பொம்மை உருவாகியிருக்கலாம் என்கிறார்கள் ஆய்வாளர்கள். பென்டென், ஹீமேன், சூப்பர்மேன் என சைனாவில் இருந்து குவியும் எலெக்ட்ரானிக் பொம்மைகள் நம் குழந்தைகளின் விளையாட்டுக்களை அபகரித்துவிட்டன. 'விழுந்தாலும் எழுந்து நில்' என்ற உயரிய தத்துவத்தை போதிக்கும் தலையாட்டிப் பொம்மை குழந்தைகளிடம் இருந்து அந்நியப்பட்டு விட்டது. கலைத்தட்டு, தஞ்சை மரபு ஓவியக்கலையைப் போலவே இப்பொம்மை தயாரிப்பும் மெல்ல, மெல்ல அருகி வருகிறது. அம்மன்பேட்டை, மாரியம்மன் கோவில் பகுதிகளில் 7 குடும்பங்கள் மட்டுமே இத்தொழிலை செய்கின்றன. தினேஷ்குமார், பிரபு தவிர இளைஞர்கள் யாரும் இத்தொழிலில் இல்லை. காகிதக்கூழ் பொருட்களுக்கு என தொடங்கப்பட்ட கூட்டுறவு சொசைட்டி எதையும் சாதிக்கவில்லை.

தலையாட்டிப் பொம்மை, வெறும் பொம்மை மட்டுமல்ல. பழமை வாய்ந்த ஒரு கலாச்சாரத்தின் அடையாளம். வரலாற்றுச் சான்று. இதைப்போற்றி பாதுகாக்க, இளம் தலைமுறைக்கு பயிற்சி அளிக்க, ஏற்றுமதி வாய்ப்புகளை உருவாக்க ஆவண செய்யவேண்டும் என்பதற்காகவே இந்தக் கட்டுரையை இங்கே ஆவணப்படுத்துகிறோம்.

47

தஞ்சாவூர் தட்டு

பெருமை, கௌரவம், உபசரிப்பு, மரியாதையின் வெளிப்பாடு தஞ்சாவூர் தட்டு

தலையாட்டிப் பொம்மை, வீணை வரிசையில் தமிழகத்தின் கலைநகரான தஞ்சாவூரின் மகத்தான அடையாளங்களில் ஒன்று தஞ்சாவூர் கலைத்தட்டு. பெருமை, கௌரவம், உபசரிப்பு, மரியாதையின் வெளிப்பாடாக கருதப்படும் இந்த கலைத்தட்டில் தஞ்சைக்கே உரித்தான நுண்கலையும், கைவினைத் திறனும், கற்பனையும், தெய்வீக அம்சமும் நிறைந்திருக்கிறது. சுவரை அலங்கரிக்கும் தனித் தட்டாகவும், பூஜையறைகளில் வைத்து வணங்கப்படும் இறை உருவாகவும், கேடங்களாகவும், நினைவுப்பரிசுகளாகவும், சின்னங்களாகவும் உருவாக்கப்படுகிற இந்தக் கலைத்தட்டு புவிசார் காப்பீட்டு உரிமையையும் பெற்றிருக்கிறது.

எப்பொருளையும் கலைப்பொருளாக்கும் நுட்பம் தமிழ்க் கலைஞர்களுக்கு உண்டு. புல்லில் இருந்து கற்கள் வரை எல்லாவற்றிலும் தமிழர்களின் முத்திரை ஆழப் பதிந்திருக்கிறது.

வெ. நீலகண்டன்

உலகம், உலோகங்களை ஆயுதங்களாக செய்து குவித்த வேளையில், தமிழ்க் கலைஞன் அதில் தெய்வீக உரு வார்த்தான்.

பண்டைய தமிழ் அரசர்கள் தாமிரப் பட்டயங்களில் வரலாறு எழுதினார்கள். சோழதேசத்துக் கலைஞர்கள் ஐம்பொன்னில் தெய்வத் திருமேனிகளுக்கு உயிர் கொடுத்து உலவவிட்டார்கள். இறைவனுக்குப் படையலிடும் தாம்பளங்களிலும், திருமஞ்சனம் செய்யும் குடங்களிலும் புடைப்புச் சிற்பங்களை உருவாக்கி இறைவனுக்கு நெருக்கமாக கலையை மதிப்பூட்டினார்கள். உலோகத்தில் தம் தேசக் கலைஞர்கள் வடிக்கும் அற்புதம் பொருந்திய கலைப்பொருட்களை தோழமை மன்னர்களுக்கு வழங்கி பெருமிதம் கொண்டார்கள் பேரரசர்கள். அவ்விதம் தங்கள் கலையென காட்டி ஆளுமைகள் பெருமைத் தேடிக்கொண்ட கலைப்பொருட்களில் ஒன்றுதான் தஞ்சாவூர் கலைத்தட்டு.

பித்தளை, செம்பு, வெள்ளி... இது மூன்றும் தான் தஞ்சாவூர் கலைத்தட்டின் உள்ளடக்கம். கட்டியாகவும், தகடாகவும் இருக்கும் உலோகங்களை சிறுகச் சிறுகச் செதுக்கி இறைத்தன்மை கொடுத்து விடுகிறார்கள் தஞ்சைக் கலைஞர்கள்.

“ராஜராஜன் காலத்துல பெரியகோவில் கட்டுமான வேலைக்காக பல்வேறு நகரங்கள்ல இருந்து அழைச்சிக்கிட்டு வரப்பட்ட விஸ்வகர்மாக்கள், கோவில் பணிகள் முடிஞ்சபிறகே தஞ்சையிலயும், பக்கத்து கிராமங்கள்லயும் தங்கி வெவ்வேற வேலைகள்ல ஈடுபட்டாங்க. கம்மாளர்கள்ல ஒரு பிரிவினர், பொன் வேலை செய்யும் வேலையை தேர்வு செஞ்சாங்க. ஒரு பிரிவு கலைப் பொருட்கள் செய்ய ஆரம்பிச்சாங்க. கம்மாளர்களை, பஞ்சாலத்தார், அஞ்சு பஞ்சாலத்தார், ரதிகாரர், ஸ்தபதி, தட்டான், பெருந்தட்டான், தட்சன், பெருஞ்தச்சன், கொல்லன், பெருங்கொல்லன்னு பல பெயர்கள்ல குறிப்பிடுறாங்க. ராஜராஜன் காலத்துல போர் வெற்றிச் செய்திகளையும், மெய்க்கீர்த்திகளையும் தாமிரப் பட்டயங்கள்ல எழுதுற வழக்கம் இருந்துச்சு. அதன் தொடர்ச்சி தான் இந்தக்கலை.

கோவில்கள்ல வழிபாட்டுக்குப் பயன்படுத்துற தட்டுக்கள், குடங்கள்ல சோழ மரபுப்படியான சிற்பங்களை புடைப்பு வடிவத்தில செஞ்சு பொருத்தி மதிப்பூட்டுறது வழக்கம். அந்தக் கலையில மயங்கிய ராஜராஜ சோழன், தட்டுக்கள்ல தங்களோட சின்னத்தையும், செய்திகளையும் பொதிக்கச் செய்து, சீனாவுக்கும்

பிற நாட்டு தோழமை மன்னர்களுக்கும் நினைவுப்பரிசுகளா அனுப்பினதா எங்களுக்கு மூத்தவங்க சொன்னதுண்டு. ராஜராஜனுக்குப் பிறகு அவரோட மகன் ராஜேந்திரனும் இந்தக் கலையை உற்சாகப்படுத்தி வளர்த்ததா சொல்வாங்க. அதுக்கெல்லாம் இப்போ ஆதாரங்கள் இல்லை. சோழர்களுக்குப் பிறகு வந்த விஜய நகரத்து மன்னர்களும், மராட்டியர்களும் இந்தக் கலையை போற்றி வளர்த்திருக்காங்க. காலப்போக்குல இதன் மகிமை குறைஞ்சு போச்சு...” என்கிறார் பல தலைமுறைகளாக கலைத்தட்டு தயாரிக்கும் தொழிலைச் செய்யும் ராஜமாணிக்கம்.

சோழர் காலங்களில் கலைத்தட்டு பற்றிய செய்திகள் செவி வழியாக சொல்லப்பட்டாலும், மராட்டியர் வரலாற்றில் இருந்தே ஆதரப்பூர்வமாக பதிவாகியிருக்கின்றன. பிரதாபசிம்மன், அமரசிம்மன் போன்ற மராட்டிய மன்னர்கள் இந்தக்கலையை வளர்த்திருக்கிறார்கள். அதை உறுதிப்படுத்துகிறார் வரலாற்று ஆய்வாளர் குடவாயில் பாலசுப்பிரமணியன்.

“பித்தளைத் தட்டில் வெள்ளி, செம்பு பயன்படுத்தி செய்யும் கலைப்படைப்புகள் மராட்டியர் காலத்தில் பெரும் செல்வாக்குப் பெற்றிருந்தன. இறைவனுக்கு வழிபாட்டுப் பொருட்களைக் கொண்டு செல்லும் தட்டுக்கள், அபிஷேக நீர் கொண்டு செல்லும் குடங்கள் உலோகங்களால் சிறப்புற அலங்கரிக்கப்பட்டுள்ளன. தஞ்சையின் மன்னனாக இருந்த அமரசிம்மன் பிரிட்டிஷாரை எதிர்த்தான். அதனால் சூழ்ச்சி செய்து, அவர்களுக்கு ஆதரவாளனாக இருந்த சரபோஜியை மன்னராக்கிய பிரிட்டிஷார், அமரசிம்மனை திருவிடைமருதூருக்கு விரட்டினார்கள். அங்கிருந்தும் கம்மாளர்களை வளர்த்திருக்கிறான் அமரசிம்மன். அக்காலத்திய கலை வேலைப்பாடு பொருந்திய தட்டுக்கள் திருவிடைமருதூர் கோவிலில் இப்போதும் பாதுகாக்கப்படுகின்றன. மராட்டியர்கள் ஆதரவு கொடுத்தாலும் இக்கலையில் ஈடுபட்டது முழுக்க தமிழ் கம்மாளர்கள் தான். அதனால், மராட்டியர்களுக்கு முன்பிருந்தே இக்கலை இருந்திருக்க வாய்ப்புண்டு. ஆனால் அதற்கு ஆதாரங்கள் ஏதுமில்லை...” என்கிறார் அவர்.

கைவினைப் பொருட்களுக்காகவே உருவாக்கப்பட்ட பூம்புகார் நிறுவனம் கலைத்தொட்டு தொழிலின் கொஞ்ச நஞ்ச உயிரைக் காப்பாற்றிக் கொண்டிருக்கிறது. அந்நிறுவனத்தில் 10க்கும் மேற்பட்ட கலைஞர்கள் கலைத்தட்டு செய்கிறார்கள். தெற்கு வீதி, கம்மாளர் தெரு, சீனிவாச நகர் போன்ற பகுதிகளில் பலர் தனித்தனியாக

இத்தட்டுக்களை உருவாக்கி விற்பனை செய்கிறார்கள். கல்வி நிறுவனங்கள், அரசியல் கட்சிகள் வழங்கும் நினைவுப்பரிசுக்கான ஆர்டர்களே இப்போது அதிகம் கிடைக்கிறது.

“இன்னைக்கு தஞ்சாவூர் கலைத்தட்டு இல்லாத வீடுகளே இல்லைன்னு சொல்லலாம். பூஜைப்பொருளா, ஷீல்டா, கேடயமா, நினைவுப்பரிசா ஏதோ ஒரு வடிவத்தில இது வீடுகள்ல இருக்கும். 6 இஞ்ச்ல இருந்து 24 இஞ்ச் வரைக்கும் பல அளவுகள்ல இதை செய்யுறோம். 4 கிராம்ல இருந்து 200 கிராம் வரைக்கும் விலைக்கும் அளவுக்கும் தகுந்தமாதிரி வெள்ளி சேர்ப்போம். வேலைக்குத் தகுந்த காசுங்கிறதை விட சேக்குற உலோகத்துக்குத் தகுந்த காசு தான் விலை. கட்டுபடியாகுதோ இல்லையோ, ஒரு கலையா இதை மதிச்சி செஞ்சுக்கிட்டிருக்கோம்...” சற்று ஆதங்கம் தொனிக்கப் பேசுகிறார் லோகநாதன். இளம் தலைமுறைக் கலைஞர். தம் கைவினைத் திறனுக்காக ஏகப்பட்ட விருதுகளைக் குவித்திருக்கிறார்.

“பொதுவா கலைத்தட்டுங்கிறது, அழகு செய்யப்பட்ட ஒரு பித்தளைத் தட்டு. நடுவில, வட்டமா ஒரு தெய்வ உருவம். அது சுத்தமான வெள்ளியில செய்யிறது. சுற்றிலும் மரபுப்படியான அலங்கார வளைவுகள். அது வெள்ளியிலயும் செம்புலயும் செய்யிறது. அவ்வளவு தான். மொத்தமான அலுமினியத் தகடு வாங்கிடுவோம். வாங்கி, தேவையான சைஸ்க்கு காம்போஸ்ல வட்டம் இழுத்து உளி வச்சு வெட்டி சமப்படுத்திக்குவோம். இதுதான் முதல் வேலை...

அரக்குப்பலகைன்னு ஒரு பலகை இருக்கு. ஒரு அகன்ற சட்டிமாதிரி மரத்துல செஞ்சு அது முழுக்க அரக்கை ஊத்தி நிரப்பி வச்சிருப்போம். வெட்டின பித்தளைத் தட்டை நல்லா சூடாக்கி, அந்த அரக்குப்பலகையில வச்சுட்டா அரக்கு உருகி தட்டை கெட்டியா பிடிச்சுக்கும். வேலை செய்யும்போது அசையாது. அதுல வச்சுத்தான் டிசைனிங் வேலையெல்லாம்...

முதல்ல பிளான் போட்டுக்கனும். நடுவுல வெட்டுப்புரை வச்சு காடி எடுக்கனும். எல்லாமே மென்மையான வேலை. கொஞ்சம் அழுத்தமான தட்டினாக்கூட சொட்டை விழுந்திடும். வலிக்காம தட்டனும்.

காடி எடுத்து முடிஞ்சதும் வெள்ளி சீட்டைப் பொருத்தனும். அந்த வெள்ளி சீட்டு தான் தஞ்சாவூர் தட்டுக்கான அடையாளம்.

பொதுவா தஞ்சாவூர் தட்டுன்னா மயில், நடராஜர் உருவம் தான். காலப்போக்குல லெட்சுமி, சரஸ்வதி, பிள்ளையார்ன்னு எல்லா சாமிகளையும் வைக்க ஆரம்பிச்சாச்சு. இப்போ தலைவர்கள், நடிகர்கள் படங்கள் கூட வைக்கச் சொல்றாங்க. எல்லாத்துக்கும் அச்சு இருக்கு. தேவைன்னா அச்சு ரெடி பண்ணிக்குவோம். வெள்ளியில சாமி உருவம் செய்யிறதே ஒரு தனிக்கலை.

கட்டியா வர்ற வெள்ளியை முதல்ல மெஷின்ல கொடுத்து பேப்பர் சைஸ்க்கு தகடா மாத்திடுவோம். வெள்ளி தகட்டை அந்த அச்சுல வச்சு அழுத்தினா அதுல உருவம் பதிஞ்சிடும். தனியா எடுத்து கொஞ்சம் நகாசு வேலை செய்வோம். பிறகு பின்பக்கத்துல அரக்கு வச்சு பித்தளை தட்டு காடிக்குள்ள சொருகி விட்டிடுவோம். இந்த அரக்கு, பேப்பர் கனத்துக்கு இருக்கிற வெள்ளியை உறுதியாக்கிடும். குங்குலியத்தை நல்லா நுனுக்கி, அடுப்புல வச்சு நல்லெண்ணெய் ஊத்தி கிண்டி தயார் பண்ற அரக்கு இது.

நடுவுல சாமி உருவம் பொருத்தின பிறகு சைடு அலங்காரம். அதுக்கும் அச்சுக்கள் செஞ்சு வச்சிருக்கோம். இந்த அச்சுக்களை அனுபவமுள்ள கம்மாளர்கள் மட்டும் தான் செய்ய முடியும். ஒரு புள்ளி நகர்ந்தா கூட உருவம் மாறிப்போகும். பார்வைக்கு எதிர்ப்பதத்துல தலைகீழா செய்யனும். குறிப்பா சொல்லனுன்னா, கண்ணைக் கட்டிக்கிட்டு செய்யிற மாதிரி. தரமான அச்சுத்தான் தட்டோட அழகுக்கு அடிப்படை. வெள்ளி, செம்பு தகடுகளை அச்சுல வச்சு அழுத்தி நகலெடுத்து நகாசு பண்ணி அதையும் தட்டோட மேற்பகுதியில காடி எடுத்து சொருகிடுவோம். எதுக்கும் பசை தடவுறதில்லை. ஆணி, ஸ்குரு போட்டு இறுக்கிறதில்லை. எல்லாமே நீள, அகலம் பாத்து காடி எடுத்துப் பொருத்துறது தான். இந்த வேலை எல்லாம் முடிஞ்சபிறகு, மெருகு போடுறது... பூந்திக்கொட்டையை ஊறவச்சு அதுல தட்டை ஊறவச்சு பிரஷை வச்சுத் தேய்ச்சு கழுவுவோம். அவ்வளவு தான். பழமையும், பாரம்பரியமும், பெருமையும் கொண்ட தஞ்சாவூர் தட்டு தயார்...” என்கிறார் வெங்கடேசன்.

300 ரூபாயில் இருந்து 30 ஆயிரம் வரைக்கும் தஞ்சாவூர் கலைத்தட்டு கிடைக்கிறது. வெளிமார்க்கெட்டில் விலை அதிகமிருந்தாலும், கர்த்தாக்களுக்குக் கிடைக்கும் கூலி என்னவோ குறைவு தான். ஒரு தட்டுக்கு 30 ரூபாய் கூலி. ஒரு நாளைக்கு 5 தட்டுக்கள் செய்ய முடியும். ஒரு அற்புதமான கலையை கட்டிக் காப்பாற்றும் கலைஞனுக்குக் கிடைக்கும் அதிகப்பட்ச கூலி 150 ரூபாய்.

கலையை மேம்படுத்தவும், பொருளுக்கு விற்பனை வாய்ப்புகளை உருவாக்கித் தரவும், உற்பத்திக்கு தகுந்த விலை பெற்றுத்தரவும் கோருகிறார்கள் கலைத்தட்டு கலைஞர்கள். பெரும்பாலானவர்கள் பொன் வேலைக்குப் போய்விட்டார்கள். சிலர் தொழிலை விட்டே அகன்று தொழில் நகரங்களுக்குப் போய் தொடர்பில்லாத வேலையைச் செய்கிறார்கள்.

நூற்றுக்கணக்கான கலைஞர்கள் செய்து வந்த தொழில் இப்போது சில பத்துப் பேர்களால் மட்டுமே செய்மயப்படுகிறது. அரசர்கள் பொன்னும் பொருளும் அள்ளிக்கொடுத்து காப்பாற்றிய கலை, காப்பார் இன்றி நசிந்து கொண்டே வருகிறது. கைவினைத் தொழில்களுக்காகவும், கலைக்காகவும் இயங்கும் அமைப்புகளும், நிறுவனங்களும் இக்கலைஞர்களின் குரலுக்கு செவி சாய்க்க வேண்டும்!

48

நாகர்கோவில் கோவில் நகைகள்

தமிழர்களின் கலைப்பெருமைக்கு உலகம் முழுதும் பொக்கிஷங்களாக கருதி பாதுகாக்கப்பட்டு வரும் பல்வேறு அரிய பொருட்களே சான்று. விழிக்குப் புலப்படாத நுணுக்கமான பொருட்களில் கூட தங்களை கைத்திறனை புகுத்தி கலைப்பொருளாக்கும் திறன்மிக்க கலைஞர்கள் தமிழகத்தில் இருக்கிறார்கள். மண்புதைந்து சிதைந்து கிடக்கும் கல்லைக்கூட கடவுளாக உருமாற்றும் வல்லமை மிக்கது அவர்களின் கரங்கள்.

அப்படியான கலைக்கரங்கள் நிறைந்து வாழும் நகரங்களில் நாகர்கோவில் பிரதானமானது. நாகர்கோவிலை ஒட்டியுள்ள வடசேரி பகுதியில் உருவாகும் கோவில்நகைகள் உலகப்புகழ் பெற்றவை. புகழ்பெற்ற பல அருங்காட்சியகங்களில் நாகர்கோவில் கோவில்நகைகள் இடம்பெற்றுள்ளன. அபூர்வக் கலையம்சம், நுணுக்கமான வேலைப்பாடுகள், கற்பனைக்கு எட்டாத டிசைன்கள் என இந்நகைகளுக்கு ஏகப்பட்ட தனித்துவங்கள் உண்டு.

இறைவனை, தந்தையாக, மகனாக, காதலனாக கருதி கசிந்துருகுவதும், அபூர்வ பொருட்களை எல்லாம் இறைவனுக்குப்

வெ. நீலகண்டன் 265

படைத்து வழிபடுபதும் தமிழரின் வழிபாட்டு மரபு. அதன் நீட்சியே இறைவனுக்கு நிகழ்த்தப்படும் அலங்காரங்களும். அக்காலத்தில் அரசர்கள் சொக்கத்தங்கத்திலும், உயர்ஜாதி கற்களிலும் நகைகளை செதுக்கி இறைவனுக்கு அணிவித்து அடிபணிந்தார்கள். மதுரை மீனாட்சியம்மன், திருப்பதி வெங்கடாஜலபதி, ஸ்ரீரங்கம் ரங்கநாதர் கோவில்களில் இன்றளவும் அந்நகைகள் புழங்குவதைப் பார்க்கலாம். அண்மையில் திருவனந்தபுரம் பத்மநாபசுவாமி கோவிலில் குவியல், குவியலாக தங்க, வைர நகைகள் அள்ளப்பட்டன. அந்த நகையோடு தொடர்புடையவர்கள் தான் நாகர்கோவில் கோவில்நகை செய்யும் கலைஞர்கள்.

"எங்க மூதாதைகள் திருவிதாங்கூர் சமஸ்தான ஆட்சிக்காலத்தில திருவனந்தபுரத்துல வாழ்ந்தவங்க. நகை செய்யும் கலைஞர்களுக்கு வீடு, மானியமெல்லாம் தந்து அரசர்கள் கோவில்களுக்குப் பக்கத்தில குடி வச்சிருந்தாங்க. இன்னைக்கு பத்மநாபசுவாமி கோவில் பொக்கிஷ அறைகள்ல இருந்து எடுக்கப்படுற நகைகள் அனைத்தும் எங்க மூதாதைகள் கரம்பட்டு உருவானது தான். அந்தக்காலத்தில கோவில்கள் வழிபாட்டுத் தலமா மட்டுமில்லாம கருவூலமாவும் இருந்திருக்கு. பொக்கிஷங்களை கோவில்கள்ல பொருளா வைக்காம இறைவனுக்கு உரிய அலங்காரப் பொருட்களா மாத்தி வச்சாங்க. அதனால தான் படையெடுத்து வர்ற மன்னர்கள் முதல்ல கோவில்களைக் குறிவச்சு தாக்கினாங்க. அப்படி நடந்த தாக்குதல்கள்ல ஏராளமான கோவில் ஆபரணங்கள் திருடு போயிருக்கு. பத்மநாபசுவாமி கோவிலும் பொக்கிஷ கருவூலமா இருந்தது தான். சமஸ்தான ஆட்சி முடிவுக்கு வந்தபிறகு, நகை செய்யிற கலைஞர்கள் ஆங்காங்கே பிரிஞ்சு போயிட்டாங்க. குறிப்பிட்ட சிலர், பூர்வீகமான நாகர்கோவிலுக்கே வந்து தங்கிட்டாங்க.." என்று தங்கள் பாரம்பரியத்தைப் பற்றிக் கூறுகிறார் மூத்த நகைக்கலைஞர் கிருஷ்ணன் ஆசாரி.

நாகர்கோவிலின் முகப்பில் இருக்கிறது வடசேரி. இங்கு மேடும், பள்ளமுமாக இறங்கி ஏறும் கொம்மண்டை அம்மன் கோவிலைச் சுற்றியுள்ள ஆச்சாரிமார் பிள்ளையார் கோவில் தெரு, மேட்டுத்தெருக்களில் *300க்கும் மேற்பட்டவர்கள்* கோவில் நகை செய்கிறார்கள். பரதநாட்டியம், கதகளி, மோகினியாட்டத்துக்கு உரிய நகைகள் செய்வோரும் இருக்கிறார்கள்.

"கோவில் நகைகளுக்கு பிரதானமானது கல். அந்தக்காலத்தில, செம்புக்கலப்பில்லாத சொக்கத்தங்கத்துல மரகதம், வைரம், புஷ்பராகம்ன்னு ஜாதிக்கல்லு வச்சுத்தான் நகை செய்வாங்க.

அதனால தான் பத்மநாபசுவாமி கோவில்ல கிடைச்ச பொக்கிஷங் களோட மதிப்பை எளிதா கணிக்க முடியலே. தொழில்நுட்பமும் வேற... தங்கத்தை மொத்தமா ஏத்தி கட்டியாக்கி, அப்புறமா டிசைனை செதுக்குவாங்க. அதுக்கு 'குந்தன் வேலை'ன்னு பேரு. நம்ம மொழியில இட்டுச்செதுக்கிறது. இன்னைக்கு தொழில் கொஞ்சம் இறங்குமாயிடுச்சு. எப்பவாது சில தொழிலதிபர்கள் சொக்கத்தங்கத்துல நகைகள் செய்யக்கேட்டு வருவாங்க. அதுக்கு, லட்சக்கணக்குல செலவாகும். மத்தபடி வெள்ளி, கார்னெட் கல்லுன்னு தொழில் சுருங்கிப்போச்சு..." என்கிறார் நகைகள் வடிவமைப்புத் தொழில் செய்யும் வடசேரி அய்யப்பன்.

கார்னெட் கல் திருச்செங்கோட்டை சுற்றியுள்ள மலைகளில் புதைந்து கிடக்கிறது. அதை உடைத்து பட்டை தீட்டி அனுப்பு கிறார்கள். இந்த சிவப்பு நிறக்கற்கள் தான் கோவில் நகைகளின் பிரதான அங்கம். பச்சை, நீலத்துக்கு சாதாரணக் கற்களைப் பயன் படுத்துகிறார்கள்.

கோவில்நகை செய்பவர்களுக்கு கோவிலில் ராஜமரியாதை தரப்படுகிறது. முதன்முறையாக நகைகளை அணிவிக்கும் போது அதைச்செய்த கலைஞர் முண்டாசு கட்டி, மாலையிட்டு கௌரவிக்கப்படுகிறார்.

"கோவில் கருவறைக்குள்ள போக யாரையும் அனுமதிக்க மாட்டாங்க. ஆனா கோவில்நகை செய்யிறவங்களுக்கு விதிவிலக்கு உண்டு. நகை செய்யிறதுக்கு முன்னாடி சாமிக்கு அளவெடுக்கனும். நாங்களே எடுத்தாதான் தொழில் சுத்தமாயிருக்கும்... கிரீடம், ஜிமிக்கி, மாங்காமாலை, மாட்டல், ராக்கொடி, நாகர் ஜடை, சூரியபிறை, சந்திரபிறை, வங்கி, பில்லாக்கு, நத்து பில்லாக்கு, ஒட்டியாணம், சங்கு, சங்கரம், பூரப்பாலை, நாகத்தோடு, அஞ்சுதலை ஜடைவில்லை, அன்னச்சுட்டி, அபயஹஸ்தம், ஜடைக்கட்டு, சரடுமாலை, மகரகண்டிமாலை, மகுரி மாலை, மயில் பதக்கம், மாங்கா ஜடை, திருவடின்னு ஒவ்வொரு அங்கத்துக்கும் ஒவ்வொரு அணிகலன் இருக்கு. அளவெடுத்து முடிச்சதும் அதுக்குரிய மரபோட உக்காந்து வேலையை ஆரம்பிப்போம்..." என்கிறார் முத்துசுவாமி ஆசாரி. இவர் ஹரியானா அரசின் கலாமணி விருது பெற்றவர். கிரீடம் செய்வதில் புகழ்பெற்றவர் இவர்.

"கோவில் நகை செய்யிறவங்களுக்கு சில கட்டுப்பாடுகள் இருக்கு. பட்டறையில உக்காந்துட்டா, வேலை முடியுற வரைக்கும் மது, புகையிலை, சிகரெட்டுன்னு கெட்ட சகவாசங்கள் எதுவும்

இருக்கக்கூடாது. வீட்டில அசைவம் புழங்கக்கூடாது. கடவுளுக்கு நெருக்கமா கருவறைக்குள்ள இருக்கப்போற பொருட்கள். அதனால வேலை முடியுற வரைக்கும் சுத்தபத்தமா இருக்கனும். மத்த சாதாரண ஆபரணங்கள் செய்யிறதை விட பலமடங்கு நுணுக்கமான வேலை. ஒருத்தர் மட்டுமே எல்லா வேலைகளையும் செய்யமுடியாது. ஒரு நகை உருவாக ஏழெட்டு நிலைகள் இருக்கு. ஒவ்வொரு வேலையையும் ஒவ்வொருத்தர் செய்வாங்க. ஒரு கோவிலுக்கு ஆர்டர் எடுத்தா, வேலை முடிய ரெண்டு, மூணு வருஷங்கூட ஆகும்...” என்கிறார் கிருஷ்ணன் ஆசாரி.

கோவில்நகைக்கான வேலை ஒரு வெள்ளிக்கட்டியில் இருந்து தொடங்குகிறது. *95* டச் தரமுள்ள வெள்ளிக்கட்டி. முதல்வேலை, கட்டியை உருக்கி தகடாக்குவது. அடுத்த வேலை, அந்த வெள்ளித் தகட்டை ஜவை அறுப்பது. எந்த அணிகலன் செய்யவேண்டுமே, அதற்குத் தகுந்தவாறு சிறுசிறு துண்டுகளாக வெட்டி பயன்படுத்தத் தக்கவகையில் மாற்றுவது.

“ஒவ்வொரு நகைக்கும் ஒவ்வொரு மெசர்மெண்ட் இருக்கு. முதல்ல அதைக்கத்துக்கனும். சாமியோட உருவத்தை அளவெடுத்து, அதன் தன்மைக்கு ஏத்தமாதிரி செய்யனும். நகைக்குத் தகுந்தமாதிரி ஜவை அறுத்து, முதல்ல பிரேம் தயாரிக்கனும். கோவில் நகைகளை நம்ம கற்பனைக்கு ஏற்ற டிசைன்ல எல்லாம் செய்யமுடியாது. கழுத்துக்குன்னா மாங்காமாலை, தலைக்குன்னா சூரிய பிறை, சந்திரபிறைன்னு பாரம்பரியமா சில டிசைன்கள் இருக்கு. எத்தனை வளைவு இருக்கனும், எத்தனை கல்லு வைக்கனுன்னு கணக்குத் தெரியனும். ஒருத்தர் முழுசா தொழிலைக் கத்துக்க *15* வருஷம் ஆகும்...” என்கிறார் கிருஷ்ணன் ஆசாரி.

பெரிய முதலீட்டை உள்ளடக்கும் தொழில் என்பதால் குறிப் பிட்ட சிலரே பிரதானமாக இத்தொழிலைச் செய்கிறார்கள். மற்றவர்கள் இவர்களிடம் இருந்து வேலையைப் பெற்று செய்து தருகிறார்கள்.

கோவில் நகை செய்யும் தொழிலில் பெண்களின் பங்களிப்பு அதிகமுண்டு. கிருஷ்ணன் ஆசாரியிடம் *10*க்கும் மேற்பட்ட பெண்கள் வேலை செய்கிறார்கள். பொறுமை, நிதானம், சகிப்புத் தன்மை ஆகியவை இத்தொழிலுக்கான அடிப்படை தகுதிகள் என்பதால் பெண்களுக்குத் தகுந்த தொழிலாக இது உள்ளது.

“ஜவையை வச்சு பிரேம் தயாரிச்சுட்டா பாதிவேலை முடிஞ் சிடும். எத்தனை வளைவு வரணும், எத்தனை கல்லு வைக்கனும்,

எத்தனை கோடு வரணுன்னு முதல்ல ஒரு பேப்பர்ல மாடல் வரைஞ் சுக்குவோம். அதைப் பாத்துப்பாத்து பிரேம் ரெடி பண்ணுவோம். வெள்ளித்தகட்டுல ஜவையை தேவையான அளவுக்கு வளைச்சு ஒட்டனும். கெமிக்கல் பசை வச்செல்லாம் ஒட்டமுடியாது. குன்னிமுத்துவை (குன்றுமணி) சின்ன சிமெண்ட் கட்டையில வச்சுத்தேச்சு பவுடராக்கி, பசை தயாரிப்பாங்க. அதைவச்சு ஒட்டுனா நெடுங்காலத்துக்கு கல் உதிராது. பழங்காலத்து நகைகள்ல இப்பவும் கற்கள் கொட்டாம உறுதியா நிக்க இந்தப்பசை தான் காரணம்...” என்கிறார் ஆனந்தி. 10 வருட அனுபவமுள்ளவர். தனியாக ஒம்சம் செய்யும் அளவுக்கு தேர்ச்சியிருக்கிறது.

ஒம்சம் என்பது, கற்கள் வைப்பதற்கு முந்தைய வடிவம். பிரேம் தயாரித்த பிறகு, கேமணம் பிடிக்க வேண்டும். நகையின் வடிவத்தை இறுதி செய்வது தான் கேமணம் பிடிப்பது. அடுத்து பொடிவைத்து ஊதுதல். 50சதம் வெள்ளி, 25சதம் காப்பர், 25சதம் பித்தளை கலந்து உருவாக்கிய சன்னமான துகள்களை, வடிவமைத்துள்ள பிரேமின் இடைவெளிகளில் வைத்து சூடாக்க வேண்டும். முன்பு மண் சட்டியில் கரி, உமி போட்டு சிறிய ஊதாங்குழலால் ஊதுவார்கள். இப்போது சிறிய கேஸ் சிலிண்டர் பயன்படுத்துகிறார்கள். கேமணம் பிடித்து வைத்துள்ள பிரேம் மேல் நெருப்பைக் காட்ட, உள்ளே வைத்த பொடி உருகி பிரேமின் பாகங்களை இறுக்கமாகப் பிடித்துக் கொள்கிறது.

“அடுத்து, பிரேம்ல அரக்கு வைக்கனும். கிட்டக்கல்லுன்னு ஒரு கல் ரகம் இருக்கு. இரும்புத்துண்டு மாதிரியிருக்கும். மழுங்கூர், திட்டுவிளை, விளாங்காடு பகுதிகள்ல உள்ள மலையடிவாரத்துல கிடைக்கும். எரிமலைக் குழம்புல உருவாகுற கல்லு. அந்தக்கல்லை பவுடராக்கி, சீல்மெழுகுல கலந்து அரக்கு தயாரிக்கனும். பிரேம் முழுவதும் அரக்கு வைக்கனும். அரக்கு வச்சு முடிஞ்சதும் பழுப்பு போடனும். மெருகு போடுறதைத்தான் இங்கே பழுப்புப் போடுறதுன்னு சொல்வாங்க. முன்னாடி பிரஷ் வச்சு கையால போடுவோம். இப்போ நாங்களே சின்னதா ஒரு மெஷினை ரெடி பண்ணிட்டோம்..“ என்கிறார் கிருஷ்ணன் ஆசாரி.

மெஷின் வந்துவிட்டாலும் சில பாரம்பரியங்கள் மாறவில்லை. நுரை வருவதற்கு சோப்பு பயன்படுத்துவதில்லை. நெக்கட்டாங்காய், பூந்திக்காய் போன்ற காய்களைப் போட்டு ஊறவைத்து அதில் அந்த நுரையால் மெருகு போடுகிறார்கள். வெள்ளி தன் வெள்ளையழகைப் பெற்றவுடன், நேராக இடுமானம் செய்பவரிடம் செல்கிறது. இடுமானம் என்றால் கல் ஒட்டுவது. கல்லை லேசாக

தீயில் காட்டி அரக்கு மேல் வைத்தவுடன் அரக்கு உருகி கல்லை இறுக்கி அணைத்துக் கொள்கிறது. எங்கெல்லாம் அரக்கு தலை நீட்டி நிற்கிறதோ அங்கெல்லாம் கற்களை ஒட்டி இடுமானம் செய்துவிட்டால், அடுத்து சம்பாடம். தேவையில்லாத அரக்கை சுரண்டி எடுப்பது தான் சம்பாடம்.

இதற்குமேல் தான் தங்கப்பூச்சு. தங்கப்பூச்சு தான் கற்களுக்கு ஒளியூட்டி நகையைச் ஜொலிக்கச் செய்கிறது. அரைகிராம் தங்கத்தால் மொத்த நகையையும் பளீரென ஜொலிக்க வைத்து விடுகிறார்கள். தங்கத்தை, காகிதத்தை விட லேசாக மாற்றி நகையின் இடுக்குகளில் பொருத்துகிறார்கள். தங்கத்தை காகிதமாக்கும் கலை கற்றவர்கள் வெகு குறைவு. நாகர்கோவிலில் சீனிவாசன் மட்டுமே தற்போது இந்த வேலையைச் செய்கிறார். ஒரு கிராமை 45 கைபிடி அளவுக்கு சன்னமாக்கி விடுகிறார். கிராமுக்கு 80 ரூபாய் கூலி. தங்கத்தை உப்போடு வைத்துக் காய்ச்சி தட்டித்தட்டி தன்மையை மாற்றுகிறார். அந்த தங்கக்காகிதத்தை சன்னமாக வெட்டி, கற்களைச் சுற்றிலும் வைத்து அழகூட்டுகிறார்கள்.

இப்படி உருவாகும் நகைகளே இறைவனின் திருமேனியை அலங்கரிக்கிறது. அதன்மூலம் அந்நகைகள் மட்டுமின்றி, அதை உருவாக்கும் கலைஞனும் தெய்வீகமாகிறான்.

தற்போது கோவில் நகைகளை விட நாட்டிய நகைகளுக்கு தேவை அதிகமிருக்கிறது. கதகளி, மோகியாட்டத்துக்குரிய ஆபரணங்கள் கேட்டு கேரளாவில் இருந்து ஆர்டர்கள் குவிவதால் பலர் அதற்கு மாறிவிட்டார்கள்.

"கோவில் நகைகளுக்கும், பரதநாட்டிய நகைகளுக்கும் அளவுல மட்டும் தான் வித்தியாசம். பரதம், கதகளி, மோகினியாட்டம் எல்லாமே தெய்வீக நடனங்கள். அதனால தெய்வங்கள் அணியிற ஆபரணங்களையே அணிஞ்சு ஆடுறாங்க. பரதநாட்டிய நகைகளுக்கு நிறைய மெனக்கட வேண்டியதில்லை. காலையில தொடங்கினா ராத்திரிக்குள்ள முடிஞ்சிடும். ஒருத்தரே கூட எல்லா வேலையையும் செஞ்சு முடிச்சிடலாம். ஆனா கோவில் நகைகள் வருடக்கணக்கில செய்ய வேண்டியிருக்கும்..." என்கிறார் முத்துசிவம்.

கோவில் நகை நுட்பத்துக்காக முதன்முதலில் தேசிய விருதுபெற்றவர் முத்துசிவத்தின் அப்பா மாணிக்கம் ஆசாரி. முத்துசிவம் தற்போது மாநில அரசின் விருதுக்குத் தேர்வு செய்யப் பட்டுள்ளார்.

சுவாமிமலை ஐம்பொன்சிலை, பவானி ஜமுக்காளம், காஞ்சிபுரம் பட்டு வரிசையில் நாகர்கோவில் கோவில் நகைகளுக்கும் புவிசார் காப்புரிமைக் குறியீடு வழங்கப்பட்டுள்ளது. எனினும் இத்தொழில் தற்போது நசிவுக்குள்ளாகி வருகிறது. தற்போது நேரடி ஆர்டர்கள் வெகுவாக குறைந்துவிட்டன. பெரிய ஜீவல்லரிகள் வழியாகவே ஆர்டர்கள் வருவதால் லாபம் குறைவாகக் கிடைக்கிறது. அதனால் போதிய கூலி வழங்க இயலவில்லை. எனவே பல கலைஞர்கள் இந்தக் கலைத்தொழிலைக் கைவிட்டு வேறு வேலைகளை நாடிச் செல்கிறார்கள். கவரிங் நகைகளின் வருகையும் இக்கலைஞர்களைப் பாதிக்கிறது.

அரசு கொஞ்சம் கவனம் செலுத்தினால், தமிழ்க்கலை மேலும் வசீகரமாக உலகெங்கும் பரவும். இளம் தலைமுறை இத்தொழிலை நாடிவரும். நாகர்கோவில் பொற்கோவிலாகும்.

49

காஞ்சிபுரம் கோவில்குடை

எந்தத் திசையில் திரும்பினாலும் வான்முட்டி நிற்கும் ஆலய கோபுரம். எந்த தெருவில் நடந்தாலும் திருநீற்று வாசனை ததும்பும் கோவில்... இதுதான் காஞ்சிபுரம்.

காஞ்சி என்றால் காமாட்சியும், பட்டுச்சேலையுமே பலருக்கு நினைவுக்கு வரும். இந்த கோவில் நகரத்துக்கு இன்னொரு தெய்வீக அடையாளமும் இருக்கிறது. அதுதான், கோவில் குடை. உலகம் முழுதும் உள்ள இந்து ஆலயங்களுக்கு, வீதியுலா உற்சவங்களை வண்ணக்கோலமாக்கும் கோவில் குடைகள் காஞ்சிபுரம் மண்ணில் இருந்துதான் அனுப்பப்படுகின்றன.

ஸ்ரீரங்கம் நடை, காஞ்சிபுரம் குடை, திருப்பதி வடை.. இவை மூன்றும் புகழ்பெற்ற ஆலய அடையாளங்கள். ஸ்ரீரங்கத்து அரங்கநாதனை சுமந்துகொண்டு, பழம்பெரும் இசைக்கருவிகளின் லயத்துக்கு ஏற்ப நடன நடையிட்டு பக்தர்கள் வீதியுலாவரும் காட்சியைக் காண கண்கோடி வேண்டும். அதேபோல், திருப்பதி வெங்கடாசலபதியின் பாதம் படைத்து வழங்கப்படும் வடைப்

பிரசாதத்துக்கு அப்படியொரு மகத்துவம். இந்த வரிசையில் வைத்துப் போற்றப்படும் காஞ்சிபுரம் கோவில் குடைகளை சங்கர மடத்துக்கு எதிரில் உள்ள கங்கைகொண்டான் கல் மண்டபத்தில் இரண்டு குடும்பங்கள் பாரம்பரியமாக செய்து வருகின்றன.

கோவில் குடை, ஆதிசேஷனின் அடையாளம். ஆதிசேஷன் இறைவனைச் சூழ்ந்து தாங்கி நிற்பதைப் போல கோவில் குடைகள், வீதியுலாவின் போது இறைவனின் திருமேனியைச் சூழ்ந்து தாங்கி நிற்கின்றன. பெருமாள் கோவில் மரபில் தொடங்கி, இன்று எல்லா ஆலயங்களிலும் கோவில் குடை சுமப்பது சம்பிரதாயமாக இருக்கிறது.

கோவில் குடை தெய்வீக அம்சம் பொருந்தியது என்பதால் அதை செய்வதில் தொடங்கி, சுமப்பது வரை ஏகப்பட்ட சம்பிரதாயங்கள் உண்டு. இக்குடையைச் செய்பவர்களுக்கு கோவிலில் மிகுந்த மரியாதை தரப்படுவதுண்டு. மேலும் இவர்களது குடும்பங்களையும் கோவில் நிர்வாகமே தத்தெடுத்துக் கொள்ளும் வழக்கமும் இருந்தது.

கோவில் தொடர்பான அலங்காரப் பொருட்கள், கைவினைப் பொருட்கள் செய்வதில் ஆந்திர கலைஞர்களின் பங்களிப்பு பெருமிதமானது. கோவில் குடையும் அவர்களின் கைங்கர்யம் தான். ஒருகாலத்தில் கோவில் குடையென்றால் திருப்பதி. காஞ்சிபுரத்தில் குடை செய்யும் கைவினைஞர்களும் திருப்பதியில் இருந்து வந்தவர்கள் தான்.

"அந்தக் காலத்துல திருப்பதில மட்டும் தான் சாமிக்குடை செஞ்சாங்க. தேவஸ்தானமே வீடு கொடுத்து கைவினைஞர்களைப் பராமரிச்சாங்க. இன்னைக்கும் எங்களுக்கு அங்கே கோவில் மரியாதை இருக்கு. காஞ்சிபுரத்துல இருந்து குடை வாங்கவந்த அய்யர்மாருங்க, 'எங்க ஊர்ல நிறைய கோவில்கள் இருக்கு... அங்கே வந்தா நாங்க எல்லா வசதியும் செஞ்சு தாரோம்'ன்னு எங்க முன்னோர்களைக் கூப்பிட்டிருக்காங்க. அந்த அழைப்பை ஏத்துக்கிட்டு நாலைஞ்சு குடும்பங்கள் கிளம்பி வந்திருக்காங்க. இந்த கங்கைகொண்டான் மண்டபத்தை ஒதுக்கிவிட்டு, தங்குறதுக்கு வீடுகளும் ஏற்பாடு பண்ணிக் கொடுத்து வேலையும் கொடுத்திருக்காங்க. காலப்போக்குல சிலபேர் வேற தொழில்நாடிப் போயிட்டாங்க. இப்போ என் குடும்பமும், என் சகோதரர் குடும்பமும் மட்டும் இந்த தெய்வீகத் தொழிலை விடாமப் பண்ணிக்கிட்டிருக்கோம்..." என்கிறார் ராமச்சந்திரன்.

ராமச்சந்திரனின் தாத்தா சுப்புராஜ், பெருமாள் கோவில் குடைக்குப் பெயர் போனவர். அதே பாரம்பரியம் ராமச்சந்திரன் மகன் கிருஷ்ணமூர்த்தி வரைக்கும் தொடர்கிறது. இலங்கை, லண்டன், நேபாளம், அமெரிக்கா, கனடாவுக்கெல்லாம் குடைகள் செய்து அனுப்புகிறார் கிருஷ்ணமூர்த்தி.

"எங்களை ஆந்திராவில முச்சின்னு சொல்லுவாங்க.. கோவில் வாகனங்கள், சூரிட்டி, மகர தோரணம், பண்ணாங்கு, தொம்பை, மேல்கட்டு மாதிரி கோவில் உருப்படிகள் செய்வோம். சாமிக்கு இணையா வணக்கப்படுற பொருட்களைச் செய்யிறதால வாழ்க்கையே கட்டுக்கோப்பா இருக்கனும். அசைவம் தொடக்கூடாது. குடையில கை வச்சுட்டா சுத்த, பத்தமா இருக்கனும். இது குடும்பத் தொழில். ஆளுக்கொரு வேலையை எடுத்துச் செஞ்சாத்தான் கைப்பிடித்தம் இல்லாம தொழில் செய்யமுடியும்.

ஒவ்வொரு சாமிக்கும் ஒவ்வொரு விதமான குடை இலக்கணம் இருக்கு. பெருமாள்ன்னா வெள்ளைக்கலர் வெல்வெட் போடனும். அம்மனுக்கு மஞ்சள் கலர். வடகலை, தென்கலைக்கான குறியீடுகள் இருக்கு. குடையைப் பாத்தே சாமியோட தன்மையை புரிஞ் சுக்கலாம்..." என்கிறார் கிருஷ்ணமூர்த்தி.

கிருஷ்ணமூர்த்தி ஐ.டி.ஐ படித்தவர். பாரம்பரியத் தொழில் மீதுள்ள காதலால், கிடைத்த அரசுவேலையை உதறிவிட்டு அப்பாவோடு தொழிலுக்கு வந்துவிட்டார்.

"காஞ்சிபுரம் வரதராஜர், திருவல்லிக்கேணி பார்த்தசாரதி மாதிரி பெருமாள் கோவில்கள்ல வருஷம் முழுதும் உற்சவம் நடக்கும். உற்சவத்துக்கு குடைகள் வாங்கிக் கொடுக்கிறதை சிலபேர் கைங்கர்யமா பண்றாங்க. இங்கிருந்து வெளிநாட்டுக் கோவில்களுக்கெல்லாம் வாங்கி அனுப்புறாங்க. சுவாமிகளுக்கு செய்யிறது பூச்சக்கரக்குடை. அம்மனுக்குப் பட்டுக்குடை. அதேமாதிரி மடாதிபதிகள், ஜீயர்கள் உலாவரும் போதும் குடை பிடிக்கிற வழக்கமுண்டு. அது பெரம்புக்குடை. விஷேசக் காலங்கள்ல ஜமீன்கள், மன்னர்வாரிசுகளுக்கு குடைபிடிக்கிற மரபு சில பகுதிகள்ல இருக்கு. அவங்களும் பெரம்புக்குடை ஆர்டர் கொடுப்பாங்க. பூச்சக்கரக்குடை 6 அடியில இருந்து பதினாலரை அடி வரைக்கும் செய்யிறதுண்டு. காஞ்சிபுரம் வரதராஜருக்கும், அய்யம்பேட்டை கந்தப்பருக்கும் 20 அடியில பிரமாண்டமான குடைகள் செஞ்சு கொடுப்போம்..." என்கிறார் கிருஷ்ணமூர்த்தி.

சாமி குடைகள் செய்வது பலகட்டப் பணி. தையல் முதல், எம்பிராய்டரி வரை முழுக்க, முழுக்க கைவினைப் பணிதான். கேரளத்து மூங்கில் மட்டுமே குடை செய்யத் தகுந்தது. வைரம் பாய்ந்து முதிர்ந்த மூங்கிலை வாங்கிவந்து, குச்சிகளாக பெயர்த்து வெட்டிக் கொள்கிறார்கள். மஞ்சள், வசம்பை குறிப்பிட்ட விகிதத்தில் அரைத்து வேப்பெண்ணெயில் கலந்து, மூங்கில் மேல் பூசி ஒருநாள் ஊற வைக்கிறார்கள். மறுநாள் மூங்கிலைத் தீயில் வாட்டி எடுத்தால் நூறாண்டு கழிந்தாலும் பூச்சி அரிக்காது. முறிந்து போகாது. குச்சி, ஸ்டீல் மாதிரி ஆகிவிடுகிறது.

"முதல்ல மூங்கில் குச்சிகளை வச்சு பிரேம் ரெடி பண்ணனும். 14 அடிக்குடைக்கு 32 பாகம், அதுக்கு சின்னக்குடைகளுக்கு 26 பாகம்... தாம்புக்கயிறு வச்சு ரவுண்ட் சைஸ்ல குச்சிகளைக் கட்டி குடையை பிரேம் பண்ணிக்கனும். இதுதான் உயிர்ப்பகுதி. இதுல சின்னக்கோணல் மாணல் வந்தாலும் குடை வளைஞ்சுக்கும். அதனால கைக்கவனம் மாறாம கட்டணும். அடுத்து, காடா டிரில் துணியை குடை அளவுக்கு வெட்டி மேல்புறத்துல வச்சுத் தைக்கனும். கைத்தையல் தான்.. சிலிம்பு இல்லாமத் தைக்கனும். உட்புறத்துல முதல்ல காட்டன் துணி போட்டு தைக்கனும். அதுக்கு மேல வெல்வெட். பெருமாளுக்கு வெள்ளை வெல்வெட். அம்மனுக்கு மஞ்சள். இதுக்கு மேல அலங்காரம். ஒவ்வொரு சாமிக்கும் ஒவ்வொரு மரபு இருக்கு. பெருமாளுக்கு சங்கு, சக்கரம், திருமண். அம்மனுக்கு சூலம், முருகனுக்கு வேல்... இதுதவிர யானை, அன்னப்பட்சி, சிங்கம்... கலர் வெல்வெட் துணியை கட்பண்ணி, தையல் மிஷின்ல தச்சு, எம்பிராய்டரி செய்வோம்...' என்று தயாரிப்பு நுட்பத்தை விளக்குகிறார் தீபா.

தீபா, எம்.எஸ்.சி பட்டதாரி. இவரது தந்தை ஜெகநாதனும் புகழ்பெற்ற குடை தயாரிப்பாளர். இப்போது அந்த இடத்தை தீபா நிறைவு செய்கிறார். பொறியியல் கல்லூரி ஒன்றில் விரிவுரையாளராகப் பணிபுரியும் தீபா, பகுதிநேரமாக குடை செய்கிறார். மாதமொன்றுக்கு 10க்கும் மேற்பட்ட குடைகளை செய்வதாகச் சொல்கிறார்.

"பாரம்பரியமா எங்க முன்னோர்கள் செஞ்ச தெய்வீகத் தொழில். இதுக்குன்னு ஒரு மரியாதை இருக்கு. அப்பாவுக்கு ஆண்வாரிசு இல்லை. அதுக்காக மரபை விட்டுறமுடியுமா...? அப்பாவுக்கு உதவியா இருந்து நான் கத்துக்கிட்டேன். இப்போ அப்பாவால செய்யமுடியலே. பகுதிநேரமா நான் செஞ்சு கொடுக்கிறேன்...' என்கிறார் தீபா.

வெ. நீலகண்டன்   275

குடையை அழகுசெய்யும் முக்கியமான பகுதி ஜாலர். குடையைச் சுற்றி கீழே தொங்கும் பகுதி. மிகவும் சிரமமான கை வினைப்பணி.. பட்டு நூலில் செய்யப்படுகிறது.

“குடையிலேயே ஜாலர் பின்னுறது தான் சிரமமான வேலை. பட்டுநூலை வாங்கி சாயம் ஏத்தி வச்சுக்குவோம்... கிட்டத்தட்ட தறி போடுற மாதிரி... வெல்வெட்டுக்கு ஏத்த கலர்நூலைக் கோர்த்து முடிச்சுப்போட்டு ஜாலர் பின்னனும். குடையைத் தூக்கும்போது வட்டமா சரிஞ்சு அழகை கூட்டுறது இதுதான். இதுக்காக நிறைய மெனக்கெடனும்...’ என்கிறார் ராமச்சந்திரனின் மனைவி காவேரி.

ஜாலர் பணியை இவரும், எம்பிராய்டரி வேலையை கிருஷ்ணமூர்த்தியின் மனைவி பாவினியும் செய்கிறார்கள்.

ஜாலர் கோர்த்துக் கட்டிவிட்டால் குடைவேலை 80 சதவீதம் முடிந்தது. அடுத்து, குடையைத் தூக்கி நிறுத்த காம்பு கோர்ப்பது. கப்பல் கட்ட உதவும் வெண்தேக்கு மரம் தான் காம்பு செய்ய உகந்தது. காம்பில் குடையை மாட்டி மேலே ஒரு பித்தளைக் கும்பத்தை பொருத்தி விட்டால் சாமிக்குடை ரெடி.

“குடையில எக்காரணம் கொண்டும் கருப்புச் சேக்கக்கூடாது. அதேமாதிரி தூக்கும் போதும் கழண்டு நகர்ந்து விடக்கூடாது. அபசகுணமாகிடும். ஒருகுடை 60 முதல் 100 வருஷம் வரைக்கும் உழைக்கும். இடையில துணி மட்டும் மாத்துனாப் போதும்... சுவாமியோட பிரயாணம் பண்ற பொருள்... மனசுல பயத்தோடவும், பக்தியோடவும் வேலை செய்யனும்...” என்கிறார் ராமச்சந்திரன்.

ஜெயின் ஆலயங்களுக்கு முக்குடைகளும் செய்து தருகிறார்கள். பல்லக்கு மேல் போடும் பண்ணாங்கு, மேல்கட்டுத் துணி, எம்பிராய்டரி செய்யப்பட்ட தொம்பைகளும் இவர்களிடம் கிடைக்கிறது.

ஐப்பசி, கார்த்திகை மாதங்களில் குடை ஆர்டர் நிறைய கிடைக்கும்... மார்கழி மாதத்தில் உற்சவங்கள் குறைவென்பதால் வேலை இருக்காது. ஒரு குடை செய்ய 10 முதல் 15 நாட்கள் வரை ஆகும்... வெளிநாட்டுக் கோவில்களுக்கு ஆர்டர்கள் வந்தால், குடைசெய்து அழகாக ஒரு பெட்டியில் வைத்து பேக் செய்து அனுப்புகிறார்கள். 6,500 முதல் 20,000 வரை குடைகள் விற்கப்படுகின்றன.

குடை செய்வதில் இருக்கும் நேர்த்தி, அதைத் தூக்குவதிலும் இருக்கிறது. வெண்தேக்கு, மூங்கில் என எடை குறைவான மரங்கள் உபயோகித்தாலும், அலங்காரத் துணிகளின் அளவு கூடுவதால் ஒருகுடை 65 முதல் 80 கிலோ வரை எடையிருக்கும். அவ்வளவு எளிதில் தூக்கிப் பிடிக்க முடியாது. அசைந்தாலோ, சாய்ந்தாலோ அபசமாகி விடும்..

"கால் கட்டைவிரல்ல முழு பலத்தையும் கொடுத்து தூக்கனும். குடைக்காம்பை ஆட்காட்டி விரல்ல பிடிச்சு நெத்தியில அணைச்சுக்கனும்... குடையைத் தூக்குறது உரிமைப் பிரச்னை. தூக்குறவங்களுக்கு கோவில் மரியாதை கிடைக்கும். ஆதிசேஷனே குடை வடிவா சுவாமிக்கு நிழல் கொடுக்கிறதா ஐதீகம். அதனால இந்து சமயத்துல சாமிக்குடை முக்கியமானது..." என்கிறார் காஞ்சிபுரம் வரதராஜர் கோவிலில் குடைசுமக்கும் சீனிவாசன்.

குடை என்பது கௌரவ அடையாளம். மகத்தான பொருட்களை இறைவனுக்கு அர்ப்பணிக்கும் மரபின் தொடர்ச்சியாகவே சுவாமிகுடை சம்பிரதாயம் உருவானது. வீதியுலாவை பரவசப் படுத்தும் இக்குடைத் தயாரிப்பை அர்ப்பணிப்போடும், பக்தி யுணர்வோடும் செய்து வருகிறது காஞ்சிபுரம்.

அம்மண்ணின் தரம் அப்படி!

50

செட்டிநாட்டு வீடுகள்

வெளியில் இருந்து பார்க்கும்போது ஒரு கோவிலைப் போலிருக்கிறது அந்த வீடு. அதன் பிரமாண்டம் திகைப்பூட்டுகிறது. ஒவ்வொரு அங்குலத்திலும் குலைத்து வார்த்த அழகு. இயற்கைக்கு முரண்படாத கட்டுமானங்கள், பிரமிக்கத் தூண்டும் கலை வேலைப்பாடுகள் என அந்த வீட்டின் உள்ளடக்கம் பிரமிக்க வைக்கிறது.

இந்தியாவின் பாரம்பரியப் பெருமைகளில் ஒன்றாக யுனெஸ்கோவால் அங்கீகரிக்கப்பட்டுள்ள செட்டிநாட்டு வீடுகளில் கால்வைக்கும் போது தமிழனின் கட்டுமானத்திறனை கருதி ஒரு பெருமிதம் மனதில் பொங்குகிறது. பர்மா தேக்கு, இத்தாலி மார்பிள், யூகோஸ்லேவியா இரும்பு, பெல்ஜியம் கண்ணாடி, லண்டன் ஓடு என உலகத்தின் உயரிய பொருட்களை எல்லாம் தருவித்து, வார்த்து உருவாக்கப்பட்ட அந்த வீடுகளை பார்த்து வெளிநாட்டு கட்டிடக்கலை நிபுணர்களே மயங்கிப் போகிறார்கள்.

தமிழகத்தின் பெரும் வணிகக்குடிகளில் ஒன்று நகரத்தார் சமூகம். பூம்புகாரை பூர்வீகமாகக் கொண்ட நகரத்தார்கள்

இயற்கை சீற்றங்களையும், போரையும் வெறுத்து மெல்ல, மெல்ல தெற்குக்கரையில் ஒதுங்கினர். அவ்விதம் உருவானதொரு உறவுச் சங்கிலியின் நீட்சிதான் செட்டிநாடு. கடலுக்கு மேற்கு, பிரான் மலைக்குக் கிழக்கு, வைகைக்கு வடக்கு, வெள்ளாற்றுக்குத் தெற்கு என்று செட்டிநாட்டின் எல்லைகளைப் பாடுகிறார், 'பாடுவார்' முத்தப்பச் செட்டியார்.

செட்டிநாட்டில் 2 ஆயிரத்துக்கும் மேற்பட்ட பாரம்பரிய வீடுகள் உண்டு. எல்லா வீடுகளிலுமே சில பண்பாட்டுப் பொதுத்தன்மைகள் உண்டு. வீட்டின் அமைப்பு, பயன்படுத்திய பொருட்கள், கட்டுமான முறை, கலைத்தன்மை அனைத்தும் ஒன்று போலவே உள்ளன.

நகரத்தார்கள், உலகம் முழுவதும் பயணித்து வணிகம் செய்தவர்கள். இரண்டாம் உலகப்போர் சமயத்தில் பிரிட்டிஷ் அரசுக்கே கடன்கொடுக்கும் அளவுக்கு வளமுடன் வாழ்ந்தவர்கள். பல வீடுகளின் பூஜையறைகளில் கடன் பெற்றதற்கு அத்தாட்சியாக பிரிட்டிஷ் அரசு கொடுத்த சான்றிதழ் பிரேம் போட்டு மாட்டப் பட்டிருக்கிறது. வீட்டின் பிரமாண்டத்தில் அந்த வளம் வெளிப் படுகிறது. அந்தஸ்தின் வெளிப்பாடாகவே செட்டியார்கள் தங்கள் வீடுகளைக் கருதினர்.

"பல வீடுகள்ல அதன் உள்பிரமாண்டம் வெளியில் தெரியாது. நுழைவாயில் மிகவும் குறுகலாக இருக்கும். உள்ளே நுழைந்தால் வீடு பரந்து விரிந்து கிடக்கும். பெரும்பாலும் இயற்கைக்கு குந்தகம் விளைவிக்காத வகையில் தான் கட்டியிருக்கிறார்கள். செட்டிநாட்டு வீடுகளின் அடையாளமே மர வேலைகள் தான். சிமெண்ட், செங்கல் பயன்பாடு வெகு குறைவு. பல வீடுகள் முற்றிலும் மரங் களைப் பயன்படுத்தியே கட்டப்பட்டுள்ளன. நூறாண்டுகள் கடந்தும் அந்த வீடுகள் சிறிதும் பலமிழக்கவில்லை. வீடுகளில் உள்பகுதியில் அமைக்கப்பட்டுள்ள தூண்களைப் பார்க்கும்போது கோவிலா? அரண்மனையா? என்று வியக்கத்தோன்றுகிறது. கோவில்களில் காணப்படும் ஆயிரங்கால் மண்டபங்களின் குறும் பதிப்பாகவே செட்டிநாட்டு வீடுகள் காட்சியளிக்கின்றன. கட்டிடத்தின் சுமையை தாங்குவதோடு, வீட்டின் அலங்காரத்தையும் மேம்படுத்துகின்றன தூண்கள். செட்டிநாட்டு வீடுகளின் இன்னொரு சிறப்பு வீடு முழுதும் செய்யப்பட்டுள்ள கார்விங் வேலைகள். அங்குலம், அங்குலமாக மரங்களில் கலைஞர்களின் கரங்கள் நர்த்தனமாடியிருக்கின்றன." என்கிறார் செட்டிநாட்டு சுற்றுலாவை ஒருங்கிணைக்கும் தானம் அறக்கட்டளை, மேம்பாட்டுக்கான சுற்றுலா அணியின் தலைவர் பாரதி.

பூம்புகாரில் ஏற்பட்ட கடல்கோள் அனுபவத்தின் காரண மாகவோ என்னவோ அனைத்து வீடுகளும் தரைமட்டத்தில் இருந்து ஐந்தடி உயரத்துக்கு மேல் கட்டப்பட்டுள்ளன. ஒருமுறை அந்த வீட்டிற்குள் நுழைந்து விட்டு வெளிவருவதே ஒரு நீங்காத சுற்றுலா அனுபவத்தை தருகின்றன.

வீட்டின் முன்பகுதி நடை. நடையில் விஸ்தாரமான மார்பிள் தூண்கள். கல்லோ, மரமோ அனைத்திலும் கலை விளையாடல் கண்ணைப் பறிக்கிறது. மார்பிளை அணு அணுவாக அழகுசெய்து நிறுத்தியிருக்கிறார்கள். நடையைக் கடந்தால் முகப்பு. முகப்பில் இருந்து தொடங்குகிறது தேக்குமர தூண்களின் ராஜ்ஜியம். கண்ணாடி போல பளபளக்கின்றன தூண்கள். எல்லாத் தூண்களும் ஒன்றுபோலவே அமைந்திருப்பது வியப்பு. எல்லாம் பர்மா தேக்கு. பெரும்பாலான செட்டிநாட்டார்களுக்கு பர்மாவில் இன்றும் சொத்துகள் உண்டு. (இப்போது அவற்றையெல்லாம் மீட்பதற்காக அணி சேர்ந்து செயல்படுவதாகவும் சொல்கிறார்கள்) அந்தக்காலத்தில் ரங்கூனுக்கும், தமிழகத்தில் உள்ள சென்னை, கடலூர், நாகப்பட்டினம், தொண்டி, மீமிசல் துறைமுகங்களுக்கும் கப்பல் போக்குவரத்து இருந்தது. தேக்குமரங்களை சிறு கப்பல்களில் ஏற்ற முடியாது என்பதால் அடிபெயர்த்து எடுத்து சங்கிலிகளால் பிணைத்து, கப்பலோடு சேர்த்துக் கட்டி விடுவார்கள். அவை கடல் நீரில் மிதந்து கொண்டே வரும். நாகப்பட்டினம் வந்து சேர பத்துப் பதினைந்து நாள்கள் ஆகும். அத்தனை நாள்களும் உப்புக்கடல் நீரில் மிதந்தாலும், தேக்குமரத் தடிகள் பாதிக்கப்படாது. கடலில் வந்திறங்கும் தேக்குமரங்களைக் கொண்டு வர யானைகளைப் பயன்படுத்தியுள்ளார்கள். ஒவ்வொரு வீட்டிலும் நூற்றுக்கணக்கான தேக்குமரத் தூண்கள் உண்டு.

வெளியில் எவ்வளவு வெயில் அடித்தாலும் அதன் சிறு துரும்பு கூட வீட்டுக்குள் நுழையாது. அப்படி பார்த்து பார்த்து வடிவமைத்திருக்கிறார்கள். உள்ளே நுழைந்துவிட்டால் தலைமுதல் கால்வரை ஜில்லென்று இருக்கிறது. முகப்பைக் கடந்து உள்நுழைந்தால் முகப்புத்திண்ணை. இருபுறமும் பரந்து விரிந்த திண்ணைகளே ஆயா, அப்பத்தாக்களின் ஓய்வுக்கூடமாக இருந்துள்ளன. தலைவைத்துப் படுக்க திண்டும் வைத்திருக்கிறார்கள். திண்ணையில் அமர்ந்தாலே உறக்கம் அணைக்கிறது.

முகப்பைக் கடத்தால் மேல் பட்டாசாலை. செட்டியார்கள் அங்கு அமர்ந்து தான் கணக்கு வழக்குப் பார்ப்பார்களாம். பண்டகசாலை தான் பட்டாசாலையானது என்றும் சொல்வதுண்டு.

விருந்தினர்கள் வந்தாலும் பட்டாசாலையில் தான் இருக்கையளித்து அமரவைப்பார்கள். பட்டாசாலையைக் கடந்தால் வளைவு. இது குழந்தைகள் ஓடியாடி விளையாடத் தகுந்த இடம். இதையடுத்து அகன்று விரிந்த முற்றம். பெரும்பாலும் செட்டிநாட்டு வீடுகளில் இரண்டு முற்றம் உண்டு. பிரமாண்டமான நீள அகலமுடைய வீட்டில் வானத்தையும் உள்ளே கொண்டு வந்து பொருத்திய உணர்வைத் தருகின்றன முற்றங்கள். வளைவையொட்டி இருக்கிற அறைகள் மிகவும் முக்கியமானவை. அவற்றில் ஒன்று சாமி வீடாக கொள்ளப்படும். திருமணம் போன்ற சுபகாரிய பணிகள் அந்த வீட்டில் இருந்து தான் தொடங்கும். சாமி வீட்டுக்கு பக்கத்திலேயே பிள்ளைகளுக்கான அறைகளும் அமைந்திருக்கும். வீட்டில் நடக்கும் எல்லாக் காரியங்களும் முற்றத்தில் வைத்தே நடத்தப்படும். முற்றம் கடந்தால் கீழ்பட்டாசாலை. மேல்பட்டாசாலை கணக்குப்பிள்ளைக்கானது என்றால் கீழ் பட்டாசாலை முதலாளிக்கானது. இதையொட்டி இருக்கிற அறைகளிலேயே பெட்டகங்கள் அமைக்கப்படும். இதையடுத்து பெண்களுக்கான அறை. விசாலமான இந்த அறையில் தான் அண்ணன்மண்டிகளும், அயித்தியண்டிகளும் கூடி கேலிபேசி கழிப்பார்கள்.

பெண்களுக்கான அறையை அடுத்து அடுப்படி. செட்டிநாட்டு வாழ்வியல் பெரும்பாலும் கூட்டுக்குடும்பம் சார்ந்தது என்பதால் அடுப்படி மிக விசாலமாக அமைந்திருக்கிறது. நடுவில் முற்றம். இருபுறமும் இரண்டு பெரிய அறைகளை உள்ளடக்கி பத்தாயம். தானியங்களை இருப்பு வைத்துப் பயன்படுத்த. ஒன்றுக்கு இரண்டு ஆட்டுக்கல். அம்மிகள். இதையொட்டி வலதுபுறத்தில் டைனிங் ஹால். வர்ணிப்புகளுக்கு அப்பாற்பட்டதாக இருக்கிறது இதன் பேரழகு. வரிசையாக நிறுத்தப்பட்டுள்ள தூண்கள் ஜொலிக்கின்றன. அறைச்சுவரில் பிரமாண்டமான பெல்ஜியம் கண்ணாடி. விருந்து நடக்கும்போது அந்த கண்ணாடி அருகே நின்று ஒருவர் கவனித்துக் கொண்டே இருப்பாராம். யாருக்கு என்ன தேவை என்பதை அதன்மூலம் கண்டறிந்து உத்தரவுகள் பிறப்பிப்பாராம். வெளிச்சத்துக்காக கலர் கலராக பெல்ஜியம் கண்ணாடிகளை மேல் ஜன்னலில் பொருத்தியிருக்கிறார்கள். அதன்மூலம் வெளிச்சம் அறையில் வண்ணங்களாக பரவி அழகு கூட்டுகிறது. டைனிங் ஹாலுக்கு வெளியே சின்னத் திண்ணை. சாப்பிட்டு முடித்துவிட்டு திண்ணையில் அமர்ந்து வெற்றிலையை மடித்துப் போட்டால் கண்கள் சொக்கும். என்ன ரசனையான வாழ்க்கை.

சமையலறை, கீழ்பட்டாசாலை பகுதிகளில் பொருத்தப்பட்டுள்ள தூண்கள் பொடுசு, ரோஸ்வுட், இலுப்பை மரங்களில் செய்யப் பட்டுள்ளது. யாழ்பாணத்தில் இருந்து இந்த மரங்கள் வர வழைக்கப்பட்டுள்ளன. செட்டிநாட்டு வீடுகளை உலகத் தரத்துக்கு உயர்த்தியவை மரவேலைகள் தான். தூண்கள், நிலைகள், ரூப்கள், கதவுகள் என எங்கெங்கு மரங்கள் பயன்படுத்தியுள்ளார்களோ அங்கெல்லாம் ஆர அமர அமர்ந்து அணுஅணுவாக செதுக்கி யிருக்கிறார்கள். பெரும்பாலும் கருக்கு என்று சொல்லப்படுகிற பூ வேலைப்பாடுகள். தூண்களின் வேலைப்பாடு சுத்தமான கட்டிடக்கலை இலக்கணங்களோடு வார்க்கப்பட்டுள்ளது. கரையான் போன்ற பூச்சிகளில் அரிக்கப்படாமல் இருப்பதற்காக பாதபீடம் என்ற அடிப்பகுதி கற்களால் உருவாக்கப்படுகிறது. அந்தக் கல்லையும் கூட வரிவரியாகச் செதுக்கி சிற்பமாக்கி விடுகிறார்கள். அதன் மேல் அஸ்வபாதம். யானை, யாழி, குதிரை போன்ற உருவங்களாக அஸ்வபாதம் விரிந்திருக்கிறது. அதன்மேல் தாடி, கும்பம், பட்டி, இதழ், பலகை, போதியல்... ஒவ்வொரு அங்கமும் இலை, பூ, கொடி என அலங்கரிக்கப்படுகிறது. முக்கிய இடங்களில் நிறுவப்பட்டுள்ள மரத்தூண்கள் குலைதள்ளிய வாழை மரத்தை ஒத்திருக்கின்றன. வாழை என்பது மங்களகர அடையாளம். மேலே நேர்த்தியாக வடிவமைக்கப்பட்டுள்ள ரூப் ஒரு நவீன ஓவியத்தின் சாயலை ஒத்திருக்கிறது. அவ்வளவு நேர்த்தி. ஒரு சிறிய முனையைக் கூட விட்டுவிடாதபடிக்கு அழகு செய்திருக்கிறார்கள்.

தேக்குமரத்தால் ஆன பெரிய பெரிய கதவுகள் வீட்டை கம்பீரமாக்குகின்றன. கதவுகளிலும் கலைவண்ணம் ததும்புகிறது. குறிப்பாக வாசல் நிலைகள். செதுக்கு வடிவங்கள் கொண்ட ஒரு கலைப்பொக்கிஷமாகவே விளங்குகின்றன. 12 அடிக்குக் குறையாத உயரத்தில் அமைந்திருக்கும் பர்மா தேக்கால் ஆன நிலைகள் நகரத்தாரின் ரசனையின் உச்சம். நாகபந்தம், அடங்கு, நிலைத்தோரணம், சூரியப்பலகை ஆகியவை நிலையின் அங்கங்கள்.

நிலையின் இருபுறமும் அடிப்பகுதியில் செதுக்கப்பட்டுள்ள நாகபந்தங்கள் படமெடுத்த நாகமென புடைத்து நிற்கின்றன. காவல் மற்றும் சந்தான விருத்திக்கான குறியீட்டு வடிவங்களே நாகங்கள். நிலையின் இருபுற பக்கவாட்டங்களில் சிற்பியின் ரசனைக்கேற்ப இலை, கொடி, தோரணம் என சிற்பங்கள்

உயிர்பெற்று உலவுகின்றன. சில வீடுகளில் ராமாயணம், மகா பாரதக் காட்சிகளும் இடம்பெற்றுள்ளன. நிலையின் மற்றுமொரு ஆச்சரியம் சூரியப்பலகை. இது செட்டிநாட்டுத் தனிக்கலை. பெரும்பாலும் எல்லா சூரியப்பலகைகளிலுமே யானைகள் புடைசூழ அமர்ந்திருக்கும் கஜலெட்சுமியே இடம் பெற்றிருக்கிறாள். அவளே தன வணிகர்களான நகரத்தார்களைக் காத்தருளும் கடவுள். பூர்ணகும்பம், ரிஷப வாகனத்தின் மேல் அமர்ந்துள்ள மீனாட்சி சுந்தரர், ராமர் பட்டாபிஷேகம், மீனாட்சி திருக்கல்யாணமும் இடம்பெறுவதுண்டு. சிற்பத்தொடர்கள், இதிகாச காட்சிகளும் கூட சிலவீடுகளில் உண்டு.

நகரத்தார்களின் இவ்வித கற்பனைகளுக்கு உள்ளூர் கைவினைஞர்களே உயிர்கொடுத்திருக்கிறார்கள். எழுவங்கோட்டை என்ற கிராமம் முழுக்க செட்டிநாட்டு சிற்பக்கலைக்குப் பெயர்போன ஆசாரிகளும், ஸத்பதிகளும் இருந்துள்ளார்கள். இப்போது அந்த மரபு குலைந்துவிட்டது. ஆனாலும் கோட்டையூர், கானாடுகாத்தான் பகுதிகளில் ஒருசிலர் மிஞ்சியிருக்கிறார்கள். கோட்டையூரில் வசிக்கும் சொக்கலிங்கம், ராமசாமி, நாகேந்திரன் மூவரும் செட்டிநாட்டு மரச்சிற்பக் கலையை பழமை மாறாமல் முன்னெடுத்து வருகிறார்கள். இவர்களது பிள்ளைகளும் கூட இத்தொழிலிலேயே இருக்கிறார்கள். செட்டிநாட்டுக்கு சுற்றுலா வரும் வெளிநாட்டுப் பயணிகள் இவர்களது வீட்டுக்கு வந்து சூரியப்பலகையை வாங்கிச் சென்று அலங்காரப் பொருளாக பயன்படுத்துகிறார்கள்.

பெரும்பாலான வீடுகளில் செங்கலோ, சிமெண்டோ பயன் படுத்தப்படவில்லை என்பது கூடுதல் ஆச்சரியம். மரங்கள்... மரங்களின் மேல் ஓடு.. இந்தப்பகுதியில் விளைந்துக் கிடக்கிற செம்பாறைக் கல்லைக் கொண்டு சுவர்.. செம்பாறைக்கல் ஓட்டை, ஓட்டையாகவும் வடிவம் குலைந்ததாகவும் இருக்கும். அதன்மேல், முட்டை, கடுக்காய், சுண்ணாம்புக் கலவையைக் கொண்டு மேல்பூச்சு பூசியிருக்கிறார்கள். தரைக்கும் இந்தக் கலவை தான். எவ்வளவு நவீனமான கிரானைட் கல்லைக் கொண்டு தரை அமைத்தாலும் இத்தனை குளுமையும், வளமையும் கிடைக்காது. நூறாண்டு கடந்த வீடுகளில் கூட சுவர்களில் சிறு கீறல்கள் கூட இல்லை. கண்படும் இடமெல்லாம் மூலிகை ஓவியங்கள். அறையின் தன்மைக்குத் தக்கவாறு உருவங்கள்.

செட்டிநாட்டு வீடுகளின் இன்னொரு சிறப்பு 'வெண்டிலேஷன்'. எல்லாப் பக்கமிருந்தும் ஒளி வெள்ளமாக வந்து கொட்டுகிறது. எந்நேரமும் வீட்டில் குளுமை ததும்புகிறது.

கலையும், வளமும் கலந்துறவாடும் செட்டிநாட்டு வீடுகளில் பஞ்சபூதங்களும் சரிவிகிதங்களில் உள்ளடங்கியிருக்கின்றன. அந்த வீடுகளின் மிச்சங்கள், உடைந்து விழும் சிதைவுகள் கூட பல ஆயிரங்களுக்கு விலை போகின்றன. இந்தப் பெருமையை உலகுக்கு பறைசாற்ற மத்திய அரசு செட்டிநாட்டை உள்ளடக்கி ஒரு சுற்றுலா திட்டத்தையும் உருவாக்கியிருக்கிறது.

51
உலகின் முதல் அணை

'வெள்ளமும், வறட்சியும் மக்களை மாறிமாறி வதைத்துக் கொண்டிருந்தது. காவிரியில் பொங்கி வருகிற நீர் வந்த வேகத்திலேயே உள்ளாற்றில் இறங்கி கொள்ளிடத்தில் கவிழ்ந்து அப்படியே கடலுக்குள் ஓடிவிடுகிறது. நாளாக நாளாக மணல் தேங்கி காவிரி மேலேறி கொள்ளிடம் கீழிறங்கி விட்டது. ஏதாவது செய்தாக வேண்டும்' என்று கரிகால்சோழன் யோசித்தபோது உலகத்தில் வேறொருவரும் அப்படி யோசித்திருக்கவில்லை. நிபுணத்துவம் பொருந்திய தம் அதிகாரிகளை அழைத்தான். திட்டம் முழுமை பெற்றது. சிங்களத்தை வென்றபோது போர்க்கைதிகளாக பிடித்து வரப்பட்ட 1000 கைதிகள் களத்தில் இறக்கப்பட்டார்கள். திருச்சியை சுற்றியுள்ள மலைகள் சிதறடிக்கப்பட்டு அந்தக் கற்கள் நீர்வழியாகவே கொண்டு வரப்பட்டது. காவிரியும் உள்ளாறும் பிரிந்து செல்லும் இடத்தில் கற்களைக் கொட்டி நதியைக் கட்டுக்குள் கொண்டு வந்தார்கள். தண்ணீரில் கரையாத களிமண்ணைக் குழைத்து கொட்டிய கற்களை இணைத்தார்கள். உருவாகியது கல்லணை. காட்டாறாக பயணித்துக் கொண்டிருக்கிற

வெ. நீலகண்டன்

நதியைத் தேக்கி மனிதர்களின் ஜீவாதாரத்துக்கு தக்கவாறு பயன்படுத்தும் வகையிலான ஒரு முன்னோடி தொழில்நுட்பத்தை உருவாக்கி உலகத்துக்குக் கொடுத்தான் கரிகாலன். அதன் வழி நஞ்சையும் புஞ்சையும் கொஞ்சிவிளையாடும் தானிய களஞ்சியமாக தஞ்சையை வார்த்தெடுத்தான்.

இன்றளவும் கல்லணையின் கட்டுமான நுட்பம் உலகத்தை வியக்கவைக்கிறது. 2000 ஆண்டுகள் கடந்தும் அதன் இயல்பில் மாற்றமில்லை. கரிகாலன் கட்டிய கல்லணையின் மேல் பலநூறுடன் மதிப்புள்ள கட்டுமானங்கள் எழுப்பப்பட்ட பிறகும் சிறிதும் சிதைவில்லை. தமிழினத்தின் பெருமை மிகு கட்டுமானக்கலைக்கு கண்கண்ட சாட்சியாக பரந்து கிடக்கிறது கல்லணை.

கர்நாடகத்தின் பிரம்மகிரி குன்றில் பீறிட்டுக்கிளம்புகிற காவிரி, 384 கி.மீ தூரம் பயணித்து மேட்டூரை வந்தடைகிறது. பவானி, அமராவதி, நொய்யல் என தவழ்ந்தோடிவரும் கிளை நதிகளையும் பிணைத்துக் கொண்டு ஓடிவரும் அகண்ட காவிரி, கொள்ளிடம், காவிரி, நாட்டு வாய்க்கால் என முக்கொம்பில் மூன்றாகப் பிரிகிறது. அவ்விதம் பிரியும் காவிரியும் கொள்ளிடமும் தொட்டுக் கொள்ளாத தூரத்தில் ஒரே திசை நோக்கி பயணிக்கின்றன. விரிந்தும், சுருங்கியும் விதவிதமாக வடிவெடுத்து வரும் காவிரியில் 17.2 தொலைவில் உள்ள தோகூர் அருகே உள்ளாறு என்ற கிளை நதி உருவாகி மெல்லிய நீர்க்கோடாக கொள்ளிடத்தில் இறங்குகிறது. இந்த இடத்தில் தான் பிரச்னை ஆரம்பமானது.

கொள்ளிடம் என்பது வடிகால் ஆறு. காவிரியில் மிதமிஞ்சி வரும் தண்ணீரை டெல்டாவுக்கு ஒதுக்குப்புறமாக கொண்டு சென்று ஏரி, குளங்களை நிரப்பிவிட்டு கடலுக்குள் சங்கமிக்கிற நதி அது. இன்று, சென்னை முதல் ராமநாதபுரம் வரையிலான 90 சதவீத தமிழகத்துக்கு கொள்ளிடம் தான் குடிநீர் தருகிறது. காவிரி பாசனத்திற்கானது. முக்கொம்பில் இருந்து ஓடிவரும் காவிரியாற்றுத் தண்ணீர், மணல் திட்டுகள் காரணமாக கீழ் நோக்கிப் பாய்வதற்குப் பதிலாக கரையை உடைத்துக்கொண்டு உள்ளாறு வழியாக கொள்ளிடத்தில் கலந்து விடுகிறது. அதனால் காவிரியை நம்பியிருக்கும் விவசாயிகள் பெரும் பாதிப்புக்கு உள்ளாகினர். இதை மாற்ற ஒரே வழி, கனத்த கரையை உருவாக்குவதோடு, நீரை செயற்கையாக தேக்கித் திருப்புவது தான் என்பதை உணர்ந்த கரிகாலன், தம் திறன்கொண்ட பொறியியல் அறிவால் கட்டியெழுப்பியது தான் கல்லணை. மணலை

ஆழப்பெயர்த்து, பெரும் கற்களை அடித்தளமாகப் போட்டு, வைக்கோல், களிமண் கலவையைக் கொண்டு உருவாக்கப்பட்ட இந்த கல்லணை டெல்டாவை இந்தியாவின் பிரதான விவசாய பூமியாக மாற்றிவிட்டது.

அணை என்பது இயற்கைக்கு விரோதமானது என்று சுற்றுச்சூழல் அறிஞர்கள் குரல் எழுப்புகிறார்கள். நதியை அதன்போக்கில் விடாமல் அடக்கி வைத்திருப்பது ஆபத்து என்பது அவர்களின் வாதம். அணை அறிவியலை உலகுக்குக் கொடுத்த கரிகாலனும் அதை மனதில் வைத்தே கல்லணையை கட்டியிருக்கிறான். பிற அணைகளைப் போல கல்லணையில் தண்ணீரைத் தேக்க முடியாது. அதிகப்பட்ச கொள்ளளவே 10அடி தான். கடலில் கலந்து வீணாகும் தண்ணீரை மக்களுக்கு உபயோகமாகும்படி பிரித்து அனுப்புவதே கல்லணையின் நோக்கம். கல்லணை கட்டியதோடு கரிகாலனின் தீவிரம் தீரவில்லை. காவிரியின் இருபுறங்களும் கரைகளைக் கட்டினான். ஆங்காங்கே வாய்க்கால்களை கீறி எல்லாப் பகுதிகளுக்கும் தண்ணீரை பரவலாக்கினான்.

66 அடி அகலம்; 1080 அடி நீளம்; 18 அடி உயரம் கொண்ட கல்லணையை கரிகாலனுக்குப் பிறகு சோழநாட்டை ஆண்ட மன்னர்கள் சரிவர நிர்வகிக்கவில்லை. பிரிட்டிஷ் ஆதிக்கம் தொடங்கிய பிறகு, பொறியியல் நிபுணத்துவம் பொருந்திய ஆங்கிலேய அதிகாரிகளின் கண்ணில் பட்டது கல்லணை. கரிகாலனின் அறிவைக் கண்டு திகைத்து விட்டார்கள். கால்.ஹோகெஸ்ட் என்ற பிரிட்டிஷ் அதிகாரி சிதைந்து கிடந்த கல்லணையின் ஷட்டர்களை சரிசெய்து பராமரித்தார். அவருக்குப் பிறகு பொறுப்புக்கு வந்த, பொறியாளர் ஆர்த்தர் காட்டன் 1839ல் கரிகாலனின் கட்டுமானத்தின் மேலேயே உறுதியான பாலங்களை அமைத்து புதிய ஷட்டர்களை பொருத்தி தற்போதைய வடிவத்துக்குக் கொண்டு வந்தார். கரிகாலனின் கட்டுமானத்தில் மயங்கி அதை 'கிராண்ட் அணைக்கட்' (Grand Anicut) என்று அழைத்தார். மணல் போக்கிகள், நீரொழுகிகள் அமைத்து கல்லணையை நவீனப்படுத்தினார்.

கல்லணை காவிரியை நான்காகப் பிரிக்கிறது. காவிரி; வெண்ணாறு; கல்லணைக் கால்வாய்; உள்ளாறு; முதல் மூன்றும் விவசாயத்திற்கானது. வெள்ளம் வருகிற தருணங்களில் உள்ளாறு வழியாக கொள்ளிடத்தில் தண்ணீர் திறக்கப்படும். வெள்ளத்தால் அணை பாதிக்கப்பட்டு விடக்கூடாது என்பதற்காக

இயற்கையாகவே பல ஏற்பாடுகள் உண்டு. கல்லணையில் இருந்து 3 கி.மீ முன்னால் உத்தமர் சீலி என்ற பகுதியில் மேடான நிலப்பரப்பு திடீரென தாழ்வாகிறது. காவிரியில் தண்ணீர் மிதமிஞ்சி வந்தால் கல்லணைக்குச் செல்வதற்கு முன்னாலேயே அந்த தாழ்வு வழியாக கொள்ளிடத்துக்குப் பெயர்ந்து விடுகிறது. 1920, 2005 ஆண்டு நிகழ்ந்த வெள்ளப்பெருக்கில் இருந்து கல்லணையை மட்டுமின்றி காவிரி வடிநிலப்பகுதிகளைக் காத்தது இந்த தாழ்வுப்பகுதி தான்.

கல்லணையில் இருந்து கொள்ளிடத்தில் 1 லட்சம் கனஅடி தண்ணீர் திறக்க முடியும். 30 ஷட்டர்கள் பொருத்தப்பட்டுள்ளன. காவிரியில் 40 ஷட்டர்கள். 10 ஆயிரத்து 600 கனஅடி திறக்கலாம். வெண்ணாறில் 9 ஆயிரத்து 300 கனஅடி திறக்க முடியும். 33 ஷட்டர்கள். திருக்காட்டுப்பள்ளியைச் சுற்றியுள்ள மேட்டு நிலப்பரப்பு பாசனத்துக்காக செயற்கையாக உருவாக்கப்பட்ட கல்லணைக் கால்வாயில் 3 ஆயிரத்து 300 கனஅடி திறக்கலாம். அதில் 6 ஷட்டர்கள் பொருத்தப்பட்டுள்ளன.

கல்லணை பல லட்சம் ஏக்கர் நிலப்பரப்பைப் பசுமையாக்குகிறது. காவிரியின் மூலம் 4.69 லட்சம் ஏக்கரும், வெண்ணாற்றின் மூலம் 4.65 லட்சம் ஏக்கரும், கல்லணைக் கால்வாய் மூலம் 2.56 லட்சம் ஏக்கரும் சாகுபடி நடக்கிறது.

பெருநீர்வெளியாக விரிந்து கிடக்கிற கல்லணை சுற்றுலாத் தலமாகவும் விளங்குகிறது. அணையின் கர்த்தா கரிகாலனின் சிலை, ஆர்த்தர் காட்டன் சிலை, தமிழன்னை சிலை, காவிரித்தாய் சிலை, சிறுவர் விளையாட்டுப் பூங்கா, தண்ணீரில் நீந்தியும், மூழ்கியும் விளையும் பறவைக்கூட்டங்கள், கீழத் தமிழகத்துக்கே உரித்தான சோளம், கிழங்கு பதார்த்தங்கள் என இன்புற ஏராளமான அம்சங்கள் இங்கே உண்டு. வழிநெடுகிலும் இருபுறமும் காவிரியும், கொள்ளிடமும் இணைந்தே பயணிக்கின்றன. அதன் மேனி தவழ்ந்து வரும் ஈரக்காற்றை சுவாசித்தபடி பயணிப்பதே இனிய அனுபவம்.

52
உம்பளச்சேரி மாடுகள்

நெற்றியில் சங்கு வடிவத்திலான வெண் பொட்டு, ஆவேசமாக தலைதூக்கி கூர்ந்து மிரட்டும் பார்வை, வாள் போல வளைந்து நிமிர்ந்த கொம்புகள், நடுக்கொண்டையில் அழகு மிளிரும் சுழி, 'நங்... நங்'கென கால்தூக்கி, தலையாட்டி நடக்கும் கம்பீரம், குவிந்தும், நிமிர்ந்தும் நடைக்கிணையாக அசைந்தாடும் காதுகள், மடிந்து நாடி வரை தொங்கும் அழகிய குஞ்சம், சிறுத்த அலைதாடி, குறுகலான குளம்புகள்...

தமிழகத்தின் பாரம்பரிய மாட்டினங்களில் ஒன்றான உம்பளச்சேரி மாடுகளைப் பார்த்துக் கொண்டே இருக்கலாம். ஊசியில் சினை பிடித்து, செயற்கையாக பிரசவித்து கனத்த உடலையும், பால் ததும்பும் மடியையும் தூக்கிச் சுமக்க முடியாமல் சொங்கித் திரியும் கலப்பின மாடுகளைப் பார்த்து சலித்த இந்த தலைமுறை விழிகளுக்கு உம்பளச்சேரி மாடுகள் ஒரு பேரதிசயம்.

ஆந்திராவில் ஓங்கோல், குஜராத்தில் கிர் என நிலத்தின் தட்பவெப்பத்தைத் தாக்குப்பிடித்து சக ஜீவிகளாக வாழும் 46

வகை மாட்டு ரகங்களை இந்திய அரசு பாரம்பரிய ரகங்களாக அங்கீகரித்து அவற்றின் தனித்தன்மைகளை காக்கும் முயற்சியில் இறங்கியுள்ளது. அப்படியான மாட்டினங்களில் ஒன்று தான் இந்த உம்பளச்சேரி மாடு. தெற்கத்தி மாடு, மோழை மாடு, மொட்டை மாடு, தஞ்சாவூர் மாடு, ஜாதி மாடு, நாட்டு மாடு என பல பெயர்களால் அழைக்கப்படும் உம்பளச்சேரி மாடுகள், இந்தியாவின் பிற பாரம்பரிய நாட்டு மாடுகளைக் காட்டிலும் ஆச்சரியம் அளிக்கும் பல்வேறு தனித்தன்மைகளைக் கொண்டவை. ஒருங்கிணைந்த தஞ்சை மாவட்டத்தின் விவசாயச் செழிப்புக்கு அடிப்படைக் காரணியாக விளங்கியவை இந்த உம்பளச்சேரி மாடுகள் தான்.

நாகப்பட்டினத்திற்கு தெற்கே, 40 கி.மீ தொலைவில், திருத்துறைப் பூண்டியை ஒட்டி அமைந்திருக்கிறது இம்மாடுகளின் உற்பத்தித் தலமான உம்பளச்சேரி கிராமம். காவிரி, கடல்புகும் உற்சாகத்தோடு இரண்டறப் புரண்டோடும் கடைமடை நிலப்பரப்பான இந்த கிராமம் பசுமையால் நிறைந்திருக்கிறது. கண்படும் இடமெல்லாம் மாடுகள்...

மாடுகளைப் பற்றிப் பேசினால் நெகிழ்ச்சியாகவும் பெரு மிதமாகவும் பேசுகிறார்கள் மக்கள். நம்பிக்கைகளில் நிறைந்திருக்கிறது அவர்களின் ஜென்மத் தொடர்பு.

“நீங்கள்லாம் நம்புவீங்களோ மாட்டீங்களோ... உம்பளச்சேரி மாடுங்கிறது தெய்வீகப் பிறப்பு. நாங்க அப்படித்தான் நம்புறோம். நெத்தி வெள்ளை, காலு வெள்ளை, வாலு வெள்ளை... இதுதான் எங்க மாடுகளுக்கு பொது அடையாளம். அந்தக்காலத்துல எங்கூருக்கு அப்பால உள்ள குளந்தங்கரையில ஒரு முனிவர் தவம் செஞ்சுக்கிட்டு இருக்கார். அந்த சமயத்துல கடுமையான வறட்சி. ஊர்ல மாடுங்களுக்கு புல்லு, பூண்டு கிடைக்கலே. அதனால தொலைதூரத்துக்கு ஓட்டிபோயி மேச்சு கொண்டு வந்திருக்காங்க. பட்டியில இருக்கிற ஒரு பசு மட்டும் தினமும் லேட்டாவே பட்டிக்கு வந்திருக்கு. அது கறக்கிற பால் அளவும் கம்மியாயிருந்திருக்கு. சந்தேகப்பட்ட பட்டிக்காரர் ஒருநாள் அந்த மாடு பின்னாடியே இருந்து கண்காணிச்சிருக்கார். அந்தமாடு நேரா அந்த முனிவர்கிட்டப் போய் நின்னிருக்கு. முனிவர் பாலைக் குடிச்சிருக்கார். அதைப் பார்த்த பட்டிக்காரர் முனிவர்கிட்ட சண்டை போட்டிருக்கார். அவரை சமாதானப்படுத்தின முனிவர், ‘தினமும் உன்னோட பசு தான் என் பசியை ஆத்துச்சு. இந்த

பசுவோட சந்ததி பெரும் புகழோட வாழும். நீயும், இந்த கிராமமும் என்னைக்கும் செழிப்பு மாறாம இருப்பீங்க'ன்னு சொல்லி, மாட்டோட நெத்தியில ஒரு பொட்டை வச்சுட்டு மறைஞ்சுட்டாராம்.

அந்த முனிவர் வச்சப் பொட்டு பலநூறு வருஷமா இன்னும் மறையலே. உம்பளச்சேரி மாட்டுக்கே சங்கு வடிவப் வெண்பொட்டு தான் அடையாளம். இன்னைக்கும், பிறக்குற கன்னுக்குட்டி நெத்தியில வெள்ளைப் பொட்டு இல்லேன்னா அது கலப்புன்னு முடிவு செஞ்சிடுவோம். அது எங்கேயுமே விலை போகாது. உழவுக்கும் பயன்படுத்த மாட்டோம்..." என்கிறார் சுப்பையன். மாடு விற்க, வாங்க உதவுவதோடு, கிடை போடுவதையும் தொழிலாகச் செய்கிறார் சுப்பையன்.

வழக்கமாக மாடுகளின் சாணம், கோமயம் வேளாண்மையில் பிரதான பங்கு வகிப்பதுண்டு. ஆனால், வெளிநாட்டு உறை விந்தில் பிறக்கும் கலப்பின மாடுகளின் கழிவுகளுக்கு மகத்துவம் ஏதுமில்லை. அவை வெறும் கழிவுகள் தான். காடு கழனியில் மருத்துவ மகிமை நிறைந்த இலை, தழைகளை எல்லாம் தின்று, கண்ட தண்ணீரை குடித்து வளரும் நாட்டு மாடுகளின் கழிவுகள் மருந்துக்கு இணையானவை என்கிறார்கள் அனுபவம் மிக்க விவசாயிகள்.

கிடை போடுவதென்பது தொன்று தொட்டு வேளாண் மண்ணில் இருந்து வந்த ஒரு வழக்கம். அதுதான் விவசாயப் பணியின் தொடக்கம். மொத்தமாக மாடுகளைக் கொண்டு போய் வயலில் கட்டி விடுவார்கள். அம்மாடுகளின் கழிவுகள் மண்ணை பொன்னெடுக்கத் தக்கதாக்கி விடும். கிடை போடுவதையே தொழிலாகக் கொண்டவர்கள் இன்றும் காவிரி படுகையில் நிறைந்திருக்கிறார்கள். கலப்பற்ற நாட்டு மாட்டு ரகங்களை வளர்க்க விரும்புபவர்களுக்கும், செலவில்லாமல் விவசாயம் செய்ய விரும்புபவர்களுக்கும் இந்த கிடைகாரர்கள் தான் ஏந்தல்.

வெயில் காலத்தில் மாடுகளைப் பராமரிப்பது சிரமம். குறிப்பாக தீனி கிடைக்காது. வெயிலின் உக்கிரம் தொடங்கும் மாசி மாதம் பசுக்களுக்கு பருவசிக்கலான காலம். அக்காலத்தில் மக்கள், தங்கள் பசுக்களை கிடையாளர்களிடம் கொடுத்து விடுவார்கள். கிடையாளர், பகல் பொழுதில் பொலிகாளைகளோடு சேர்த்து நெடுந்தூரம் ஓட்டிச் சென்று மேய்ப்பார். இரவில், ஏதேனும் ஒரு

வயலில் கிடை போடுவார். ஏக்கருக்கு 1500 ரூபாய் கிடைகூலி. நாட்டுமாட்டு கிடை போட்ட வயலுக்கு ரசாயன உரமே தேவையில்லை. இதற்கிடையில் பசுவும் சினையாகி விடும். மாசியில் சேர்க்கும் மாட்டை ஆடியில் பிரித்து விடுவார்கள். காடு, கரைகளில் முளைத்துக் கிடக்கும் மூலிகைப் புற்களைத் தின்று திடகாத்திரமாக இருக்கும் பசு தடங்கலின்றி, நெற்றியில் சங்குப் பொட்டோடு பாரம்பரிய குட்டியை ஈனும்.

உம்பளச்சேரி, கொறுக்கை பகுதியில் நாலைந்து கிடையாளர்கள் இருக்கிறார்கள். இவர்களை நம்பி பல ஆயிரம் ஏக்கர் நிலங்களும் ஆயிரக்கணக்கான பசுக்களும் இருக்கின்றன.

“இயற்கை வேளாண் நிபுணர் சுபாஷ் பாலேக்கர், ‘நாட்டு மாடுகளிலேயே உம்பளச்சேரி ரகங்களோட கழிவுகள் தான் இயற்கை வேளாண்மைக்கு வீரியமா இருக்கு’ன்னு சொல்லியிருக்கார். நிறைய நாட்டு ரகங்கள் கலப்புல காணாமப் போயிடுச்சு. உம்பளச்சேரி ரகங்களை கலப்பில்லாம பாதுகாக்கனுங்கிறதுக்காக பல வருஷங்களா நாங்க போராடிக்கிட்டிருக்கோம். ஒருங்கிணைந்த தஞ்சை விவசாயிகளை ஒருங்கிணைச்சு, ‘உம்பளச்சேரி பாரம்பரிய கால்நடை வளர்ப்போர் சங்கம்’ன்னு ஒரு அமைப்பை தொடங்கி நிறைய வேலைகள் செய்யிறோம். நாடெங்கும் பாரம்பரிய ரகங்களை வளர்க்கிறவங்களுக்கு இங்கிருந்து மாடுகள் அனுப்புறோம். கலப்பினங்களை ஊருக்குள்ளயே அனுமதிக்கிறதில்லை...” என்கிறார் க.பா.ஜானகிராமன். சங்கத்தின் தலைவர்.

உம்பளச்சேரி மாடுகளின் சிறப்பு, அதன் பணித்திறன். ஒரு ஜோடி மாடு, 1 நாளைக்கு 2 டன் எடையுள்ள ஒரு வண்டியை 20 கிலோ மீட்டர் தூரம் சளைக்காமல் இழுக்குமாம். சிறிதும் களைப்பில்லாமல் 7 மணி நேரம் உழவும் செய்யுமாம். பராமரிப்பும் குறைவு. சிறப்பு தீவனங்கள் தேவையில்லை. மேய்ச்சலே போதும். கூடுதலாக வைக்கோல்... சினைக்காலத்தில் கொஞ்சம் புண்ணாக்கு. இன்னொரு சிறப்பு, பிற மாடுகளைப் போல இம்மாடுகளுக்கு லாடம் கட்ட வேண்டியதில்லை. இயற்கையாகவே குதிரைக் குளம்பு போல கடினத்தன்மை கொண்டதாகவும், சிறிதாகவும் இருக்கிறது. சாதாரணமாக நடக்கும்போதே காளை மேல்நோக்கி தூக்கி வைத்துத்தான் நடக்கிறது.

“உம்பளச்சேரி வட்டாரமானது சதுப்பு நிலப்பகுதி. உப்பளங்கள் நிறைஞ்சிருந்த பகுதி. கோடைகாலங்கள்ல உப்பளத்துல

‘உப்பளருகு’ன்னு ஒருவகை புல்லு முளைக்கும். உப்புச்சத்து மிகுந்த அந்த புல்லை மாடுகள் விரும்பித் திங்கும். இவ்வளவு உறுதியாவும், திடகாத்திரமாவும் மாடுகள் இருக்கிறதுக்கு அந்த புல்லு தான் காரணம். உப்பள அருகுங்கிற பேர் தான் உம்பள சேரின்னு பிற்காலத்துல மருவியிருக்கு...” என்கிறார் ஆசிரியர் இளங்கோவன்.

இளங்கோவன் வீட்டில் ஒரு பொலிகாளை உண்டு.

உம்பளச்சேரி பொலிகாளைகளை கையாள்வது எளிதல்ல. பழகிய சிலருக்கு மட்டுமே அவை கட்டுப்படும். ஆவேசமாகவும், துடுக்குத்தனமாகவும் செயல்படும்.

“பொதுவா உம்பளச்சேரி மாடே அப்படித்தான். சின்ன சத்தத்துக்கே விழிப்பாயிடும். அவ்வளவு எச்சரிக்கை உணர்வு. பழகினவங்ககிட்ட ரொம்பவே பாசமா இருக்கும். அடங்கி நிக்கும். எப்பவும் சுறுசுறுப்பா இருக்கும். பொதுவா எந்த பசு, கன்னு போட்டாலும் தொடக்கத்துல செம்பழுப்பு நிறத்துல தான் இருக்கும். 3 மாதத்துக்குப் பிறகுதான், கொஞ்சம் கொஞ் சமா நிறம் மாறும். மயிலை, கருப்பு கலந்த மயிலைன்னு ரெண்டு நிறத்துல தான் இருக்கும். நோய் எதிர்ப்பு சக்தி நிறைய உண்டு. அப்படியே நோய்வாய்ப்பட்டாலும் மூலிகை வைத்தியம் தான் செய்வோம். பெரும்பாலும் ஊசியே போடமாட்டோம். பசுவுக்கு பால்மடி சின்னதா இருக்கும். தினமும் ஒன்னுல இருந்து ரெண்டு லிட்டர் பாலு தான் கறக்கும். ஆனா, அந்த பாலு மருந்து மாதிரி. எக்ஸ்ட்ராவா எந்த தீவனமும் போடத் தேவையில்லை. காடு கரையில மேய்ச்சுப்புட்டு, கட்டும்போது தண்ணி காமிச்சு, நாலு வைக்கோல அள்ளிப்போட்டா போதும். உழுவுற மனுஷன் களைச்சு விழுந்தாலும் காளைங்க களைக்காது... அவ்வளவு வலுவா வேலை செய்யும்...” சிலிர்த்துப் பேசுகிறார் ராமச்சந்திரன். இவரும் ஒரு கிடைகாரர் தான்.

“3 பல்லுப் போட்டா காளை பருவத்துக்கு தயாராயிடுச்சுன்னு புரிஞ்சுக்கலாம். அதை இன விருத்திக்குப் பயன்படுத்த ஆரம்பிச் சிடுவோம். 60 பசுவுக்கு ஒரு காளைன்னு கணக்கு. பசு, ஒன்னரை வருஷத்துக்கு ஒரு கன்னு ஈனும். ஒரு பசு தன் வாழ்நாள்ல 10ல இருந்து 13 ஈத்து ஈனும். வயசாகி வேலை செய்ய முடியாத மாடுங்களை அவ்வளவு சீக்கிரம் யாரும் விக்க மாட்டாங்க. அது வீட்டோட ஒரு ஆளா கிடந்து செத்துப்போகும். அதுக்கு

சமாதியெல்லாம் கட்டி வழிபடுவாங்க...” என்று மாட்டுடனான பிணைப்பை விளக்குகிறார் ராமச்சந்திரன்.

உம்பளச்சேரி மாடுகளின் ஆயுள் 28 வருஷம். 2007 கணக்கெடுப்புப்படி, ஒருங்கிணைந்த தஞ்சை மற்றும் அண்டை மாவட்டங்களில் 2 லட்சத்து 17 ஆயிரம் உம்பளச்சேரி மாடுகள் இருந்தது. இப்போது 1 லட்சமாக சுருங்கி விட்டது.

“உம்பளச்சேரி மாடுகள்ல ஆட்டுக்காரி மாடு, வெண்ணா மாடு, கணபதியான் மாடு, சூரியங்காட்டு மாடுன்னு நாலு வகையிருக்கு. ஒவ்வொரு மாட்டுக்கும் கொஞ்சம் குணம் வித்தியாசம், உருவ வித்தியாசம் இருக்கும். மாடுகளோட நல்லாப் புழங்குனவங்களுக்குத் தான் அந்த வித்தியாசங்கள் மட்டுப்படும். ஆட்டுக்காரி மாடு, சின்ன சத்தத்துக்கே மிரளும். வால் ஒல்லியா சீரா இருக்கும். பசுக்கள், கன்னுங்க கூட ரொம்பவே பாசமா இருக்கும். சுமாரான உயரத்துல இருக்கும். இந்த ஆட்டுக்காரி மாட்டுக்கு பின்னாடி ஒரு கதையிருக்கு.

100 வருஷத்துக்கு முன்னாடி, ராமநாதபுரத்துல இருந்து செம்மறியாட்டுக் கிடையோட ஒரு மாட்டையும் ஓட்டிக்கிட்டு ஒரு பொண்ணு இந்தப் பகுதிக்கு வந்திருக்கா. அவளுக்கு இங்கிருந்த கோவிந்தசாமி பிள்ளையோட மூதாதைங்க, இருக்க இடம் கொடுத்து உதவியிருக்காங்க. அதுக்கு நன்றிக்கடனா தன்னோட மாட்டை அவங்களுக்குக் கொடுத்திருக்கா. அந்த ஒரு மாட்டுல இருந்து வளர்ந்த சந்ததிங்க தான் ஆட்டுக்காரி மாடுங்க. வெண்ணா மாடுங்கிறது வெள்ளை நிறத்துல கருப்பு பொட்டுக்களோட இருக்கும். கொஞ்சம் பெரிய உருவம்... கடுமையா வெறிக்கும். கணபதியான் மாடு வெண்ணா மாட்டைப் போலவே இருக்கும். பால் மடியை வச்சுத்தான் வித்தியாசம் கண்டுபிடிக்கனும். ரொம்ப சின்னதா இருக்கும். காம்புகளோட அடிபாகம் பெரிசாவும் நுனிகூராவும் இருக்கும். வால் கொஞ்சம் தடிமனா இருக்கும். அந்தக்காலத்துல கணபதி அய்யர்ங்கிறவர் இந்தமாடுகளை நிறைய வச்சுப் பராமரிச்சிருக்கார். அவரோட பேரே இதுக்கு நிலைச்சிருச்சு. உம்பளச்சேரியில சூரியங்காட்டுத் தெருன்னு ஒரு தெரு இருக்கு. அந்தத் தெருவில வளர்ந்த மாடுங்களை தெருவோட பேரை வச்சே அழைச்சிருக்காங்க. இப்போ அது தனி வகையாயிடுச்சு. இந்த மாடுங்க ரொம்ப கூச்சப்படும். வேகப்படாது. ஸ்னேகமா இருக்கும். இன்னைக்கும் மாடுங்க விற்க வாங்கும்போது வகைப் பாத்துத்தான் யாவாரம் நடக்கும்...” என்கிறார் ஜானகிராமன்.

கன்று பிறக்கும்போதே சுழி, அங்க அடையாளங்கள், உடல் பாகங்களை வைத்து, அது பொலிகாளையா, எருதா என்பதை தீர்மானித்து விடுகிறார்கள். பாகங்கள் பங்கமில்லாமல் நேர்கொண்ட பார்வை, ஆளை மிரட்டும் ஆவேசம் இருந்தால் அது பொலிகாளை. அதை அதன் போக்கிலேயே விட்டு வளர்ப்பார்கள். கரடு முரடாக, கோப தாபத்தோடு காட்டாறு மாதிரி வளரும். பொலிகாளைக்குத் தேறாதென்றால், சூடு போட்டு எருதாக்கி விடுவார்கள்.

அதென்ன சூடு?

"அது ஒருவிதமான மருத்துவம். 12 மாசத்துல இது பொலியா, எருதான்னு முடிவுக்கு வந்திடுவோம். எருதுன்னு ஆயிட்டா, கொம்பை நீக்கிடுவோம். கொம்பு இருந்தா வேலைக்கு இடைஞ்சல். ஏரு இழுக்கையிலேயே வண்டி பூட்டயிலேயே கொம்பு உடைஞ்சு ஆராத ரணமாயிடும். அதனால அதை வைத்தியருங்க மூலமா குருத்தோட நீக்கிடுவோம். பரவி விரிஞ்சு நிக்குற காதுகளை சரிபண்ணி பொலிவாக்குவோம். இரும்பு குச்சியை பழுக்கக் காய்ச்சி முகம், பின்பக்கத் தொடைகள்ல நாலு இழுப்பு இழுத்து விடுவோம். உடம்புல தீக்காயம் பட்டு ஆறுறதால நோய் எதிர்ப்பு சக்தி அதிகரிக்கும். பளு இழுக்கும் திறனும் கூடும். நோய் வராது. அடுத்து ஆண்மை நீக்கம்... அதுக்குன்னு தனியா ஆட்கள் இருக்காங்க. அவங்களை வச்சு பண்ணுவோம். ஆண்மை நீக்கம் செய்யப்பட்ட மாடு, கருப்பு நிறத்துல இருந்து முழுசா மயிலை நிறத்துக்கு மாறிடும். மனுஷனுக்கு இணையா நின்னு உழைக்கும்..." என்கிறார் ஜானகிராமன்.

மாடுகளில் ஏகப்பட்ட கலப்பினங்கள் வந்துவிட்டன. வெளிநாடுகளில் இருந்து உறைவிந்தைக் கொண்டு வந்து நாட்டு மாடுகளில் கலந்து இனக்கலப்பு செய்கிறார்கள். அந்த மாதிரியான கலப்பினங்கள் நம் தட்பவெப்பத்துக்கு தகாதவை. இயற்கைக்கு முரணானவை. குறிப்பிட்ட ஒரு திறனை மட்டும் கொண்டிருக்கும் அதுமாதிரி மாடுகள் விவசாயிகளுக்கு எந்த விதத்திலும் பயன்தராது. நட்டத்தையே உருவாக்கும்.

1974ல கொருக்கை கிராமத்தில தமிழக அரசு ஒரு கால்நடைப் பண்ணையை தொடங்கியுள்ளது. இந்த பண்ணையில் 496 ஏக்கர் பரப்பில் அமைந்துள்ள இந்த பண்ணையில் 475 மாடுகள் பராமரிக்கப்படுகின்றன. தனித்தன்மை கெடாமல் உம்பளச்சேரி

காளைகளை பாதுகாக்கும் இந்த மையத்திற்காக இந்த ஊரைச் சேர்ந்த பி.சி. வேலாயுத படையாச்சி என்பவர் தன் 60 ஏக்கர் நிலத்தைத் தானமாகக் கொடுத்திருக்கிறார். அண்மையில் அரசு இந்த ஊரில் சிறந்த கால்நடைகளுக்கான கண்காட்சி நடத்தி லட்சங்களில் பரிசளித்துள்ளது.

மாடுகளை உம்பளச்சேரி மற்றும் சுற்று வட்டார மக்கள் தங்கள் பிள்ளைகளில் ஒன்றாகவே கருதுகிறார்கள். வாழ்வியல் நெருக்கடியால் ஒரு மாட்டை விற்க நேர்ந்தால், அது பெருந்துயராக வீட்டைச் சூழ்ந்து நிற்கிறது. இறந்தால் குடும்ப இழப்பாக கருதி கதறுகிறார்கள். சடங்குகள், பண்டிகைகள் என அனைத்து நிகழ்வுகளிலும் மாடுகள் நிறைந்திருக்கிறது. ஒரு மாடு, ஒரே நேரத்தில் இரண்டு கன்றுகள் போட நேர்ந்தால் ஒன்றை கோவிலுக்குத் தருகிறார்கள்.

உம்பளச்சேரியில் கண்படும் இடமெல்லாம் பசுமை... எத்திசையில் பார்த்தாலும் மாடுகள். மால்வி, மேவாதி, நகோரி, ரதி, புங்கனூர், ஓங்கோல், பொன்வார் என 40க்கும் மேற்பட்ட நாட்டு மாடுகளை கலப்பினத்துக்குக் காவு கொடுத்து விட்டோம். உம்பளச்சேரி போன்ற மிஞ்சியிருக்கும் நாட்டு மாடுகளையேனும் காப்பாற்றியாக வேண்டும். அரசைக் காட்டிலும் அந்தப்பகுதி மக்கள் இதில் உறுதியாக இருக்கிறார்கள்.

53

ஆவணம் நாட்டியக் குதிரைகள்

பின்புறம் வாலாசனம், தலையில் கொண்டைக்கூறு, கழுத்தில் நெக்லஸ் மாலை, முகத்துக்குப் பட்டா, காலுக்குப் பட்டை என வண்ணமயமான அலங்காரத்தில் அழகிய ஓவியம் போலாகி நிற்கிறது குதிரை. உருமி, தாரை, தப்பட்டைகள் முழங்க, லகானை லேசாக அசைக்கிறார் குதிரைக்காரர். காற்சலங்கை தெறிக்க, ஏற்ற இறக்கம் காட்டி அடியெடுத்து வைத்து ஆடுகிறது குதிரை. ஜல் ஜல் ஒலியும், நளினமும், கம்பீரமும் ஒருங்க பொருந்திய அந்த குதிரை நாட்டியம் சூழலையே கொண்டாட்டக் களமாக மாற்றுகிறது.

கிழக்கு மற்றும் தென் மாவட்டங்களில் சற்று பெருந்தனக்காரர்கள் வீட்டுக் காதணி விழா, திருமண விழா, கோவில் திருவீதி ஊர்வலங்களில் அதிரவைக்கும் இந்த குதிரை நாட்டியங்களைப் பார்க்கலாம். மணமகனையோ, காதணிச் செல்வனையோ அலங்கரித்து இந்தக் குதிரையில் அமரவைத்து ஊர்வலம் வருவார்கள். அதிரும் இசைக்கேற்ப நாட்டியமாடியபடி வரும் குதிரையைப் பார்க்க ஊரே கூடி நிற்கும்.

இந்த நாட்டியக் குதிரைகளின் பூர்வீகம் ஆவணம். புதுக்கோட்டை மாவட்டத்தின் எல்லையில் இருக்கும் ஆவணத்திலும், அதையொட்டிள்ள காசிம்புதுப்பேட்டை கிராமத்திலும் பல இஸ்லாமியக் குடும்பங்கள் தலைமுறைத் தொழிலாக நாட்டியக் குதிரைகளை வளர்க்கிறார்கள். முறையாக நாட்டியமும், சாகசங்களும் பயிற்றுவிக்கப்பட்ட இருபது குதிரைகள் இங்கே உண்டு.

உலகெங்கும் குதிரைகள் பல நூற்றாண்டுகளாக மனித கலாச்சாரத்தோடு இணைந்து பயணித்துள்ளன. 4000 ஆண்டுகளுக்கு முன்பே மனிதர்களின் உத்தரவுக்கு குதிரைகள் கட்டுப்பட்டுள்ள செய்திகள் ஓவியங்களாகவும், முத்திரைகளாகவும் நமக்குக் கிடைக்கின்றன. போக்குவரத்து, விவசாயம், பொழுதுபோக்கு என பல வகைகளில் மனிதர்களுக்கு உற்ற துணையாக இருந்தன குதிரைகள்.

பண்டைய அரசுகளின் ராணுவத்தில் குதிரைப்படை பிரதானமான ஒன்று. வழிபாடுகள், சடங்குகளிலும் குதிரைக்கு முக்கிய இடமுண்டு. காலம்தோறும் தம் களிப்புக்கும் குதிரைகளை மனிதர்கள் பயன்படுத்தியே வந்துள்ளார்கள். அதன் நீட்சி தான் ஆவணம் நாட்டியக் குதிரை.

“இந்த தொழில் எங்க மூதாதைகள் எங்களுக்குக் கொடுத்த பரிசு. இங்கே வசிக்கிற ஏழெட்டுக் குடும்பங்கள் பரம்பரையா இந்தத் தொழில்ல இருக்காங்க. மீரா லெப்பை ராவுத்தர், சேக் லெப்பை ராவுத்தர்ன்னு குதிரைகளோட தொழில்நுட்பம் புரிஞ்ச பெரியவங்க பலபேர் இந்த தொழிலை செஞ்சிருக்காங்க. நாங்கள்லாம் அவங்க மாதிரி பெரியவங்ககிட்ட கத்துக்கிட்டவங்க தான்...” என்கிற வி.எஸ்.எம்.சாகுல்ஹமீது 6 நாட்டியக் குதிரைகளை வைத்திருக்கிறார். வி.எஸ்.எம் சன்ஸ் என்பது இவரது அடையாளம்.

140 ஆண்டுகளுக்கு முன் இப்பகுதியில் வாழ்ந்த காதர்மீரான் லெப்பை ராவுத்தர் தான் இந்த தொழிலின் கர்த்தா என்கிறார்கள். பெரும் குதிரைப் பிரியரான காதர்மீரான், நிறைய குதிரைகளை வளர்த்து வந்தார். ஆவணம் வட்டாரத்தில் நடக்கும் சுபகாரியங்களுக்கு குதிரைகளில் போய் கம்பீரமாக இறங்குவாராம். வண்ணத் துணிகளால் அலங்கரிக்கப்பட்ட அவரது குதிரையை அப்பகுதி மக்கள் பார்த்து அதிசயிப்பார்களாம். ஒரு

கட்டத்தில் அவரது குதிரைக்காகவே பலரும் அவரை விழாவுக்கு அழைக்க ஆரம்பித்துவிட்டார்கள். விழாக்களில் ஒலிக்கும் மங்கள இசையைக் கேட்டு குதிரை மிரண்டு 'ஸ்டெப்' போட, அப்போது தான் காதர்மீரானுக்கு குதிரைக்கு நாட்டியம் பழக்கும் எண்ணம் உருவாகியிருக்கிறது. குதிரையின் இயல்புக்கேற்ப சிற்சில அசைவுகளைப் பழக்கினார். காலில் சலங்கையைக் கட்ட அந்த சத்தத்திற்கு இசைந்து குதிரை லாவகமாக அசைந்தது. லகானை முன்னும் பின்னும் இழுக்கும்போது குதிரையின் தலையாட்டலும் ஈர்த்திருக்கிறது. அனைத்தையும் இணைத்து, ஒரு கலையாகவே வடிவமைத்து தன் சந்ததிக்கு தந்திருக்கிறார்.

"அப்லாக், சஞ்சாப், குமைத், நொக்காராான்னு குதிரையில நிறைய வகைகள் இருக்கு. நொக்காரா தான் ஆட்டத்துக்குத் தகுந்தது. வெள்ளை வெளேர்ன்னு மல்லிகைப்பூ நிறத்துல இருக்கும். உயரமா, மிடுக்கா, துடுக்கா, கம்பீரமா இருக்கும். மனுஷங்களோட இணக்கமாவும் இருக்கும். ரொம்ப மிரளாது. வால் நெளிவா கொடி மாதிரி பரவிக்கிடக்கும். வெள்ளியில கருப்பு வச்சுச் செஞ்சமாதிரி அவ்வளவு நேர்த்தியா இருக்கும் கண்ணு. சொல்ற பேச்சைக் கேட்கும். மனித உணர்வைப் புரிஞ்சுக்கும். 4 வயசுக் குட்டியை வாங்கியாந்து நமக்கேத்த மாதிரி பயிற்சி கொடுப்போம். ஆறேழு மாசத்துல ஆட்டத்துக்குத் தயாராயிடும்..." என்கிறார் பாரூக். பாரூக்கிடம் ஒரு நாட்டியக்குதிரை இருக்கிறது.

ராஜஸ்தான், மகாராஷ்டிரா மாநிலங்களில் நடக்கும் குதிரைச் சந்தைகளில் குதிரைகளை வாங்குகிறார்கள். இதற்கென, ஆவணத்தில் இருந்து ஒவ்வோராண்டும் ஒரு குழு அம்மாநிலங்களுக்குச் செல்கிறது.

"தீபாவளிக்கு 10 நாளுக்கு முன்னாடி, மகாராஷ்டிரா மாநிலத்துல, அக்குலிஜ் சந்தை ஆரம்பமாகும். மார்கழி அமாவாசையன்னிக்கு மாலேகான் சந்தை. சாரங்கடா, கராடு சந்தைகளும் அடுத்தடுத்து வரும். அதேமாதிரி ராஜஸ்தான் மாநிலத்துல உள்ள புஜ்கர் சந்தைக்கும் போவோம். இங்கெல்லாம், குதிரைகள் மட்டுமில்லாம, அலங்காரப் பொருட்கள், சாரட் வண்டிகள் எல்லாம் கிடைக்கும். குதிரைகள் வாங்குறோமோ, இல்லையோ வேடிக்கை பாக்கவாவது போயிட்டு வந்திடுவோம்.

பொதுவா ஆட்டத்துக்கு ஆண் குதிரைகள் தான் பொருத்தமா இருக்கும். பெண் குதிரைகள் கொஞ்சம் வலு கம்மியா இருக்கும்

அடுத்து, பேறுகால பிரச்னை எல்லாம் வரும். இன்னொரு நம்பிக்கையும் இருக்கு. பெண் குதிரைகளை வளர்த்து அது குட்டி போடும்போது, பிரச்னையில்லாம பிரசவம் ஆயிட்டா குடும்பம் தழைக்கும். மாறா, பிரசவம் சிக்கலாகி தாயோ, குட்டியோ இறந்துபோனா குடும்பம் சரிஞ்சு போவும். எங்க முன்னோர் சொன்ன வாக்கு அது. அதனால பெரும்பாலும் ஆண் குதிரைகளைத் தான் வாங்குவோம். 4 வயசுக்கு மேற்பட்ட குதிரை தான் ஆட்டத்துக்குத் தகுந்தது. ஆட்டக்குதிரைக்குன்னு சில உடற்தகுதிகள் இருக்கு. பொட்டுக் கருப்புகூட இருக்கக்கூடாது. காது ரெண்டும் ஒட்டியிருக்கனும். உடல்வாகு நீட்டவாட்டமா, சுருக்கமில்லாம இருக்கனும். தவிர, 9 சுழி இருக்கனும். பிடரியில 2 சுழி... இதை மஸ்துவம்ன்னு சொல்லுவோம். கழுத்தில 2... இதை ராஜா, மந்திரின்னு சொல்லுவோம். நெஞ்சுல முன்பறவை, விலாவுல பின்பறவை, தொப்புள்ள ஒரு சுழி, பின்கால்கள்ல 2 சுழி... அதுக்கு சிந்தாமணின்னு பேரு... ஒரு சுழி குறைஞ்சாக்கூட அதை வாங்கமாட்டோம்.

குதிரையை நல்லா நடக்கவிட்டுப் பாப்போம்... கைகால் பலமா இருக்கா... நடை நேரா இருக்கா... தாங்கி நடக்குதா... எல்லாத்தையும் சரிபார்த்து திருப்தியா இருந்தா பேரம் பேசுவோம். பொதுவா, நொக்காரா குட்டி 4 லட்சத்துல இருந்து 5 லட்சம் வரைக்கும் வரும். யாவாரம் முடிஞ்சுட்டா ஒரு லாரியைப் புடிச்சு ஊருக்கு ஏத்தியாந்திருவோம். ஏத்துக்கூலி மட்டும் அம்பதாயிரத்துக்கு மேல வரும்...” என்று விவரிக்கிறார் முகமது அஸ்லம். பொறியாளரான அஸ்லம் சாகுல்ஹமீதுவின் அடுத்த தலைமுறை. இவரது வார்த்தைகளுக்கு குழைந்து அடிபணிகின்றன குதிரைகள்.

“குதிரைகளை கொண்டு வந்து சேர்த்தவுடனே பயிற்சியைத் தொடங்க முடியாது. முதல்ல அதுக்கு நம்ம மொழியே புரியாது. வட இந்தியாவுல வளர்ந்ததால இந்தி மொழிதான் பழகியிருக்கும். மெல்ல மெல்ல அதுக்கு நம்ம மொழியை புரியவைப்போம். கொள்ளைப் பிணைஞ்சு வச்சுட்டு, ‘ஹே... ஹே... சாப்பிட வா’ன்னு கூப்பிடுவோம். நம்ம உத்தரவுகளை கேட்டுப் புரிஞ்சுக்கவே குதிரைக்கு ஒரு மாசம் ஆயிடும். அதுக்குப் பிறகு, நாமக்கல்லுக்கு கொண்டு போயி ஆண்மை நீக்கம் செஞ்சு கொண்டு வருவோம். அப்போதான் நம்ம பேச்சுக்குக் கட்டுப்படும். சாதுவா மாறும்.

அதுக்குப்பிறகு தான் நாட்டியப் பயிற்சி. குதிரைக்கு கூச்சம் சாஸ்தி. யாரையும் பக்கத்துல நெருங்க விடாது. முதல்ல

கூச்சத்தைப் போக்கனும். யாராவது ஒருத்தர் அதுக்கிட்ட நெருங்கிப் பழகனும். ஒருத்தர்கிட்ட பழகின குதிரை கடைசி வரைக்கும் அவர்கிட்ட மட்டும் தான் ஒட்டும். மத்தவங்ககிட்ட மிரளும். தினமும் அதிகாலையில எழுந்திரிச்சு குதிரையைக் கூட்டிக்கிட்டு ரெண்டு மூணு கிலோ மீட்டர் நடப்போம். அப்புறம் ஓடவிடுவோம். முன்காலை தூக்கி நிக்க வைச்சுப் பழக்குவோம். காலை மடக்கி வணக்கம் சொல்ல வைப்போம். ஒரு உரலை வச்சு அதுல நாலு காலையும் நிக்கவச்சுப் பழக்குவோம். கால்ல சலங்கையை கட்டி நடக்க விடுவோம். அந்த சத்தத்தை கேட்டதும் காலை முன்பின் எடுத்து வச்சு பாக்கும். அப்படியே காலை மாத்தி மாத்தி வக்கச்சொல்லி பழக்குவோம். அப்புறம் டிரம் செட், தப்பு, உருமின்னு இசைக்கருவிகளை அடிக்கவிட்டு ஆடவிடுவோம். லகான் தான் மொழி. ஆடனுன்னா அதுக்கு ஒரு மாதிரி லகானை இழுப்போம். காலைதூக்கி வணக்கம் வைக்கனுன்னா அதுக்கு ஒருமாதிரி... ஆறு முதல் ஏழு மாசத்துல குதிரை முழுசா தயாராயிடும். முதல்ல, சின்ன சின்ன நிகழ்ச்சிக்கு அழைச்சிட்டுப் போவோம். கூட்டம், சத்தமெல்லாம் பழகினபிறகு பெரிய நிகழ்ச்சிகள்...” என்கிறார் முகமது இமாமுதீன். ஒரு குதிரையும், சாரட் வண்டியும் வைத்திருக்கிறார் இவர்.

வருடத்தில் 8 மாதங்கள் குதிரைக்காரர்கள் பயங்கர பிஸி. ஒருகாலத்தில் இஸ்லாமியர்கள், ஜெயின் சமூகத்தார் தான் குதிரை, சாரட் வண்டி பயன்படுத்துவார்கள். இன்று அனைத்து சமூகத்திற்கும் அது கௌரவமாகி விட்டது. உள்ளூர் என்றால், ஒரு குதிரைக்கு 5000 ரூபாய். வெளியூர் என்றால் வாகனச் செலவும் சேரும். தமிழகம் கடந்து தென்னிந்திய மாநிலங்கள் எல்லாவற்றுக்கும் குதிரைகளை அனுப்புகிறார்கள். சினிமாவிலும் ஆவணம் நாட்டியக் குதிரைகள் நடித்திருக்கின்றன.

சாகுல்ஹமீதுவின் அப்பா முகமது ஷரீப், ராஜா, லெட்சுமி என இரு குதிரைகள் வளர்த்திருக்கிறார். இரு குதிரைகளுமே பல திரைப்படங்களில் நடித்திருக்கின்றன. கூடவே தன் எஜமானன் திரையில் தோன்றவும் வாய்ப்பு வாங்கித் தந்துள்ளன. இப்போதும் சில குதிரைகள் சினிமாவில் தலைகாட்டுவதுண்டு.

“அப்போ நான் சிறுபிள்ளை. அப்பா ரொம்ப பிசியா இருப்பார். நிறைய சினிமா ஆர்டர் வரும். விட்டலாச்சார்யா எடுத்த வீரத்திலகம், ராஜா தேசிங்கு, நாகேஷ் நடிச்ச அப்பாஸ்ன்னு பல படங்கள்ல எங்க குதிரைகள் நடிச்சிருக்கு. கூடவே அப்பாவும்

குதிரைக்காரரா நடிப்பார். படத்துல பேரு போடுறப்போ எங்க முகவரியே போடுவாங்க. டும் டும் டும், தரையில் வாழும் மீன்கள், முதலிடம், மாப்பிள்ளை மனசு பூப்போல, காவலன்னு நாங்களும் பல படங்களுக்கு குதிரைகளை அனுப்பியிருக்கோம்..." என்கிறார் சாகுல்ஹமீது.

குதிரைகளை பிள்ளைகள் போல பராமரிக்கிறார்கள். காற்றாடி, புல் மெத்தை என ராஜ உபசாரம். உணவும் ராஜ உணவு தான். அவித்த கானப்பயிர், கோதுமைகம்புசோள மாவுகள், கேரட், பீட்ரூட், முள்ளங்கி, இஞ்சி சேர்ந்த உணவு உருண்டை, பசும்புல், சோளத்தட்டை... தவிர, காலை, மாலை இரண்டு வேளையும் இரண்டு சாக்கு புல். வாரத்துக்கு ஒருமுறை, 80 வகையான நாட்டு மருந்துகளை கருப்பட்டி சேர்த்து அரைத்து, அரிசி சாதம் சேர்த்து உருண்டை உருட்டி கொடுக்கிறார்கள். வயிறு சுத்தமாகி விடுகிறது. ஜலதோஷம், காய்ச்சல் என குதிரை லேசாக சுணங்கினாலும் உடனடியாக மூலிகை வைத்தியம் செய்து குணப்படுத்தி விடுகிறார்கள். வாரம் ஒருமுறை, கணுக்கால், மூக்கு, நெற்றி, வாலில் உள்ள முடிகளைக் கத்தரித்து அழகு செய்கிறார்கள்.

கால்நடைகளை மனிதனுக்கேற்றவாறு பழக்குவது ஒரு கலை. நாட்டியக் குதிரைக் கலையை அரசு அங்கீகரிக்க வேண்டும் என்று எதிர்பார்க்கிறார்கள் இவ்வூர் மக்கள். வெளியூர் நிகழ்ச்சிகளுக்கு கொண்டு செல்வதில் இருந்து திரும்ப கொண்டு வருவது வரை ஏகப்பட்ட நெருக்கடிகள். ஒருகாலத்தில் நாற்பத்துக்கும் மேற்பட்ட குதிரைகள் இருந்த இடத்தில் இப்போது பாதியாகி விட்டன. மேலும் அழிந்து விடாமல் காக்க, போக்குவரத்துகளில் கொஞ்சம் சலுகை வேண்டும் என்கிறார்கள். தமிழகத்தின் அடையாளமாக விளங்கும் இக்கலையைக் காக்க அரசு நடவடிக்கை எடுக்கத்தான் வேண்டும்!

54

பரவுக்காவல் படை

"தெக்கத்திப் புலத்துல இருக்கிற என் சோளக்காட்டுல விளைஞ்சு கிடக்கிற தட்டைகளை நாலைஞ்சு பொம்பளைங்க வெட்டிக்கிட்டிருக்காங்க. உடனடியா புடிச்சு நடவடிக்கை எடுங்க.." போடியை அடுத்துள்ள மரிமோர்குளம் சேகர்பாண்டியன் பிராதை நீட்டுகிறார். அடுத்த நொடி தெக்கத்திப் புலத்துக் காவலருக்கு போன் பறக்கிறது. அடுத்த அரைமணி நேரத்தில் சோளத்தட்டைச் சுமையோடு நான்கு பெண்களை கொண்டு வந்து நிறுத்துகிறார் காவலர். "சேகர்பாண்டிக்கு சேதாரம் ரெண்டாயிரம். அபராதம் ஆயிரம் சேத்து மூவாயிரம் கொடுக்கனும்..." கன்வீனர் செல்வராசு, தீர்ப்புச் சொல்ல சிலமணி நேரங்களில் பிரச்சினை முடிவுக்கு வருகிறது.

இப்படி, சின்னச் சின்ன களவுகளில் இருந்து, வெட்டுக்குத்தில் முடியவேண்டிய வாய்க்கால், வரப்புத் தகராறு வரைக்கும் எல்லாவற்றையும் பேச்சுவார்த்தை நடத்தி, எழுதிவாங்கி சுமூகமாக தீர்த்து வைக்கிறது 'பரவுக்காவல் படை'.

வெ. நீலகண்டன்

தேனி, போடி, கம்பம், பெரியகுளம் என தென் மாவட்டங்களின் பல பகுதிகளில் செயல்படும் இந்த பரவுக்காவல் படை, ஒரு காவல்நிலையத்தின் கட்டமைப்போடு இயங்குகிறது. காவலர்கள் அனைவரும் 50வயதுக்கு மேற்பட்ட கம்பீர பலவான்கள். கையில் பூண்போட்ட வேலைக்கம்பு, தோலில் கஞ்சிப் பை, கண்களில் மின்னும் மெல்லிய கோபம் என ஊர்தோறும் வலம்வரும் இந்த வயற்காட்டுக் காவலர்களைக் கண்டால் களவாணிகள் கலங்கிப்போகிறார்கள். நாட்டைக் காக்க ராணுவம், ஊரைக்காக்க காவல்துறை இருப்பது போல, வயற்காடுகளைக் பாதுகாக்கிறது இந்த பரவுக்காவல் படை.

“இன்னைக்கு நேத்துல்ல.. நாயக்கர் காலத்துல இருந்து இது நடைமுறையில இருக்கு. அப்போ ஊருக்கு ஒரு காவலர் நியமிப்பாங்க. அவர் திருட்டு, களவெல்லாம் கண்டுபிடிச்சு தண்டனை கொடுப்பாரு. வீட்டுக்கு இவ்வளவுன்னு அவருக்கு காவல்கூலி கொடுக்கனும். நெல்லு, வாழை, மா, தேங்கா, சப்போட்டா, கொய்யா, எழுமிச்சை, பாக்கு, காப்பி, ஏலக்கா, மாதுளை, மிளகு, இளவம்பஞ்சுன்னு பசுமையா விளைஞ்சுகிடக்கிற பூமி இது. ராப்பகல் பாக்காம வயக்காட்டுல கிடந்து பாடுபட்டாலும் விளைச்சலை முழுசா வீட்டுக்கு கொண்டு போகமுடியாது. அந்த அளவுக்கு களவாணிப்பயலுக தொந்தரவு... விதை ஊன்றதுல இருந்து, விளைச்சலை வீட்டுக்கு கொண்டுபோற வரைக்கும் பாதுகாத்துக் கொடுக்கிறதுக்காக நாயக்க மன்னருக தொடங்கி வச்சது தான் பரவுக்காவல் படை. பரவுன்னா ஏரியான்னு அர்த்தம். ஒவ்வொரு ஏரியாவுக்கும் ஒவ்வொரு பரவுக்காவலர் இருப்பார். சுதந்திரம் கிடைச்சபிறவு, பரவுக்காவலை நிறுத்திட்டாங்க. திரும்பவும் களவாணிப்பயலுக தொந்தரவு பெருத்துப்போச்சு. வயக்காட்டுத் தகராறு, வம்பு வழக்குகளும் அதிகமாப்போச்சு. இதையெல்லாம் தடுக்கிறதுக்காக பெரிய மனுஷல்லாம் சேந்து திரும்பவும் பரவுக்காவல் படையை உருவாக்கியிருக்காங்க...” என்கிறார் கம்பம் பரவுக்காவல் படையின் ஏஜெண்ட் பெரியசாமி.

பரவுக்காவல் படை அலுவலகம் காவல்நிலையம் போலவே செயல்படுகிறது. பரவுக்காவல் நிலையத்தின் இன்ஸ்பெக்டர், ஏஜெண்ட் தான். இவருக்கு அடுத்து ஒரு உதவி ஏஜெண்ட். சப் இன்ஸ்பெக்டரைப் போல. இவர்களுக்குக் கீழே காவலர்கள். இவர்கள் அனைவருக்கும் மேலே, தலைவர். நீதிபதியைப் போல. களவாணிகளை விசாரித்து, இழப்பீடு பெற்றுத்தருபவர். வம்பு, வழக்குகளை விசாரித்து தீர்த்து வைப்பவர்.

அதிகாலை 8 மணிக்குள் எல்லா காவலர்களும் பரவுக்காவல் நிலையத்தில் ஆஜராகி விடவேண்டும். காலதாமதமாக வந்தால் 50 ரூபாய் அபராதம். பீட் ரெஜிஸ்டர் உண்டு. புலவாரியாக ஒவ்வொரு காவலருக்கும் பணி பிரித்து எழுதப்படுகிறது. அதில் தினமும் தலைவர் கையெழுத்திடுவார். ஏஜெண்ட் இல்லாத நாட்களில் உதவி ஏஜெண்ட் காவலர்களுக்குப் பணி ஒதுக்குவார். வயதில் இளையவர்களாயினும் ஏஜெண்ட்டின் வார்த்தைக்கு பரிபூரணமாக கட்டுப்படுகிறார்கள் காவலர்கள். 8.10க்குள் கம்பு, கஞ்சிப்பை சகிதமாக தங்கள் புலத்துக்குக் கிளம்பிவிட வேண்டும். கண்டிப்பாக கஞ்சிப்பை கொண்டு வந்தாக வேண்டும். இல்லாவிட்டால் அதற்கும் அபராதம் உண்டு. தங்கள் புலம் வரை, இரண்டு புறங்களையும் கண்காணித்தபடி நடந்தே செல்ல வேண்டும். சைக்கிளில் சென்றால் அபராதம். நடந்து சென்றால் தான் புலன்களை நிதானமாக கண்காணிக்க முடியும். நாளொன்றுக்கு 10 முதல் 20 கிலோ மீட்டர்கள் வரை காவலர்கள் நடந்தே சென்று காவல்காக்கிறார்கள். வயலில் ஆடுமாடுகள் மேய்ந்தால் விரட்டுவதோடு, மாட்டின் உரிமையாளரை அலுவலகத்துக்கு இழுத்துச் சென்று விடுவார்கள். கையில் களவாணிகள் சிக்கினாலும் அதோகதி தான்.

"விளைஞ்சு நிக்கிற நெல்லைக் கசக்கி மூட்டைக்கணக்கில திருடிருவாங்க. மாட்டுத் தீவனத்துக்காக நல்லா விளைஞ்சு நிக்குற சோளத்தட்டையை வெட்டிக் கொண்டு போயிருவாங்க. மொச்சக்காயை உருவிடுவாங்க. மாங்கா, தேங்கா எல்லாம் திருட்டுப்போவும்... பெரும்பாலும் கையும், களவுமா சிக்கிடுவாங்க. ஒருவேளை, ஓடிப்போனாலும் அடையாளங்களை வச்சு ஆளைக் கணிச்சு வீட்டுல போய் தூக்கிருவாங்க. பரவுக்காவல் ஸ்டேஷன்ல வச்சு பைசல் பண்ணிடுவோம்..." என்கிறார் கம்பம் பரவுக்காவல் படையின் உதவி ஏஜெண்ட் மாரியப்பன்.

கம்பத்தில் மட்டும் மூன்று பரவுக்காவல் படைகள் உண்டு. ஒக்காலிகர் பரவுக்காவல், வேளாளர் பிள்ளைமார் பரவுக்காவல், ஓவார் பரவுக்காவல். ஓ.ராமசாமித்தேவரால் தொடங்கப்பட்டது ஓவார் பரவுக்காவல். இதில் 20க்கும் மேற்பட்ட காவலர்கள் இருக்கிறார்கள். எல்லாம் 50 வயதுக்கு மேற்பட்டவர்கள்.

"மணிக்கட்டி, தேர்ப்புலி, ரோட்டுப்பாதை, வாழக்கோம்பை, நடுப்பாதை, அஞ்சாலி... இதெல்லாம் எங்க காவல் எல்லைகள். கிட்டத்தட்ட 10ஆயிரம் ஏக்கர் எங்கள் காவல் எல்லைக்குள்ள

இருக்கு. காலையில பீட்டுக்குப் போயிட்டா சாயங்காலம் 5மணி வரைக்கும் புலனுக்கு உள்ளேயே சுத்தி வரணும். காவல்காரர் ஒழுங்கா வேலை செய்யிறாரான்னு கண்காணிக்க ஏஜெண்ட் பீட்ரவுண்ட்ஸ் போவார். நிறைய கட்டுப்பாடுகள் இருக்கு. எல்லா காவலருக்கும் தனித்தனியா நம்பர் இருக்கு. அந்த நம்பர் போட்ட பேட்ச்சை சட்டையில குத்தியிருக்கனும். தேவையில்லாத வம்பு, தும்புக்குக் போகக்கூடாது. பீட் ரவுண்ட்ஸ் போகும்போது, காவல்காரர் பீட்ல இல்லைன்னா அபராதம் உண்டு..“ என்கிறார் ஓவார் பரவுக்காவல் படையின் தலைவர் குமரேசன்.

பரவுக்காவல் படையில் இருப்பவர்கள் சாதாரண ஆட்களில்லை. சிலம்பத்தில் இருந்து, மல்யுத்தம் வரை எல்லாக் கலைகளையும் கற்று வைத்திருக்கிறார்கள். முறுக்கு மீசை, சிவப்பு கண்கள் என காவல்துறைக்கே உரிய மிடுக்கு.. தோற்றமே மிரட்டுகிறது. திருட்டை கண்டுபிடிப்பதில் பல லாவகங்கள் கையாள்கிறார்கள்.

“முதல்ல ஆளைப் பாப்போம். பழகுன முகமா இல்லைன்னா கூப்பிட்டு விசாரிப்போம்.. விசாரணைக்கு ஒத்துழைப்புக் கொடுத்தா சரி, இல்லைன்னா ஆளைத் தூக்கிருவோம். அதேமாதிரி கையில மாங்கா, தேங்கா வச்சுக்கிட்டு வந்தாலும் வழியில மடக்கிருவோம். ஆள், தாட்டுமூட்டுன்னு ஆயுதங்களைக் காமிச்சா நாங்களும் எங்க வேலையைக் காமிச்சிருவோம். ஒருவேளை ஆளு ஓட்டமெடுத்தா மச்சம், தலைமுடி அடையாளங்களை வச்சு சுத்துப்பட்டுக்கு சொல்லிவிட்டுருவோம். சில மணி நேரங்கள்ல ஆள் அம்புட்டுருவான். எம்மாம்பெரிய ஆளா இருந்தாலும் எங்க பரவுக்காவலுக்கு கட்டுப்பட்டுத்தான் ஆகனும்...” என்கிறார் போடி பரவுக்காவலைச் சேர்ந்த காவலர் துரைச்சாமி. வயது 70 ஆனாலும் இருபதுக்குரிய வேகம். கம்பைக் கையில் எடுத்துச் சிலம்பம் சுற்றினால் காற்று அனலாகிறது. அப்படியொரு வேகம்.

போடி பகுதியில் உள்ள பரவுக்காவலின் வடிவம் சற்று நவீனமாகியிருக்கிறது. ‘அனைத்து மகசூல் விவசாயிகள் மற்றும் குத்தகைதாரர்கள்நல சங்கம்’ என்ற பெயரில் ஒரு அமைப்பைத் தொடங்கி அதன்கீழ் பரவுக்காவல் நடத்துகிறார்கள். காவலர்கள் அனைவருக்கும் ஊதாநிறத்தில் யூனிபார்ம் உண்டு. இந்த சங்கத்தைத் தொடங்கி வைத்தவர் போடி ஜமீன்தார் ஏ.டி.ஏ.ஜி.சவுந்திரவேல். இங்கு 40 காவலர்கள் இருக்கிறார்கள். தற்போதைய போடி

ஜமீன்தார் வடமலை ராஜபாண்டியன், இதன் தலைவர். பிரச்னைகளைத் தீர்த்து வைப்பவர்களுக்குப் பெயர் 'கன்வீனர்'. வயற்காட்டுப் பகுதியின் ஒவ்வொறு எல்லையிலும் ஒவ்வொரு காவல்குடிசை இருக்கிறது. ஒவ்வொரு குடிசைக்கும் இரண்டு காவலர்கள். ராப்பகலாக காவல் காக்கிறார்கள். இதுதவிர ஒரு வழிப்பாதைகளிலும் காவல் உண்டு. வயற்காட்டில் இருந்து, பொருட்களோடு வருபவர்கள் தங்கள் வயலில் அறுவடை செய்ததற்கான ஆதாரத்தோடு வரவேண்டும். இல்லாவிட்டால் ரோட்டைத் தாண்ட முடியாது. காவல்குடிசையில் உக்கார வைத்துவிடுவார்கள். சம்சாரிகள் தங்கள் வயலில் விளைந்த பொருட்களைக் கொண்டு செல்ல சிறிய கட்டணம் உண்டு. ஒரு கூடைக்கு 3 ரூபாய். ஒரு கோணிக்கு 5 ரூபாய். டயர்வண்டிக்கு 80 ரூபாய். டிராக்டருக்கு 160 ரூபாய். லாரிக்கு 250 ரூபாய். இதுதவிர, 1 ஏக்கருக்கு வருடத்துக்கு 50 ரூபாய் வீதம் காவல்கூலி வசூலிக்கிறார்கள். இதை வைத்தே காவலர்களுக்கு சம்பளம், நிர்வாகச் செலவுகளை மேற்கொள்கிறார்கள்.

"ராத்திரி காவலுக்குப் போறவங்களுக்கு ஒரு விசில் கொடுத்திருவோம். ஒரு விசில் அடிச்சா களவாணி இருக்கான்னு அர்த்தம். மூணு விசில் அடிச்சா 'உடனே வாங்க'ன்னு அர்த்தம். ஆளு முரண்டு பிடிச்சா நாலுஅடி போட்டுத்தான் கூட்டிட்டு வருவோம். நிலத்துக்காரரையும், களவாணிப் பயலையும் ஒன்னா வச்சு கன்வீனர் விசாரிப்பார். எவ்வளவு இழப்பீடோ அதைக் கொடுத்திரனும். தரமாட்டேன்னு முரண்டு பிடிச்சா போலீஸ் ஸ்டேஷன்ல கொண்டேவிட்டு சாட்சி சொல்லிருவோம்.. பொதுவா பரவுக்காவலை மீறி யாரும் பேச மாட்டாங்க.." என்கிறார் போடி விவசாயிகள் சங்க நிர்வாகி பாலகிருஷ்ணன்.

"நிலப்பிரச்னை, வரப்புப் பிரச்னைன்னு விவசாயத்தில பல பிரச்னைகள் வர வாய்ப்பிருக்கு. விட்டா பகை வளர்ந்து வெட்டு, குத்துல வந்து நிக்கும். விவசாய சங்க பரவுக்காவல் மூலமா நாங்க சுமூகமா முடிச்சு வைக்கிறோம். பிரச்னைன்னு யாராவது பிராது கொடுத்தா, காவலர்களை விட்டு விசாரணை நடத்துவோம். அவங்க கொடுக்கிற அறிக்கை அடிப்படையில ரெண்டு பேரையும் கூப்பிட்டு விசாரிச்சு தப்பு செய்யிறவங்களுக்கு அபராதம் போடுவோம். போடியில பரவுக்காவல் ஆரம்பிச்சு 50 வருஷமாகுது. இதுவரைக்கும் எந்த வம்பு, தும்பும் இல்லை..." என்கிறார் காவல்படையின் தலைவரும் போடி ஜமீன்தாருமான வடமலை ராஜபாண்டியன்.

ஒவ்வொரு காவல்காரரின் பின்னணியிலும் ஏராளமான வீரதீரக்கதைகள் உள்ளன. யானை, புலி, கரடிகளிடம் தப்பி வந்தவர்கள், களவாணிகளிடம் அரிவாள் வெட்டு வாங்கியவர்கள், கத்துக்குத்து பெற்றவர்களும் இருக்கிறார்கள். அதுவே அவர்களின் பெருமைமிகு அடையாளமாக இருக்கிறது.

"பத்திருபது வருஷத்துக்கு முன்னாடியெல்லாம் கத்தி, அருவான்னு ஆயுதங்கள் வச்சிருப்போம். இப்போ அதுக்கெல்லாம் தடை போட்டாங்க. வெறும் கம்புதான். கம்பைச் சுத்தத்தொடங்கிட்டா எட்டடிக்குள்ள ஒரு தூசி நுழையமுடியாது. அசந்த நேரத்துல நம்மள போட்டாத்தான் உண்டு. அப்படித்தான் கொஞ்சநாள் முன்னாடி அருங்குளத்தில ரெண்டு பயலுவ எழுமிச்சங்காய் மூட்டையைத் தூக்கிட்டு வந்தாங்க. நிறுத்தி விசாரிச்சா எகத்தாளம் பேசுனாங்க. நேரா குடிசைக்கு கொண்டுவந்து விசாரிச்சோம். மசியலே. ஸ்டேஷன்ல கொண்டுபோய் விட்டுட்டோம். 'கோர்ட்டுக்கு சாட்சி சொல்ல வந்தா வெட்டிருவேன்'னு மிரட்டுனான். 'போடா போக்கத்த பயலே'ன்னு சொல்லிட்டு போய் சாட்சி சொன்னேன். திரும்பி வந்துக்கிட்டிருந்த சொன்னமாதிரியே தலையில வெட்டிப்புட்டான்..." என்று தலையில் இருக்கும் தழும்புக் கோடை காட்டுகிறார், போடி மாயத்தேவர். இப்படி பாதிக்கப்படுபவர்களின் வைத்திய செலவு முழுதையும் சங்கமே பார்த்துக்கொள்ளுமாம்.

கன்வீனர்கள், காவலர்களுக்கு கண்ணசைவிலேயே உத்தரவு போடுகிறார்கள். களவாணி முரண்டு பிடிக்கும்போது, கன்வீனர் கம்பை கீழே ஊன்றினால் 'பெண்டெடுக்க எல்லோரும் தயாராகுங்கள்' என்று பொருள். கம்பைச்சுற்றினால், 'களவாணியைச் சுற்றி நில்லுங்கள்' என்று பொருள். அந்தக் கோலத்தைப் பார்த்தே களவாணி உண்மையை ஒப்புக்கொண்டு விடுவான். அதற்கும் மசியாத பட்சத்தில் கம்பை கீழே தட்டுவார். அடுத்தநொடி சராமரியாக விழுகிறது அடி.

சம்சாரிகள் மத்தியில் காவலர்களுக்கு மிகுந்த மரியாதை இருக்கிறது. வருடத்துக்கு ஒருநாள் பரவுக்காவலர்களை கௌரவிக்கும் நிகழ்ச்சியும் நடக்கிறது. அறுவடை முடியும் காலங்களில் சம்சாரிகள் ஒருங்கிணைந்து வடமலை மீனாட்சியம்மன், கொம்புதூக்கி அய்யனார், ஊத்தாம்பாறை கருப்புச்சாமி, போத்துக்காடு பாண்டி முனீஸ்வரன் கோவில்களில் பூஜை போட்டு காவலர்களை அழைத்து கிடா விருந்து வைக்கிறார்கள்.

பரவுக்காவலுக்கு காவலர்களை தேர்ந்தெடுக்கும் நிகழ்ச்சி வைபவம் போலவே நடந்தேறுகிறது. கம்பத்தில் சித்திரை மாதம் ஒன்றாம் தேதி காவலர்கள் தேர்வு செய்யப்படுகிறார்கள். ஊர்தோறும் தண்டோரா மூலம் தகவல் தெரிவிக்கப்படும். உடல்பலம், தைரியம், தற்காப்பு பயிற்சி, பேச்சுத்திறன், ஊரைப்பற்றிய புரிதல் உள்ளவர்கள் காவலர்களாகலாம். சில ஊர்களில் பரவுக்காவல் பணியை ஏலம் விடுகிறார்கள். ஏலம் எடுத்தவர், ஆட்களை வைத்து காவல் காக்கும் பணியை செய்கிறார்.

சில விவசாயிகள் பரவுக்காவல் நிலையத்துக்கு வந்து, 'வயல் காவலுக்கு வருடத்துக்கு இவ்வளவு பணம் தருகிறேன்' என்று ஒப்பந்தம் போட்டுக்கொள்கிறார்கள். சிலர் அறுவடை முடிந்ததும், குழிக்கு இவ்வளவு என்று காவல்கூலி தருகிறார்கள். நெல்லென்றால் 1 குழிக்கு 3 மரக்கால். எள்ளென்றால் குழிக்கு 3 படி. சோளத்துக்கு குழிக்கு 4 படி. வாழை, சூரியகாந்தி, தென்னைக்கு, குழிக்கு 100 ரூபாய். அனைத்தையும் சேர்த்துவைத்து வருடக்கடைசியில் தலைக்குச் சமமாக பிரித்துக் கொடுத்து விடுவார்கள். ஒரு காவலருக்கு வருடத்துக்கு 50ஆயிரம் பணமும், 15 மூட்டை நெல்லும் கிடைக்கும் என்கிறார் ஏஜெண்ட் பெரியசாமி.

தண்ணீரில் மட்டுமல்ல... சம்சாரியின் ரத்தத்திலும், வியர்வையிலும் விளைவது தான் விவசாயம். உடல் வலிக்காமல் அதை அள்ளிக்கொண்டு போகும் களவாணிகளை கையும், களவுமாகப் பிடித்து, சம்சாரி நட்டப்படாமல் காப்பாற்றுவதோடு, வெட்டு, குத்தில் முடியக்கூடிய வாய்க்கால், வரப்பு தகராறுகளையும் பேச்சுவார்த்தை மூலம் சுமூகமாக முடித்து வைக்கிறது பரவுக்காவல் படை.

இதுமட்டுமல்ல... முல்லைப் பெரியாறு அணையை தகர்க்க நினைத்த கேரளாவுக்கு எதிராக லட்சக்கணக்கான விவசாயிகள் திரண்டு போராட்டம் நடத்தி இந்தியாவையே அதிர வைத்தார்களே... அந்தப் போராட்டங்களின் பின்னணியில் இருந்தது இந்த பரவுக்காவல் படைகள் தான்.

எ. தமிழர் வழிபாடு!

55
ஏழுபிள்ளைத் திருவிழா

நெற்றி நிறைய விபூதி. பெருவட்ட குங்குமம். உள்விழுந்து சிவந்த விழிகள். சிவப்பு நிற முண்டாசு கட்டி ஏலாத்தம்மனைப் போலவே சின்னத்தம்பி பூசாரியும் உக்கிரமாக நிற்கிறார். எதிர்பார்ப்போடு அவரின் எதிரே அமர்ந்திருக்கிறார்கள் ஆயிரக்கணக்கில் மக்கள்.

'வேங்கைப்புலி வகையறாக்கள் வாங்க...' உக்கிரம் மாறாமல் அவர் ஆணையிட, பட்டுப் புடவையை வகிடு பிரித்து பாவாடையாக கட்டிக்கொண்டு, தலைவிரி கோலத்தோடு வந்து நிற்கிறார்கள் 20க்கும் மேற்பட்ட சிறுமிகள். 8 முதல் 13 வயதுக்கு உட்பட்டவர்கள். கழுத்தில் அணிந்திருக்கும் நகைகளே அவர்களுக்கு மேலாடையாக இருக்கிறது.

வரிசை கட்டி நிற்கும் சிறுமிகளை ஏற இறங்க பார்த்த பூசாரி, நீண்ட கூந்தலும், உருண்டை விழியுமாக மலங்க, மலங்க விழித்த ஒரு சிறுமியின் கையைப் பிடித்து, 'வேங்கைப்புலி வகையறாவில இந்த வருஷம் இவ தான் ஏலாத்தாவுக்கு மக...' ஆக்ரோஷமாக கத்த, மற்ற சிறுமிகள் ஏமாற்றத்தோடு அமர்கிறார்கள். 'அடுத்து

வெ. நீலகண்டன்

'சமட்டி' வகையறாக்கள் வாங்க...' என்று அடுத்த கரைக்குத் தாவுகிறார் சின்னத்தம்பி.

மதுரை வட்டாரத்தில் வீரத்துக்கு பேர் போன செம்மண் நகரம் மேலூர். சிறு தெய்வ கோவில்கள் நிரம்பியுள்ள இந்த பூமியில் ஒவ்வொரு கிராமத்திலும் ஒவ்வொரு விதமான வழிபாட்டு முறை. வெள்ளளூர் நாடு, மகிழராயன்கோட்டை நாடு, மல்லக்கோட்டை நாடு, பாகனேரி நாடு என கிராமங்களை ஒருங்கிணைத்து, எல்லை பிரித்து, நாட்டாமைக்காரர்களின் கீழ் இயங்கும் இந்த பகுதிகளில் திருவிழா நடைமுறைகள் வினோதமும், வியப்புமாக இருக்கும்.

பருவம் எய்தாத 7 சிறுமிகளை அம்மனாக உருவகப்படுத்தி மேலாடை இல்லாமல் ஊர் முழுவதும் சுற்றி வரச் செய்து வழிபடும் வழக்கம் இன்றளவும் இருக்கிறது வெள்ளலூர் நாட்டில். இதை ஏழுபிள்ளை திருவிழா' என்கிறார்கள். இளைஞர்கள் உடம்பு முழுவதும் ரத்தம் சொரியும் அளவுக்கு இருக்கமாக வைக்கோல் சுற்றி முகத்தில் மிருகங்களைப் போல முகமூடி மாட்டி ஊரைச்சுற்றி வருவதும் ஒரு திருவிழா. இதை வைக்கோல்பிரி திருவிழா என்கிறார்கள். பெண்கள் மேலாடை இல்லாமல் மது சுமந்து செல்லும் நிகழ்ச்சியும் இந்நாட்டுத் திருவிழாவில் ஒரு முக்கிய அம்சம். இது தவிர நாவினிப்பட்டி என்ற கிராமத்தில் உள்ள அய்யனார் கோவில் திருவிழாவில் இஸ்லாமியர்கள் போலவே இந்துக்களும் தங்கள் பிள்ளைகளுக்கு சுன்னத் செய்கிறார்கள்.

மேலூர் சிவகங்கை சாலையில் சற்று உள்ளடங்கி இருக்கிறது வெள்ளலூர். 60 கிராமங்களை உள்ளடக்கி 'வெள்ளளூர் நாடு' என்கிறார்கள். இந்த நாட்டின் காவல் தெய்வங்கள் வல்லடிக் காரரும், ஏழைகாத்த அம்மனும். ஒவ்வொரு வருடமும் புரட்டாசி இரண்டாவது செவ்வாயன்று ஏழைகாத்த அம்மனுக்கு நடக்கும் திருவிழாவில் தான் 7 பிள்ளை, வைக்கோல்பிரி நடைமுறைகள்.

பருவம் எய்தும் நிலையில் உள்ள குழந்தைகளை மேலாடை இல்லாமல் ஊரில் நடத்திச் சென்று வழிபடும் இந்த திருவிழாவின் பின்புலம் என்ன?

'400 வருஷத்துக்கு முன்னாடி நடந்ததுப்பா இது. ரெண்டு அக்கா தங்கச்சிங்க. அக்கா வெள்ளளூர்லயும். தங்கச்சி தமரக்கியிலயும் வாக்கப்பட்டாங்க. இளையவளுக்கு கல்யாணமாகி 7 பொம்பளைப் பிள்ளைங்க. மூத்தாளுக்கு புள்ளை இல்ல. ஆனாலும் தங்கச்சி

புள்ளைங்கள தம் புள்ளைகளா நினைச்சு பாசம் பாராட்டுனா அக்கா. ஒருநாள் சட்டி நிறைய பலகாரத்தை வாங்கிக்கிட்டு தங்கச்சி வீட்டுக்கு போனா அக்கா. 'என்ன இருந்தாலும் அக்கா மலட்டுச்சிறுக்கி தானே... நம்ம புள்ளைகளை பாத்து கண்ணு, கிண்ணு வச்சிட்டா என்ன பண்றது'ன்னு பயந்துபோன தங்கச்சி 7 பிள்ளைகளையும் கோழிக்கூடையைப் போட்டு மூடி வச்சிட்டா. வீட்டுக்குள்ள நுழைஞ்ச அக்கா, 'எங்கடி புள்ளைங்க'ன்னு கேட்க, 'எல்லாம் விளையாட போயிருச்சுக...' ன்னு சொல்லி, படார்னு கதவை மூடிட்டு தண்ணிக்கொடத்தை எடுத்துக்கிட்டு வெளியில கிளம்பிட்டா தங்கச்சி. அக்காவுக்கு அவமானம் தாங்கல. அழுது புலம்பிக்கிட்ட வெள்ளளூருக்கு வந்து ஆவேசமா உறைஞ்சுட்டா. அக்கா போனவுடனே கோழிக்கூடையை தொறந்து பாத்த தங்கச்சிக்கு அதிர்ச்சி... புள்ளைகள்லலாம் கல்லா போச்சுக.

வெள்ளளூருக்கு வந்த அக்கா, எங்க ஊரு வீரன் அம்பலம் கனவில வந்து, 'என்னை மலடின்னு சொல்லி எந்தங்கச்சி அவமானப்படுத்திட்டா. அவளுக்கு இருக்கிற மாதிரியே எனக்கும் ஏழு பிள்ளைகள் வேணுமுன்னு கேட்க, 'ஆவேசப்படத தாயி, எங்க புள்ளைகளையே உனக்கு தத்தா தர்றோம்'ன்னு சொல்லி வீரன் தான் இந்த நடைமுறையை தொடங்கி வச்சாரு... நடைமுறையை விளக்குகிறார் வெள்ளையன் அம்பலம்.

500 வருடத்துக்கு முன்னால் மகிழராயன்கோட்டை நாட்டுக்கும், வெள்ளளூர் நாட்டுக்கும் எல்லை பிரச்னை பெரும் போராக வெடித்தது. மிகப்பெரும் இந்த கொரில்லா சண்டையில் மாடு, புலி என வேஷம் போட்டுக்கொண்டும், வைக்கோலை கேடயமாக உடம்பில் சுற்றிக்கொண்டும் வெள்ளளூர்காரர்கள் போரிட்டார்கள். இந்த சண்டையில் இரு தரப்பிலும் பலநூறு பேர் இறந்தார்கள். இந்த போருக்குப் பின் வெள்ளலூர் நாட்டுக்கு வீரன் அம்பலம் அம்பலகாரராக தேர்வு செய்யப்பட்டார். தெய்வீக அம்சம் பொருந்தியவர் என்கிறார்கள் வீரன் அம்பலத்தை.

வீரன் பொறுப்பேற்றதும் 60 கிராமங்களைச் சேர்ந்த உறவு களையும் 11 கரையாக பிரித்தார். போரில் அவர்களின் பங்களிப்பைப் பொறுத்து கரைகாரகளுக்கு பெயரும் சூட்டப்பட்டது. புலிவேடம் போட்டு தாக்கியவர் கரைக்கு 'வேங்கைப்புலி'. சோர்ந்த நின்ற படையை ஊக்கப்படுத்தியவரின் கரைக்கு 'சாயும் படை தாங்கி'. நண்டு போல ஊர்ந்து சென்று போராடியவர் கரைக்கு 'நண்டன்'. இவ்விதம், சமட்டி, மூண்டுவாசி, நைக்கான், வெக்காளி, மழவராயன்,

சலுப்புலி, செம்புலி, திருமான் என 11 கரைக்கும் காரணப் பெயரிட்டார். ஊர் காவல் தெய்வமான ஏழைகாத்த அம்மனின் திருவிழாவில் ஒவ்வொரு கரைக்கும் உரிமை ஒதுக்கப்பட்டது. இந்த 11 கரையில் உள்ள குழந்தைகளுக்குத் தான் அம்மனாகும் தகுதி. வரிசைகிரமமாக கரைகாரர்களுக்கு வாய்ப்பு வழங்கப்படுகிறது.

ஒவ்வொரு கரைக்கும் 2 அம்பலங்கள். 2 இளங்கச்சிகள். புரட்டாசி மாதம் முதல் செவ்வாய் 'நாள் சாத்தும் நாள்.' எல்லா அம்பலங்கள், இளங்கச்சிகள், முக்கிய குடிபடைகள் கூடி திருவிழா நடத்த முடிவு செய்வார்கள். இந்த அறிவிப்பு வந்த நாள் முதல் ஊரில் அசைவத்திற்கு இடம் இல்லை. எண்ணை பயன்படுத்தக்கூடாது. புதுமரம் வெட்டக்கூடாது. மண் தோண்டக்கூடாது. சிமெண்ட் கலவை போடக்கூடாது. திருமணம் நடத்தக்கூடாது. மாவு பிசையக்கூடாது. 60 கிராமங்களை உள்ளடக்கிய ஹோட்டல்களுக்கும் இது பொருந்தும். இரண்டாவது செவ்வாக்கிழமை ஏழுபிள்ளைகள் தேர்வு.

'எந்த பிள்ளையை தேர்ந்தெடுக்கனுங்கிறது ஏழாத்தா உரிமை. பூசாரி தான் ஏழாத்தா வடிவத்தில வந்து தேர்ந்தெடுப்பாரு. ஒரு கரைக்கு 1 குழந்தை. ஒவ்வொரு கரையிலயும் 50க்கும் மேல பிள்ளைகள் வருவாங்க. அடுத்த வருஷம் வயசுக்கு வந்திடுங்கிற மாதிரி இருக்க பிள்ளைகளுக்கு முதல் வாய்ப்பு. ஏன்னா அதுக்கப்புறம் அந்த பிள்ளைக்கு வாய்ப்பே கிடைக்காம போயிடும். அது மட்டுமில்லாம, முகஅழகு, தலைமுடி, கண்ணழகு, பல்லழகு எல்லாம் பாத்து தான் பூசாரி தேர்ந்தெடுப்பாரு..' என்கிறார் துரைராஜ்.

'அம்மன் குழந்தை'களாக தேர்வு பெறும் 7 பிள்ளைகளும் அதன் பிறகான 15 நாட்கள் பூசாரியோடு கோவிலேயே தங்கியிருப்பார்கள். அம்மனைப் போலவே அவர்களுக்கும் தீபாராதனை, வழிபாடு. வேட்டியை விரித்து அதன் மேல் தான் சாப்பாடு. அம்மனின் வடிவமாகவே அவர்களை வணங்குகிறார்கள் மக்கள்.

'அம்மன் குழந்தைங்க மேல்சட்டை போடக்கூடாது. நகைகள் போட்டு தலையை விரிச்சுப் போட்டு அம்மன் சொரூபமா இருப்பாங்க. முதல் 3 நாளு விறகு பொறுக்கிற நாள். பக்ககத்தில உள்ள மலைக்கு போயி விறகு சேகரிச்சிட்டு வருவாங்க. அடுத்த 4 நாள் முட்டை வாங்கிற நாள். தலையில பேழைய வச்சுக்கிட்டு 60 கிராமத்துக்கும் நடந்தே போயி கோழி முட்டை சேகரிப்பாங்க.

குழந்தைங்க போறப்போ ஏழாத்தாவே நேரா கிராமத்துக்கு வந்திட்டதா நினைச்சு மக்கள் பூஜை செய்வாங்க. இனிப்பு, பழங்கள் கொடுப்பாங்க.

அதுக்கு அடுத்த நாள் அம்பலச்சோறு. அன்னைக்கு ஒரு ஈனாப்புருவை ஆட்டை (மலடான ஆடு) வெட்டி இந்த பிள்ளைங்க சேகரிச்ச முட்டைகளை அவிச்சு அம்பலகாரங்களுக்கு சோறு போடனும். இதில அம்பலங்களுக்கு முழு முட்டை வைக்கனும். இளங்கச்சிகளுக்கு அரை முட்டை.

சரியா அடுத்த செவ்வாய்க்கிழமை மது எடுப்பு. வெள்ளளூர்ல இருந்து 7 கிலோ மீட்டர் தாண்டி இருக்கிற கோவில்பட்டியில ஏழாத்தா துர்க்கையா சமைஞ்சு நிக்கிறா. அந்த கோவிலுக்கு ஊர்வலமா போகணும். அம்மன் குழந்தைங்க முன்னாடி நடக்க, ஆயிரக்கணக்கான பொம்மனாட்டிங்க மது சுமப்பாங்க. மது எடுக்கிறவங்க ரவிக்கை போடக்கூடாது. அவங்க பின்னாடி மதளைப் பொம்மைகளை தலையில வச்சுக்கிட்டு பெருங்கூட்டம் போவும். அவங்களுக்கு பின்னாடி, ரத்தம் கசியிற அளவுக்கு இறுக்கமா வைக்கோல் பிரியை சுத்திக்கிட்டு முகத்தில விலங்குகள் மாதிரி முகமூடியை மாட்டிக்கிட்டு இளைஞர்கள் வருவாங்க..'

வைக்கோல் பிரியை உடம்பில் சுற்றிக்கொள்வது, வெள்ளளூர் எல்லைப் போரில் கொரில்லா சண்டையில் ஈடுபட்டு உயிரிழந்த வீரர்களின் நினைவாகவாம். இவ்விதம் கோவில்பட்டியில் மதுக் கொட்டியவுடன் திருவிழா நிறைவுறும். அத்தோடு அம்மன் குழந்தைகள் வேஷம் கலைத்து விடுவார்கள்.

ஏழு பிள்ளை திருவிழாவை விட இன்னும் வினோதமானது நாவினிப்பட்டி அய்யனார் கோவில் திருவிழா. இந்து, முஸ்லீம், கிறிஸ்தவ மக்கள் இணைந்து வாழும் இக்கிராமம் 'நா இனிக்கும் பட்டி'யாக இருந்து நாவினிப்பட்டியாக மாறியது. இங்கு காவல் தெய்வமான அய்யனாருக்கு 8 வருடத்துக்கு ஒருமுறை திருவிழா நடத்தப்படும். 15நாள் நடக்கும் இத்திருவிழாவில் ஏகப்பட்ட கட்டுப்பாடுகள். திருவிழா முடியும் வரை, அரிசி ஊறப்போடக்கூடாது. கிரைண்டர், மிக்ஷி, அம்மி, ஆட்டுக்கல் இயக்கக்கூடாது. அசைவத்துக்கு அனுமதியில்லை. பெண்கள் பூ, பொட்டு, வளையலை தவிர்க்க வேண்டும். இறந்து போனால் அழக்கூடாது. உடலை எரிக்கக்கூடாது. பாடை கட்டக்கூடாது. திருவிழா நாட்களில் அய்யனார் ஊரைச்சுற்றி வரும்போது

எந்த சத்தமும் அவரை திசைதிருப்பக்கூடாது என்பதற்காகவே இத்தனை கூடாதுகள்.

இந்த திருவிழா நாட்களில், ஊரில் உள்ள திருடர்கள், மோசடிப் பேர்வழிகளை அய்யனார் காவு வாங்கி விடுவார் என்ற நம்பிக்கை நிலவுகிறது. 15ம் நாளன்று புரவி எடுப்பு. புரவி சுமந்து வந்து கோவிலில் வைத்தவுடன் மழை பெய்யுமாம். மழை விட்டதும், இக்கிராமத்தில் வசிக்கும் வண்ணார்கள், தங்கள் ஆண் வாரிசுகளுக்கு 'சுன்னத்' செய்கிறார்கள்.

'இது அந்த காலத்தில ஆரம்பிச்ச வழக்கம். ஜாதி மதம் பாக்காம எல்லாரும் அய்யனாரை வணங்குவாங்க. அதே மாதிரி இஸ்லாம் மக்கள் செய்யிற சுன்னத்தை இந்துக்களும் செய்யிறாங்க. இங்கே 7 வண்ணார் தலைக்கட்டு இருக்கு. தங்கள் பிள்ளைகளுக்கு சுன்னத் செய்யிறதா அவங்க நேந்துக்குவாங்க. புரவி எடுத்து மழை பேஞ்சவுடனே, புள்ளைகளுக்கு மாலையைப் போட்டுட்டு சாமியாடி ஊரைச்சுத்தி ஓடுவாரு. அவரு பின்னாடியே பிள்ளைகளைத் தூக்கிட்டு ஓடுவோம். சாமியாடி எங்க நிக்கிறாரோ அந்த இடத்தில வச்சு சுன்னத் செய்வோம். ஒருதுளி மனுஷ ரத்தம் பூமியில சொட்டுனாதான் திருவிழா பூர்த்தியாகும்..' என்கிறார் வண்ணார் சமூகத்தைச் சேர்ந்த இக்கிராமவாசி ஒருவர்.

ஏழுபிள்ளை, சுன்னத் திருவிழாவைப் போல மீன்பிடித் திருவிழா, மண்ணை மலையாக்கும் திருவிழா, வெற்றிலைபிரி திருவிழா என வியக்க வைக்கும் வழிபாட்டு நடைமுறைகள் மேலூர் மண்ணின் பழமைக்கு சான்றாக விளங்குகின்றன.

56

கணபதி நாட்டாமை

ஒரு பக்கம் மாரியும், இன்னொரு பக்கம் வெங்கடேசனும் பம்மியபடி நிற்க, அந்த சிறிய பிள்ளையார் கோவிலின் கீழே எதிர்பார்ப்போடு அமர்ந்திருக்கிறது ஊர். படிக்கட்டில், பாலசுப்பிரமணியனை ஒட்டி *10* நாட்டாமைக்காரர்கள். *11* ஆளாக தோலில் துண்டை சுற்றியபடி அமர்ந்திருக்கிறார் வினாயகர். ஆம்! சாட்சாத் வினாயகப்பெருமானே தான்.

'ஏலே மாரி, வெங்கடேசன் வீட்டுக் கொல்லைப்புறத்தாப்ல வேலியை எல்லை தாண்டி விரிச்சுக் கட்டினியாம்ல. அதைப்பத்தி கேக்க வந்த அவன் ஆத்தால பாலக்கம்பால வேற அடிச்சிருக்கே. வெங்கடேசன் குடும்பம் உம்மேல படிக்காசு வச்சு பிராது குடுத்துருக்கு. நீ என்னடா சொல்லுறே. எதைச் சொன்னாலும் நம்மூரு தலை நாட்டாமை கணபதி கண்ணுக்கு விரோதமில்லாம சொல்லனுமுடா.. பாலசுப்பிரமணியன் ஆணி அடித்த உறுதியோடு கேட்கிறார்.

'கணபதி சத்தியமா வேலக்கம்பால எல்லாம் அடிக்கல நாட்டாமை. ஏதோ தவறுதலா விரிச்சுக் கட்டினா, வேலியை புடுங்கியா எரியுறது. எவ்வளவு செலவு செஞ்சு கட்டுனேன்

தெரியுமா? சொன்னா நானே பிடுங்கி உள்ளாற நட்டுட்டுப் போறேன். அதுக்குப்போயி ஆத்தா, அம்மான்னு திட்டுனா கோபம் வருமா, வராதா?'

'என்னடா மாரி, வெங்கடேசன் உன் ஆத்தால அடிக்கலையின்னு பம்மாத்துறான். அடிச்சதுக்கு சாச்சி இருக்கா..'

'அடிச்சதை நாம் பாத்தேன் நாட்டாமை. பாலக்கம்பு ஆத்தா மணிக்கட்டுல பட்டு உள்காயமாயிப்போச்சு...' பக்கத்து வீட்டு குஞ்சிதம் சாட்சி சொல்ல, குசுகுசுக்கிறது நீதிசபை.

அடுத்த ஐந்து நிமிடத்தில் நேரடியாக தீர்ப்புக்கு வருகிறார் பாலசுப்பிரமணியன்.

'மாரி வூட்டு வேலியை தாண்டி அடைப்பு அடைச்சது, மாரி ஆத்தால பாலக்கம்பால அடிச்சது எல்லாம் சாச்சியோட ருசுவாயிருச்சு. வெங்கடேசன் இனிமே கொஞ்சம் அடக்கமா நடந்துக்கனும். நாட்டாமைக்காரவுகளை வச்சு எடத்தை சரியா அளந்து அடைச்சிக்கனும். மாரியோட ஆத்தாளுக்கு வைத்தியச் செலவுக்கு 500 ரூவா கொடுத்தாகனும். பஞ்சாயத்துக்கு அவதாரமா 51ரூபாயை பஞ்சாயத்துக்கு கட்டனும். நம்மூரு தலை நாட்டாமை வினாயகப் பெருமான் முன்னால விழுந்து எழுந்திருக்கனும். வினாயகன் பேரால சொல்ற தீர்ப்புப்பு இது. யாரா இருந்தாலும் சுணக்கம் இல்லாம கட்டுப்படனும்...! பாலசுப்பிரமணியன் தீர்ப்பு வாசிக்க, 'நாட்டாமை பேச்சை கேட்டுக்கிறேங்க...' என்றபடி வினாயகர் முன் விழுந்து வணங்குகிறார் வெங்கடேசன்.

தஞ்சாவூரில் இருந்து 16வது கிலோ மீட்டரில் உள்ள கணபதி அஹ்ரகாரம் கிராமத்தில் தான் இந்த கணபதி நாட்டாமை. நகரம், மாவட்டம் தொடங்கி, உயர்நீதி, உச்சநீதி வரை ஆயிரக்கணக்கில் நீதிபதிகள் உள்ள இந்திய திருநாட்டில் வினாயகரையே நாட்டாமைக் காரராக அமர வைத்து தீர்ப்பு சொல்கிறார்கள் கணபதி அஹ்ரகார கிராமத்து நீதிபதிகள்.

குழாயடி தகராறு தொடங்கி, கத்திக்குத்து, கொலை, கொள்ளை வரைக்கும் இந்த வினாயகர் பஞ்சாயத்து அலசி ஆராய்ந்து தீர்ப்பு வழங்குகிறது.

'காவிரியை கமண்டலத்துக்குள்ள அகத்தியமுனி அடக்கி வச்சிருந்தப்ப காக்கா ரூபத்தில வந்து தட்டிவிட்டாரில்லாயா கணபதி. யாருடா அவன் கமண்டலத்த தட்டி விட்டதுன்னு

அப்பிடியே கோவமா வந்த அகத்தியமுனிக்கு இதோ இந்த எடத்தில தான் காச்சி குடுத்தாரு கணபதி. அகத்திய முனியே பிரிதிஷ்டை செஞ்ச கணபதிங்க இது. அதுனால எங்க ஊருக்கு மட்டுமில்லாம ஒவ்வொரு வீட்டுக்குமே கணபதி தான் தலைப்புள்ள. தீபாவளி, பொங்கலுக்கு புள்ளைகளுக்கு துணி எடுக்கிறப்போ கணபதிக்கும் ஒரு வேட்டி, சட்டை எடுத்து வச்சிருவோம். நல்லது, கெட்டதுக்கு புள்ளைகளுக்கு பண்ற அத்தனை மொறைமையும் கணபதிக்கும் உண்டு. ஒரு தலைக்கட்டுக்கு கொடுக்கிற மரியாதையா தான் கணபதியையும் நாட்டாமைக்காரரா வெச்சு நாட்டாமை பண்றோம்..' மென்மையாக பேசுகிறார் பாலசுப்பிரமணியன். இவர் தான் வினாயகருக்கு அடுத்துள்ள 2ம் நாட்டாமை.

நான்கு புறமும் காவிரி கிளை விரித்து பயணிப்பதால் கணபதி அஹ்ராகரத்தின் காற்றில் எப்போதும் ஈரம் படிந்திருக்கிறது. முப்போகம் மிஞ்சியிருக்கும் தஞ்சையின் கொஞ்சத்தில் இந்த கிராமமும் ஒன்று. மூப்பனார், வன்னியர், படையாச்சி சமூகங்களோடு பிராமணர்களும் அதிகம் வசிக்கும் இந்த கிராமத்தில் வினாயகரை முன்னிறுத்தும் இந்த நாட்டாமைத்தனம் தோன்றி எண்பது ஆண்டுகள் ஆகிறது.

நாயக்கர் ஆட்சிக்காலத்தில் பிராமணர்களுக்கு தானமாக வழங்கப்பட்ட சதுர்வேதி மங்கலங்களில் முக்கியமான 'சர்வ மானிய அஹ்ரகாரம் இது. சுமார் 2000 ஏக்கர் பரப்பளவு கொண்ட இந்த பொன் விளையும் பூமியை பாதுகாக்க பிராமணர்கள் தொடங்கி வைத்தது தான் இந்த நாட்டாமை நிர்வாகம்.

'கிழக்கே ஈச்சங்குடி, மேற்கே விசித்திரராஜபுரம், வடக்கே சூரமங்கலம், தெற்கே கொள்ளிடம் ஆறுபாதி. இது தான் இந்த கிராமத்துக்கு எல்லை. 61 பிராமணத் தலைக்கட்டுக்கு இந்த நிலம் சொந்தமா இருந்துது. பிராமண மனுஷங்க நேரடியா வயக்காட்டில இறங்கி வேலை செய்யத் தயங்கினதால, 1930ல சுப்பிரமணிய அய்யர், சாம்பமூர்த்தி அய்யர், ஆர்.முத்துச்சாமி அய்யர், ஜி.ஆர். முத்துசாமி அய்யர் நாலு பேரும் சேந்து வாய்க்கால்களை மையமா வச்சு மொத்த நிலத்தையும் நாலா பிரிச்சாங்க. இதுக்கு 4 சேத்தின்னு பேரு. ஒவ்வொரு சேத்திக்கும் ஒரு நாட்டாமை. ஒவ்வொரு சேத்திக்கும் நீராணைக்காவல், வண்ணாரு, மேங்காவக்காரர், வெட்டியான்னு தனித்தனியா குடியாணவங்களை நியமிச்சு இன்த நாட்டாமைங்க நிர்வாகம் செஞ்சாங்க. அந்தந்த சேத்தியில வயக்காடு வெவகாரம் தொடங்கி, குடியாணவங்களுக்கு கூலி பங்கு

வக்கிறது வரைக்கும் எல்லாமே இந்த சேத்தி நாட்டாமைங்க தான். ஏதாவது தகராறுகள் வந்தா கணபதி கோவில்ல வந்து படிக்காசு வைச்சு பிராது குடுப்பாங்க. அப்போ படிக்காசு ஒன்ணே கால் ரூவா. ரூாலு சேத்தியோடு வினாயகரை தலை நாட்டாமையா பாவிச்சு அவரு முன்னிலையில நாலு சேத்தி நாட்டாமையும் கூடி தீர்ப்பு சொல்லுவாங்க. தண்ணி வரல, லைட் எரியலன்னு கவுர்மெண்ட் ஆபிசுக்கு போற வழக்கமெல்லாம் எங்களுக்கு இல்ல. நாட்டாமைக்கு தகவல் சொன்னா அததுக்கு உள்ள ஆளை விட்டு சரி செஞ்சிடுவாரு. பொது நிலத்தில வர்ற வருமானத்தில அதுக்கு கூலி குடுத்திருவாங்க. சேத்தி நாட்டாமைகளுக்கு 3 குழி அறுத்தா 4 கலம் நெல் கூலியா கொடுக்கனும். நில உச்சரவம்பு சட்டம் வர்ற வரைக்கும் இது தான் நடைமுறை. அதுக்குப் பெறவு நிறைய பிராமணர்கள் நிலத்தை குடியாணவங்களுக்கு வித்திட்டு இடம் பெயர்ந்திட்டாங்க. அத்தோட சேத்தி நாட்டாமை நடை முறை கைவிட்டுப்போச்சு...' வருந்துகிறார் கோபாலன் அய்யர். இப்போது வெறும் பட்டமாக மட்டுமே இருக்கிறது சேத்தி நாட்டாமை பதவி. செயல்பாடுகள் ஏதுமில்லை. கோபாலன் 2ம் சேத்திக்கு நாட்டாமை.

நிலத்தோடு சேர்த்து இந்த சேத்தி நாட்டாமை பதவிக்கான உரிமையும் விற்கப்பட்டது. அப்படி உரிமையோடு சேர்த்து நிலங் களை வாங்கிய கருப்பையா மூப்பனார் மிகுந்த போராட்டத்துக்குப் பிறகு நான்காம் சேத்திக்கு நாட்டாமையாக நியமிக்கப்பட்டார். இப்போது அவரது பேரன் சங்கர் இந்த சேத்திக்கு நாட்டாமையாக இருக்கிறார்.

வெறும் வார்த்தையாக மட்டும் இல்லாமல் 'கிராம சம்மதி' என்ற பெயரில் நாட்டாமைக்காரர்களின் வேலைத்திட்டம், தகுதிகளை பத்திரமாக எழுதி பதிவு செய்து அதையே செயல்படுத்தியும் வந்தார்கள். 12 ஆண்டுக்கொருமுறை வினாயகர் கோவிலில் சீட்டு எழுதிப்போட்டு சேத்தி நாட்டாமைகள் மாற்றப்பட்டனர். நாட்டாமைக்கு கீழ் இருந்த பிராமண நில உடமையாளர்கள் மிராசுதாரர்கள் என்று அழைக்கப்பட்டனர். அந்தக்காலத்திலேயே நாட்டாமைக்காரர்களை கட்டுப்படுத்த அவர்களுக்குள் சங்கமும் இருந்துள்ளது.

காலப்போக்கில் நிலங்கள் பிராமணர்கள் கையில் இருந்து மற்ற சமூகத்தினருக்கு இடம் பெயர்ந்ததும் இந்த நாட்டாமை பழக்கமும் இடம் பெயர்ந்துவிட்டது. ஆனால் இது நிலத்தை

மட்டும் முன்னிறுத்தி இருக்கவில்லை. ஊர் நிர்வாகத்தையும் உள்ளடக்கியது.

கூட்டுறவுத்துறையில் தணிக்கையளராக இருந்த ராமச்சந்திர மூப்பனார் நிர்வாக ரீதியில் இயங்கி வந்த நாட்டாமைக்காரர்களை கிராமத்து நீதிபதிகளாக மாற்றினார். சமூக ரீதியாக 11 பேரை தேர்வு செய்து அவர்களை நாட்டாமைகளாக நியமித்தார். ஊரின் தலைமகன் என்ற அடிப்படையிலும், பஞ்சாயத்தின் தன்மையை தெய்வீகமாக்கவும் வினாயகர் தலைமை நாட்டாமையாக்கப்பட்டார். படித்தவர் என்பதால் ராமச்சந்திரனின் பேச்சுக்கு பலத்த மரியாதை இருந்தது. அஹ்ராகரத்திற்குள் உள்ளது போன்றே ஊருக்குள் ஒரு வினாயகர் கோவிலும், திரௌபதை அம்மன் கோவிலும், கட்டி அதையே பஞ்சாயத்து நிகழ்விடமாக்கினார். எல்லா ஜாதியினரும் நாட்டாமைக்காரர்கள் ஆனாதால் ஜாதிய ரீதியிலான பந்தம் பலமானது. இன்று வரையிலும் நிலைத்து நீடிக்கிறது இந்த கிராமத்து கோர்ட்.

'12 நாட்டாமையில வினாயகரு தான் தலைவர். அவருக்கு அடுத்து ராமச்சந்திரன் குடும்பத்துக்கு தான் அந்த பதவி. இப்போ அவுரு மகன் பாலசுப்பிரமணியன் அந்த எடத்தில இருக்கார். அடுத்து ஒருத்தர் கணக்கு நாட்டாமை. இன்னொருத்தர் இருப்பு நாட்டாமை. கணக்கு நாட்டாமை ஊர் நிர்வாகம், கோவில் நிர்வாகத்தை பாப்பார். இருப்பு நாட்டாமை பணம் இருப்பை பாத்துக்குவார். கடந்த தேர்தல் வரைக்கும் ஊராட்சி மன்ற தலைவரை அன்னப் போஸ்டாத்தான் தேர்ந்தெடுப்போம். ஊராட்சி தலைவரும் வினாயகர் நாட்டாமைக்கு கட்டுப்பட்டவர் தான். ஊருக்குள்ள எந்த பிரச்னைன்னாலும் நாட்டாமை தீர்ப்பு தான் முடிவு. அதை மீறிப்போனா கிழக்கே போயி நீதியா பாத்துக்க வேண்டியது தான். (கிழக்குப் பகுதியில் உள்ளது போலீஸ் ஸ்டேஷன்). ஆனா அங்கே போனாலும் ஊருக்குள்ள போயி நாட்டாமைக்கிட்ட சொல்லி தீத்துக்கப்பான்னு சொல்லி திருப்பி அனுப்பிருவாங்க. எங்க ஊருப் பிரச்னை மட்டுமில்லாம அடுத்த ஊருக்காரங்கெல்லாம் எங்க நாட்டாமையில வந்து தான் பிரச்னைகளை தீத்துக்கிட்டு போயிருக்காங்க..' வெற்றிலை எச்சில் தெரிக்க பேசுகிறார் மூத்த நாட்டாமைகளில் ஒருவரான வெங்கிடாசலம்.

'பஞ்சாயத்துக்கு வரனுன்னா முதல்ல வினாயகன்கிட்ட வந்து வெத்திலை பாக்கோட 101 ரூவா படிக்கட்டி பிரச்னையை

சொல்லனும். முதல்ல, நாட்டாமைக்காரங்க கூடி பேசுவோம். வெளியிலயும் விசாரிப்பாங்க. ஓடும் பிள்ளை மூலமா எதிர்வாதிக்கு 'உம்மேல படிக்கட்டியிருக்குப்பா'ன்னு தகவல் சொல்லி விடுவோம். அடுத்து ஊருக்குள்ள தண்டோரா போட்டு இன்னைக்கு இன்னாரு பிராது பத்தி விசாரிக்கப்போறோம்ன்னு தண்டோரா போடுவோம். அன்னைக்கு சாயங்காலம் பிள்ளையார் முன்னிலையில நாட்டாமைக்காரங்க கூடியிருப்பாங்க. முதல்ல வினாயகருக்கு பூஜை பண்ணி கும்பிட்டு விசாரணையை ஆரம்பிப்போம். சம்பந்தப்பட்ட ரெண்டு பேரும் அவங்கவங்க பிராதை சொல்லுவாங்க. சாச்சி விசாரணை முடிஞ்சு வினாயகரை வணங்கி சம்மதம் கேட்டு தலைமை நாட்டாமை தீர்ப்பை சொல்லுவாரு. வழக்கு ரொம்ப சிக்கலா இருந்தா நாட்டாமைகள்ல குழுப்போட்டு விசாரிப்போம். தீர்ப்புக்கு கட்டுப்படாட்டி ஊருல யாரும் அவங்களை தீண்டமாட்டாங்க. ஆனா அந்த மாதிரி இதுவரைக்கும் நடந்ததில்ல. அபராதம் போடுவோம். பாதிக்கப்பட்டவங்களுக்கு நஷ்ட ஈடு வாங்கிக்குடுப்போம். கோவிலுக்கு ஒரு தொகையை அபராதமா வாங்குவோம். பணங்காசு இல்லாத ஆளா இருந்தா மக்கள் முன்னிலையில தலைமை நாட்டாமை வினாயகரை ஒரு தடவை விழுந்து கும்புடனும். கூடுமானவரைக்கும் எல்லாம் கூட்டாளி, பங்காளின்னு பழகிறதால விவகாரத்தை பெரிசாக்காம முடிசிக்கப் பாப்போம். மொத்தமா கட்டுப்படலன்னா போலீஸ், கோர்ட்டைப் பாத்துங்கப்பான்னு சொல்லி அனுப்பி வச்சிருவோம். இன்னை வரைக்கும் எங்க ஊரு பேர்ல போலீஸ் கச்சேரியில ஒரு கேசும் பதிவாகலைன்னா பாத்துக்குங்க.' என்கிறார் நாட்டாமை பொன்னுச்சாமி.

'எங்கூரு பொண்ணு ஒன்னை பருத்தியூர்காரர் கல்யாணம் செஞ்சார். 4 வருஷம் குடும்பம் நடத்திட்டு சொல்லாமக் கொல்லாம ஓடிட்டார். பொறுத்துப் பாத்திட்டு வினாயகருக்கு படிப்பணம் வச்சு பிராது கொடுத்துச்சு பொண்ணு. பருத்தியூர் நாட்டாமைக்கு சேதி சொல்லி விட்டு பயலை கொண்டாத்துட்டோம். என்னடா முடிவுன்னு கேட்டோம். பிரிஞ்சு நாலு வருஷமாச்சு. இனிமே வாழ முடியாதுன்னான். கையில புள்ளையக் குடுத்துட்டு கணக்காடா பேசுற களவாணிப்பயலேன்னு வஞ்சு உள்ளூருலயே குடும்பம் நடத்தனுன்னு கணபதி சாட்சியா தீர்ப்புச் சொன்னாரு நாட்டாமை. இன்னைக்கு அந்த பய குடும்பம் நின்னு வௌங்குது.

அதே மாதிரி ஒரு களவாணிப் பய ஊருல இருந்த கரும்புக் காட்டை கொளுத்தி விட்டுட்டு ஓடிட்டான். பாதிக்கப்பட்டவரு

போலீசுக்குப் போனப்போ ஊருப்பஞ்சாயத்தில பாத்துக்கன்னு அனுப்பி வச்சிட்டாக. கெடுவச்சு, கொளுத்தின பயலைப் புட்டிசாந்து 2 மணி நேரத்தில நஷ்ட ஈட்டை வசூல் பண்ணிக் குடுத்தோம். அடிதடியில இருந்து வெட்டுக்குத்து வரைக்கும் நம்ம வினாயகர் பஞ்சாயத்தில தான் பைசல் ஆவும். சாமி பேர்ல நடக்கிறதால நீதிக்குப் புறம்பா ஒருத்தரும் நடக்கிறதில்ல. அதே மாதிரி நாட்டாமைங்க பேச்சுக்கு ஊரு நின்னு மதிக்கும்..' நிதானமாக பேசுகிறார் நாட்டாமை முருகேசன்.

கீழ் நீதி மன்றங்களில் இருந்து உச்சநீதி மன்றம் வரை லட்சக் கணக்கில் வழக்குகள் தேங்கி கிடக்கின்றன. ஆனால் இந்த கிராமத்து வினாயகர் கோர்ட்டில் இதுவரை ஒரு வழக்கும் தேங்கியதில்லை. இதன் பேரில் பல்வேறு சமூகங்களும் உறவுகளாக பிணைந்து கிடக்கின்றன. வரலாற்று சிறப்பு மிக்க இந்த கிராமத்துக்கு இது மேலும் ஒரு சிறப்பாக மாறியிருக்கிறது.

வெ. நீலகண்டன்

57
பல்லக்குத் திருவிழா

கிராமத்து வாழ்க்கையை சுவாரஸ்யப்படுத்தும் அம்சங்களில் திருவிழாக்களும் அடக்கம். மூலைக்கொரு கோவில், மாதத்திற்கொரு திருவிழா என எக்காலமும் ஊர் களைகட்டும். திருவிழாக் காலங்களில் ஊருக்கே தனி வாசனை வந்துவிடும். மனம் உற்சாக மடையும். மனிதர்கள் புத்துணர்வு கொள்வார்கள். வெளியூர் போன உறவுகள் மீண்டும் கூடு திரும்பும். எள்ளலும், துள்ளலுமாக இளவட்டங்கள் இழைந்து திரிவார்கள். பகைமறந்து, இனம் மறந்து இறைவனின் பெயரில் மக்களை ஒன்று சேர்ப்பது தான் திருவிழாக்களின் நோக்கம்.

திருவையாறு, அய்யாரப்பர் கோவிலில் நடக்கும் 'ஏழூர் பல்லக்குத் திருவிழா' இதற்கோர் உதாரணம். இறைவனின் பெயரில், ஏழு கிராமங்களிடையே உறவையும், ஒற்றுமையையும் வலுப்படுத்துகிறது இத்திருவிழா.

ராஜராஜ சோழனின் பட்டத்தரசி லோகமாதேவியால் தொடங்கப்பட்ட இத்திருவிழா, திருவையாறு, திருப்பழனம்,

திருச்சோற்றுத்துறை, திருவேதிக்குடி, திருக்கண்டியூர், திருப்பூந்துருத்தி, திருநெய்த்தானம் (தில்லைஸ்தானம்) ஆகிய 7 ஊர்களை உறவால் பிணைக்கிறது. இந்த ஊர்களில் உறைந்திருக்கும் இறைவனை ஊர்த் தலைவனாக்கி, அவன் பின்னால் அணிவகுக்கிறார்கள் மக்கள். இதற்கு பின்னணியாக இருக்கிறது ஒரு புராணக்கதை.

'திருவையாறில இருக்கிறவர் அய்யாரப்பர். பிற ஆறு ஊர்களிலும் இருக்கிற இறைவன்கள் இவரின் சகோதரர்கள். அய்யாரப்பரிடம் வாயிற்காப்பாளனாக வேலை செய்யிறவர் நந்தியம்பெருமான். இவரு அய்யாரப்பரோட வாயில்காப்பாளன். இவரோட அன்பில நெகிழ்ந்துபோன இறைவன், தந்தை பொறுப்பில் இருந்து உபமன்யு முனிவரின் தங்கை சுயம்பிரகாசையை மணம் முடிச்சு வைச்சார்.

இந்தத் திருமணத்துக்கு திருப்பழனத்தில இருந்து பழங்களும், திருச்சோற்றுத்துறையில் இருந்து விருந்துக்கான அமுதமும், திருவேதிக்குடியில் இருந்து வேதம் கற்ற பண்டிதர்களும், திருக்கண்டியூரில் இருந்து ஆபரணங்களும், திருப்பூந்துருத்தியில் இருந்து மலர் வகைகளும், திருநெய்த்தானத்தில் இருந்து நெய் உள்ளிட்ட அபிஷேகப் பொருட்களும் அனுப்பி வைக்கப்பட்டது. திருமணம் முடிஞ்சபிறகு ஆறுஊர் மக்களுக்கும் நன்றிகூறி, அவ்வூரின் தலைவர்களான தம் சகோதரர்கள்கிட்ட ஆசிபெறுவதற்காக அய்யாரப்பர் மணமக்களை அழைத்துச் சென்று திரும்புவதே ஏழூர் பல்லக்குத் திருவிழாவோட சாரம். இதை மக்கள் உறவும், உரிமையும் கலந்து கொண்டாடுறாங்க.' என்று விரிவாகப் பேசுகிறார், திருவையாறு தேவஸ்தான கட்டளை விசாரணை, முனைவர் குமாரசாமி தம்பிரான்.

திருவையாறை ஒட்டியிருக்கும் திருமழப்பாடி கிராமத்தில் பங்குனியில் நடக்கும் நந்தியம்பெருமான்சுயம்பிரகாசை திருமணம் தான் பல்லக்குத் திருவிழாவுக்கான அறிவிப்பு. அதுமுடிந்ததும் பல்லக்கு திருவிழாவுக்கு நாள் குறிக்கப்படும்.

'அய்யாரப்பர் அறம் வளர்த்த நாயகிக்கு கண்ணாடிப் பல்லக்கு. நந்தியம்பெருமான் தம்பதிக்கு வெட்டிவேர் பல்லக்கு. வெட்டிவேர் குளிர்ச்சி தரக்கூடியது. புதுமண தம்பதிகள் இறைவனே ஏ.சி பண்ணிக் குடுத்திருக்கார். பல்லக்குன்னா, சாதாரணமில்லே. தேவலோகத்து தேர் மாதிரி. அவ்வளவு அலங்காரம். அணிகலன்கள், வண்ணக் காகிதங்கள், பூக்கள்ன்னு

பாத்துப்பாத்து செய்வாங்க. மற்ற ஆறு ஊர்கள்லயும் அந்தந்த சுவாமிகளுக்கு கண்ணாடிப் பல்லக்கு கோர்த்துடுவாங்க. ஊர்வல முடிவுல ஏழு பல்லக்குகளும் ஆடி அசஞ்சு வர்ற அழகைப் பாக்க ரெண்டு கண்ணு போதாதுய்யா...' என்று காட்சியை கண்முன் நிறுத்துகிறார் கணேசமூர்த்தி.

திருவிழாவுக்கு ஒருவாரத்துக்கு முன்பே, ஏழூரும் மின்விளக்கு அலங்காரம், தோரணங்கள், வாழைமரம் என விழாக்கோலம் பூண்டு விடுகின்றன.

'சித்திரை மாதத்தில அய்யாரப்பருக்குத் திருவிழா தொடங்கும். மற்ற ஆரூர் சாமிகளுக்கும் வெற்றிலை, பாக்கோட போய் அழைப்பு வைப்பாங்க. அஞ்சாம் நாளன்னிக்கு ஆறுஊர் சாமிகளும் பல்லக்குல ஏறி திருவையாத்துக்கு வருவாங்க. எல்லையில நின்னு அய்யாரப்பரும், ஊர்மக்களும் அவங்களை வரவேற்பாங்க. அதில இருந்து 9ம் நாள் வரைக்கும் வீதியுலாவில அய்யாரப்பர் கூட அவங்களும் வருவாங்க. 9ம் நாள் தேர்க்காலைப் அவங்கவங்க ஊருக்குக் கிளம்பிருவாங்க...' என்கிறார் திருப்பழனத்தைச் சேர்ந்த சீத்தாராமன்.

12ம் நாள் பல்லக்குத் திருவிழா. பல்லக்குத் தூக்கவென்று கல்யாணபுரம், பொன்னாவரை, பருத்திக்குடி, திருப்பழனம், திருவேதிக்குடி ஆகிய ஊர்களில் ஆட்கள் இருக்கிறார்கள். ஒவ்வொரு பல்லக்கும் 5டன் எடை. 80 முதல் 100பேர் தூக்குவார்கள். பல்லக்குக்கான 'வாரை' ஆலமர விழுதால் செய்யப்படுகிறது. ஒரு ஊரின் பல்லக்கை மறு ஊர்க்காரர்கள் தொடக்கூடாது. ஊர்க் காரர்கள் சொல்லும் இடங்களில் பல்லக்குகளை நிறுத்த வேண்டும். இல்லாவிட்டால் மரியாதைக்குறைவு. விவகாரமாகிவிடும். அடிதடியில் தொடங்கி, வெட்டுக்குத்து வரை செல்வதுண்டாம்.

திருவையாறில் இருந்து காலை 5மணிக்கு பல்லக்கு கிளம்பும். முதலில், 3 கி.மீ தொலைவில் உள்ள திருப்பழனம். போகும் வழியில் அப்பூதி அடிகளார் கட்டிய திருநாவுக்கரசர் தண்ணீர் பந்தல் உள்ளது. அங்கு தண்ணீர் வாங்கிக்குடிப்பது சிவ தீர்த்தத்துக்கு சமம் என்று நம்புகிறார்கள்.

திருப்பழனம் கிராமத்தின் எல்லையில் அவ்வூரின் தலைவர் ஆபத்சகாயர், தன் மக்களோடு காத்திருப்பார். அய்யாரப்பரையும், மணமக்களையும் வரவேற்று கோவிலுக்கு அழைத்துச் செல்வார். அங்கு அய்யாரப்பருக்கு மரியாதை செய்து, மணமக்களுக்கு ஆசிவழங்குவார். முடிந்ததும் இன்னொரு கண்ணாடிப்

பல்லக்கில் ஏறி ஆபத்சகாயரும் இவர்களோடு கிளம்பிவிடுவார். பின்னால் திருப்பழனத்துப் பெண்கள் தட்டுக்களில் பழங்களை சுமந்துகொண்டு அணிவகுப்பார்கள்.

அய்யாரப்பரை தங்கள் ஊருக்கு வந்த விருந்தாளியாவே மக்கள் பாப்பாங்க. அங்கங்கே நிறுத்தி பழம் கொடுத்து மரியாதை செய்வாங்க. எங்காவது நிறுத்தாமப் போனா பிரச்னை ஆயிடும். 'எங்க ஊரை மதிக்கலே.. அய்யாரப்பரோட நாங்க வரமாட்டோம்ன்னு சொல்லி ஆபத்சயாகர் பல்லக்கை இறக்கி வச்சிருவாங்க. திருவையாத்து மக்கள் அவங்களை சமாதானப் படுத்தி பல்லக்கை தூக்க வைப்பாங்க...' என்று சிரிக்கிறார் திருச்சோற்றுத்துறை தர்மராஜ்.

பின்னால் நூற்றுக்கணக்கான பஜனை கோஷ்டிகள் தேவாரம் இசைக்க, தாரையும், தப்பட்டையும் கடுமிசை முழங்க, தோள்களில் தவழ்ந்துவரும் அலங்கார பல்லக்கு இன்னொரு உலகத்தைக் காட்சிப்படுத்துகிறது. திருப்பழனத்தில் இருந்து சாலையை இடைமறித்து காவிரி மணலுக்குள் இறங்குகிறது ஊர்வலம். தொடர்ந்து குடமுறுட்டி. இரண்டையும் கடந்து 2 கி.மீ சென்றால் திருச்சோற்றுத்துறை.

எல்லையில் சோற்றுத்துறை ஓதவனேஸ்வரர் தன் இல்லாலோடும், மக்களோடும் பல்லக்கில் காத்திக்கிறார். ஊர்வலத்தை வரவேற்று தம் ஊருக்குள் அழைத்துச் செல்கிறார். தெருவுக்குத் தெரு அன்னதானம். சாதி, மதம்கடந்து அனைவரையும் இன்முகத்தோடு வரவேற்று அமுது படைக்கிறார்கள் சோற்றுத்துறை மக்கள்.

'பக்கத்து ஊர்கள்ல பஞ்சம் வந்து மக்கள் தவியாதவிச்ச போதும் எங்க ஊர்ல ஏழேழு தலைமுறைக்கு பஞ்சமுன்னு எதுவும் வந்ததில்லே. எல்லாவீட்டு குதிரும் வயித்துப்புள்ளை பொம்பள கணக்கா எக்காலமும் நிறைஞ்சு தான் கிடக்கும். எல்லாம் ஏழூரு சாமிகளோட அருளாசி தான். புதுசா கல்யாணம் கட்டிக்கிட்டு வர்ற நந்தியம்பெருமானுக்கும், அய்யாரப்பர், ஆபத்சகாயருக்கும் புதுநெல்லுல சோறாக்கிப் படையல் போடுவோம்...' என்கிறார் தர்மராஜ்.

திருச்சோற்றுத்துறையில் ஓதவனேஸ்வரரும் சேர்ந்து கொள்ள பல்லக்கின் எண்ணிக்கை நான்காகிறது. இவ்வூர் பெண்கள் கூடையில் அமுது சுமந்து வழியில் வருவோருக்கெல்லாம் வாரி வழங்குகிறார்கள். அங்கிருந்து 3 கி.மீ தொலைவில்

உள்ள திருவேதிக்குடி நோக்கி பல்லக்கு ஊர்கிறது. எல்லையில் வேதபுரீஸ்வர், வேத விற்பன்னர்களோடு காத்திருக்கிறார். மாலை மரியாதை முடிந்ததும் ஊர்வலத்தில் இணைகிறது இன்னொரு பல்லக்கு. இப்போது தேவாரம், தப்பிசையோடு வேதமும் சேர்ந்து முழங்குகிறது.

திருவேதிக்குடியில் இருந்து 3வது கிலோ மீட்டரில் உள்ளது திருக்கண்டியூர். அய்யாரப்பர் உள்ளிட்ட தம் சகோதரர்களை வரவேற்கவும், மணமக்களை வாழ்த்தவும் தம் தேவியோடு கண்ணாடிப் பல்லக்கில் காத்திருக்கிறார் பிரமசிரக்கண்டீஸ்வர். நேர்த்திக்கடன் வைத்துள்ள இவ்வூர் மக்கள் அய்யாரப்பருக்கும், நந்தியம்பெருமான் தம்பதிக்கும் சிறு, சிறு அணிகலன்களை அர்ப்பணிக்கிறார்கள். மாலை, மரியாதை முடிந்து ஊர்வலத்தில் கண்டீஸ்வரும் இணைந்து கொள்கிறார். அடுத்த இலக்கு திருப்பூந்துருத்தி.

ஊர்வலத்தார் இந்த ஊரை மிகவும் ஆவலோடு எதிர்பார்ப்பார்கள். காரணம், பந்தல்காட்சி. சாலையின் நடுவில் பிரமாண்டமாக பந்தல் போட்டு, மேலே பாம்பு, பல்லி, ஓணான், தேள், பூரான், நட்டுவாக்களி போன்ற விஷ ஜந்துக்களை உயிரோடு தோரணம் கட்டி தொங்கவிடுகிறார்கள். அதுபோக, நெற்கதிர், தேங்காய்க்குலை, வாழைத்தார், பாத்திரங்கள், பிளாஸ்டிக் பொருட்கள் என வண்ணக்கோலம்.

'ஊர்வலத்தை உற்சாகப்படுத்தத் தான் இந்த பந்தல்காட்சி. அந்தக்காலம் தொட்டு நடைமுறையில் இருக்கு. ஊர்வலம் முடிஞ்சதும் பந்தலைப் பிரிச்சு உயிரினங்களை அதது போக்கில விட்டுருவோம்..' என்கிறார் திருப்பூந்துருத்தி மன்னர் பரம்பரையைச் சேர்ந்த விஸ்வஜித் காடேராவ். திருப்பூந்துருத்தி பூவனேஸ்வரர் உடன், காடேராவும் ராஜஉடையில் சென்று அய்யாரப்பர் சகித ஊர்வலத்தை வரவேற்பார். அன்று பலஆயிரம் பேர் பங்கேற்கும் அன்னதானம் காடேராவ் வீட்டில் நடைபெறுகிறது. இவ்வூர்ப் பெண்கள் பூக்கூடைகளோடு ஊர்வலத்தை பின்தொடருவர்.

திருப்பூந்துருத்தியில் இருந்து திருநெய்த்தானம். அதற்குள் இரவாகிவிடுகிறது. நெய்யாடியப்பர், காவிரியின் அக்கரையில் காத்திருந்து தம் உறவுகளை திருநெய்த்தானம் அழைத்து வருகிறார். இங்கு பிரமாண்டமான வாணவேடிக்கை நடைபெறுகிறது. ஆயிரக்கணக்கான மக்கள் காவிரியின் இளங்குளிர் மணலில் அமர்ந்து வாணவேடிக்கையை ரசிக்கிறார்கள். இங்கிருந்து

நெய்யாடிப்பரும் ஊர்வலத்தில் இணைய, எட்டு பல்லக்குகளும் திருவையாறின் திசையில் திரும்புகின்றன. நெய்த்தானப் பெண்கள் குடங்களில் நெய்யும், யாகப்பொருட்களும் சுமந்து வருகிறார்கள்.

ஆயிரக்கணக்கில் மக்கள் தொடர, சீரான இடைவெளியில் மெல்லிய தள்ளாட்டத்தோடு நகர்கின்றன பல்லக்குகள். அது வார்த்தைக்குள் அடங்காத பேரழகுக் காட்சி. ஏழு நாதர்களும், புதுமணத் தம்பதிகளும் அய்யாரப்பரின் வாயிலுக்கு வர, அனைவருக்கும் மாலையிட்டு வரவேற்கிறது ஒரு பொம்மை. இத்திருவிழாவின் சுவாரஸ்யங்களில் இந்த பொம்மைக்காட்சியும் ஒன்று. மாலையோடு அருகே வருவதும், சாஸ்திரிகள் மாலையைப் பிடிக்கும் போது, தரமறுத்து ஓடிவிடுவதும் அந்த இடத்தை வேடிக்கைக் களமாக்குகிறது.

மாலையிட்டு முடிந்ததும் தம் குடில் நாடி வந்திருக்கும் ஆறு சகோதரர்களுக்கும் அய்யாரப்பர் சார்பில் மாலை, மரியாதை. அன்று இரவுவரை விருந்தினர்களாக தங்கும் சகோதரர்கள் அதிகாலை தத்தம் ஊருக்குக் கிளம்பி விடுகிறார்கள்.

இத்திருவிழா ஒரு சமூக விழா. இறைவனை தங்கள் குடும்பத்தில் ஒருவனாகக் கருதி உரிமை பாராட்டுவது தான் இதன் முக்கியச்சாரம். அந்த உரிமை தான் ஆயிரம் ஆண்டுகளைக் கடந்தும் இத்திருவிழாவை உயிர்ப்போடு வைத்திருக்கிறது.

58

மிளகாய் அபிஷேகம்...

உடல் முழுதும் அழகு குத்துவது, தீ மிதிப்பது, தலையில் தேங்காய் உடைப்பது, கொதிக்கும் எண்ணையில் வெறுங்கையால் அப்பம் சுடுவது என அதீதபக்தியின் பல பரிமாணங்களை பார்த்திருக்கிறோம். ஆனால், மிளகாய், மல்லி, துவரம்பருப்பு, மிளகு வகையறாக்களை அரைத்து அபிஷேகம் செய்து குடிக்கவும் செய்யும் பக்தியை பார்த்ததுண்டா? இடையன்சாவடி கிராமத்தில் குடிகொண்டிருக்கும் வர்ணமுத்து மாரியம்மன் கோவிலில் ஆண்டுக்கு ஒருமுறை இந்த அதிசயத்தைக் காணலாம்.

பாண்டிச்சேரிஆரோவில் சாலையில் பசுமையான சூழலில் இருக்கிறது இடையன்சாவடி. இந்த ஊரின் காவல்தெய்வம் வர்ணமுத்து மாரியம்மன். இந்தக் கோவிலில் குடிகொண்டிருக்கும் அங்காள பரமேஸ்வரியின் அன்பைப் பெறத்தான் இந்த மிளகாய் அபிஷேகம்.

அபிஷேகம் அம்மனுக்கோ, அய்யனுக்கோ அல்ல... பாவாடைசாமி, கண்ணப்பன், மலையாளத்தான் ஆகிய மூன்று மனிதர்களுக்குத் தான்.

அம்மனுக்கு அபிஷேகம் சரி, அதென்ன மனிதர்களுக்கு... அதுவும் மிளகாயில் அபிஷேகம்...? ஊர்ப்பெரியவர் ஆதிகேசவனிடம் கேட்டோம்.

'இது பல தலைமுறையா நடைமுறையில இருக்கிற பழக்கமுங்க. 1935வது வருஷம். வடக்கு வீதியில அண்ணாசாமிக் கவுண்டர்ன்னு ஒருத்தர் குடியிருந்தாரு. அவர் வீட்டுத் தோட்டத்துல 2 வேப்பமரம் இருந்துச்சு. திடீர்ன்னு ஒருநாள் ஒரு வேப்ப மரத்தில இருந்து பாலா ஒழுக ஆரம்பிச்சுச்சு. அண்ணாசாமியோட மகன் சீனிவாசன், அந்தப் பாலை தினமும் புடிச்சுக் குடிக்க ஆரம்பிட்டான். தொடர்ந்து குடிச்சிக்கிட்டே இருந்ததால அவனுக்கு சித்தபிரமை பிடிச்சிபோச்சு. சம்பந்தம் இல்லாமப் பேசுறது, வெறிச்சிப் பாக்குறதுன்னு ரொம்ப கஷ்டமாப் போச்சு. பாக்காத வைத்தியம் இல்லை. கேக்காத குறியில்லை. உப்புவேலூர் நாராயணசாமி கவுண்டர் இந்த பகுதியில பிரபலமான மாந்திரீகர். கடைசியா அவருக்கிட்ட கூட்டிட்டுப் போனாங்க. சோழி போட்டுப் பாத்த நாராயணன், சீனிவாசனுக்கு சித்தபிரமை போகனுன்னா, அங்காள பரமேஸ்வரிக்கு ரத்தகபால பிராத்தனை செஞ்சு, வசிபாதக்குறடு போட்டு கோயிலைச் சுத்தனுன்னு சொல்லிட்டாரு. ரத்தகபால பூஜைன்னா ரத்ததால அபிஷேகம் செய்யிறது. வசுபாதக்குறடுன்னு ஆணி அடிச்ச பாதந்தாங்கி. 'ஐயா சாமி ரத்தத்துக்கு நாங்க எங்கே போறதுன்னு கேட்டப்போ, 'ரத்தத்துக்குப் பதிலா சாந்து மிளகாயை அரைச்சு ஊத்துங்கடா'ன்னு சொல்லி அனுப்பிட்டாரு. கன்னி கழியாத 7 பொண்ணுங்க கையால மிளகாயை அரைச்சு சீனிவாசனுக்கு அபிஷேகம் பண்ண, சித்தபிரமை மாறிப்போச்சு. அதுக்குப் பிறவு ஒவ்வொரு வருஷமும் மிளகாய் அபிஷேகம் செஞ்சுக்கிட்டு குறட அணிஞ்சு கோவில் வலம் வர்றதோட, நாக்குல 9அங்குல வேல்குத்தி, உடல்ல 108 அலகு போட்டு தீமிதிப்பாரு. அப்படி ஆரம்பிச்சது தான். சீனிவாசனுக்குப் பெறகு, ராமசாமி, வைத்தியநாத அய்யர் செஞ்சாங்க. அவங்களுக்குப் பெறவு, ஊர்க்கூட்டம் போட்டு இதுக்குன்னே மூணு பேரை நியமிச்சிட்டோம்..' என்கிறார் ஆதிகேசவன்.

வைகாசி மாத வளர்பிறையில் நடைபெறும் இந்த மிளகாய் அபிஷேகத் திருவிழாவுக்கு நாள் குறிக்கப்பட்டதும், மூவரும் கடும் விரதம் மேற்கொள்கிறார்கள். 6ம் நாள் திருவிழாவன்று இவர்களே அம்மனின் உருமாறிப் போகிறார்கள்.

'6ம்நாள் அதிகாலையில அபிஷேகப் பொருட்கள் ரெடியாயிரும். மொத்தம் 34 பொருட்கள். புது அம்மியில, ஈரத்துணியோட கன்னிப்பொண்ணுங்க மிளகாய் சாந்து அரைப்பாங்க. பக்கத்தில

இருக்கிற இளங்கனி அம்மன் கோயில்ல கரகம் ஜோடிச்சு, அபிஷேகப் பொருட்களை மேளதாளத்தோட ஊர்வலமா எடுத்துக்கிட்டு வர்ணமுத்து மாரியம்மன் கோயிலுக்கு வருவோம். அங்கே, தகதகன்னு நெருப்புப் போட்டு குண்டம் ரெடியா இருக்கும். அதுக்கு எதுத்தாப்புல இந்த மூனு அம்மன் சாமியையும் மொட்டையடிச்சு, மஞ்சச்சாத்தி உக்கார வச்சிருப்பாங்க. மக்கள் எல்லாம் அவங்களையே அம்மன் உருவா நினைச்சு வணங்குவாங்க.

தீபாராதனை முடிஞ்சதும் அபிஷேகம் ஆரம்பிக்கும். முதல்ல குங்குமம் அபிஷேகம். அடுத்து விபூதி, சந்தனம், மஞ்சள் தேன், மல்லி, மிளகு, பருப்பு எல்லாம் முடிஞ்சு கடைசியா மிளகாய். அபிஷேகம் மட்டுமில்லாம கடைசியா ஆளுக்கு மூணு வாயி குடிக்கவும் செய்வாங்க. இதுமுடிஞ்சதும், உடம்பெல்லாம் அலகு பாச்சிக்கிட்டு தீயில இறங்குவாங்க. அடுத்து, வசுபாதக்குறடு போட்டுக்கிட்டு கோவிலை சுத்தி வருவாங்க. குறடுல விரல் நீளத்துக்கு ஆணிங்க நீட்டிக்கிட்டு நிக்கும். அதேநேரத்துல ஊர்க்காரங்க உடம்புல அலகுபோட்டு காரு, வேனு, லாரியெல்லாம் இழுப்பாங்க..' என்று அதிர்ச்சியூட்டுகிறார் ராஜதிருமால்.

லேசாக பச்சைமிளகாய் காம்பைக் கடித்தாலே உச்சந்தலையில் ஏறுகிறது காரம். அபிஷேகம் செய்யும் போது எரியாதா..? குடிக்கும் போது உரைக்காதா..?

பாவாடைசாமியிடம் கேட்டால், 'எதுவுமே தெரியாது' என்கிறார். 'திருவிழா அறிவிச்சவுடனே 8 நாளு விரதம் இருப்போம். விரதத்தை தொடங்குற அன்னைக்கே எங்களை அம்மன்கிட்ட ஒப்படைச்சிருவோம். சாதாரண நாட்கள்ல ஒரு உப்புக்கல்லு கூடப்போனாக் கூட நாக்கு மடக்கிக்கும். ஆனா, அம்மனா மாறி அபிஷேகத்துல உக்கார்றப்போ மிளகாயும் ஒன்னுதான், பச்சைத் தண்ணியும் ஒன்னுதான்..' என்கிறார். பாவாடைசாமிக்கு இது 36வது வருட அபிஷேகம்.

'இந்த மிளகாத் தண்ணி உடம்புல படுறதாலயும், உள்ளே போறதாலயும் உடம்புக்கு எந்த கெடுதலும் வந்ததில்ல. இது ஆத்தாவோட மருந்து. அபிஷேகத்துல உக்காந்த நாள்ல இருந்து இன்னை வரைக்கும் ஆஸ்பத்திரின்னு போயி அஞ்சுரூபா செலவு செஞ்சதில்ல. அம்மனே உள்ளுக்குள்ள எறங்கி உக்காந்த மாதிரி மனசுக்குள்ள ஒரு தெம்பு வந்திரும்..' என்கிறார் மலையாளத்தான்.

59

பாப்பாத்தி கன்னியம்மா...

வெறிச்சோடிக் கிடக்கிற பாகவெளி கிராமம், சித்திரை மாதம் முதல் ஞாயிறு வந்தால் மனிதத்தலைகளால் நிறைந்து விடுகிறது. அன்றுதான் கன்னிக்குப் பிறந்த நாள். அன்று ஒருநாள் மட்டுமே பாப்பாத்தி கன்னியம்மாளைப் பார்க்க முடியும். முகத்தில் மஞ்சளும் குங்குமமும் தகதகக்க, அரைமணி நேரம் ஊஞ்சாலாடி களிக்கிற கன்னியம்மா, அதன்பிறகு தனது குடிலான 100 அடி ஆழக் கிணற்றுக்குள் புகுந்து விடுவாள். திரும்பவும் அவளின் திருமுகத்தை தரிசிக்க 364 நாட்கள் காத்திருக்க வேண்டும். அதனால்தான் மக்கள் பாகவெளி நோக்கி படையெடுக்கிறார்கள்.

வேலூர் மாவட்டம், வாலாஜாபேட்டை-சென்னை நெடுஞ் சாலையில் 8வது கிலோமீட்டரில் இருக்கிறது பாகவெளி. பல்வேறு சமூகங்கள் ஜீவிக்கிற இக்கிராமத்தில், யாதவர்களின் குலதெய்வம்தான் பாப்பாத்தி கன்னியம்மா. வருடம் முழுவதும் 100 அடி ஆழக்கிணற்றுக்குள் கிடக்கிற கன்னியம்மா சிலையை ஒரே ஒருநாள் மட்டும் கிணற்றில் இருந்து எடுத்து, ஊரே கூடி ஊஞ்சலில் இட்டு தாலாட்டிவிட்டு, திரும்பவும் கிணற்றுக்குள்

வெ. நீலகண்டன்

போட்டு விடுகிறார்கள். காரணம், கன்னியம்மா வெளியில் இருந்தால் அவளின் உக்கிரத்தில் ஊரே அழிந்துவிடும் என்ற நம்பிக்கை.

கன்னியம்மா பாகவெளி வந்த கதை தொன்மம் சார்ந்தது.

''ஏழெட்டுத் தலைமுறைக்கு முன்னால, பாலாத்துல குடிமல்லூர்காரங்க மீனுக்கு வலைபோட்டப்போ இந்த கன்னியம்மா சிலை சிக்கியிருக்கு. முக்கா அடி உயரத்துல ரெண்டு கை அகலம், அதுல ஏழு கன்னிகளும் சின்னச்சின்ன உருவத்துல இருப்பாங்க. அந்த சிலையை எடுத்துக்கிட்டுப்போயி, பின்பக்கமா திருப்பி வச்சு சமையலுக்கு மிளகா அரைச்சிருக்காங்க குடிமல்லூர்காரங்க. அப்போ அவங்க வீடே இடிஞ்சு விழுந்திருச்சாம். பயந்துபோயி திரும்பவும் பாலாத்துல வீசிட்டாங்க.

நாலைஞ்சு மாசம் கழிச்சு திருப்பாற்கடல் பக்கமா கரை ஒதுங்கினப்போ, சில குடுகுடுப்பைக்காரங்க அதை எடுத்துக்கிட்டுப் போயி மூலிகை மருந்து அரைச்சிருக்காங்க. அப்பவும் சில கெட்ட சகுனங்களைக் காட்ட, அவங்களும் தூக்கிப் போட்டுட்டாங்க.

நாலைஞ்சு மாதம் கழிச்சு, எங்க ஆளுங்க சிலபேருக்கு அருள் வந்து சுமைதாங்கி குட்டை பக்கமா ஓடியிருக்காங்க. அவங்க ஓடிப்போய் விழுந்த இடத்துல இந்த கன்னியம்மா சிலை கிடந்திருக்கு'' என்று மூலக்கதையை விவரிக்கிறார் பாகவெளி ஆண்டி. இவர்தான் இப்போது கிணற்றுக் கோவிலை நிர்வகிக்கிறார்.

இந்த ஊரில் பெயர் வைப்பதில் சில கட்டுப்பாடுகளை கடைபிடிக்கிறார்கள். நாலைந்து தலைமுறைகளாக ஆண் வாரிசு இல்லாத குடும்பங்களில் ஆண் குழந்தை பிறந்தால் 'ஆண்டி' என்று வைக்கிறார்கள். மற்ற குடும்பங்களில் தலைச்சனாக பிறக்கும் பிள்ளைகளுக்கு ஆணாக இருந்தால் 'கன்னியப்பன்' என்றும், பெண்ணாக இருந்தால் 'கன்னியம்மா' என்றும் வைக்கிறார்கள்.

பாகவெளியின் எல்லையில், செழித்து நிற்கிற வயற்காடுகளுக்கு மத்தியில் இருக்கிறது பாப்பாத்தி கன்னியம்மன் கோவில். விவசாயத்துக்காக போடப்பட்டுள்ள மோட்டார் கிணறுதான் கன்னியின் கருவறை. கிணற்றின் மேற்குக்கரையை ஒட்டி படிக்கட்டுகள் அமைத்து சிறிய பீடம் நிறுவியுள்ளார்கள். அருகே அடர்ந்துள்ள கரும்புத் தோட்டத்தை ஒட்டி சிலைகள் சிதைந்து

கிடக்கும் இடம் ஊமைக் கன்னியம்மனின் உறைவிடம். கால்படும் இடத்தில் எல்லாம் சரசரத்து நெளிந்து மிரள வைக்கின்றன பாம்புகள்.

இந்த கன்னிகைகளுக்கு பாப்பாத்தி கன்னியம்மன் என்ற பெயர் வந்த காரணமும் விசித்திரமானது. விவரிக்கிறார் இக்கோவிலுக்குப் பாத்தியப்பட்ட ஐந்து பங்காளிகளில் ஒருவரான ஆறுமுகம்.

“சுமைதாங்கி குட்டைக்கரையில கிடந்த சிலையை அங்கேயே இருத்தி மஞ்சள் சாத்தி எங்காளுங்க வழிபட்டிருக்காங்க. அப்போ ஒருத்தர் ஆட்டுக்கிடாயை ஓட்டிக்கிட்டு பலி குடுக்க வந்திருக்கார். வெட்ட அரிவாளை ஓங்கின சமயத்தில ஆடு முட்டித்தள்ளிட்டு பக்கீர்மலைப் பக்கம் ஓடிருச்சு. தேடிப்பாத்து ஓஞ்சுப்போயிட்டாங்க. திரும்பவும் அம்மா அருள் வந்து, ‘நான் சுத்தபத்தமானவ. எனக்கு கவுச்சி ஆகாது. எலுமிச்சம்பழத்தைக்கூட வெட்டிப்போடக்கூடாது. பானகமும் பொங்கலும் செஞ்சுவச்சு கும்புடுங்க’ன்னு சொன்ன அம்மா, ‘எம்மேல குடிமல்லூர்காரன் மொளகாய அரைச்சிட்டான். உடம்பெல்லாம் எரியுது. உடனடியா ஒரு நீர்நிலைக்குள்ள போட்டு, அங்கேயே எனக்குச் சிறப்பு செய்ங்க’ன்னு சொல்லிருச்சு. இறைச்சி அண்டாம, சுத்தபத்தமா பிராமணப் பொண்ணு மாதிரியே இருக்கதால ‘பாப்பாத்தி’ கன்னியம்மான்னே பேரு வச்சிட்டோம்” என்கிறார் ஆறுமுகம்.

கன்னி குடியிருக்கும் கிணறு நாராயணன் பிள்ளை என்பவருக்குச் சொந்தமானது. இவரும் அம்மனை குலதெய்வமாக வணங்கும் 5 பங்காளிகளில் ஒருவர். இந்த பங்காளிகள்தான் சுமைதாங்கி குட்டையில் இருந்து அம்மனை மீட்டவர்கள். தமிழகம் தாண்டியும் வாழும் இவர்களின் வழித்தோன்றல்கள் சித்திரை மாதம் முதல் ஞாயிறன்று இந்த கிராமத்தில் குவிந்து விடுகிறார்கள்.

“கன்னி குடிவந்ததில இருந்து எந்தக் காலத்திலயும் இது வத்தினதே இல்ல. கன்னியை வெளியில எடுத்து வச்சு பெரிசா கோயிலு கட்டலான்னு சில இளவட்டப்பசங்க ஏற்பாடு செஞ் சாங்க. கிணத்த விட்டு வெளியில எடுத்தவுடனேயே கெட்ட சகுனம் காட்டிருச்சு. உடனடியா அந்த முயற்சியை கைவிட்டுட்டோம். ரொம்ப வருஷத்துக்கு முன்னால பாலாத்துக்கரையில தவம் செஞ்ச முனிவர் ஒருத்தர், தன்னோட சக்தியை எல்லாம் திரட்டி இந்த கன்னி சிலையில இறக்கிட்டு காணாமப் போனதாவும், அந்த உக்கிரம் தாங்கமாத்தான் இது தண்ணிக்குள்ளயே கிடக்குதுன்னும் சிலபேரு பேசிக்கிறாங்க” என்கிறார் கன்னியப்பன்.

தினமும் நள்ளிரவு 12 மணிக்கு சிலை கண்டெடுக்கப்பட்ட சுமைதாங்கி குட்டையில் இருந்து சுழற்காற்றாக கன்னிகள் கிளம்பி இந்த கிணற்றுக்குள் அடங்குவதாக நம்பும் இம்மக்கள், கன்னியை மீட்ட சித்திரை முதல் ஞாயிற்றை கன்னி பிறந்த நாளாக விமரிசையாகக் கொண்டாடுகிறார்கள். அன்றைய தினம் ஊரே வண்ணமயமாகி விடுகிறது. ஊர்வலம், வாண வேடிக்கை என்று கொண்டாட்டம் களைகட்டினாலும், கன்னி மட்டும் தன் குடில் தாண்டுவதில்லை.

"அன்னைக்கி என்ன நல்லது, கெட்டது நடந்தாலும், அம்மனுக்குச் செய்ய வேண்டிய சாங்கியத்தை செய்யாம விடுறதில்ல. சனிக்கிழமை, எங்க மரபுப்படி 'அரிசேவை' நடத்துவோம். ஊருக்குப் பொதுவுல அரியை வச்சு பாலு, வெண்ணை, சாதம் படைச்சு அன்னதானம் பண்ணுவோம்.

ஞாயிறு காலையில அம்மனுக்குப் பாத்தியப்பட்ட அத்தனை தலைக்கட்டும் அரிசி, மஞ்சள், வெல்லம், அபிஷேகப்பொருளோட குவிஞ்சிருவாங்க. ஊர் எல்லையில இருந்து ஊர்வலம் ஆரம்பிக்கும். கன்னியோட ஊஞ்சலை பயம்பத்திரமா யானை மேலவச்சு ஊர்வலமா கொண்டு வருவோம். காவடி, பால்குடம், பூஜைக்கூடையை எடுத்துக்கிட்டு ஊரே பின்னாடி வரும்.

முதல்ல ஊமைக் கன்னிக்குப் பூஜை. மயங்கிப்போற அளவுக்கு அருள் வந்து ஆடுவாங்க. அப்படி மயங்கி விழுறவங்களை கிணத்துக்குள்ள தூக்கிப் போட்டுருவாங்க. அவங்களோட சேந்து 30, 40 பேர் கிணத்துக்குள்ள குதிச்சு கன்னியைத் தேடுவாங்க. கன்னி சாதாரணமா அம்புடாது. 23 மணி நேரத்துக்கு போக்கு காட்டும். சிலபேரு தண்ணிக்குள்ளயே அருள்வந்து ஆடுவாங்க.

யாரு கையில சிலை அம்புடுதோ, அவங்க நினைச்ச காரியம் கைகூடப்போவுதுன்னு அர்த்தம். கன்னி கிடைச்சவுடனே, அபிஷேகம் நடக்கும். நாலைஞ்சு கிலோ கஸ்தூரி மஞ்சளை அரைச்சு அம்மனுக்கு பூசி அலங்கரிச்சு, இதோ இந்த பீடத்துல கட்டியிருக்கிற ஊஞ்சல்ல வச்சு ஆட்டுவோம். அரைமணி நேரம் தரிசனம். எல்லாருமே வாயில துணியைக் கட்டிக்கணும். எச்சில் தெரிச்சாக்கூட அபசகுணமாயிரும். தரிசனம் முடிஞ் சதும் சிலையை எடுத்தவரே பயம்பத்திரமா கிணத்துக்குள்ள எறங்கி வச்சிட்டு வந்திறனும். அதுக்குப்பிறகு அடுத்த வருஷம் வரைக்கும் கோயிலுப்பக்கம் யாரும் போகமாட்டோம்" என்கிறார் மங்களலட்சுமி.

சப்தகன்னி வழிபாடு தமிழர் மரபில் தொன்மையானது. ஆகாச கன்னிகள், ஏழுகன்னிகைகள், சகோதரி மக்கள், தாய்தெய்வங்கள் என்று பல பெயர்களில் அழைக்கப்படும் இந்த கன்னிகள் பற்றி ஏராளமான கருத்து உருவாக்கங்கள் உண்டு. சிறுதெய்வ மரபில், சுடுமண் சிற்பங்களாக அதிகம் புழங்கும் இந்த கன்னிகளே பிற்காலத்தில் கோவில்களில் கற்சிற்பங்களாக 'சப்தமாதர்கள்' என்ற பெயரில் இடம்பெற்றார்கள். அவ்வகையிலான கருத்தாக்கத்தில் ஒன்றுதான் நீர்நிலைகளின் தெய்வங்களாக இக்கன்னிகளை வணங்கும் மரபு. அந்த நம்பிக்கை சில தொன்மங்களால் மிகைக்கு உள்ளாகி கிணற்றுக்கன்னியாக அவதாரம் எடுத்திருக்கலாம் என்பது சிலரின் கருத்து.

அந்த ஆய்வுக்கு எல்லாம் அப்பாற்பட்டு, பாகவெளி மக்கள், அம்மன் கருவறையாக்கிக் கொண்ட கிணற்று நீரை நோய்தீர்க்கும் அருமருந்தாகக் கருதி அருந்துகிறார்கள். அரைமணி நேர தரிசனத்தில் அம்மனின் மேனிபட்ட மஞ்சளையும், குங்குமத்தையும் குலம் காக்கும் பிரசாதமாக பாதுகாக்கிறார்கள். கன்னியை ஊர்காக்கும் குலக்கடவுளாக நம்புகிறார்கள். இந்த நம்பிக்கைக் கீற்றின் மையத்தில் உக்கிரமாக ஜொலிக்கிறாள் கிணறு வாழ் பாப்பாத்தி கன்னியம்மா!

60

பாதாள அம்மனும் பாண்டி கோயில் கருப்பரும்

2000 வருட பழமைச்சிறப்பு கொண்ட மதுரையில் வியக்கத்தக்க சிறுதெய்வ வழிபாடுகள் இன்னும் அதே எழுச்சியோடு கொண்டாடப்பட்டு வருகின்றன. கால ஓட்டத்தில் சிதைந்து போகாத அந்த மக்களின் நம்பிக்கைகள் நகர்ப்புற வாசிகளை சிலிர்க்கச் செய்வன. அவற்றில் சில...

பாதாள அம்மன் கோவில்

மதுரை தமிழ்சங்க சாலை முச்சந்தியில் உள்ள இந்த கோவிலில் சிலை, கட்டிடம் எதுவும் இல்லை. சாலையோரத்தில் சிமெண்ட்டால் தரை வார்த்து, அதில் மஞ்சள் தடவி, வணங்குகிறார்கள். 40 வருடம் முன்பாக, இந்த இடத்தில் 5அடி உயர கோவில் இருந்ததாகவும், தானாகவே அது மண்ணில் புதைந்து விட்டதாகவும் சொல்கிறார்கள். பாதாளத்தில் இருந்து அருள்பாலிப்பதால் இந்த அம்மனுக்கு பாதாள அம்மன் என்று பெயர்.

பாண்டி கோவில் சமயக்கருப்பர்

கருவறையில் உள்ள சிலையில் லேசாக கீறல் விழுந்தாலே ஆகமத்துக்கு பொருந்தாது என்று ஓரம் கட்டி விடுவார்கள். ஆனால் மதுரை ரிங்ரோட்டில் உள்ள பாண்டி முனீஸ்வரர் கோவிலில் சமயக்கருப்பரின் சிலையை தலை, கால், கை, உடல் என துண்டு, துண்டாக வைத்து வணங்குகிறார்கள். பாண்டி முனிக்கு காவல்காரராக இருந்த சமயக்கருப்பரின் வீரத்தை கண்டு பொறாமைப்பட்டு, இந்த பகுதிக்கு வேட்டைக்கு வந்த வெள்ளைக்கார துரை அவரை துண்டு, துண்டாக வெட்டி போட்டு விட்டாராம். துண்டான உறுப்புகளை இனிமேல் இணைக்கவே கூடாது என்று சமயகருப்பரே ஆணை இட்டதால் இன்றுவரை அப்படியே வைத்து வணங்குவதாகச் சொல்கிறார்கள்.

மண்ணை மலையாக்கும் திருவிழா

மேலூர் அருகே உள்ள நரசிங்கம்பட்டி ஆண்டிஆயி பெருமாள் கோவிலில் வருடத்தில் மூன்று முறை 'மண்ணை மலையாக்கும் திருவிழா' கொண்டாடப்படுகிறது. 'மண்ணைப் போல கிடக்கும் எங்கள் குடும்பத்தை மலையாக்கி காக்க வேண்டும்' என்ற வேண்டுதலின் அடிப்படையில் நடத்தப்படும் இந்த திருவிழாவில், கம்மாய் கரையில் இருந்து மண்ணை அள்ளி வந்து ஓரிடத்தில் கொட்டி குவிக்கிறார்கள். ஒவ்வொரு முறையும் 30 முதல் 40 அடி உயரமுள்ள மண்மலை உருவாகி விடும்.

சுன்னத் திருவிழா

நாவினிப்பட்டி என்ற கிராமத்தில் ஒரு அய்யனார் கோவில் உள்ளது. இக்கோவிலில் திருவிழா அறிவிக்கப்பட்டால் மக்கள் உயிரை கையில் பிடித்துக் கொள்வார்கள். காரணம், ஊரில் உள்ள மோசடிப் பேர்வழிகள், ஊழல்வாதிகள், பொறாமை பிடித்தவர்கள் அனைவரும் இந்த திருவிழா முடிவதற்குள் இறந்து போய் விடுவார்கள் என்ற நம்பிக்கை. வருடாவருடம் இந்த திருவிழாக் காலத்தில் இறப்போர் எண்ணிக்கை அதிகரித்துக் கொண்டே போனதால், இப்போது 10 வருடத்துக்கு ஒருமுறை திருவிழா நடத்துகிறார்கள். இத்திருவிழாக் காலத்தில் பெண்கள் பூ, பொட்டு வைத்துக் கொள்ள மாட்டார்கள். சுபகாரியங்கள் நடக்காது. வீட்டில் மாவு கூட அரைக்க மாட்டார்கள். திருவிழா கடைசி நாளன்று, இஸ்லாமியர்களைப் போல சிறுவர்களுக்கு 'சுன்னத்' செய்கிறார்கள்.

வெ. நீலகண்டன்

மயில் சித்தர்கள்

திருப்பரங்குன்றம் பழனி முருகன் கோவிலில் ஏராளமான வெள்ளை மயில்கள் ஓடித் திரிகின்றன. சுப்பிரமணியரின் திருவருள் பெற மனிதர்களைப் போல தேவர்களும் காத்திருப்பதாகவும், அவர்களே வெள்ளை மயில் உருவெடுத்து குன்றத்தில் அமர்ந்திருப்பதாகவும் நம்பும் பக்தர்கள், வெள்ளை மயிலைக் கண்டால் கையெடுத்து வணங்குகிறார்கள்.

தாசில்தார் பள்ளிவாசல்

மதுரை நகரின் தாசில்தாராக வேலை செய்தவர் சையது இஸ்மாயில். இவரது பெரும் முயற்சியால் மீனாட்சியம்மன் கோவிலுக்கு அருகில் ஒரு பள்ளிவாசல் கட்டப்பட்டது. இப்போதும், அந்த பள்ளிவாசலை சையது இஸ்மாயில் நினைவாக 'தாசில்தார் பள்ளிவாசல்' என்று அழைக்கிறார்கள்.

ஜெயில்காளி

இன்று சென்ட்ரல் மார்க்கெட்டாக இருக்கும் இடம் ஒரு காலத்தில் ராணி மங்கம்மாவின் அரண்மனை. அந்த காலக்கட்டத்தில், அரண்மனைக்குள் மங்கம்மாளின் விருப்ப தெய்வமான காளிக்கு ஒரு கோவில் கட்டப்பட்டது. மங்கம்மாளின் பேரன் விஜயரங்க சொக்கநாதர் காலத்தில் இந்த அரண்மனை சிறையாக மாற்றப்பட்டது. மங்கம்மாவையே கைது செய்து இந்த சிறையில் தான் அடைத்தார் சொக்கநாதர். கடுமையான குற்றம் இழைத்து மரண தண்டனை விதிக்கப்பட்ட குற்றவாளிகளை சிறைக்குள்ளே இருந்த காளியின் முன் நிறுத்தி, 'இவன் செய்த தவறுகளுக்கு நீதான் சாட்சி' என்று வணங்கியபின், தென்புற நுழைவு வாயிலில் இருந்த தூக்குமேடையில் தூக்கிலிடுவார்கள். சிறை, மார்க்கெட்டாக மாறியபிறகும் இங்குள்ள காளி, ஜெயில் காளியாகவே இருக்கிறாள்.

அழகர்கோவில் கருப்பர்

அழகர் கோவிலின் முகப்பில் உள்ள கருப்பர் கோவிலில் கதவையே கருப்பர் வடிவமாக வணங்குகிறார்கள். அழகரை கடத்திச் செல்வதற்காக கேரளாவில் ஏவி விடப்பட்ட ஏழு சித்தர்களை கருப்பர் வதம் செய்து அந்த அறைக்குள் அடைத்து வைத்திருப்பதாக நம்பிக்கை நிலவுகிறது.

கோவலன் பொட்டல்

பழங்காநத்தம் பகுதியில் உள்ள கோவலன் பொட்டல் என்று அழைக்கப்படும் சிறிய ஆலயம் உள்ள இடத்தில் தான் பாண்டியன் உத்தரவின் பேரில் கோவலனின் தலை துண்டாக்கப்பட்டதாம். அண்மையில் இப்பகுதியில் கிடைத்த முதுமக்கள் தாழிகளை வைத்து இத்தகவலை உறுதிப்படுத்துகிறார்கள் தொல்லியல் அறிஞர்கள்.

நக்கீரன் இல்லம்

நெற்றிக்கண் திறப்பினும் குற்றம் குற்றமே என்று பாண்டியன் அவையை அதிரச்செய்த மதுரை மண்ணின் மைந்தரான நக்கீரனின் வீடு

மேலமாசி வீதியில் உள்ளது. 'சங்கத்தார் கோவில்' அல்லது 'கன்னடியர் மடம்' என்று இப்போது அழைக்கப்படுகிறது அந்த வீடு. மீனாட்சியம்மன் கோவில் ஆவணித்திருவிழாவில், தருமிக்கு பொற்கிழி வழங்கும் நிகழ்வன்று இந்தவீட்டில் இருந்து தங்கப்பல்லக்கில் நக்கீரன் திருவுருவம் எடுத்துச் செல்லப் படுகிறது.

61

வருவாய்த்துறையும், பொதுப்பணித்துறையும் சம்மந்தி உறவு

'நிகழும் விரோதி வருடம், ஆடி மாதம் 10ம் தேதி, 26.07.2009 ஞாயிற்றுக்கிழமை, உத்திரம் நட்சத்திரம், அமிர்தயோகம் கூடிய சுப தினத்தில், அதிகாலை 5 மணிக்கு மேல் 6.30 மணிக்குள், கடக லக்னத்தில், திருமுதுகுன்றம் என்ற விருத்தாச்சலத்தை சேர்ந்த பெரிய நாயகருக்கும், அதே ஊரைச் சேர்ந்த பெரிய நாயகிக்கும் திருமுதுகுன்றம் வீரசேகரக் காடவராயன் திருமண மண்டபத்தில் திருமணம் செய்து வைக்க மணப்பெண் தரப்பாகிய பொதுப்பணித்துறையினரும், மாப்பிள்ளை தரப்பாகிய வருவாய்த் துறையினரும் பெரியோர்கள் முன்னிலையில் முடிவு செய்து நிச்சயதார்த்தம் செய்து கொள்கிறார்கள்...' அய்யர் வாசித்து முடிக்க, மணமகள் தரப்பில் உதவி செயற்பொறியாளர் செல்வகுமாரும், மணமகன் தரப்பில் தாசில்தார் பூபதியும் கையெழுத்திடுகிறார்கள். நிச்சயதார்த்த வைபவம் முடிந்ததும் 'சம்பந்திகள்லாம் சாப்பிட வாங்கப்பா...' என்று பொதுப்பணித்துறை அழைக்க வருவாய்த்துறையினர் குடும்பம் சகிதம் அமர்ந்து விருந்து சாப்பிடுகிறார்கள்.

விருத்தாச்சலம் பழமலைநாதருக்கும், அம்பிகைக்கும் நடக்கும் ஆடித் திருக்கல்யாணத்தில் தான் இந்த அதிசயம். பொதுப் பணித்துறைக்கும், வருவாய்த் துறைக்குமான இந்த சம்பந்தி உறவு சுமார் 100 ஆண்டுகளைக் கடந்து நீள்கிறது. ஜாதி, மதம் தாண்டி தங்கள் வீட்டு விழாவைப் போலவே வரவேற்று, உபசரித்து, செலவு செய்து, விருந்தளித்து நாயகருக்கும், நாயகிக்கும் வருடந்தோறும் திருக்கல்யாணம் நடத்துகிறார்கள் இந்த இரு துறை ஊழியர்கள்.

இரு அரசுத்துறைகளையும் உணர்வுப்பூர்வமாக உறவுகளாக இணைக்கும் இந்த விழாவுக்கு அடித்தளம் இட்டவர்களில் ஒருவர் சிதம்பரம். 30 ஆண்டு காலம் ஆடித்திருப்பூர உற்சவக் கமிட்டி உறுப்பினராக இருந்தவர். பொதுப்பணித்துறை ஒப்பந்தக்காரர்.

'வழக்கமா கோவில் திருவிழான்னா ஒவ்வொரு நாளும் ஒவ்வொரு தரப்பு ஆட்கள் மண்டகப்படி வாங்கி நிகழ்ச்சி நடத்துவாங்க. அப்படித்தான் நாங்களும் தொடங்குனோம். 1910ல, பொதுப்பணித்துறையில கண்காணிப்பாளரா இருந்த ஒரு அதிகாரி அம்பாள் வீதியுலா வர ஒரு கண்ணாடி பல்லக்கு செஞ்சு குடுத்தார். ஆடிப்பூரத்துக்கு முதல் நாள் அந்த பல்லக்குல அம்பாள உக்காரவச்சு வீதியுலா நடத்துவோம். மறுநாள் வருவாய்த்துறைகாரங்க திருக்கல்யாணம் நடத்துவாங்க.

தனித்தனியா செய்யாம, ரெண்டு துறையினரும் சேர்ந்து பெரிசா செய்யலாமேன்னு யோசிச்சப்போ, நாங்க தான் மாப்பிள்ளை வீட்டுக்காரங்கன்னு அவங்க சொன்னாங்க. சரி நாங்க பொண்ணு வீட்டுக்காரங்கன்னு நாங்க சொல்லிட்டோம். அன்னையில இருந்து இன்னை வரைக்கும் உணர்வுப்பூர்வமா திருக்கல்யாணத்தை நடத்திக்கிட்டு வர்றோம். எங்களுக்கும், அவங்களுக்குமான சம்மந்தி உறவுமுறை 100 வருஷத்துக்கு முன்னாடி தொடங்குனது...' சிதம்பரத்தின் வார்த்தைகளில் முதுமை எட்டிப் பார்க்கிறது.

புராணச்சிறப்பும், வரலாற்றுப் பெருமையும் கொண்டது பழமலைநாதர் கோவில். பிரமாண்டமான ஐந்து கோபுரங்களைக் கொண்டு நகரின் நடுவில் பிரமாண்டமாக ஓங்கி நிற்கும் இந்த ஆலயத்தில் ஆடித் திருக்கல்யாண நிகழ்ச்சி 10 நாள் நடக்கும். ஆடிப்பூரத்தன்று திருக்கல்யாணம். அதற்கு முதல் நாள் பெண்ணழைப்பு.

அன்று அதிகாலையில் இருந்தே களை கட்டி விடுகிறது பெண் வீடு. (அதாங்க, பொதுப்பணித்துறை அலுவலகம்). உதவி செயற்பொறியாளர் தான் பெண்ணுக்கு பட்டுப்புடவை எடுத்துத் தரவேண்டும். எம் மதத்தை சார்ந்தவராயினும் அவர் தான் சகோதரர். 5 ஆயிரத்தில் இருந்து 20 ஆயிரம் ரூபாய் வரை பட்டுப்புடவை எடுப்பதுண்டாம். நல்ல நேரம் பார்த்து பழவகைகள், கற்கண்டு, தேங்காய் என 13 சீர் வரிசைத் தட்டுக்களை சுமந்தபடி மேள தாளம் முழங்க, கம்பர் தெரு, கடைவீதி வழியாக குடும்பத்தோடு கோவிலுக்குச் செல்கிறார்கள் பொதுப்பணித்துறையினர்.

பெண் வீட்டுக்காரர்கள் வந்தவுடன், மணிமுத்தாறில் தீர்த்தமாடி, சகோதரர் (!) எடுத்து வந்த பட்டு உடுத்தி தன் குடும்பத்தினருக்கு காட்சி தருவாள் பெரியநாயகி. இந்த நிகழ்ச்சியில் மாப்பிள்ளை வீட்டுக்கும் அழைப்பு உண்டு. வரும் முக்கியஸ்தர்களுக்கு மதியம் விருந்தும் உண்டு.

மாலை 5.30 மணிக்கு மாப்பிள்ளை வீட்டார் (வருவாய்த் துறையினர்) 'கெத்தாக' கோவிலில் வந்திறங்குகிறார்கள். அவர்களுக்கு பெரியநாயகர் கோவிலில் வரவேற்பு. அபிஷேகம் முடித்து, அவர்கள் எடுத்து வரும் புது வஸ்திரம் உடுத்தி மாப்பிள்ளை ஜோரில் கம்பீரமாக ஆயத்தமாகி நிற்கிறார் பெரியநாயகர்.

அடுத்தது நிச்சயதார்த்தம்.

கோவில் ஆயிரங்கால் மண்டபத்தில் ஒரு பக்கம் வருவாய்த் துறையினரும், மறுபக்கம் பொதுப்பணித்துறையினரும் அமர்ந்திருக்க, இருதுறை அதிகாரிகள் முன்னிலையில் வேதியர்கள் திருக்கல்யாண நிச்சயதார்த்த ஓலையை எழுதி வாசிக்கிறார்கள்.

நிச்சயதார்த்தம் முடிந்ததும் பெண் வீட்டார் சார்பில் தடபுடலான இரவு விருந்து. சம்பந்திகளான வருவாய்த்துறையினரை விழுந்து, விழுந்து உபசரிக்கிறார்கள் பொதுப்பணித்துறையினர்.

அடுத்து நலுங்கு வைக்கும் நிகழ்ச்சி. விருத்தாச்சலம் நகரத்தில் யார் வி.ஏ.ஓவாக இருக்கிறார்களோ அவர் தான் நலுங்கு வைக்க கடமைப்பட்டவர். இவர் பெண்ணுக்கு தாய்மாமா. எந்த மதத்தை சேர்ந்தவர் வி.ஏ.ஓவாக இருந்தாலும் சரி. அவர் தான் அம்பாளுக்கு நலுங்கு வைக்க வேண்டும். அவர் சந்தனம் பூசி,

நலுங்கு வைத்ததும் அம்பாளை கண்ணாடி பல்லக்கில் ஏற்றி பெண் அழைப்பு ஊர்வலம் தொடங்கும். மேள தாளத்தோடு கரகாட்டம், ஒயிலாட்டம் களைகட்ட பெண் வீட்டார் பின் தொடர்வார்கள்.

மறுநாள் அதிகாலை 3 மணி. தாரை தப்பட்டை, வாண வேடிக்கையோடு மாப்பிள்ளை வீட்டார் மண்டபத்துக்கு கிளம்புகிறார்கள். தாலி, மணக்களுக்கு பட்டு வேட்டி, பட்டுப்புடவை, சீர், செனத்தி வகையறாக்களோடு வட்டாட்சியர் அலுவலகத்தில் இருந்து ஊர்வலமாக கோவிலுக்கு வருகிறார்கள். அதற்குள்ளாக அம்பாள் தன் வீட்டு மகளிர் புடைசூழ மணிமுத்தாறில் தீர்த்தமாடி திரும்புகிறாள்.

'நாழியாயிட்டுது.. பெண்ணை அழைச்சிட்டு வாங்கோ..' என்று வேதியர்கள் கோரஸாக கூவ, மாப்பிள்ளை வீட்டாரின் பட்டுடுத்தி, அணிகலனிட்டு பெண் வீட்டார் புடைசூழ மணப்பெண் கோலத்தில் ஆயிரங்கால் மண்டபத்திற்கு அழைத்து வரப்படுகிறாள் அம்பாள். அடுத்து பெரியநாயகர் மணமகன் கோலத்தில் வந்து சேர திருமண வைபவம் தொடங்குகிறது.

'காப்புக் கட்ட தாய்மாமாக்கள் வாங்கோ...' வேதியர்கள் அழைக்க, நகரத்து வி.ஏ.ஓ ராஜேஸ்வரன் பெண்ணுக்கும், பொதுப் பணித்துறை கண்காணிப்பாளர் பாஸ்கரன் மாப்பிள்ளைக்கும் காப்புக்கட்ட, எல்லோரும் மலர் தூவி வாழ்த்த அம்பாள் கழுத்தில் தாலியேற, திருக்கல்யாணம் நிறைவுறுகிறது. அடுத்து மாப்பிள்ளை வீட்டார் சார்பில் விருந்து.

விருந்து நிறைவுற்றதும், பெண் வீட்டார் சார்பில் 3500 பேருக்கு தாம்பூலம் வழங்கப்படுகிறது. வழக்கமாக தேங்காய், பழம் என்று இல்லாமல் ஜாக்கெட் பிட், குங்குமச்சிமிழ், தாலி உள்ளிட்ட மங்களப்பொருட்கள். பெரும் தனவந்தர்கள் கூட வரிசையில் நின்று இதை வாங்கிச் செல்கிறார்கள்.

கடந்த 7 வருடங்களாக நாயகி தாயத்தாராக இருந்து பெண் வீட்டுக் காரியங்களை நிர்வகித்து வருபவர் பொதுப்பணித்துறை கண்காணிப்பாளர் பாஸ்கரன்.

'கல்யாணத்துக்கு ஒரு மாதம் முன்னாடியே கமிட்டி அமைச்சு நன்கொடைகள் வாங்குவோம். இந்த வருடம் மட்டும் 1.20 லட்சம் ரூபா நன்கொடை சேந்துச்சு. இங்க வேலை செஞ்சு டிரான்ஸ்பர்ல போனவங்க கூட மறக்காம பணம் அனுப்புவாங்க.

வெ. நீலகண்டன்

எங்களுக்கும், வருவாய்த்துறைக்கும் திருக்கல்யாணத்தோட உறவு முடிஞ்சி போறதில்ல. வெளியில சந்திச்சாக் கூட 'என்ன சம்பந்தி, சௌக்கியமா' ன்னு சில பேர் உறவு சொல்லி அழைக்கிறதும் உண்டு. உலகத்தையே காக்கிற பெரியநாயகியை நாங்க மகளா அடைய குடுத்து வைச்சிருக்கனும்..' உருக்கமாக பேசுகிறார் பாஸ்கரன்.

'வருவாய்த்துறையில சில அதிகாரிகள் நேர்த்திக்கடனா தாலிக்கு தங்கம் வாங்கி தருவாங்க. பட்டுச்சேலை ஆர்.டி.ஓ வாங்கி தருவாங்க. பெரிய நாயகரை எங்க வீட்டு மூத்தபிள்ளை. வருவாய்த்துறையில வேலை செய்யிற இஸ்லாமியர்கள், கிறிஸ்தவர்கள் கூட அவங்க வீட்டு கல்யாணம் மாதிரியே கோலாகலமா திருக்கல்யாணத்தில கலந்துக்குவாங்க..' என்கிறார் தாசில்தார் பூபதி.

இறைவனின் பெயரில் இரண்டு அரசுத்துறைகள் உறவு பாராட்டிக் கொள்வதும், இறைவனின் திருக்கல்யாணத்தை தங்கள் இல்லத்து நிகழ்வு போல கொண்டாடுவதும் விருத்தாச்சலத்தின் சிறப்புகளில் மற்றும் ஒன்றாக பேசப்படுகிறது.

62

சின்னசாமி- பெரியசாமி

‘யாருப்பா தம்பி... ஊருக்குப் புதுசா... இது பெரியசாமி ஊரு... செருப்பை எல்லையிலயே விட்டுட்டு வாங்க...’’- அகரம் கிராமத்துக்குள் நுழைந்ததுமே அதட்டலாக ஒலிக்கிறது ஒரு குரல். ஊரின் எல்லா திசைகளிலும் இனம்புரியாத அமைதியும் அமானுஷ்யமும் ததும்பிக் கிடக்கிறது. பெரம்பலூர்-சென்னை பைபாஸ் சாலையில் மேற்காக இடை நுழையும் ஓர் சாலை, 8-வது கிலோமீட்டரில் அகரத்துக்கு அழைத்துச்செல்லும். ஊரின் பிரதானத்தில் இருந்து ஒதுங்கிய ஒரு பகுதியில்தான் பெரியசாமி ஆட்சி!

“எங்கூருல இருக்கிற எல்லா ஜீவராசிகளும் பெரியசாமிக்குக் கட்டுப்பட்டதுதான். வெதைக்கிறது, வெள்ளாமை வெட்டுறது, கருதடிச்சு களத்துல கொட்டுறது... எல்லாமே அவரு காதுக்குப் போயிதான் நடக்கும்...” என்கிற சின்னையாவிடம், ‘யார் அந்த பெரியசாமி’ என்றால் கிழக்கே கையைக் காட்டுகிறார். அவர் காட்டிய திசையில் இருக்கிறது ‘பெரியசாமி கோயில்’.

வீறுகொண்டு நிற்கிற புலியும் குதிரைகளும் பெரியசாமியின் தன்மையைப் படிமமாக உணர்த்துகின்றன. வேங்கை வாகனத்தில் கைகளில் வாளும் கேடயமுமாக காட்சியளிக்கும் பெரியசாமி, கொல்லிமலையில் இருந்து அகரத்துக்கு வந்தவர்.

"பெரியசாமிக்கு தீட்டு மட்டும் ஆகவே ஆகாது. மாதவிலக்கு சமயத்தில பொம்பளங்க ஊரோட முகப்புல இருக்கிற பொதுவீட்டுக்குப் போயிடுவாங்க. பிரசவ வலி எடுத்தா அந்த வீட்டுக்கு அழைச்சிட்டுப் போயிருவோம். இதுக்குன்னு சகல வசதிகளோட ஊருக்குப் பொதுவா ஒரு வீடு கட்டியிருக்கோம்.

பெரியசாமி கோயில் பக்கம் தேவையில்லாம பொம்பளங்க நடமாட மாட்டாங்க. பக்கத்து ஊர்களுக்கு போகணும்னாகூட ஊரைச்சுத்தித்தான் போவாங்க. வெள்ளி, செவ்வாயில பெரியசாமிக்கு விசேஷம் நடக்கும். அப்போ, ஆம்பள, பொம்பள எல்லாருமே வெள்ளை வேட்டி, வெள்ளை சேலையிலதான் கோயிலுக்குப் போகலாம். பொம்பளங்க தோடு, வளையல், கொலுசு போடக்கூடாது. பொட்டும் வெக்கக்கூடாது. இதெல்லாம் பெரியசாமிக்கு ஆகாது" – காலகாலமாகக் கடைப் பிடிக்கப்படும் கட்டுப்பாடுகளை வார்த்தைப்படுத்துகிறார் கருப்புசாமி."இப்படித்தான் இருக்கணும்னு யாரும் எங்களை கட்டாயப்படுத்தல. பல தலைமுறையா எங்க ஊரு நம்பிக்கை. சிலபேரு இதை மூடநம்பிக்கைன்னுகூட சொல்றாங்க. ஆனா, பெரியவங்களுக்கு சின்னவங்க மரியாதை குடுக்கிறதில்லையா? அதுமாதிரிதான் இதுவும். காட்டுல வெளச்சல் இல்லை, புள்ளைகளுக்கு உடம்பு குணமில்லே, ஊருல நோவு நொடி பரவுதுன்னு எந்தக் குறையைச் சொல்லி கண்ணீர் வடிச்சாலும், எண்ணி ஏழுநாள்ல தீர்த்து வைக்கிறவரு எங்க பெரியசாமி. அவருக்கு புடிக்காத எதையும் நாங்க செய்யிறதில்ல..." என்று ஆவேசமாகிறார் பெரியசாமியை வணங்க வந்த செல்லம்.

கொல்லிமலையின் காவல் தெய்வமான பெரியசாமி அகரத்துக்கு வந்தது எப்படி? சின்ன ஏட்டும் பெரியசாமியும் அந்த தொன்மத்தை விவரிக்கிறார்கள்."நாலு தலைமுறைக்கு முன்னால நடந்த கதை அது. எங்க தாத்தனுங்க கொல்லிமலைக்குப் போயி மூங்கில்குச்சி வெட்டியாந்து ஊருக்காட்டுல வித்துத்தான் பொழச்சிருக்காங்க. ஒருமுறை, கொல்லிமலை முகட்டுல இருக்கிற பெரியசாமி கோயில்ல, மலை ஜனங்களான மலையாளிங்க கிடா அறுத்து

படையல் போட்டுட்டு போயிருக்காங்க. மூங்கில் வெட்டப்போன எங்காளுங்க, பசி வேகத்துல அந்தப் படையலை சாப்பிட்டு, மிச்சமிருக்கிறத துண்டுல அள்ளிக் கட்டிக்கிட்டு வந்துட்டாங்க. தன்னோட சோத்தை தின்னதால, தம்பி சின்னசாமியைக் கூட்டிக்கிட்டு இவங்க பின்னாடியே வந்துட்டாரு பெரியசாமி. எங்க ஊருக்கும் வ.களத்தூருக்கும் நடுவுல கல்லாறுன்னு ஒரு ஆறு. வ.களத்தூரு ஆத்தங்கரையில உக்காந்துட்டாரு பெரியசாமி. அது அந்த ஊரு காவல்தெய்வமான செல்லியம்மாவுக்குப் புடிக்கல. 'நீ வனராஜன்... உனக்கு ஊருக்குள்ள வேலையில்ல, ஓடிப்போயிரு'ன்னு அந்த அம்மா விரட்டிருச்சு... கோபமான பெரியசாமி, 'என்னையா செல்லி விரட்டுற, உனக்கு எட்டடி தூரத்துலயே உக்காந்து உனக்கு வெளக்கு வெளிச்சம் காட்டுறேன்'னு சபதம் போட்டுட்டு, ஆத்தைக் கடந்துவந்து தம்பியோட இந்த எட்டிமரத்துக்குக் கீழே உக்காந்துட்டாரு..."

பிறக்கும் முதல் குழந்தைக்கு 'பெரியசாமி' என்றும், இரண்டாம் குழந்தைக்கு 'சின்னசாமி' என்றும் பெயர் வைப்பது தலைமுறை மரபாகத் தொடர்கிறது. 70க்கும் மேற்பட்ட சின்னசாமி, பெரியசாமிகள் ஊருக்குள் உலவுகிறார்கள். பெரியசாமிக்கு திருவிழா நடக்கும் நாட்களில் ஊரே வெண்மை போர்த்திக்கொள்ளும். திருவிழா அறிவிக்கப்பட்டதும் நெசவாளர்கள் ஊரை மொய்க்கத் தொடங்கி விடுகிறார்கள். மொத்தமாகக் கணக்கெடுத்து வெள்ளைச் சேலை ஆர்டர் செய்து விடுகிறார்கள்.

"சித்திரைத் திருவிழாவுக்கு கார்த்திகை மாசமே தேதி குறிச்சிருவோம். திருவிழாவுக்கு பத்திரிகை அடிச்சிட்டா, யாரு வீட்லயும் எண்ணைச்சட்டி வக்கக்கூடாது. சிமென்ட் குழைக்கக் கூடாது. ஊருல உலக்கை சத்தம் கேட்கக்கூடாது. தாளிக்கக் கூடாது. குழிதோண்டி கம்பு பதிக்கக்கூடாது. பொம்பளங்க கலர் சீலை கட்டக்கூடாது. பூ, பொட்டு வைக்கக்கூடாது. எல்லாரும் சுத்த பத்தமா இருக்கணும். வீட்டுக்கு விருந்தாளிங்க வந்தாலும் இந்தக் கட்டுப்பாட்டை கடைப்பிடிக்கணும்" – பூசாரி வேலுச்சாமி சொல்வதைக் கேட்க வியப்பாக இருக்கிறது.

பி.பார்ம் படித்துவிட்டு வேலைக்குக் காத்திருக்கும் பழனிச்சாமி, நம் வியப்பைப் புரிந்து கொண்டு சொல்கிறார். "வெளியில இருந்து பாக்குறவங்களுக்கு இந்தக் கட்டுப்பாடெல்லாம் மூடநம்பிக்கையா தெரியலாம். இப்படித்தான் இருக்கணும்னு யாரும் யாரையும்

கட்டாயப்படுத்துறதில்ல. மாதவிலக்கு நேரத்தில பெண்கள் வீட்டுவேலைகளை இழுத்துப்போட்டு செய்யாம ஓய்வெடுக்கிறது நல்லதுன்னு மருத்துவம் சொல்லுது. பெரியசாமி பேர்ல அதைத்தான் இந்த ஊர்மக்கள் செய்றாங்க. இதுவரை எங்க ஊருக்குள்ள திருட்டு நடந்ததில்ல. தண்ணியப் போட்டு வம்பு வளக்குற வேலையில்லை. அதுக்குக்காரணம், பெரியசாமி மேலவுள்ள பயமும் பக்தியும்தான். அதுக்காகவாவது நாங்க இந்தக் கட்டுப்பாடுகளைக் கட்டிக் காக்கணும்...'

ஆசிரியரின் பிறநூல்கள்

உறங்கா நகரம் 128 ரூ. 110/-
ஊர்க்கதைகள் 200 ரூ. 170/-
அந்தர மனிதர்கள் 112 ரூ.105/-